AF833682

ഗ്രീൻ ബുക്സ്

മലയാളത്തിന്റെ സുവർണ്ണകഥകൾ

സാറാ ജോസഫ്

അധ്യാപിക, നോവലിസ്റ്റ്, രാഷ്ട്രീയ-സാമൂഹ്യപ്രവർത്തക. 1946 ഫെബ്രുവരി 10ന് തൃശൂരിലെ കുരിയച്ചിറയിൽ ജനനം. ചേലക്കോട്ടുകര മാർ തിമോത്തിയോസ് ഹൈസ്കൂളിൽ വിദ്യാഭ്യാസം. ഗവ. കോളേജ് അധ്യാപികയായി വിരമിച്ചു. കേരള സാഹിത്യ അക്കാദമി മെമ്പറായിരുന്നു. മലയാള സാഹിത്യത്തിൽ തന്റെ നോവലുകളും കഥകളുമായി സ്ഥിരപ്രതിഷ്ഠ നേടിയ ഒരെഴുത്തുകാരി കൂടിയാണ് സാറാ ജോസഫ്. ഇപ്പോൾ കേരളത്തിലെ ഫെമിനിസ്റ്റ് പ്രസ്ഥാനത്തിന്റെ പ്രധാന സംഘാടകയും പ്രവർത്തകയും.

പ്രശസ്ത രചനകൾ: *മനസ്സിലെ തീ മാത്രം, കാടിന്റെ സംഗീതം, നന്മതിന്മകളുടെ വൃക്ഷം, പാപത്തറ, നിലാവറിയുന്നു, ഒടുവിലത്തെ സൂര്യകാന്തി, കാടിതു കണ്ടായോ കാന്താ, പുതുരാമായണം - രാമകഥകൾ വീണ്ടും പറയുന്നു, ആലാഹയുടെ പെൺമക്കൾ, മാറ്റാത്തി, ഒതപ്പ്, ഊരുകാവൽ.*

പുരസ്കാരങ്ങൾ: *കേന്ദ്ര-കേരള സാഹിത്യ അക്കാദമി അവാർഡ്, ചെറുകാട് അവാർഡ്, വയലാർ അവാർഡ്, പ്രഥമ ഒ. ചന്തുമേനോൻ പുരസ്കാരം, അബുദാബി അരങ്ങ് അവാർഡ്, കുവൈറ്റ് കലാ പുരസ്കാരം, ശാശ്വതി നാഷണൽ അവാർഡ്, പ്രഥമ കലൈഞ്ജർ കരുണാനിധി സാഹിത്യ പുരസ്കാരം.*

ഗ്രീൻ ബുക്സ് പ്രസിദ്ധീകരിച്ച
ഗ്രന്ഥകാരിയുടെ ഇതര കൃതി

ആത്മരോഷങ്ങളും ആകുലതകളും
(ലേഖന സമാഹാരം)

മലയാളത്തിന്റെ സുവർണ്ണ കഥകൾ

സാറാ ജോസഫ്

കഥകൾ തെരഞ്ഞെടുത്തത്:

ഡോ. വി. ശോഭ

ഗ്രീൻ ബുക്സ്

green books private limited
gb building, civil lane road, ayyanthole,
thrissur- 680 003, kerala, ph: +91 487-2381066, 2381039
website: www.greenbooksindia.com
e-mail: info@greenbooksindia.com

malayalam
malayalathinte suvarnakathakal
story
by
sarah joseph

first published september 2019
copyright reserved

cover photo : rajesh chalode
cover design : sajith peupa

branches:
thrissur 0487-2422515
palakkad 0491-2546162
thiruvananthapuram 0471-2335301
calicut 0495 4854662
kannur 0497-2763038
ernakulam 8589095007

isbn : 978-93-88830-78-2

---

no part of this publication may be reproduced,
or transmitted in any form or by any means,
without prior written permission of the publisher.

GBPL/1108/2019

മുഖക്കുറിപ്പ്

വളച്ചൊടിച്ച കൊടിയ നുണകളുമായി
നിങ്ങൾക്കെന്നെ ചരിത്രത്തിൽ നിന്ന് എഴുതിത്തള്ളാം
അഴുക്കിന്റെ കൂമ്പാരത്തിലേക്ക് ചവിട്ടിത്താഴ്ത്താം
എന്നാലും ഞാൻ ഉയിർത്തെഴുന്നേൽക്കും
ഒരു ചിതാഭസ്മമായി

(മായാ ആഞ്ചലോ Maya Angelou)

നൂറ്റാണ്ടുകളായി ഒരു ജനത അനുഭവിച്ച അവഗണനയും ദൂഷിതമായ പെരുമാറ്റവും മനസ്സിലൊതുക്കി തനിക്ക് ഏറ്റവും പ്രിയങ്കരമായ ഈ വരികളിലൂടെ അമേരിക്കയിലെയും ആഫ്രിക്കയിലെയും കറുത്തവരുടെ വിജയഗീതം പാടുകയാണ് മായാ ആഞ്ചലോ എന്ന അമേരിക്കൻ കവയത്രി. 1994ൽ തന്റെ സ്ഥാനാരോഹണ വേളയിൽ ഈ കവിത ചൊല്ലിക്കൊണ്ടാണ് നെൽസൺ മണ്ടേല അധികാരമേൽക്കുന്നത് എന്നത് മറ്റൊരു ചരിത്ര മുഹൂർത്തം. ചരിത്രത്തിലെമ്പാടും രേഖപ്പെടുത്തുന്ന ഈ അധഃസ്ഥിത ജീവിതത്തിന്റെ വക്താവായി മലയാള കഥകളിൽ നിറഞ്ഞു നിൽക്കുന്നത് സാറാജോസഫ് എന്ന എഴുത്തുകാരിയാണ്.

വർത്തമാന കാലഘട്ടത്തിലെ ജീവിത കാഠിന്യങ്ങൾക്കു നേരെയാണ് സാറാ ജോസഫ് തന്റെ പേന ഉയർത്തിപ്പിടിക്കുന്നത്. ജീവിതത്തിനുമേൽ കുട നിവർത്തുന്ന കാല്പനികാവരണങ്ങൾ യാഥാർത്ഥ്യങ്ങളുടെ എരിതീയിൽ കരിഞ്ഞു പോകുന്നു. മാലിന്യങ്ങളുടെ കൂടാരങ്ങളായ റെയിൽവേ കോളനികൾ, അഴുക്കുചാലുകൾക്കുമേൽ കെട്ടിപ്പൊക്കിയ കീറച്ചാക്കുകളുടെ വാസഗൃഹങ്ങൾ, ദയനീയമായ ലക്ഷം വീട് കോളനികൾ എന്നിവിടങ്ങളിലെല്ലാം ഈ കഥകളിലെ അന്തേവാസികൾ ജീവിക്കുന്നു. അവിടത്തെ ഛർദ്ദിക്കും

വയറിളക്കത്തിനും പൊലിഞ്ഞ കുഞ്ഞുജീവനുകൾക്കുമൊപ്പം അന്തകന്മാരായി നിലകൊള്ളുന്ന മരുന്ന് ലോബികൾ. കൊതുകടിയേറ്റ് ലൈംഗിക സ്വപ്നങ്ങൾപോലും നിഷിദ്ധമായ യുവമിഥുനങ്ങൾ, അവരുടെ സ്വപ്നങ്ങളിലെ കലക്ടറാകേണ്ട കുഞ്ഞുമകൻ രാത്രി തെരുവിലൂടെ ഇഴഞ്ഞു സഡൻ ബ്രേക്കിട്ട ലോറിവെളിച്ചത്തിനുമുമ്പിൽ വന്നു നിൽക്കുന്ന കാഴ്ച വായനയുടെ ഉൾക്കിടലമായി മാറുന്നു.

അപ്പനും അമ്മയും വല്യമ്മയും മകനും മകളുമുള്ള യാഥാസ്ഥിക ക്രിസ്തീയ കുടുംബത്തിന്റെ കഥ പറയുമ്പോൾ ഒരു മിസ്റ്റിക് ആവരണം നമ്മെ വന്നു ഭയത്തോടെ പൊതിയുന്നു, കൂരിരുട്ടിൽനിന്ന് ഒരു കമ്പിറാന്തൽ ആടിയാടി വരുന്നു. ഉത്തരത്തിൽ തൂങ്ങിനിൽക്കുന്ന മകളുടെ ജഡം. താഴെ ഒരു പീഠം മറിഞ്ഞു കിടക്കുന്നു. കന്യാസ്ത്രീമഠത്തിന്റെ വളപ്പിലും വരാന്തയിലും കാക്കകൾ കൂട്ടംകൂട്ടമായി ആർത്തലച്ചു വന്നു വീഴുന്നു, മഠം ഒരു കറുത്ത കടലിൽ മുങ്ങിത്താഴുന്നത് പോലെ. വാനമേഘങ്ങളിൽ നിന്ന് ഒരു പോസ്റ്റുമാർട്ടം റിപ്പോർട്ട്, മകൾക്കു പതിനഞ്ചു വയസ്സായെന്നും അവർ ഒരു പുത്രനെ ഗർഭത്തിൽ വഹിക്കുന്നുവെന്നും!

ചരിത്രത്തിൽ രണ്ടു വിഭാഗങ്ങളുമുണ്ട്, കഥയുള്ളവരും കഥയില്ലാത്തവരും. വാല്മീകിക്കും തെറ്റ് പറ്റിയോ എന്നാണ് കഥാകാരി അന്വേഷിക്കുന്നത്. അവർ ചരിത്രത്തിലും പുരാണങ്ങളിലും നടന്നു തിരയുകയാണ്. രാമൻ തലയറുത്ത ശൂദ്രനായ ശംബൂകന്റെ മക്കളെ വനാന്തരങ്ങളിൽ കണ്ടെത്തുമ്പോൾ അവർ ചോദിക്കുന്നു, "എഴുത്താളരെ എഴുത്തിൽ ഞങ്ങൾക്കിടം തരാത്തതെന്തേ?" (കഥയില്ലാത്തവർ)

> "ആ യാത്രയിൽ ആദ്യമായി വാല്മീകി ധ്യാനനിരതനായി. അദ്ദേഹം പഞ്ചേന്ദ്രിയങ്ങളെ ഉള്ളിലേക്കടുക്കി. പതുക്കെ ഒരു ചിതല്പുറ്റു വന്ന് അദ്ദേഹത്തെ മൂടി"

വാക്കും പ്രവർത്തിയും തമ്മിലുള്ള ബന്ധം അന്വേഷിച്ചിറങ്ങുകയാണ് സുവർച്ചല എന്ന പുരാണ കഥാപാത്രം. അത് വെള്ളവും താമരയിലയും പോലെയാകരുത്. ഒരേസമയം അന്ധനും അന്ധനുമല്ലാത്ത ഒരാളെയാണ് അവർ സ്വയംവരത്തിന് അന്വേഷിച്ചിറങ്ങുന്നത്. വാച്യമായി കാണുന്നവനും ആന്തരികമായി കാണുന്നവനും ആകണം തന്റെ വരൻ എന്നവർ കണക്കു കൂട്ടുന്നു. ശ്വേതകേതു ഒരു ഒത്തുതീർപ്പു പോലെ അങ്ങനെ ജീവിതസഖാവായി വരുന്നു. രാപ്പകൽ നിൽക്കുന്ന അവരുടെ സംവാദം ജീവിതത്തിന്റെ അർത്ഥം തേടിയുള്ളതാണ്.

നിലാവുള്ള രാത്രിയായിരുന്നു. കിളിവാതിലിലൂടെ രാത്രിയുടെ ഗന്ധങ്ങൾ ഒഴുകി വന്നുകൊണ്ടിരുന്നു. നിലത്ത് വിരിച്ചിട്ട പുല്പായകളിൽ നിലാവ് തിരയടിച്ചു. സ്വസ്ഥമായി ഉറങ്ങുന്ന എന്റെ അച്ഛന്റെ ശ്വാസതാളം എനിക്കു കേൾക്കാം. മൺവിളക്കുകളിൽ പലവട്ടം എണ്ണ പകരേണ്ടി വന്നു. ഞങ്ങളുടെ സംവാദം രാത്രിയിൽ നിന്ന് പുലരിയിലേക്ക് നീണ്ടു പോയി. വാക്കും അർത്ഥവും തമ്മിലുള്ള ബന്ധത്തെപ്പറ്റിയുള്ള അന്വേഷണം എല്ലാത്തരം ബന്ധങ്ങളുടെ അന്വേഷണങ്ങളിലേക്കും വികസിച്ചു കൊണ്ടിരുന്നു.

നിറം കുലം ജാതി മതം ഇതൊക്കെ നമ്മുടെ ബോധമണ്ഡലത്തെ അസ്വസ്ഥമാക്കുന്ന കാഴ്ചകൾ. 'ഞാനാകെ കറുത്ത ഒരു ചെറിയ കുട്ടീ. കർക്കിടകക്കൂറുപോലെ കൂർത്തമുഖം ആരെ നോക്കിയാലും പകയ്ക്കുന്ന കണ്ണുകൾ. എണ്ണ കാറിയ മണം, കോലൻ മുടിയുടെ കുലച്ചു പിളർന്ന അറ്റങ്ങൾ. രണ്ടു കൈ കൊണ്ട് കൂട്ടിപിടിച്ച പുസ്തകം ഇപ്പോഴും നെഞ്ചത്ത്. നെഞ്ചത്ത് നിന്ന് കൈയെടുത്താൽ ഞാൻ ഭയന്ന് വിറയ്ക്കും' കഥാകാരി അവൾക്കു പേരുപോലും നൽകുന്നില്ല. പരീക്ഷയിൽ റാങ്കു കിട്ടിയിട്ടും അവൾക്കു മെറിറ്റ് നിഷേധിക്കപ്പെടുന്നു. ഈ കഥയിലെ പ്രൊഫസർ ദേവൻ വെറും തേവൻ മാഷാണ്. അയാളും ഒരു ഭയപ്പാടിന്റെ പിടിയിലാണ്. 'ചരിത്രത്തിൽ നടു കുനിച്ചു, വാ പൊത്തി നിൽക്കുന്ന അപ്പന്മാരിൽ നിന്നാണ് തനിക്കു പേടി പകർന്നു കിട്ടിയതെന്ന്' അയാൾ കരുതുന്നു. (വിരലടയാളങ്ങൾ)

അധഃകൃതന്റെ ചിത്രം ഇതിലും ഭംഗിയായി എങ്ങനെയാണെഴുതുക?

സ്ത്രീയെ അറിയുക എന്നത് ഈ കഥകളിലെമ്പാടും നിറഞ്ഞുനിൽക്കുന്ന പ്രമേയമാണ്. ദാമ്പത്യങ്ങൾക്കുമേൽ പുരുഷാധിപത്യം പിടിയുറപ്പിക്കുന്നു. തെറിച്ചു വീണ ഒരു കഫക്കട്ടപോലെ പ്രണയം കഴുത്തിൽ ഞെരുങ്ങുന്നു. ദാമ്പത്യബന്ധങ്ങളിലെ സഫലീകരിക്കപ്പെടാത്ത പ്രണയവും കാമവും ആണ് കൃഷ്ണനിൽ സമർപ്പിക്കപ്പെടുന്നത് എന്നൊരു സിദ്ധാന്തവും കഥാകാരി മുന്നോട്ട് വെക്കുന്നു. മിഥ്യയെ യാഥാർത്ഥ്യമെന്ന് തോന്നിപ്പിക്കുന്ന ഒരു രാസവിദ്യയാണ് അതെന്നും. (ഓരോ എഴുത്തുകാരിയുടെ ഉള്ളിലും)

വാക്കും പ്രവർത്തിയും തമ്മിലുള്ള ബന്ധം ദൃഢമാകണമെന്നത് സാറാ ജോസഫ് എന്ന എഴുത്തുകാരിയുടെയും

നിർബന്ധമാണ്. അതുകൊണ്ടവർ സാമൂഹ്യവിമർശനത്തിന്റെയും രാഷ്ട്രീയ വിമർശനത്തിന്റെയും വക്താവാകുന്നു എഴുത്തുകാരിയുടെ ഇരിപ്പിടങ്ങൾ ഉപേക്ഷിച്ച് വീട് വിട്ടിറങ്ങുന്നു. സ്ത്രീ എന്ന സ്വത്വബോധനിർമിതിയിൽ ഏർപ്പെടുന്നു. എഴുത്തിലും ജീവിതത്തിലും ഒരു ചൂലുമായി ഓരോ മുക്കും മൂലയും അടിച്ചു വാരുന്നു. അഭിമാനപൂർവ്വം പറയാം അങ്ങനെയൊരു എഴുത്തുകാരി മലയാള സാഹിത്യത്തിലില്ല.

കൃഷ്ണദാസ്
മാനേജിങ് എഡിറ്റർ

കഥകൾ

കഥ

റെയിൽവേസ്റ്റേഷൻ പരിസരത്തെ ചേരിയിൽ നിന്നാണ് പുഷ്പാർജ്ജിനി വന്നത്. കൂടെ സ്നേഹാർജ്ജിനിയുമുണ്ടായിരുന്നു. മകൾ-അഞ്ചുവയസ്സു കാരി. അവിടേക്കാണിപ്പോൾ ഡോക്ടർ ദമ്പതികളായ കിരണും ഷൈനും പോകുന്നത്. കൂടെ അവരുടെ മകളും ഉണ്ട്. അതീവ ദുഃഖിതയായ ഒരഞ്ചു വയസ്സുകാരി. മിറിയം.

ജോലിക്കു വരുമ്പോൾ മകളേയും കൂടെ കൊണ്ടുവരുമെന്ന് പുഷ്പാർജ്ജിനി ആദ്യമേ പറഞ്ഞിരുന്നു. വീട്ടിലിരുത്തി പോരാൻ പറ്റാത്തതുകൊണ്ടാണ്. അവൾ ഒരു ശല്യവും ചെയ്യില്ല. പൂവോ ഇലയോ നുള്ളില്ല. വീട്ടിനകത്തെ ഒരു സാധനവും തൊടില്ല. അകത്തേക്ക് കടക്കില്ല. അടുക്കളപ്പുറത്ത് വർക്ക് ഏരിയയിൽ ഇരുന്നോളും.

കിരണിന് അതു സമ്മതമായിരുന്നില്ല. കുട്ടിയെ കൊണ്ടുവരരുത്. വീട്ടുജോലിയല്ല ഞങ്ങൾക്കു പ്രധാനം. അതൊക്കെ ഞാനും ഷൈനും കൂടി എങ്ങനെയെങ്കിലുമൊക്കെ ഒപ്പിക്കും. ഞങ്ങൾ ഹോസ്പിറ്റലിൽ പോകുമ്പോൾ മിറിയത്തിന് പൂർണ്ണ ശ്രദ്ധ കിട്ടണം. കാരണം മിറിയം ദുർബലയാണ്. തൂക്കക്കുറവുള്ള കുട്ടിയായിട്ടാണ് ജനിച്ചത്. ഇപ്പോഴും അഞ്ചു വയസ്സിന്റെ വളർച്ച അവൾക്കില്ല. അനാരോഗ്യം കാരണമാണ് അവളെ സ്കൂളിൽ ചേർക്കാത്തത്.

പുഷ്പാർജ്ജിനിയുടെ മകളുമായി അവൾ അടുത്തിടപഴകിയാലോ എന്ന പേടി കിരൺ മറച്ചുവെച്ചു. ഇടയ്ക്കിടെ പകർച്ചവ്യാധികൾ പൊട്ടിപ്പുറപ്പെടുന്ന ചേരിയിലാണവർ താമസിക്കുന്നത്. പലതരം പനികൾ പലതരം വയറിളക്കങ്ങൾ - ഒരിക്കൽ കോളറയടക്കം - അവിടെ സ്ഥിരമായി ഉണ്ടാവുന്നു. കുടിവെള്ളത്തിനും കക്കൂസിനും വേണ്ടിയാണവിടെ യുദ്ധം നടക്കുന്നത്. കൊതുകുകൾ മനുഷ്യർക്കു മീതെ സർവ്വാധിപത്യം സ്ഥാപിച്ചിട്ടുള്ള ഒരിടമാണത്.

അതേസമയം ആരുടെയെങ്കിലും സഹായമില്ലാതെ ഒരു ദിവസം പോലും മുന്നോട്ടു പോകാനാവില്ലെന്ന യാഥാർത്ഥ്യം കിരണിന്റെ മുന്നിലുണ്ട്. അവർ ജീവിതം തുടങ്ങിയിട്ടേയുള്ളൂ. വീട്, കാറുകൾ, ബൈക്ക്,

ഫർണിച്ചർ, വിലപിടിച്ച ഇലക്ട്രോണിക്സ് ഉപകരണങ്ങൾ എല്ലാം പലിശയടക്കം കടമടച്ചു വീട്ടി സ്വന്തമാക്കേണ്ടവയാണ്. രണ്ടാളും കഠിനമായി അദ്ധ്വാനിച്ചാലല്ലാതെ അത് സാധ്യമല്ല. ചെറിയ നിലയിൽ നിന്നും തുടങ്ങി വലിയ നിലയിലേക്കെത്തിയാൽ മതിയായിരുന്നു എന്ന തോന്നൽ ഇപ്പോൾ ശക്തമാണ്. എന്തുചെയ്യാം? നാലായിരം സ്ക്വയർഫീറ്റ് വീട്ടിൽനിന്നും എസ് യുവിൽ നിന്നുമാണ് തുടങ്ങിയത്.

ഷൈനിന്റെ സുഹൃത്ത് ജോൺ വഴിയാണ് പുഷ്പാർജ്ജിനിയെ കിട്ടിയത്. അവളുടെ ഏറ്റവും വലിയ ഗുണം വിശ്വസ്തതയാണെന്ന് ജോൺ പറഞ്ഞു. അധികം സംസാരിക്കില്ലെന്ന മറ്റൊരു ഗുണം കൂടിയുണ്ട്. വലിയ ശമ്പളമൊന്നും കൊടുക്കേണ്ടി വരില്ല. സ്നേഹാർജ്ജിനിയുടെ കാര്യത്തിൽ നിർബന്ധം പിടിക്കണ്ട. കൊണ്ടുവന്നോട്ടെ.

കിരൺ സംശയിച്ചു.

താൻ വരച്ച വരയിൽനിന്ന് മകൾ ഒരടി മുന്നോട്ടു വെയ്ക്കില്ലെന്ന് പുഷ്പാർജ്ജിനി ഉറപ്പു കൊടുത്തു. അടുക്കളയ്ക്കകത്തുപോലും ഞാനവളെ കയറ്റില്ല. എന്തിനു കയറ്റണം? വർക്ക് ഏരിയയിൽ അവൾ സുരക്ഷിതയായിരിക്കും. എനിക്കതുമതി. മിറിയത്തിന് ഞാൻ പൂർണ്ണ ശ്രദ്ധ കൊടുത്തോളാം. മിറിയവുമായി അടുത്തിടപഴകാൻ ഒരിക്കലും ഞാനവളെ അനുവദിക്കില്ല. ഞാനവളെ ഏതാണ്ട് പൂട്ടിയിടുക തന്നെ ചെയ്യും.

പക്ഷേ, മിറിയമോ?

പപ്പേ, എനിക്ക് ആ കുട്ടിയുടെ പോലത്തെ ചെരിപ്പു വേണമെന്ന് അവൾ ഷൈനിന്റെ ചെവിയിൽ പതുക്കെ സ്വകാര്യം പറഞ്ഞു. തിളങ്ങുന്ന പൂക്കൾ പിടിപ്പിച്ച വിലകുറഞ്ഞ പ്ലാസ്റ്റിക് ചെരിപ്പ് അവൾ ചൂണ്ടിക്കാട്ടി. മുറ്റത്ത് നിൽക്കുകയായിരുന്നു സ്നേഹാർജ്ജിനി. വെട്ടിത്തിളങ്ങുന്നൊരുടുപ്പും വർണമണികൾ കോർത്ത മുത്തുമാലയും കണ്ണാടിത്തുണ്ടുകൾ പതിപ്പിച്ച ഹെയർബാൻഡുമൊക്കെക്കൊണ്ട് അമിതമായി അലങ്കരിക്കപ്പെട്ട ഒരു കുട്ടി. വെയിൽ ഇറങ്ങിവന്ന് കണ്ണാടിത്തുണ്ടുകളുടെ ഹെയർബാൻഡിനെ സൂര്യകിരീടമാക്കിയിരിക്കുന്നു. കൂട്ടുപുരികങ്ങൾക്കു നടുവിൽ കല്ലു പതിച്ചൊരു പൊട്ട് ഒട്ടിച്ചു വെച്ചിട്ടുണ്ട്. അതിലൊരു നക്ഷത്രം തിളങ്ങുന്നുണ്ട്. അതുപോലൊരെണ്ണവും തനിക്ക് വേണമെന്ന് മിറിയം കൂടുതൽ സ്വകാര്യമായി ആവശ്യപ്പെട്ടു. ഷൈൻ മൂളുന്നുണ്ടായിരുന്നു. അയാളുടെ ശ്രദ്ധ പക്ഷേ, വാട്സാപ്പ് മെസ്സേജുകളിലായിരുന്നു.

"എപ്പോ?"

മിറിയം കുതുകിയായി. ഷൈനിന്റെ ശ്രദ്ധ മൊബൈൽ ഫോണിലായതിനാൽ മറുപടിക്കുവേണ്ടി അവൾ ക്ഷമയോടെ കാത്തു.

ഹോസ്പിറ്റലിന്റെ എക്സിക്യൂട്ടീവ് ഡയറക്ടർ തുടർച്ചയായി സന്ദേശങ്ങൾ അയച്ചുകൊണ്ടിരിക്കുന്നു. ഗുഡ്മോർണിങ് മെസേജ് മുതൽ ഗുഡ്നൈറ്റ് മെസേജ് വരെ ഓരോ മണിക്കൂറിലും ഒരേ സന്ദേശം.

നിങ്ങളുടെ ടാർഗറ്റ് അതിന്റെ പത്തു ശതമാനംപോലും നിങ്ങൾ തികച്ചിട്ടില്ല. ഇന്ന് തിയതി ഇരുപത്തിരണ്ട്. നിങ്ങളെന്തു ചെയ്യാൻ പോകുന്നു? നിങ്ങളുടെ പെർഫോമൻസ് മോശമാണ്.

പെർഫോമൻസ്!

ഷൈൻ മൊബൈൽ സ്വിച്ച് ഓഫ് ചെയ്തു. ആ ഹോസ്പിറ്റലിൽ ഏറ്റവും കൂടുതൽ പേഷ്യന്റ്സുള്ള ഡോക്ടറാണയാൾ.

പേഷ്യന്റ് ഫ്രണ്ട്ലിയായ ഡോക്ടർ. അയാളെ കണ്ടാൽ മതി അയാളൊന്ന് തൊട്ടാൽ മതി പകുതി രോഗം ഭേദമാകുമെന്ന് പറയുന്നവരാണ് അയാളുടെ രോഗികൾ. ഒ.പിയുള്ള ദിവസങ്ങളിൽ അയാൾ ഭക്ഷണം കഴിക്കാൻ മറന്നുപോകുന്നു. രാത്രി എട്ടുമണിക്കപ്പുറവും രോഗികളെ നോക്കിക്കൊണ്ടിരുന്നു.

"എപ്പൊ?" മിറിയം ഒച്ച താഴ്ത്തി വീണ്ടും ചോദിച്ചു: രഹസ്യമായതിനാൽ അവൾ വലതു കൈകൊണ്ട് വാ പൊത്തിപ്പിടിച്ചിരുന്നു. ഷൈൻ അവൾക്കൊരുമ്മ കൊടുത്തു. അതൊരു വാക്കാണ്. മിറിയം സന്തോഷിച്ചു.

ഷൈൻ രാത്രി തിരിച്ചെത്താൻ വളരെ വളരെ വളരെ വൈകി. മിറിയം ഉറങ്ങിയില്ല. ഒന്നു മയങ്ങിപ്പോയാലുടൻ അവൾ തട്ടിപ്പിടഞ്ഞെണീറ്റിരുന്നു. അതുപോലത്തെ ചെരിപ്പുകൾ ഏതു തരം ചെരിപ്പു പെട്ടിയിലായിരിക്കും വരിക? മിറിയം ആലോചിച്ചുകൊണ്ടിരുന്നു. കാരണം ചെരിപ്പുപെട്ടികൾ വളരെ പ്രധാനമാണ്. അവയാണ് പിന്നീട് പാവവീടുകളായി മാറുന്നത് മിറിയം ഇതുവരെ കണ്ടിട്ടുള്ളതിൽ വെച്ച് ഏറ്റവും മനോഹരമായ ചെരിപ്പു പെട്ടിയിലേ സ്നേഹാർജ്ജിനിയുടെ ചെരിപ്പുകൾക്ക് വരാൻ കഴിയൂ.

മിറിയം ഉറങ്ങാത്തതുകൊണ്ട് കിരണും ഉറങ്ങിയില്ല. മിറിയത്തിന് എന്താണസ്വസ്ഥതയെന്ന് അവൾക്കാവലാതിയായി. മിറിയത്തിന്റെ നെറ്റിക്ക് ചൂടുണ്ട്. പനി വന്നേക്കാം. പനി വന്നാലവൾക്കു ഫിറ്റ്സ് വരും. ഷൈനില്ലാതെ അതൊറ്റയ്ക്കു നേരിടാൻ കിരണിനു കഴിയില്ല. പ്രത്യേകിച്ചും മിറിയത്തിന്റെ കണ്ണുകൾ മേലോട്ടുരുണ്ട് മറിയുമ്പോൾ ഒന്നും ചെയ്യാനാവാതെ കിരൺ നടുങ്ങി നിൽക്കും. തെർമോമീറ്റർ നോർമൽ ചൂട് അടയാളപ്പെടുത്തിയിട്ടും അനാവശ്യമായ ഉത്കണ്ഠ മൂലം കിരൺ ഉണർന്നിരുന്നു.

ചെരിപ്പും നക്ഷത്രപ്പൊട്ടും ഇല്ലാതെയാണ് പപ്പ വന്നതെന്ന കാര്യം മിറിയത്തിന് വിശ്വസിക്കാനായില്ല. വന്ന പാടെ പപ്പ കിടക്കയിലേക്ക് മറിഞ്ഞതും ആ നിമിഷം തന്നെ ഉറങ്ങിപ്പോയതും ഓക്കാനം വരുത്തുന്ന ആശുപത്രിമണം ഉച്ഛ്വസിച്ചുകൊണ്ട് കൂർക്കം വലിക്കാൻ തുടങ്ങിയതും അവൾക്കൊട്ടും വിശ്വസിക്കാനായില്ല. അവൾ അമ്പരന്നു. ഇതൊരിക്കലും സംഭവിക്കാൻ പാടില്ലാത്തതാണ്. മിറിയത്തിന്റെ നെഞ്ചിടിപ്പ് കൂടി. ശ്വാസവേഗം വർധിച്ചു. അവൾ കിതയ്ക്കാൻ തുടങ്ങി. എന്താ? എന്താ? എന്താ? എന്ന ചോദ്യത്തിന് കിരണിന്റെ തോളിൽ ചെറുചൂടുള്ള കണ്ണീരും

വിതുമ്പലുകളും മാത്രമായിരുന്നു ഉത്തരം. ചെരിപ്പുകളെപ്പറ്റിയോ നക്ഷത്ര പ്പൊട്ടിനെപ്പറ്റിയോ മിറിയം കിരണിനോട് യാതൊന്നും പറയില്ല. കാരണം നല്ല പോലെയല്ല കിരൺ സ്നേഹാർജ്ജിനിയോട് പെരുമാറിയതെന്ന് അവൾ ശ്രദ്ധിച്ചിട്ടുണ്ട്.

“കൈ നീട്ടിക്കാണിക്ക്.” കിരൺ പരുഷമായി പറഞ്ഞു.

പേടിയോടെ സ്നേഹാർജ്ജിനി അവളുടെ രണ്ടു കൈയും നീട്ടി ക്കാണിച്ചു. കണ്ണാടിത്തുണ്ടുകൾ പതിപ്പിച്ച നൂറുനൂറു വളകളിൽ ആയിര മായിരം സൂര്യന്മാർ പെട്ടെന്നുദിച്ചു. കിരണിന്റെ കണ്ണു പുളിച്ചു. മിറിയമാകട്ടെ അദ്ഭുതത്തോടെ ആരാധനയോടെ സ്നേഹാർജ്ജിനിയെ നോക്കിനിന്നു.

സ്നേഹാർജ്ജിനിയുടെ നഖങ്ങളിൽ ചുവപ്പ് ചായം തേച്ചിട്ടുണ്ട്. കിരൺ ഒരുതരം അവജ്ഞയോടെ അവളുടെ വിരലുകൾ പരിശോധി ച്ചത് മിറിയത്തെ ഞെട്ടിച്ചു. എന്താണ് കിരണിന്റെ മുഖം ചുവക്കുന്നത്? എന്താണ് പുരികങ്ങൾ ചുളിയുന്നത്? ചുണ്ടുകൾ കോടുന്നത്? “നഖത്തി നുള്ളിലെ ചളി കണ്ടില്ലേ. ഇതുമാത്രം മതിയല്ലോ രോഗങ്ങൾ വരാൻ. നഖം വെട്ടി വൃത്തിയാക്കലാണ് പ്രധാനം. അല്ലാതെ നെയിൽ പോളിഷ് തേക്കലല്ല.” കിരൺ ദേഷ്യപ്പെട്ടു. എല്ലാ ഞായറാഴ്ചയും നഖം വെട്ടി ക്കൊടുക്കാറുണ്ടെന്ന് പുഷ്പാർജ്ജിനി പറഞ്ഞു. “എന്തു ചെയ്യാം. നഖ ങ്ങൾ അതിവേഗത്തിലാണ് വളരുന്നത്. പല്ലുതേക്കാറുണ്ടോ? നാക്കു വടി ക്കാറുണ്ടോ? കുളിക്കാറുണ്ടോ? ഷഡ്ഡി മാറ്റാറുണ്ടോ?” കിരണിന്റെ ചോദ്യ ങ്ങൾക്ക് സ്നേഹാർജ്ജിനിയുടെ അമ്മ ഉവ്വ് ഉവ്വ് ഉവ്വ് എന്ന് ഉത്തരങ്ങൾ കൊടുത്തുകൊണ്ടിരുന്നു. തലയിൽ പേനുണ്ടോ? ചിരങ്ങും ചൊറിയു മുണ്ടോ? ചെവി പഴുക്കുന്നുണ്ടോ? എന്ന മൂന്ന് ചോദ്യങ്ങൾക്കു മാത്രം ഇല്ല ഇല്ല ഇല്ല എന്നും. സ്നേഹാർജ്ജിനി അവളുടെ തിളങ്ങുന്ന ഉടുപ്പു യർത്തി ചൊറിയോ ചിരങ്ങോ ഇല്ലാത്ത കൊഴുത്തുരുണ്ട കാലുകളും അന്ന് രാവിലെ കുളി കഴിഞ്ഞ് മാറ്റിയ ഷഡ്ഡിയും കാണിച്ചുകൊടുത്തു. അതൊരു ചുവന്ന ഷഡ്ഡിയായിരുന്നു. മിറിയത്തിന് വിഷാദമായി. അവ ളൊരിക്കലും ഒരു ചുവന്ന ഷഡ്ഡി ഇട്ടിട്ടില്ല. അവളുടേത് എപ്പോഴും വെള്ളയോ അതിനോടടുപ്പമുള്ള ഏതെങ്കിലും നിറങ്ങളോ ആയിരുന്നു. സ്നേഹാർജ്ജിനിക്ക് കൊലുസുകളുണ്ടെന്നും അവൾ അനങ്ങുമ്പോ ഴൊക്കെ അവ കിലുങ്ങിക്കൊണ്ടിരിക്കുകയാണെന്നും കൂടുതൽ വിഷാദ ത്തോടെ മിറിയം ശ്രദ്ധിച്ചു. മിറിയത്തിന് കൊലുസുകൾ ഇട്ടുകൂടാ. അലർജി വരുമെന്ന് കിരൺ ഭയപ്പെടുന്നു. കിരണിന് വേറെയും ചോദ്യ ങ്ങളുണ്ടെന്ന് മിറിയത്തിന് തോന്നി. അവളുടെ ചുളിഞ്ഞ പുരികങ്ങൾ നിവരുന്നില്ല. ആ ചോദ്യങ്ങളൊക്കെയും കേൾക്കാൻ മിറിയം ആഗ്ര ഹിച്ചു. ഓരോ ചോദ്യവും സ്നേഹാർജ്ജിനിയെ കൂടുതൽ കൂടുതൽ വെളിപ്പെടുത്തും. പക്ഷേ, ഷൈൻ ഇടപെട്ടു. കിരൺ അവരെ ഇൻസൾട്ട്

ചെയ്യുകയാണെന്നയാൾ കുറ്റപ്പെടുത്തി. നിങ്ങൾക്കാവശ്യമില്ലെങ്കിൽ പറഞ്ഞു വിട്ടേക്കണം അതല്ലാതെ...

“ഞാൻ മിറിയത്തിന്റെ കാര്യം ഓർത്തിട്ടാണ്. സൂക്ഷിക്കേണ്ടത് സൂക്ഷിക്കണം.”

“മിറിയത്തിനെന്താണ് കുഴപ്പം? എന്താണിത്ര സൂക്ഷിക്കാനുള്ളത്? നിന്റെ അനാവശ്യമായ ആങ്സൈറ്റിയല്ലാതെ മിറിയത്തിനൊരു പ്രശ്നവുമില്ല. ഷി ഈസ് എ നോർമൽ ചൈൽഡ്.”

“നോ. ഷി ഈസ് വിക്. അനീമിക്. ഒരു ചെറിയ പനി വരുമ്പോഴേക്കും അവൾക്ക് ഫിറ്റ്സ് വരുന്നു. ഹൗ കാൻ ഷി ബി എ നോർമൽ ചൈൽഡ്?”

ഷൈനിന് ദേഷ്യം വരുന്നുവെന്ന് മിറിയം ശ്രദ്ധിച്ചു. അപ്പോളവൾ അയാളുടെ മടിയിൽ കയറിയിരിക്കുകയും അമ്മ ദേഷ്യപ്പെടുകയല്ല ദേഷ്യപ്പെടുകയല്ല എന്ന് അയാളുടെ ചെവിയിൽ രഹസ്യമായി പറയുകയും ചെയ്തു.

കിരൺ തുടർന്നു. “നിങ്ങളാ കുട്ടിയെ ശ്രദ്ധിച്ചോ. മിറിയത്തിന്റെ അതേ പ്രായമാണവൾക്ക്. എന്ത് ഹെൽതിയാണവൾ. അതുപോലെയാണോ നിങ്ങളുടെ കുട്ടിയിരിക്കുന്നേ? അവൾക്ക് മിറിയത്തേക്കാൾ പൊക്കവും തൂക്കവും ഉണ്ട്. അവളുടെ സ്കിൻ പെർഫെക്ട് ആണ്. അവളുടെ പല്ലുകൾ ശ്രദ്ധിച്ചോ.”

ഷൈൻ മിറിയത്തെ മടിയിൽ നിന്നിറക്കി താഴെ നിർത്തി. അയാൾ പുറത്തേക്കുപോയി. കിരൺ അയാൾക്കു പിന്നാലെ നിരാശാഭരിതമായ ശബ്ദത്തിൽ പറഞ്ഞു.

“ഫിസിക്കലി ആൻഡ് മെന്റലി മിറിയം ഈസ് ബിലോ ഏവരജ്.”

വായടയ്ക്കാൻ പറഞ്ഞു ഷൈൻ. കിരൺ ഒരു ഡോക്ടറാണോ എന്ന് ദേഷ്യപ്പെട്ടു. മിറിയം അപ്പോൾ പുതപ്പെടുത്ത് തലവഴി മൂടി. കണ്ണുകൾ ഇറുക്കിയടച്ചു. ചുരുണ്ടുകൂടി. വാക്കുതർക്കങ്ങൾ അവൾക്കിഷ്ടമല്ല.

പുഷ്പാർജ്ജിനിക്ക് അവളുടെ വാക്കു പാലിക്കാൻ കഴിഞ്ഞില്ല. ആദ്യത്തെ ദിവസം മിറിയം വർക്ക് ഏരിയയിലേക്ക് കടക്കുന്നത് അവൾ തടഞ്ഞു. രണ്ടാമത്തെ ദിവസം സ്നേഹാർജ്ജിനി അടുക്കളയിലേക്ക് കടക്കുന്നതും. മൂന്നാമത്തെ ദിവസം പക്ഷേ, കിടപ്പുമുറിയുടെ ജനലിനു താഴെ മുറ്റത്തെ പൂച്ചെടികൾക്കിടയിൽ സ്നേഹാർജ്ജിനിയുടെ ഉടുപ്പിന്റെ തിളക്കം അവൾ കണ്ടു. കൊലുസിന്റെ കിലുക്കം കേട്ടു. ജനലഴികളിൽ തൂങ്ങിക്കിടന്നാടിക്കൊണ്ട് അവൾ മിറിയത്തോട് തീവണ്ടികളെപ്പറ്റി പറയുകയായിരുന്നു. അവളുറങ്ങുമ്പോൾ ഭൂമി മുഴുവൻ കുലുക്കിക്കൊണ്ട് മേൽപ്പാലത്തിലൂടെ തീവണ്ടികൾ ഓടിക്കൊണ്ടിരിക്കും. കട്ടിലും നിലവും കുലുങ്ങും. ചില പാത്രങ്ങൾ തെറിച്ചു വീഴും. അടുത്ത വീടുകളിൽ ചെറിയ കുട്ടികൾ ഉണർന്ന് കരയാൻ തുടങ്ങും. എങ്കിലും അവൾ

തീവണ്ടികളെ സ്നേഹിക്കുന്നു. മാമന്റെ വീട്ടിലേക്ക് അവൾ തീവണ്ടി കയറി പോകും. ജനലഴികൾക്കു മീതെ മുഖം കഠിനമായി അമർത്തി വെച്ചുകൊണ്ട് മിറിയം അദ്ഭുതത്തോടെ തീവണ്ടിക്കഥകൾ കേട്ടു. നാലാമത്തെ ദിവസം കിരൺ ഹോസ്പിറ്റലിൽ നിന്നെത്തുമ്പോൾ തോട്ടത്തിലെ പുൽത്തകിടിയിൽ പരസ്പരം വെള്ളം ചീറ്റിച്ചു കളിക്കുന്ന കുട്ടികളെ കണ്ടു. മിറിയം നനഞ്ഞൊഴുകുകയാണ്. സ്നേഹാർജ്ജിനി അവൾക്കെടുത്താൽ പൊന്താത്ത ഹോസ് പൊക്കിപ്പിടിച്ച് മഴയും മഴവില്ലുകളും ഉണ്ടാക്കിക്കൊണ്ടിരുന്നു. ആ കാഴ്ച കിരണിനെ തകർത്തു കളഞ്ഞു. ഏറെ നേരമായി വെള്ളത്തിൽ കളിക്കുന്നതിനാൽ മിറിയത്തിന്റെ കൈകൾ വെളുത്ത് ചുളുങ്ങിപ്പോയിരിക്കുന്നത് അവൾ കണ്ടു. ചുണ്ടുകൾ നീലനിറമായിരിക്കുന്നു. കണ്ണ് ചുവന്നു കലങ്ങിയിരിക്കുന്നു. തണുപ്പേറ്റ് അവളുടെ ഉടൽ വിറയ്ക്കുകയും താടിയെല്ലുകൾ കൂട്ടിയിടിക്കുകയും ചെയ്യുന്നു.

അടുക്കളത്തിരക്കിൽ ഒരു നിമിഷം കണ്ണുതെറ്റിപ്പോയതാണെന്നും ക്ഷമിക്കണമെന്നും ഇനിയൊരിക്കലും ഇങ്ങനെയുണ്ടാവില്ലെന്നും പുഷ്പാർജ്ജിനി പറഞ്ഞുകൊണ്ടേയിരുന്നു. തീ പാറുന്നൊരു നോട്ടം നോക്കിയതല്ലാതെ കിരൺ അവളോടൊരക്ഷരം പ്രതികരിച്ചില്ല.

പുളിപ്പ് കേറിത്തുടങ്ങിയ ഒരു പച്ചപ്പേരക്ക കടിച്ചുചവച്ചുകൊണ്ട് സ്നേഹാർജ്ജിനി അമ്മയുടെ ശകാരങ്ങളെ നേരിട്ടു. നീണ്ട തലമുടിയിൽ നിന്ന് അരുവികളായി ഒഴുകിയ വെള്ളം വീണ് അവൾക്കു ചുറ്റും ഒരു ചെറുകുളം രൂപപ്പെട്ടിരുന്നു. അവൾ കാരണം ഈ നല്ല വീട്ടിലെ ജോലി നഷ്ടപ്പെടുമെന്ന് അമ്മ കുറ്റപ്പെടുത്തി. അങ്ങനെ സംഭവിക്കരുതെന്ന് സ്നേഹാർജ്ജിനി ആഗ്രഹിച്ചു. മിറിയത്തെ മൂന്ന് കളികൾ പഠിപ്പിക്കാമെന്ന് അവൾ വാക്കു കൊടുത്തിട്ടുണ്ട്. അതിലൊന്ന് പുളിങ്കുരു കൊണ്ടുള്ള കളിയാണ്. മിറിയം പുളിങ്കുരു വിഴുങ്ങുകയോ മൂക്കിലിടുകയോ ചെയ്യില്ലെന്നു കയ്യിലടിച്ച് ഉറപ്പു തന്നിരിക്കുകയാണ്. സ്നേഹാർജ്ജിനിയുടെ പുളിങ്കുരുപ്പെട്ടിയിൽ ഇപ്പോൾ നൂറ്റിയെഴുപത് പുളിങ്കുരുകളുണ്ട്. അത് ഇരുന്നൂറിൽ അധികമായിരുന്നു. സങ്കടത്തോടെയാണെങ്കിലും കൊതി സഹിക്കാൻ പറ്റാതെ വന്നപ്പോൾ അമ്മയോട് പറഞ്ഞ് ബാക്കിയുള്ളവ അവൾ വറുത്ത് തിന്നു. പറ്റുമെങ്കിൽ മിറിയത്തിന് മൂന്നു പുളിങ്കുരുവെങ്കിലും വറുത്ത് കൊടുക്കാമോ എന്ന് അവൾ അമ്മയോട് ചോദിച്ചു. അമ്മ അവളെ കൊന്നില്ലെന്നേയുള്ളൂ. ഈ വീട്ടിലെ ജോലി പോയാൽ മിറിയത്തിന് എങ്ങനെയാണ് ഒരു ചുവന്ന ഷഡ്ഡി നൽകുക? സ്നേഹാർജ്ജിനിക്ക് മൂന്ന് ചുവന്ന ഷഡ്ഡികളുണ്ടെന്നത് മിറിയത്തെ അദ്ഭുതപ്പെടുത്തിയിരുന്നു. അതിലൊരെണ്ണം തനിക്കു തരാമോ എന്ന് മിറിയം ചോദിച്ചിരുന്നു. പ്ലീ...സ്... മിറിയം കൂട്ടിച്ചേർത്തു.

അമ്മ എറിഞ്ഞുകൊടുത്ത അടുക്കളമണമുള്ള തോർത്തുകൊണ്ട് തല തുവർത്തുമ്പോൾ സ്നേഹാർജ്ജിനി മിറിയത്തെ അനുകരിച്ചു.

പ്ലീ...സ്... അവൾക്ക് ചിരി നിർത്താനായില്ല. അമ്മ നിർത്താൻ പറഞ്ഞിട്ടും പ്ലീ...സ് എന്നുപറഞ്ഞ് അവൾ ചിരിച്ചുകൊണ്ടിരുന്നു. പ്ലീ...സ്...പ്ലീ...പ്ലീ... പ്ലാ....പ്ലാ...

അപ്പോൾ ഇളംചൂടു പുതപ്പിനുള്ളിൽ മിറിയത്തെയും കെട്ടിപ്പിടിച്ചു കിടന്ന് കിരൺ കരയുകയായിരുന്നു. എന്നാൽ പിന്നീടെക്കാലവും കിരൺ ഹൃദയസമാധാനത്തോടെ ഓർക്കും. അന്ന് രാത്രി മിറിയം ശാന്തമായു റങ്ങി. ശ്വാസതടസ്സമോ ദുഃസ്വപ്നമോ അവളെ അലട്ടിയില്ല. ഹൃദയ മിടിപ്പ് ശാന്തമായിരുന്നു. ശ്വാസഗതി സാധാരണമായിരുന്നു. തിളങ്ങുന്ന സന്തോഷത്തോടെ രാവിലെ അവൾ ഉറക്കമുണർന്നു.

നാല് മാസവും പത്ത് ദിവസവും.

അതിനിടയ്ക്ക് മിറിയം കാതുകുത്തി. സിംപിൾ ആൻഡ് എലഗന്റ് മാത്രമായ ഉടുപ്പുകൾക്കുപകരം വഴിയോര കച്ചവടക്കാരിൽ നിന്നു വാങ്ങിയ വെട്ടിത്തിളങ്ങുന്ന ഉടുപ്പിട്ടു. കണ്ണാടിത്തുണ്ടുകൾ പതിപ്പിച്ച വള കളിൽ നൂറു സൂര്യന്മാരെ ഉദിപ്പിച്ചു. പുളിങ്കുരു തിന്നു. ചുവന്ന ഷഡ്ഡി യിട്ടു. ലോകത്തിലെ ഏറ്റവും മനോഹരമായ പ്ലാസ്റ്റിക് ചെരിപ്പുകളിട്ട് നടന്നു. നട്ടുച്ചയ്ക്ക് സ്നേഹാർജ്ജിനി പെയ്യിക്കുന്ന മഴയിലും മഴവില്ലിലും നനഞ്ഞു. അടുക്കളയിലും ഊണുമേശയിലും കിടപ്പുമുറിയിലും ലിവിങ് റൂമിലെ വിലകൂടിയ റീക്ലൈനറുകളിലും സ്നേഹാർജ്ജിനിക്ക് പ്രവേശനം കിട്ടി. കളിച്ചു തളരുമ്പോൾ മിറിയത്തിന്റെ കിടക്കയിൽ കുട്ടികൾ കെട്ടി പ്പിടിച്ച് കിടന്നുറങ്ങി.

എപ്പോഴാണ് പുഷ്പാർജ്ജിനി ഇട്ടെറിഞ്ഞ് പോവുക എന്ന പുതി യൊരുത്കണ്ഠ കിരണിനെ പിടികൂടി. പുഷ്പാർജ്ജിനിയുടെ ഒരേയൊരു കുഴപ്പമായി ജോൺ സൂചിപ്പിച്ചിരുന്നത് അവളെവിടെയും സ്ഥിരമായി തുട രില്ല എന്നതായിരുന്നു. ഏറിയാൽ മൂന്നു മാസം. അതിലപ്പുറം ഒരു വീട്ടിലും തുടർന്നിട്ടില്ല. നാലുമാസവും പത്തുദിവസവും തികയുന്ന ദിവസം പണി കഴിഞ്ഞ് പോകുമ്പോൾ പുഷ്പാർജ്ജിനി ചിരിച്ചുകൊണ്ട് പറഞ്ഞു. “ഒരാ ഴ്ചത്തേക്ക് വരില്ല. ആങ്ങളയുടെ മകളുടെ കല്യാണമാണ്. കുറേ ദൂരെ യാണ് ആങ്ങളവീട്. തീവണ്ടി കയറിപ്പോകണം.” എന്തുകൊണ്ടോ തീവണ്ടി കയറിപ്പോകാനുള്ള ഉത്സാഹം സ്നേഹാർജ്ജിനിക്കുണ്ടായിരു ന്നില്ല. അവളുടെ മുഖം വാടിയിരുന്നു.

പുഷ്പാർജ്ജിനി പറഞ്ഞ കാരണങ്ങളൊന്നും കിരൺ വിശ്വസിച്ചില്ല. ആ നല്ല കാലം കഴിഞ്ഞു. കിരൺ തീരുമാനിച്ചു. നാലുമാസം പത്തു ദിവസം മിറിയം അതീവ സന്തുഷ്ടയായിരുന്നു. കിരണിന് കൃത്യമായി ജോലിക്കു പോകാൻ കഴിഞ്ഞു. ഷൈനിനെ പോലെയായിരുന്നില്ല കിരൺ. ഹോസ്പിറ്റൽ മാനേജ്മെന്റ് കൊടുക്കുന്ന ടാർഗറ്റിനപ്പുറം കട ക്കാനാണവൾ കഠിനപ്രയത്നം ചെയ്തത്. ലാബ്ടെസ്റ്റുകൾ, എക്സ്റേകൾ, സി ടി സ്കാനുകൾ, എം ആർ ഐ സ്കാനുകൾ,

മാക്സിമം സിസേറിയനുകൾ, മിനിമം സുഖപ്രസവങ്ങൾ, ദീർഘങ്ങളായ ഐ സി യു അഡ്മിഷനുകൾ, പരമാവധി മരുന്നുകൾ, മാനേജ്മെന്റ് മരുന്നുകമ്പനികളുമായി ഉണ്ടാക്കിയിട്ടുള്ള കരാറുകൾക്കനുസരിച്ച് മാത്ര മുള്ള പ്രിസ്ക്രിപ്ഷനുകൾ, ഏത് മെഡിക്കൽ ഷോപ്പിൽ നിന്നു മാത്രമേ വാങ്ങാവൂ എന്ന കർശന നിർദ്ദേശങ്ങൾ... ഒന്നിലും ഒരു പിശുക്കും കാണി ച്ചില്ല കിരൺ.

പിശുക്ക് വന്ന വാക്കല്ല, ദയവ് എന്ന വാക്കാണ് അവിടെ ഉപയോഗി ക്കേണ്ടതെന്ന് ഷൈൻ വിമർശിച്ചു. ജനറിക് മരുന്നുകൾ മാത്രമേ എഴുതൂ എന്ന അയാളുടെ വാശിക്കെതിരെ ശക്തമായ നടപടി പ്രഖ്യാപിച്ചിരിക്കു കയാണ് മാനേജ്മെന്റ്. സേവനം അവസാനിപ്പിച്ചുകൊള്ളാൻ ഏതു നിമിഷവും അവർ ഷൈനിനോട് പറഞ്ഞേക്കാം. അതിലൊന്നും യാതൊരു കൂസലുമില്ല ഷൈനിന് ഒരാശുപത്രി പോയാൽ വേറൊന്ന്.

"ബീ പ്രാക്ടിക്കൽ ഷൈൻ. അവിടെയും ഇതുതന്നെയല്ലേ ആവർത്തി ക്കുക?" കിരൺ ദേഷ്യപ്പെട്ടു. പിന്നെ സങ്കടപ്പെട്ടു. "ഓരോ മാസവും അടവു കഴിഞ്ഞാൽ നമ്മുടെ പഴ്സ് കാലിയാണ് ഷൈൻ. അതെങ്കിലും മനസ്സിലാക്ക്. ഇതല്ലെങ്കിൽ വേറൊരു ഹോസ്പിറ്റലെന്നത് വെറും നെഞ്ഞൂക്ക് മാത്രമാണ്. ഇത്രയും ശമ്പളം തരുന്ന വേറൊരാശുപത്രിയും നഗരത്തിലില്ല. നമ്മൾ തുടക്കക്കാരാണ്. ഇനിയും പേരെടുത്ത് തുടങ്ങി യിട്ടില്ല. ഷൈനിനറിയാത്തതല്ലല്ലോ മത്സരത്തിന്റെ അവസ്ഥ. ചവറ്, ചവറ് പോലെയാണ് ഡോക്ടർമാർ."

ആദർശവും ജീവിതവും തമ്മിൽ ഒരു ബന്ധവുമില്ലെന്ന് കിരൺ പരിഹസിച്ചു. "ആദർശം മനോഹരമാണ്. ചില്ലിട്ട് ചുമരിൽ തൂക്കാൻ കൊള്ളാം. ഇപ്പോൾ മിറിയം മുമ്പത്തേതിനേക്കാൾ ദുഃഖിതയായില്ലേ. മൗനിയായില്ലേ. നമ്മളെന്തു ചെയ്യും? പുഷ്പാർജ്ജിനിയോടും അവളുടെ മകളോടും നമ്മളെത്ര നന്നായി പെരുമാറി. അവരോ? അവർക്കു വേണ്ടെന്നു തോന്നിയപ്പോൾ വലിച്ചെറിഞ്ഞിട്ടുപോയി. കയ്യും കാലും ഒടിഞ്ഞ പഴയ പാവയെ വലിച്ചെറിയുന്ന പോലെ എന്റെ മിറിയത്തെ വലിച്ചെറിഞ്ഞിട്ടുപോയി. ഒരാഴ്ചത്തെ അവധിയാണ് ചോദിച്ചത്. ഒരു മാസമായിട്ടും തിരിച്ചു വന്നിട്ടില്ല. ഒന്നു വിളിച്ചു പറഞ്ഞിട്ടില്ല." പുഷ്പാർജ്ജിനിക്ക് ഒരു മൊബൈൽ ഫോൺ വാങ്ങിക്കൊടുക്കണമാ യിരുന്നു എന്ന് ഷൈൻ പറഞ്ഞു.

അഞ്ചു ദിവസമായിരുന്നു മിറിയത്തിന്റെ കണക്ക്. അങ്ങനെയാണ് സ്നേഹാർജ്ജിനി അവളോട് പറഞ്ഞിട്ടുള്ളത്. അഞ്ചു വിരലുകൾപോലെ അഞ്ചു ദിവസങ്ങൾ. ഒന്നാം ദിവസം മിറിയം ഒരു വിരൽ മടക്കിക്കാണിച്ച് കിരണിനെയും ഷൈനിനെയും ബോദ്ധ്യപ്പെടുത്തി. ഇനി നാലു ദിവസം. അവളതാവർത്തിച്ചു. ഇനി മൂന്ന് ദിവസം. ഇനി രണ്ടു ദിവസം... അഞ്ചു വിരലും എണ്ണിത്തീർത്തപ്പോൾ അവളമ്പരന്നു.

"എന്നിട്ടെന്താ വരാത്തേ?"

"രോഗികളെ ആവശ്യമുണ്ട് എന്നാണോ രോഗികൾക്ക് ആവശ്യമുണ്ട് എന്നാണോ, ഏതാണ് ശരിയായ നയം?" ഷൈൻ കലഹിക്കാൻ തന്നെ ഉറച്ചു. "ആയുധക്കമ്പനികൾക്ക് യുദ്ധമാണാവശ്യം. ശവപ്പെട്ടിക്കച്ചവടക്കാരന് മരണവും. കഷ്ടപ്പെട്ടാണ് ഞാൻ പഠിച്ചത് കിരൺ. നീയുമതേ. എനിക്കറിയാം. ഒരുപോലെ ദരിദ്രമായിരുന്നു നമ്മുടെ ചുറ്റുപാടുകൾ ഇല്ലായ്മകളാണ് നമ്മളെ തമ്മിലടുപ്പിച്ചതും. ആർക്കാണ് നമ്മൾ ഉപകാരപ്പെടേണ്ടത്? എന്നെക്കൊണ്ടാർക്കാണാവശ്യമെന്ന് എനിക്ക് കൃത്യമായിട്ടറിയാം."

അതൊന്നുമായിരുന്നില്ല കിരണിന്റെ പ്രശ്നം. മിറിയത്തിന്റെ ഉന്മേഷം നഷ്ടപ്പെടുന്നു എന്നും കളിചിരികൾ മായുന്നു എന്നും അവൾ സദാ നിശ്ശബ്ദയായിക്കൊണ്ടിരിക്കുന്നുവെന്നും ഭക്ഷണം കഴിക്കുന്നില്ലെന്നും ഒരു നൂറുകൂട്ടം വേവലാതികൾ അവളുടെ മനസ്സമാധാനം നശിപ്പിച്ചു. മിറിയം വിഷാദരോഗത്തിന് അടിപ്പെടുകയാണോ എന്നവൾ ഭയപ്പെട്ടു. മിറിയത്തെ ധൈര്യമായി ഏൽപ്പിച്ചു പോകാൻ പറ്റിയ ഒരാളെ കണ്ടെത്തുന്നതുവരെ രണ്ടിലൊരാൾ അവൾക്കടുത്ത് ഇരിക്കുകതന്നെ വേണം. അത് ഷൈൻ ആവുന്നത് ഒട്ടും നന്നാവില്ല. മിറിയത്തോട് ഒരു നോർമൽ ചൈൽഡിനോടെന്നപോലെ മാത്രമേ ഷൈൻ പെരുമാറുകയുള്ളൂ. മിറിയം വാണ്ട്സ് എക്സ്ട്രാ കെയർ, അത് ഷൈൻ അംഗീകരിക്കില്ല.

റെയിൽവേ സ്റ്റേഷൻ പരിസരത്തെ ചേരിയിലേക്ക് പുഷ്പാർജ്ജിനിയെ തേടിപ്പോകാൻ കിരൺ നിർബന്ധിതയായത് അങ്ങനെയാണ്. പുഷ്പാർജ്ജിനി അവൾക്കിഷ്ടമുള്ളിടത്ത് ജോലിക്ക് പോകട്ടെ. അവൾ ജോലിക്കു പോകുമ്പോൾ സ്നേഹാർജ്ജിനിയെ മിറിയത്തിന്റെ ഒപ്പം നിർത്തിപ്പോകുന്നതിന് വിരോധമുണ്ടോ? തിരിച്ചുപോകുമ്പോൾ അവളെ കൂട്ടിക്കൊണ്ടുപോകുകയും ചെയ്യാം. ഒരഡ്ജസ്റ്റ്മെന്റ്. മിറിയത്തിനുവേണ്ടി. പുഷ്പാർജ്ജിനി മിറിയത്തെ സ്നേഹിച്ചിട്ടുണ്ട്. കിരണിന് അതുറപ്പാണ്. സ്നേഹത്തിന്റെ പേരിലായാലും കാരുണ്യത്തിന്റെ പേരിലായാലും സ്നേഹാർജ്ജിനിയെ മിറിയത്തോടൊപ്പം പകൽ കഴിച്ചു കൂട്ടാൻ അനുവദിക്കണം. കിരണിന്റെ കണ്ണുകൾ നിറഞ്ഞു. അടക്കാൻ വയ്യാത്ത സങ്കടം വന്നു. ഷൈൻ കുറേക്കൂടി പ്രാക്ടിക്കൽ ആയിരുന്നെങ്കിൽ തനിക്കിത്ര വിഷമിക്കേണ്ടി വരില്ലായിരുന്നു.

പുഷ്പാർജ്ജിനിയുടേതെന്ന് പറഞ്ഞ് ചേരിയിലുള്ളവർ ചൂണ്ടിക്കാട്ടിയ വീട് പൂട്ടിക്കിടക്കുകയായിരുന്നു. "പുഷ്പാർജ്ജിനിയുടെ കാര്യമല്ലേ? ഇനിയൊരു ആറു മാസം കഴിഞ്ഞിട്ട് നോക്കിയാൽ മതി. അവളങ്ങനെയാണ്. പോയാലൊരു പോക്കാണ്."

കിരൺ നഷ്ടശമ്പള അവധിയെടുത്ത് മകളോടൊപ്പം ഇരുന്നു.

ആറുമാസം കഴിയും മുമ്പ് ഇനി നിങ്ങളുടെ സേവനം ആവശ്യമില്ലെന്ന് പറഞ്ഞ് ആശുപത്രി മാനേജ്മെന്റ് ഷൈനിനെ പിരിച്ചുവിട്ട അന്നു രാത്രിയിൽ പുഷ്പാർജ്ജിനി തിരിച്ചു വന്നു. ഇടിയും മഴയുമുള്ള

രാത്രിയായിരുന്നു. ശക്തിയായി കാറ്റ് വീശിയിരുന്നു. മരക്കൊമ്പുകൾ ഒടിഞ്ഞുവീണു. ചേരിയിലെ വീടുകളുടെ മേൽക്കൂരകൾ പറന്നുപോയി. നഗരം ഇരുട്ടിലായി. മിറിയത്തിന് പനിക്കുന്നുണ്ടായിരുന്നു.

പകൽ അവൾക്ക് ഫിറ്റ്സ് വന്നു.

മേജർ ഓപ്പറേഷനുകളായി മാറ്റാമായിരുന്ന മൂന്നു കേസുകൾ തുടർച്ചയായി ഷൈൻ നഷ്ടപ്പെടുത്തിയത് ആശുപത്രി അധികൃതർ കണ്ടുപിടിച്ചതിനെത്തുടർന്നാണ് നടപടിയുണ്ടായത്. ഷൈനിന്റെ അസിസ്റ്റന്റാണ് അത് മാനേജ്മെന്റിന്റെ ശ്രദ്ധയിൽ പെടുത്തിയത്. ബോർഡ് മീറ്റിങ്ങിൽ ഷൈൻ കടുത്ത പുച്ഛത്തോടെ അസിസ്റ്റന്റിന്റെ കഴിവുകേടുകൾ തുറന്നുകാട്ടി. നൂറു ശതമാനവും രക്ഷയില്ലാത്ത കേസുകളായിരുന്നു അതിൽ രണ്ടെണ്ണവുമെന്ന് ഷൈൻ സമർത്ഥിച്ചു. മാനുഷിക പരിഗണന എന്ന വാക്ക് അയാൾ ആവർത്തിച്ചു. ഓപ്പറേഷൻ നടത്തേണ്ട ഒരാവശ്യവും ഇല്ലാത്തതും മരുന്നുകൊണ്ടു തന്നെ മാറിപ്പോകുന്നതുമായ കേസായിരുന്നു മൂന്നാമത്തേത്. മെഡിക്കൽ എത്തിക്സ് എന്ന വാക്കാണ് ഷൈൻ ഇവിടെ ആവർത്തിച്ചു പറഞ്ഞത്. വിവരക്കേടുള്ളവരുടെ അഭിപ്രായം കേട്ട് ജീവൻകൊണ്ട് കളിക്കരുതെന്ന് ഷൈൻ ബോർഡംഗങ്ങളെ ഓർമ്മിപ്പിച്ചു. ബോർഡ് മീറ്റിങ്ങിൽ ഒരംഗം പോലും ഷൈനിന്റെ ഭാഗം പറഞ്ഞില്ല. തീരുമാനം യുനാനിമസ് ആയിരുന്നു. തുടർച്ചയായി ഷൈൻ ആശുപത്രിക്ക് നഷ്ടം വരുത്തുന്നു എന്നതിനോട് സീനിയർ ഡോക്ടർമാർ മൗനംകൊണ്ട് യോജിച്ചു. ജനസേവനമാണ് ഷൈനിന്റെ ലക്ഷ്യമെങ്കിൽ സർക്കാർ ആശുപത്രികളിലാണ് നല്ലത്. അല്ലെങ്കിൽ കാൽനടഡോക്ടർ ആയി ഗ്രാമഗ്രാമാന്തരങ്ങളിലേക്ക് പോകാം.

ഷൈനിന്റെ പിടിവാശിയാണ് എല്ലാത്തിനും കാരണമെന്ന് കിരൺ കുറ്റപ്പെടുത്തി. ഒരഡ്ജസ്റ്റ്മെന്റിനും തയ്യാറാവാത്തതിന്റെ നഷ്ടം ആശുപത്രിക്കല്ല. നമുക്കു തന്നെയാണ്. മിറിയത്തെ വിട്ട് താനിനി ജോലിക്കൊന്നും പോകുന്നില്ലെന്നും വീടും കുടുംബവും കടബാദ്ധ്യതയും ഇനി ഷൈനിന്റെ ഉത്തരവാദിത്വമാണെന്നും കിരൺ പറഞ്ഞു. ഷൈൻ ശാന്തനായിരുന്നു. അയാൾ കിരണിനോട് തർക്കിച്ചില്ല. മിറിയത്തിനുവേണ്ടി അയാളേറ്റവും പുതിയ പി എസ് ത്രി കൊണ്ടുവന്നിരുന്നു. അവൾക്കുവേണ്ടി അയാൾ പ്ലേ സ്റ്റേഷൻ തുറന്നു. മിറിയം പുഞ്ചിരിക്കുമെന്നയാൾ പ്രതീക്ഷിച്ചു.

അടുക്കള ജനലിനപ്പുറത്താണ് മങ്ങിയ നിഴലായി പുഷ്പാർജ്ജിനി പ്രത്യക്ഷപ്പെട്ടത്. അവൾ മഴയത്ത് നിൽക്കുകയായിരുന്നു. ഇടിമിന്നലിന്റെ വെളിച്ചത്തിൽ കിരൺ അവളെ വ്യക്തമായി കണ്ടു.

"നീയെന്താ മഴയത്ത് നിൽക്കണേ? കൊച്ചിനെ മഴകൊള്ളിക്കാതെ കേറി വാ." കിരൺ അടുക്കള വാതിൽ മലർക്കെ തുറന്നു. ഇരുട്ടും കാറ്റും ഇടിയും മിന്നലും പുഷ്പാർജ്ജിനിയോടൊപ്പം അകത്തേക്കിരച്ചു കയറി.

"മോളെവിടെ?" കിരൺ ചോദിച്ചു.

സ്നേഹാർജ്ജിനിയുടെ അമ്മ രണ്ടു കയ്യും മലർത്തി കണ്ണുകൾ മേലോട്ടുയർത്തി. എല്ലാ കാറ്റും മഴയും ഇടിയും മിന്നലും അവളുടെ മുഖത്ത് ഇളകിമറിഞ്ഞു. തളർന്നുകുഴഞ്ഞ് അവൾ കിരണിന്റെ കാൽക്കൽ വീണു.

കെടാനായി വിറച്ചുകൊണ്ടിരുന്ന എമർജൻസി വിളക്കിന്റെ വെളിച്ചത്തിൽ അവർക്കറിഞ്ഞുകൂടാത്ത ഏതോ ഒരു താലൂക്കാശുപത്രിയിലെ ഡോക്ടർ സ്നേഹാർജ്ജിനിക്കുവേണ്ടി കുറിച്ചുകൊടുത്ത മരുന്നുകളുടെ കുറിപ്പുകൾ ഡോക്ടർ ദമ്പതിമാരായ ഷൈനും കിരണും സൂക്ഷ്മമായി പരിശോധിച്ചു. അക്യൂട്ട് ഡയേറിയയാണ് മരണകാരണം. പനിയും വയറിളക്കവും ഛർദ്ദിയും മൂലം ശരീരത്തിലെ ജലാംശം അപകടകരമാംവിധം നഷ്ടപ്പെട്ടിരുന്നു.

“എന്താണുണ്ടായത്? എപ്പോഴാണാശുപത്രിയിൽ കൊണ്ടുപോയത്? ഏതാണീ താലൂക്കാശുപത്രി? മരുന്ന് കൃത്യമായി കൊടുത്തില്ലേ? ആശുപത്രിയിൽ അഡ്മിറ്റ് ചെയ്തില്ലേ? ഞങ്ങളെയെന്താണറിയിക്കാതിരുന്നത്?” കിരൺ കുത്തിക്കുത്തി ചോദിച്ചുകൊണ്ടിരുന്നു. അടുക്കളച്ചുവരിൽ തലയിട്ടിടിച്ചുകൊണ്ട് സ്നേഹാർജ്ജിനിയുടെ അമ്മ അവ്യക്തമായി എണ്ണിപ്പെറുക്കി കരഞ്ഞു. “കല്യാണത്തിന്റെ തലേന്നാളാണ് സ്നേഹാർജ്ജിനിയെ ആശുപത്രിയിൽ കൊണ്ടുപോയത്. വയറിനസുഖമുണ്ടായിരുന്നു. അഞ്ചാറുവട്ടം ഛർദ്ദിച്ചിരുന്നു. എഴുതിത്തന്ന മരുന്നിനൊക്കെ വലിയ വിലയായിരുന്നു. കുറച്ചൊക്കെ വാങ്ങിക്കൊടുത്തു.” പുഷ്പാർജ്ജിനി രണ്ടു കൈകൊണ്ടും നെഞ്ചിലിടിക്കാൻ തുടങ്ങി. കിരൺ അവളെ പിടിച്ചു മാറ്റി.

പൊള്ളുന്നൊരു കുഞ്ഞിക്കൈ കവിളത്തമർന്നതും ഷൈൻ ഞെട്ടിത്തിരിഞ്ഞു നോക്കി. മിറിയം അവളുടെ പനിക്കിടക്ക വിട്ട് എഴുന്നേറ്റ് വന്നിരിക്കുന്നു. സ്നേഹാർജ്ജിനി എവിടെയെന്ന് അവൾ അയാളുടെ ചെവിയിൽ രഹസ്യമായി ചോദിച്ചു. അവളുടെ ചുണ്ട് പൊള്ളുന്നു. ശ്വാസം പൊള്ളുന്നു. ഉടൽ പൊള്ളുന്നു.

എന്തെങ്കിലും കഴിക്കാനും അകത്തു വന്നു കിടക്കാനും കിരൺ എത്ര നിർബന്ധിച്ചിട്ടും പുഷ്പാർജ്ജിനി കൂട്ടാക്കിയില്ല. ചെറിയൊരു ഡോസ് ഉറക്കുമരുന്ന് അവൾക്കു കൊടുത്തിട്ട് കിരൺ അടുത്തുതന്നെയിരുന്നു.

രാത്രിയിലെപ്പോഴോ കാറ്റും മഴയും ശമിച്ചതുപോലെ മിറിയത്തിന്റെ പനി ശമിച്ചു. അവളുടെ വിയർത്ത ഉടൽ തുണി മുക്കിത്തുടക്കുമ്പോൾ കിരണിന്റെ നെഞ്ച് വിങ്ങി. മിറിയം അനങ്ങുമ്പോഴൊക്കെ അവളുടെ കുഞ്ഞു കൊലുസുകൾ കിലുങ്ങിക്കൊണ്ടിരുന്നു. കണ്ണ് നിറഞ്ഞ് കാഴ്ച മങ്ങി, കിരൺ ഷൈനിന്റെ തോളിൽ തലചായ്ച്ചു. ഇത്രയേറെ മരുന്നുകൾ പുറത്തേക്കെഴുതിക്കൊടുക്കുംമുമ്പ് സ്നേഹാർജ്ജിനിയെ നോക്കിയ ഡോക്ടർ എന്തുകൊണ്ട് ഒരു നുള്ളുപ്പും ഒരു സ്പൂൺ പഞ്ചസാരയും കലക്കിക്കൊടുക്കാൻ പറഞ്ഞില്ല എന്നവൾ വ്യസനിച്ചു. ■

സഹ

അച്ഛൻ

മകൾ എനിക്കൊരു വെല്ലുവിളി തന്നിരിക്കുന്നു. അതിന്റെ കുരുക്കഴിക്കാൻ ഞാൻ പാടുപെടുന്നു. മകൾക്ക് വിവാഹപ്രായമെത്തിയാൽ ഒരച്ഛൻ ചെയ്യേണ്ടതെന്തോ അതാണ് ഞാൻ ചെയ്തത്.

മകളുടെ അഭിപ്രായത്തെ മാനിക്കാൻ ഞാൻ തയ്യാറാണ്. അവളുടെ കാമ്യപരിഗ്രഹേച്ഛയ്ക്ക് ഞാൻ എതിരാവില്ല. എങ്ങനെയുള്ള പുരുഷനെയാണ് നീ ആഗ്രഹിക്കുന്നത്. മകളെ അടുത്ത് വിളിച്ചിരുത്തി ഞാൻ ചോദിച്ചു. നിരന്നിരിക്കുന്ന കളിപ്പാട്ടങ്ങളിൽ ഏതുവേണം നിനക്ക് എന്ന ഒരു ലാഘവം അതിൽ വന്നുപോയെന്ന് ചോദിച്ചു കഴിഞ്ഞ ഉടനെ എനിക്ക് തോന്നി.

അവളുടെ മുഖത്ത് ശൈശവകൗതുകങ്ങൾ കണ്ടില്ല. അവളുടെ നിശ്ശബ്ദതയ്ക്ക് ഇത്ര വലിയ ഗൗരവം, വിഡ്ഢിത്തം, കിറുക്ക് ഉണ്ടാവുമെന്ന് ഞാൻ പ്രതീക്ഷിച്ചില്ല. "ഒരേ സമയം അന്ധനും അന്ധനല്ലാത്തവനുമായ ഒരു പുരുഷനെയാണ് എനിക്ക് ഭർത്താവായി വേണ്ടത്."

"എന്ത്?"

അവൾ ആവശ്യം ആവർത്തിച്ചു.

"കുട്ടിക്കളി വിട്. വിവാഹം ഗൗരവമുള്ള കാര്യമാണ്. ഒരാൾക്ക് ഒരേ സമയം കാഴ്ചയുള്ളവനും കാഴ്ചയില്ലാത്തവനുമായിരിക്കാൻ കഴിയില്ല. അത് അസംഭവ്യമാണ്."

"അത് അസംഭവ്യമാണെങ്കിൽ എന്റെ വിവാഹവും അസംഭവ്യമായിരിക്കും."

"കിറുക്ക് പറയാതെ."

"എനിക്ക് കിറുക്കില്ല. എന്റെ ജീവിതത്തെപ്പറ്റി നല്ലപോലെ ആലോചിച്ചുറപ്പിച്ച് ഞാനെടുത്ത തീരുമാനമാണിത്."

ഇതെന്നെ കുഴയ്ക്കുന്നു. എന്റെ മകൾ സുവർച്ചല ബുദ്ധിമതിയും സമർത്ഥയുമാണെന്നെനിക്കറിയാം. അറിവുനേടുന്നതിൽ അവൾക്ക്

ഔത്സുക്യമുണ്ട്. വിവിധ വിഷയങ്ങളിൽ അവൾക്ക് അറിവുമുണ്ട്. എന്നാൽ ഇതെങ്ങനെ സാധ്യമാവും? കണ്ണടച്ചാൽ എല്ലാം അദൃശ്യം. കണ്ണുതുറന്നാൽ സമസ്തവും ദൃശ്യം. ഒരേസമയം ദൃശ്യവും അദൃശ്യവുമായിരിക്കുന്നതെന്ത്? ഈശ്വരൻ? മകൾ വേദാന്ത ചിന്തയിൽ മുഴുകി ഭൗതികജീവിതം വേണ്ടെന്നു വെയ്ക്കുന്നതിന്റെ സൂചനയാകുമോ? അവളുടെ യൗവനചേഷ്ടകൾ പക്ഷേ, അങ്ങനെയൊരു സൂചന തരുന്നില്ല. അലങ്കാരപ്രിയയാണവൾ. വിലാസവതിയാണ്. വാക്കിൽ മധുരവും ചലനങ്ങളിൽ കവിതയുമുണ്ട്. യുവാക്കളുടെ മുന്നിൽ നിൽക്കുമ്പോൾ അവളുടെ കൺകോണുകൾ പ്രണയാർദ്രമാകുന്നുണ്ട്. അപ്പോൾ അതൊരു ചാപല്യമായിരിക്കാം. വിവാഹത്തെപ്പറ്റി സൂചിപ്പിക്കുമ്പോൾ ആദ്യം ഒരു നിഷേധം പറയുക എന്ന യുവതികളുടെ സഹജസ്വഭാവം സുവർച്ചല അത് മറ്റൊരു വിധത്തിൽ പറയുന്നതാവാം. ഇടയ്ക്കിടയ്ക്ക് അവൾ കാട്ടുന്ന പലതരം കുറുമ്പുകളിലൊന്ന്. അതും കണക്കിലെടുത്ത് ഞാൻ മിണ്ടാതിരിക്കാമോ? ഒരച്ഛന്റെ കർത്തവ്യം നിറവേറ്റാതിരിക്കാമോ? ഞാനവളുടെ സ്വയംവരം നിശ്ചയിച്ചു. അവൾക്കിഷ്ടമുള്ളവരെ തിരഞ്ഞെടുത്തുകൊള്ളട്ടെ.

രാജാക്കന്മാരെയും രാജകുമാരന്മാരെയും ഞാൻ വിളിച്ചില്ല. രാജ്യത്തിനും പത്നിക്കും ഒരുപോലെ നീതി കൊടുക്കാൻ രാജാവിനെക്കൊണ്ടാവില്ല. രണ്ടും ഒരുപോലെ വിജയിപ്പിക്കാൻ ആരെക്കൊണ്ടാവും? ഏതെങ്കിലുമൊന്ന് എപ്പോഴും ഉപേക്ഷിക്കപ്പെടുന്നു. മുഴുവൻ സമയവും രാജ്യത്തിന് കൊടുത്താൽ പത്നി. മറിച്ചും.

എന്റെ ക്ഷണം സ്വീകരിച്ച് അടുത്തും അകലെയും നിന്നുള്ള ഒരു പാട് ബ്രാഹ്മണ യുവാക്കൾ സ്വയംവരത്തിനെത്താൻ സമ്മതം പ്രകടിപ്പിച്ചു.

മകൾ

അച്ഛൻ എല്ലാം അക്ഷരാർത്ഥത്തിലെടുത്തു. ഞാൻ രൂപകങ്ങളുടെ ഭാഷയിലാണ് സംസാരിച്ചത്. അച്ഛനു പോലും മനസ്സിലാകാത്തത്, ഒരു സാധാരണക്കാരൻ ബ്രാഹ്മണ യുവാവ് എങ്ങനെ മനസ്സിലാക്കും? അനുഷ്ഠാനങ്ങളും ആചാരങ്ങളും കഴിഞ്ഞുപോകും. പിന്നെയാണ് ജീവിതം തുടങ്ങുന്നത്. സഹധർമ്മചാരിത്വം. സാക്ഷാൽ ധർമ്മപുത്രർക്കു പോലും സംശയമുണ്ടതിൽ. ശരശയ്യയിൽ കിടക്കുന്ന ഭീഷ്മരുമായി ആയിരുന്നു സംവാദം. വിവാഹം വഴി സ്ത്രീയും പുരുഷനും ബന്ധിക്കപ്പെടുന്നുണ്ട്. അവർ സഹധർമ്മചാരികളായി തുടരണം. രണ്ടു പേർ. രണ്ടു വ്യത്യസ്ത ജൈവപ്രകൃതികൾ. ഗുണങ്ങളും വേവ്വേറെ. കടമകളും വെവ്വേറെ. രണ്ട് വൈകാരിക നിലകൾ. വ്യത്യസ്ത ജീവിതസാഹചര്യങ്ങളിൽ ജനിച്ചു വളർന്നവർ. രണ്ടു ദേശങ്ങളിൽ ജീവിച്ചവർ. രണ്ടു പാരമ്പര്യങ്ങളുടെ പിന്തുടർച്ചക്കാർ. ഇവർക്കെങ്ങനെ സഹധർമ്മം സാധ്യമാവും? മറ്റൊന്നു കൂടി.

നമ്മുടെ നിയമങ്ങളും നാട്ടുനടപ്പുകളും പറയുന്നത് സ്ത്രീകൾ പൊതുവെ സത്യസന്ധരല്ലെന്നാണ്. വേദങ്ങളും അത് പറയുന്നു. ചില നിയമവിശാരദന്മാർ അത് ഉറപ്പിക്കുന്നുമുണ്ട്. ഇത് ശരിയാണെങ്കിൽ ഒരുവന് എങ്ങനെ സ്ത്രീയോട് ചേർന്ന് 'ധർമ്മം' ആചരിക്കാനാവും? അത് അസത്യത്തോട് സത്യത്തെ കൂട്ടിക്കെട്ടലാവില്ലെ? അസത്യമാവട്ടെ ഒരിക്കലും ധർമ്മത്തിന്റെ ഭാഗമല്ല. അപ്പോൾ എന്താണ് എന്തിനെയാണ് സഹധർമ്മമായി കരുതേണ്ടത്? എനിക്ക് തോന്നുന്നത് സഹധർമ്മമെന്നാൽ സ്ത്രീയും പുരുഷനും ചേർന്ന് വീട്, കുടുംബം, കുട്ടികൾ, സമ്പത്ത്, മാനം, മര്യാദ, ആചാരാനുഷ്ഠാനങ്ങൾ എന്നിവയൊക്കെ യഥാവിധി പാലിക്കലാണെന്ന് ജനങ്ങൾ ധരിച്ചു വെച്ചിരിക്കുന്നുവെന്നാണ്. കനിയുടെ പുറന്തോട് കനിയല്ലാത്തതു പോലെയാണത്.

ഭീഷ്മർ മറുപടിയായി ഉത്തരദിശയുടെ കഥ പറഞ്ഞു കൊടുത്തുവെന്ന് കേൾക്കുന്നു. കഥ കേട്ട് ധർമ്മപുത്രർക്ക് സംശയ നിവാരണമുണ്ടായോ എന്നെനിക്കറിഞ്ഞുകൂടാ. എന്റെ മനസ്സ് ധർമ്മപുത്രരുടെതിനേക്കാൾ ഇരട്ടി സംശയകലുഷിതവും ഉത്തരംകിട്ടാത്ത ചോദ്യങ്ങളാൽ അസ്വസ്ഥവുമാണ്. സഹധർമ്മമെന്നത് അവ്യക്തമായ ഒരാശയമായി ചിന്തകളെ കുഴയ്ക്കുന്നു. ആരുടെ ധർമ്മത്തോട് ആര് ചേരുന്നു? ഒന്ന് ഒന്നിനെ നിഹനിക്കാതെ ധർമ്മാചരണം സാധ്യമല്ലേ? വിവാഹത്താൽ ബന്ധിക്കപ്പെടുന്നു എന്നതുകൊണ്ട് ഒരപരിചിതന്റെ ധർമ്മത്തെ സ്വധർമ്മമായി അനായാസം സ്വീകരിക്കാൻ എനിക്കു കഴിയുമോ? അയാളാകട്ടെ നാട്ടുനടപ്പുകളും കീഴ്വഴക്കങ്ങളും വേദങ്ങളും നിയമങ്ങളും പറയുന്നതനുസരിച്ച് സ്ത്രീകൾക്ക് സത്യസന്ധരായിരിക്കാൻ കഴിയില്ലെന്ന മുൻധാരണയുള്ളവനുമായിരിക്കും. എന്റെ ധർമ്മമെന്തെന്നും എന്തായിരിക്കണമെന്നും വ്യക്തമായി അറിയുന്നൊരാളാണ് ഞാൻ. എന്റെ സത്യത്തിൽ നിന്ന് കടുകിട വ്യതിചലിക്കാൻ ഞാൻ തയ്യാറല്ല. എന്റെ സത്യധർമ്മങ്ങൾക്ക് വിപരീതമാണ് അയാളുടെ സത്യധർമ്മാദികളെങ്കിൽ എനിക്കെങ്ങനെ അത് പിന്തുടരാൻ കഴിയും? സഹധർമ്മം എങ്ങനെ സാധ്യമാവും? മുത്തല്ല, പുറന്തോടാണ് സഹധർമ്മത്തിനാധാരമെങ്കിൽ എന്റെ ജ്ഞാനം കൊണ്ട് ലോകത്തിനെന്തുപകാരം? എന്റെ ഹൃദയത്തിന്റെ ആഴങ്ങളിൽ, ഞാൻ ബന്ധിതയായിരിക്കും. അപ്പോഴും ഞാൻ വെയ്ക്കുകയും വിളമ്പുകയും ചെയ്യുന്നുണ്ടാവും. കുട്ടികളെ പുലർത്തുന്നുണ്ടാവും. ആചാരാനുഷ്ഠാനങ്ങൾ പാലിക്കുന്നുണ്ടാവും. എനിക്ക് ചോദ്യങ്ങളുണ്ട്. തുല്യനിലയിൽ മറുപടി തരാൻ കഴിയുന്നൊരാളിനെയാണ് ഞാൻ തേടുന്നത്.

സ്വയംവരം

ക്ഷണം സ്വീകരിച്ചെത്തിയ ഓരോ ബ്രാഹ്മണ യുവാവിനെയും ഉചിതമായ വിധം ദേവലമഹർഷി സ്വീകരിച്ചു. പ്രവേശന കവാടത്തിൽ വെച്ച് അവരുടെ കാൽ കഴുകിച്ചു. സുന്ദരികളായ സ്ത്രീകൾ അവരെ ആനയിച്ചു.

നൂറുകണക്കിന് മൺവിളക്കുകൾ നിറഞ്ഞു കത്തി. സുഗന്ധധൂപങ്ങൾ പുകഞ്ഞുകൊണ്ടിരുന്നു. കണ്ണഞ്ചിക്കുന്ന നിറമുള്ള പൂക്കളിൽ നിന്ന് പരിമളം പരന്നുകൊണ്ടിരുന്നു. കാറ്റ് അതിനെ അകലങ്ങളിലേക്ക് എത്തിച്ചു. കമനീയങ്ങളായ മൺപാത്രങ്ങളിൽ പഴങ്ങളും പാനീയങ്ങളും വിതരണം ചെയ്യപ്പെട്ടു. സൽക്കാരത്തിനൊടുവിൽ ദേവലന്റെ മകൾ സുവർച്ചല സ്വയംവരവേദിയിലേക്ക് കടന്നുവന്നു. ഏറ്റവും ആദരവോടെ അവൾ, അവിടെകൂടിയവരെ വണങ്ങി. ദേവലൻ സന്തുഷ്ടനായി. കുട്ടിക്കളിയല്ല വിവാഹമെന്ന് മകൾ മനസ്സിലാക്കിയിരിക്കുന്നു. ഒരു വധുവിന്റെ എല്ലാ പകിട്ടോടെയും പ്രൗഢിയോടെയും അവൾ അതിഥികളെ സ്വീകരിക്കുന്നു. യുവാക്കൾ ഉത്ക്കണ്ഠാഭരിതരാണ്. വാക്കുകളിൽ മിതത്വവും മാന്യതയും പാലിച്ച് സുവർച്ചല വിവാഹാർത്ഥികളെ അഭിസംബോധന ചെയ്തു.

“ദ്വിജശ്രേഷ്ഠരേ, ഒരേ സമയം അന്ധനും അന്ധനല്ലാത്തവനുമായ ഒരാൾ നിങ്ങളുടെ കൂട്ടത്തിലുണ്ടെങ്കിൽ അയാളെ ഭർത്താവായി സ്വീകരിക്കാൻ ഞാൻ തയ്യാറാണ്.”

ആദ്യമൊന്നമ്പരന്നു പോയ ആൾക്കൂട്ടം പെട്ടെന്നിളകി മറിഞ്ഞു. ബ്രാഹ്മണ യുവാക്കൾ ചാടിയെണീറ്റു. വിളിച്ചു വരുത്തി അപമാനിച്ചിരിക്കുന്നു. അഹങ്കാരം. ദുസ്സാമർത്ഥ്യം. ഇങ്ങനെ വിഡ്ഢികളാക്കി വിടാനാണോ ദേവലൻ രാജ്യത്തുള്ള ബ്രാഹ്മണരെ മുഴുവൻ ക്ഷണിച്ചു വരുത്തിയത്? ആകെ വിളറി വെളുത്ത് ഒരു മാപ്പപേക്ഷപോലെ കൈകൂപ്പി നിൽക്കുന്ന ദേവലനെ അല്പംപോലും ഗൗനിക്കാതെ രോഷാകുലരായി അതിഥികൾ ഇറങ്ങിപ്പോയി.

ശ്വേതകേതു

നടന്നതെല്ലാം കേട്ടറിഞ്ഞിട്ടാണ് ഞാൻ ദേവലന്റെ വീട്ടിലെത്തുന്നത്. ഗുരുതുല്യനാണ് ദേവലൻ. പണ്ഡിതനുമാണ്. കേട്ടിടത്തോളം അദ്ദേഹത്തിന്റെ മകൾ പറഞ്ഞതിന്റെ പൊരുളഴിക്കാൻ അദ്ദേഹത്തിന് കഴിഞ്ഞിട്ടില്ല. സ്വയംവരത്തിനെത്തിയ യുവാക്കൾക്കും അതിനായില്ല. എനിക്കും പൂർണ്ണമായി അതിന് കഴിയുമെന്ന് തോന്നുന്നില്ല.

വീട്ടുവാതിൽക്കൽ ഞാൻ കണ്ട ദേവലൻ ക്ഷീണിതനായിരുന്നു. മകൾ ഒരു ഭ്രാന്ത് കാണിച്ചു. അത്രയും കാലം തിളങ്ങി നിന്നിരുന്ന അദ്ദേഹത്തിന്റെ കീർത്തിക്ക് മങ്ങലേറ്റു. ഞാൻ ഉദ്ദാലകന്റെ മകനായ ശ്വേതകേതുവാണെന്ന് കേട്ടപ്പോൾ വല്ലാത്തൊരാകാംക്ഷയോടെയാണ് അദ്ദേഹം എന്നെ സ്വീകരിച്ചത്. അദ്ദേഹത്തിന്റെ മകളെ വിവാഹം കഴിക്കാനാഗ്രഹിച്ചാണ് ഞാൻ വന്നിട്ടുള്ളതെന്നും സംഭവിച്ചതെല്ലാം എനിക്കറിയാവുന്ന കാര്യങ്ങളാണെന്നും ഞാൻ പറഞ്ഞപ്പോൾ അദ്ദേഹം ഏറെ നേരം കണ്ണടച്ച് മൗനമായി ഇരുന്നു. അതേ ഇരിപ്പിൽ തന്നോട് തന്നെയെന്നോണം പറഞ്ഞു. അനേകം പേർ ശ്രമിച്ചതല്ലേ ഒരാൾ കൂടി ശ്രമിക്കുന്നതിൽ തെറ്റൊന്നുമില്ല. ഉദാരമായ വാക്കുകൾകൊണ്ടാണ് മുനി

എന്നെ മകൾക്ക് പരിചയപ്പെടുത്തിയത്. ആ പെൺകുട്ടിയുടെ ഏറ്റവും വലിയ പ്രത്യേകത അവളുടെ വ്യക്തിപ്രഭാവമാണ്. ഇരുണ്ട നിറമാണ വൾക്ക്. മെലിഞ്ഞു നീണ്ട ദേഹം. ലളിതമായ വേഷം. അവൾ കൈക്കൂപ്പി എന്നെ വണങ്ങിയെങ്കിലും നിഷേധാത്മകമായ ഒരു നോട്ടമാണ് അവ ളിൽ നിന്ന് ആദ്യം എനിക്കു കിട്ടിയത്. ഒരാൾ കൂടി ഇതാ അവൾ പറ ഞ്ഞതിനെ അക്ഷരാർത്ഥത്തിലെടുത്ത് അവളെ നിരാശപ്പെടുത്താൻ പോകുന്നു എന്ന മട്ടിൽ.

ഞാൻ അന്ധനാണെന്ന കാര്യത്തിൽ എനിക്ക് സംശയമില്ല. ഞാൻ അന്ധനല്ലെന്ന കാര്യത്തിലും എനിക്ക് തീരെ സംശയമില്ല. ഒരേ സമയം അന്ധനും അന്ധനല്ലാത്തവനുമാണ് ഞാൻ. നീ അന്വേഷിക്കുന്ന ആൾ. ഞാൻ നിന്നെത്തേടിവന്നിരിക്കുന്നു. ഞാനവളോട് പറഞ്ഞു. കാഴ്ചയെ ക്കുറിച്ചുള്ള എന്റെ ജ്ഞാനമാണത്. ഞാൻ എന്തിനെ കാണുന്നുവോ തൊടുന്നുവോ കേൾക്കുന്നുവോ രൂപത്തിനപ്പുറം അതിന്റെ സത്തയിലേ ക്കുള്ള സഞ്ചാരമാണെന്റെ കാഴ്ച. അതിനാൽ ഞാൻ അന്ധനല്ലെന്നെ നിക്കറിയാം. കാഴ്ചയുടെ സിദ്ധി എനിക്കുള്ളതിനാൽ ഞാൻ വെള്ളത്തെ കാണുന്നു. വെള്ളത്തിന്റെ സത്തയിലേക്ക് എന്റെ കാഴ്ചയ്ക്ക് എത്തി പ്പെടാൻ കഴിയാതിരിക്കുമ്പോൾ കുടിക്കാനും കുളിക്കാനും പാത്രം കഴു കാനും മറ്റുമുള്ള ഒരു വസ്തുവിനെ കാണുക മാത്രമാണ് ചെയ്യുന്നത്. ഒരേ സമയം കാണുകയും കാണാതിരിക്കുകയും ചെയ്യുന്നവനായിരി ക്കുന്നു, ഞാൻ. പഞ്ചേന്ദ്രിയങ്ങളുടെ ഏതനുഭവവും ഇങ്ങനെ രണ്ട് തര ത്തിൽ അറിയുകയാലാണ് ഞാൻ ഒരേ സമയം അന്ധനും അന്ധനല്ലാ ത്തവനുമായിരിക്കുന്നത്.

സുവർച്ചല

ഏറ്റവും കുറഞ്ഞത് ഞാൻ പറഞ്ഞതിനെ അക്ഷരാർത്ഥത്തിൽ മാത്രം എടുക്കാത്ത ഒരാളാണിത്. എന്റെ സംശയങ്ങളും ആശങ്കകളും തീർന്നു എന്ന് പറയാനാവില്ല. ചുരുങ്ങിയ പക്ഷം ഇയാളുമായി സംവാദം സാധ്യമാണെന്ന് തോന്നുന്നു.

ഞങ്ങൾ വിവാഹിതരായി.

“എന്റെ സഹധർമ്മചാരിണിയായിരിക്കുക,” ശ്വേതകേതു പറഞ്ഞു. എന്റെ നടുക്കം ഞാൻ മറച്ചു പിടിച്ചു. അയാൾ പറയുന്നതു മുഴുവൻ ഞാൻ ശ്രദ്ധിച്ചു കേട്ടു. “ധർമ്മത്തിലും ദൈനംദിന കർമ്മത്തിലും ഒത്തൊ രുമിച്ച് ഒരു ജീവിതം കെട്ടിപ്പടുക്കാൻ എന്നോടൊപ്പം നിൽക്കുക. സദാ കർമ്മനിരതയാവുക. അപ്പോഴും കർമ്മങ്ങൾ എന്റേതല്ല, കർത്താവ് ഞാനല്ല എന്ന ബോധ്യത്തോടെ വേണമത്. ഞാനെന്നും എന്റേതെന്നു മുള്ള അവസ്ഥയെക്കുറിച്ച് മുമ്പുണ്ടായിരുന്ന ധാരണകളൊക്കെ മനസ്സിൽ നിന്ന് മായ്ച്ച് കളയുക. ഞാനും അതുതന്നെ ചെയ്യും. വിവാഹ ജീവിത ത്തെക്കുറിച്ച് എന്റെ സൂക്ഷ്മമായ ജ്ഞാനമാണിത്.”

എനിക്കറിയാവുന്ന ലോകതത്ത്വം മാത്രമാണയാൾ പറഞ്ഞത്. ഇത് തന്നെയാണ് മുമ്പുള്ളവരും ഇപ്പോഴുള്ളവരും പറഞ്ഞുകൊണ്ടിരിക്കുന്നത്. വരണ്ട തത്ത്വചിന്തകളിന്മേൽ സംവാദത്തിലേർപ്പെടാൻ ഞാനാഗ്രഹിച്ചില്ല. അയാളിൽ എരിയുന്ന അഗ്നിയെന്ത് എന്ന അന്വേഷണം, അയാളിലൊരഗ്നിയുണ്ട് എന്ന കാരണത്താൽ ഞാൻ നടത്തിയേ തീരൂ.

കാമത്തിൽ വിലാസവാനായിരുന്നു ശ്വേതകേതു. വിവാഹജീവിതത്തിന്റെ മധുരം ഞാനാസ്വദിച്ചു. അതിനുമപ്പുറം എന്റെ ആശങ്കകൾ നിലനിന്നു. പഴത്തിന്റെ കാമ്പ് ഇതു തന്നെയോ?

കുടുംബജീവിതത്തിന്റെ സങ്കീർണ്ണതകളിൽ കുരുങ്ങി ശ്വേതകേതുവിന്റെ അറിവിനും ജ്ഞാനത്തിനും മങ്ങലേൽക്കുന്നത് ഞാൻ തിരിച്ചറിഞ്ഞു. അതുതന്നെയാണ് എനിക്കും സംഭവിച്ചുകൊണ്ടിരിക്കുന്നത്. കുടുംബജീവിതം ലോകനന്മയ്ക്ക് ആവശ്യമാണെന്ന് ശ്വേതകേതു ആവർത്തിച്ചു. ലോകമര്യാദ അലംഘനീയമാണ്. ജനങ്ങൾക്ക് മികച്ച മാതൃകകൾ വേണം. സമൂഹജീവിതത്തിന് അടുക്കും ചിട്ടയും ഉണ്ടാവണമെങ്കിൽ ലോകമര്യാദകൾ പാലിച്ച് ജീവിക്കേണ്ടിയിരിക്കുന്നു. അതിനെ അവഗണിച്ചുകൂടാ. സാമൂഹികമായ അച്ചടക്കമാണ് ലോകത്തിന് ശ്രേയസ്ക്കരമാവുക.

സഹധർമ്മം സാധ്യമാണോ എന്ന് ശ്വേതകേതുവിൽ നിന്നറിയാൻ ഞാൻ ആഗ്രഹിച്ചു. ജ്ഞാനിയായ ശ്വേതകേതുവുമായി സംവാദം തുടങ്ങേണ്ടത് എങ്ങനെയെന്ന് ഞാനേറെ ചിന്തിച്ചു. 'സഹ'യുടെ പരമോന്നത രൂപമായ വാക്കിനെത്തന്നെയാണ് ഞാൻ ആശ്രയിച്ചത്.

"വാക്കും അർത്ഥവും തമ്മിലുള്ള ബന്ധമെന്താണ്?"

"അക്ഷരങ്ങൾ സവിശേഷ രീതിയിൽ കൂടിച്ചേർന്നാണ് വാക്കുണ്ടാവുന്നത്. വാക്ക് എന്തിനെ സൂചിപ്പിക്കുന്നുവോ അതാണ് അർത്ഥം. വാക്കിൽ നിന്നാണ് അർത്ഥം ഉരുത്തിരിയുന്നത്. വാക്കിനെ ആശ്രയിച്ചാണ് അർത്ഥം നിലനിൽക്കുന്നത്."

"അതെത്രത്തോളം ശരിയാണ്? ചിലപ്പോൾ വാക്കിന്റെ സഹായമില്ലാതെ തന്നെ അർത്ഥത്തിന് നിലനില്പുണ്ടാവുന്നില്ലേ? അതിശക്തമായ കോപം വാക്കുകളുടെ സഹായമില്ലാതെ അർത്ഥം ഉല്പാദിപ്പിക്കുന്നില്ലേ? ശോകവും അതുപോലെത്തന്നെയല്ലേ? ചില സന്ദർഭങ്ങളിൽ നിശ്ശബ്ദതയ്ക്ക് വാക്കുകളേക്കാൾ അധികം അർത്ഥമുണ്ടാക്കാൻ കഴിയുന്നുണ്ട്. രൂപകങ്ങൾ അക്ഷരാർത്ഥത്തിനുപരി വേറെയും അർത്ഥങ്ങൾ ഉല്പാദിപ്പിക്കുന്നു."

കുറച്ചുനേരത്തേക്ക് ശ്വേതകേതു നിശ്ശബ്ദം എന്റെ മുഖത്തേക്ക് നോക്കിയിരുന്നു. പിന്നെ ഒരു ചെറുചിരിയോടെ പറഞ്ഞു.

"സുനിശ്ചിതവും സ്ഥിരവുമായ ഒരു ബന്ധം വാക്കിനും അർത്ഥത്തിനും തമ്മിലില്ലെന്ന് പറയാം. ഒരു തരത്തിൽ നോക്കിയാൽ വാക്കിനും

അർത്ഥത്തിനും തമ്മിലുള്ളത് താമരയിലയ്ക്കും വെള്ളത്തുള്ളിക്കും തമ്മിലുള്ള ബന്ധമാണ്. വാക്കിൽ നിന്ന് അർത്ഥം തെന്നുന്നുണ്ട്. വഴുതി മാറുന്നുണ്ട്."

മുമ്പു പറഞ്ഞ സ്വന്തം അഭിപ്രായത്തെയാണ് ശ്വേതകേതു ഇവിടെ ഖണ്ഡിച്ചിരിക്കുന്നത്. വേണമെങ്കിൽ എനിക്കത് ചൂണ്ടിക്കാട്ടാം. പക്ഷേ, വാഗ്വാദമല്ല, സംവാദമാണ് ഞാനാഗ്രഹിക്കുന്നത്. അറിവ് ജ്ഞാനത്തിലേക്ക് വളരാൻ ആവശ്യമായത് സംവാദം തന്നെ. അതുകൊണ്ട് ഞാൻ തുടർന്നു.

"അർത്ഥം വാക്കിൽ ഉള്ളടങ്ങിയിരിക്കുന്നുവെന്ന് വെച്ചാൽ അർത്ഥമില്ലാതെ വാക്കിന് നിലനില്പില്ലെന്നല്ലേ? പക്ഷേ അങ്ങ് ഇപ്പോൾ പറഞ്ഞത് വാക്കിനും അർത്ഥത്തിനും തമ്മിൽ ദൃഢവും സ്ഥിരവുമായ ഒരു ബന്ധം ഇല്ലെന്നാണ്. ഇത് നിലനിൽക്കുന്ന സാമാന്യ ധാരണകളെ നിഷേധിക്കലല്ലേ?"

ശ്വേതകേതു കണ്ണടച്ച് ദീർഘനേരം ഇരുന്നു. എന്നിട്ട് ഇങ്ങനെ പറഞ്ഞു. "സാമാന്യധാരണകളെ ഞാൻ ഖണ്ഡിക്കുന്നില്ല. വാക്കും അർത്ഥവും തമ്മിലുള്ള ബന്ധം സ്ഥലവും ഭൗതിക പ്രപഞ്ചവും തമ്മിലുള്ളതാണ്. സ്ഥലത്തിനും പ്രപഞ്ചത്തിനും തമ്മിൽ സ്ഥിരമോ സ്ഥായിയോ ആയ ബന്ധമില്ല. അതേ സമയം സ്ഥലത്തിലല്ലാതെ പ്രപഞ്ചത്തിന് നിലനിൽക്കാനുമാവില്ല."

നിലാവുള്ള രാത്രിയായിരുന്നു. കിളിവാതിലിലൂടെ രാത്രിയുടെ ഗന്ധങ്ങൾ ഒഴുകി വന്നുകൊണ്ടിരുന്നു. നിലത്ത് വിരിച്ചിട്ട പുല്പായകളിൽ നിലാവ് തിരയടിച്ചു. സ്വസ്ഥമായി ഉറങ്ങുന്ന എന്റെ അച്ഛന്റെ ശ്വാസതാളം എനിക്കു കേൾക്കാം. മൺവിളക്കുകളിൽ പലവട്ടം എണ്ണ പകരേണ്ടി വന്നു. ഞങ്ങളുടെ സംവാദം രാത്രിയിൽ നിന്ന് പുലരിയിലേക്ക് നീണ്ടുപോയി. വാക്കും അർത്ഥവും തമ്മിലുള്ള ബന്ധത്തെപ്പറ്റിയുള്ള അന്വേഷണം എല്ലാത്തരം ബന്ധങ്ങളുടെ അന്വേഷണങ്ങളിലേക്കും വികസിച്ചുകൊണ്ടിരുന്നു.

ഓരോ ഘട്ടം കഴിയുമ്പോഴും ശ്വേതകേതു സുവർച്ചലയെ അഭിസംബോധന ചെയ്യുന്ന വാക്കുകളും രീതികളും മാറുന്നുണ്ടായിരുന്നു. സുന്ദരിയിൽനിന്ന് പ്രിയയിലേക്കും പ്രിയയിൽ നിന്ന് മഹതിയിലേക്കും മഹതിയിൽനിന്ന് സഖിയിലേക്കും സഖിയിൽനിന്ന് ശ്രേഷ്ഠയിലേക്കും അതു മാറിക്കൊണ്ടിരുന്നു.

അറിവിൽനിന്ന് ജ്ഞാനത്തിലേക്ക് കൈകോർത്തുപിടിച്ച് ആ ഗൃഹസ്ഥാശ്രമികൾ നടന്നുപോയി. ■

ആശ്രയം: 1. മഹാഭാരതം – ശാന്തിപർവ്വം 2. ചതുർവേദി ബദ്രിനാഥിന്റെ The Women of the Mahabharatha

അത്താഴത്തിനു മുമ്പ്...

എന്റെ പേര് ഫാത്തിമ സന. എന്റുപ്പാട പേര് റസ്സാക്ക്. ഉമ്മാട പേര് നൂർജഹാൻ. എന്റിത്താത്ത മിണ്ടൂല. ഓൾക്ക് ചെവി കേക്കൂല. ഓൾടെ പേര് സൈറ. സൈറാ ബാനു. എന്റെ താഴെ സൽമാ ഫാത്തിമ. അവൾടെ താഴെ നസിയാ. എന്റുപ്പ രണ്ടുദിവസം മുമ്പാണ് ഗൾഫീന്ന് വന്നത്. ഞങ്ങള് ഉപ്പാന ഫോൺ ചെയ്ത് വരുത്തീതാണ്. അർജന്റാണിക്കാ ഉടനെ വരീൻ എന്ന് ഉമ്മ പറഞ്ഞു. എന്താ കാര്യംന്ന് ഉമ്മ ഫോണീക്കൂടെ പറഞ്ഞില്ല. ഉപ്പ വിമാനത്തിലിരുന്ന് വെസനിക്കുംന്ന് ഉമ്മയ്ക്ക് പേടിയായി. വിവരൊക്കെ ഉപ്പ ഇവിടെ വന്നിട്ട് അറിഞ്ഞാമതീന്ന് ഉമ്മ ഞങ്ങളോടും പറഞ്ഞു. ഇയ്യ് കാര്യന്താച്ചാ പറയ്, നൂറീന്ന് ഉപ്പ ഒരുപാട് തവണ പറയണത് ഞങ്ങള് കേട്ടു. ലൗഡ്സ്പീക്കറില് ഉപ്പാന്റെ സ്വരം കേൾപ്പിച്ചിട്ടാണ് ഉമ്മ സംസാരിച്ചത്. അർജന്റാണുപ്പാ. വേഗം വരീൻന്ന് ഞാനും സൽമയും നസിയായും പലവട്ടം പറഞ്ഞു. മിണ്ടാൻ വയ്യാത്ത സൈറാത്ത ഒറക്കെ ചില ശബ്ദങ്ങള് കേൾപ്പിച്ചു. കാര്യന്താന്ന് പറ മക്കളേന്ന് ഉപ്പ ഞങ്ങളോട് ഒച്ചിട്ടു. പറയണ്ടാന്ന് ഉമ്മ കണ്ണോണ്ട് കാട്ടി. ഒടുക്കം ഞങ്ങടുപ്പ പറന്ന് വന്നു. ലീവ് കിട്ടാൻ അറബീന്റെ കൈയും കാലും പിടിച്ചൂന്ന് ഉപ്പ പറഞ്ഞു.

ഇന്നലെ ഞങ്ങടുപ്പാനെ പൊലീസ് പിടിച്ചുകൊണ്ടുപോയി. വീടിന്റെ മുമ്പ്ന്ന് തന്നെ. റോട്ടിലൊക്കെ വലിയ ലഹള നടക്കായിരുന്നു. ഉമ്മ ഞങ്ങളെ പിടിച്ച് വലിച്ച് മുറിക്കകത്തിട്ട് പൂട്ടി. ഉപ്പാനെ കൊണ്ടോകല്ലേന്ന് അലറി ഉമ്മ പിന്നാലെ ഓടണത് ഞങ്ങള് ജനാലേക്കൂടെ കാണുന്നുണ്ടായിരുന്നു.

നിസ്കാരപ്പള്ളീടെ അടുത്താണ് ഞങ്ങളുടെ വീട്. നിസ്കാരപ്പള്ളീടെ ഉള്ളിലിരുന്ന് എന്റുപ്പ തീവ്രവാദണ്ടാക്കീന്നാണ് പൊലീസ് പറഞ്ഞത്. തീവ്രവാദന്നൊക്കെ പറഞ്ഞാ എന്താന്ന് എനിക്കറിയാം. എന്റുപ്പാക്ക് അതിനൊന്നും നേരള്ള ആളല്ല. ദുബായീല് എന്റുപ്പാക്ക് മുന്ത്യ പണിയാണെന്നാണ് ഞാനെന്റെ കൂട്ടുകാരികളോട് പറഞ്ഞിട്ടുള്ളത്. സത്യത്തില് എന്റുപ്പാടെ പണി ചപ്പും ചവറും വാരലാണ്. മുനിസിപ്പാലിറ്റീടെ വണ്ടീല്

അതൊക്കെ കുത്തിനിറച്ച് മരുഭൂമീല് കൊണ്ടോയി കളയലാണ്. ദുബായീലും മാലിന്യൊക്കെ ഉണ്ടെന്ന് ഉപ്പ പറഞ്ഞു. തലേല് തൊപ്പീം കൈയുമ്മല് ഗ്ലൗസും കാലില് ബൂട്സും ഒക്കെ ഇട്ടിട്ടാണ് ഉപ്പ മാലിന്യം വാരാൻ പോകാറ്. യൂണിഫോം ഇട്ട് അതിന്റെ മീതെ പ്ലാസ്റ്റിക് കൊണ്ടുള്ള ഓവർക്കോട്ടും ഇടും. അതുകൊണ്ട് മേത്തൊന്നും ചളിയാവൂല. ദുബായീല് ഒന്നിനും വെലയില്ല. ചീത്തയാവണേന്റെ മുമ്പ് സാധനങ്ങള് വലിച്ചെറിയണ കൂട്ടരാണ് അറബികള്ന്ന് ഉപ്പ പറഞ്ഞു. ചപ്പും ചവറും വാരുമ്പോ ഉപയോഗള്ള പലേ സാധനങ്ങളും ഉപ്പയ്ക്ക് അതീന്ന് കിട്ടാറ്ണ്ട്. ഇപ്പൊ ഉമ്മാട കൈയില്ള്ള മൊബൈല് അങ്ങനെ കിട്ടീതാണെന്ന് ഉപ്പ പറഞ്ഞു. ഞങ്ങടെ വീടിന്റെ പണി കഴിയുമ്പൊ നിലത്ത് വിരിക്കാൻ ഉപ്പ കൊണ്ടുവന്നിട്ടുള്ള മൂന്നു കാർപെറ്റുകളും ഉപ്പാക്ക് അങ്ങനെ കിട്ടീതാണ്. ഉപ്പ നാട്ടില് വന്നുപോയിട്ട് അഞ്ചുമാസേ ആയിട്ടുള്ളൂ. ഞങ്ങടെ വീടിന്റെ നെലത്ത് രണ്ട് മുറിയിലെങ്കിലും ഗ്രാനൈറ്റ് വിരിക്കണമെന്ന് ഉപ്പയ്ക്ക് വല്യ ആഗ്രഹണ്ടായിരുന്നു. നെലത്തിന്റെ പണി നടത്തീട്ടാണ് ഉപ്പ തിരിച്ചുപോയത്. ഞങ്ങടെ സിറ്റൗട്ടിലും തളത്തിലും ഊണുമുറിയിലും ഇളം ചുവപ്പു നിറത്തിലുള്ള ഗ്രാനൈറ്റ് വിരിച്ചിട്ടുണ്ട്. വീട് പണീല് കേറിയ കടം വീടണമെങ്കിൽ അഞ്ചുകൊല്ലം നാട്ടിൽ വരാതെ പണിയെടുക്കേണ്ടിവരുംന്ന് പറഞ്ഞിട്ടാണ് അന്ന് ഉപ്പ പോയത്. കൊച്ചി വിമാനത്താവളത്തില് വെച്ച് ഉപ്പ കൈവീശി, അകത്തേക്ക് പോയപ്പോ ഞാൻ ഉറക്കെ കരഞ്ഞു. ഇനി അഞ്ചുകൊല്ലം എനിക്കെന്റെ ഉപ്പാനെ കാണാൻ പറ്റൂലാന്ന് ഓർത്തിട്ട്. ഉപ്പാന്റെ വിമാനം പൊങ്ങണതും പറന്ന്പോണതും കാണാൻ വേണ്ടി ഞങ്ങള് വിമാനത്താവളത്തിന്റെ പിന്നിലുള്ള കോണി കേറി മോളില് പോയി നിന്നു. എന്റുപ്പ വിമാനത്തിലേക്ക് നടന്നുപോണത് കണ്ടപ്പോഴും ഞാൻ കരഞ്ഞു. എല്ലാ മനുഷ്യർക്കും കഷ്ടപ്പാടുകളുണ്ടാവും. പക്ഷേ, എന്റുപ്പ ചപ്പും ചവറും വാരണ കഷ്ടപ്പാടോർത്ത് എന്റെ ചങ്ക് തകർന്നു. എന്റുപ്പ കൂട്ടത്തിലൊന്നും ചേരാതെ ഒറ്റയ്ക്ക് ഒരരികത്തൂടെ നടന്നുപോണത് എന്നെ വല്ലാതെ സങ്കടപ്പെടുത്തി.

വീടിന്റെ ബാക്കി പണിതീർക്കാൻ പണമില്ലെന്ന് പറഞ്ഞ് ഉമ്മാ പണിക്കാരെ പറഞ്ഞുവിട്ടു. എന്റുപ്പാന്റെ സ്വപ്നമാണ് ആ വീട്ന്ന് ഉമ്മ എപ്പോഴും പറഞ്ഞിരുന്നു. അത്ര വലിയ വീടൊന്നും അല്ല ഞങ്ങടത്. റംലത്താന്റെ വീടിനെവെച്ച് നോക്കുമ്പോ കുടിലും കൊട്ടാരോം പോലുള്ള വ്യത്യാസം ഉണ്ട്. റംലത്താ എന്റുപ്പാടനിയൻ അഷ്റഫിന്റെ കെട്ട്യോളാണ്. അഷ്റഫിനും ദുബായീല് തന്നെയാണ് പണി. എളാപ്പാക്ക് പഠിപ്പ്ണ്ട്. മുന്ത്യ ജോലിയും ശമ്പളോം ഉണ്ട്. എന്റുപ്പ ഏഴാം ക്ലാസ് വരെയേ പഠിച്ചിട്ടുള്ളൂ. പക്ഷേ, എളാപ്പമാർ രണ്ടാളേം പഠിപ്പിച്ചതൊക്കെ എന്റുപ്പയാണെന്ന് ഉമ്മ പറയാറുണ്ട്. ബഷീറെളാപ്പ സൗദീലാണ്. അവര് ഫാമിലിയെ അങ്ങോട്ട് കൊണ്ടുപോയി. ഇവിടെ നാട്ടില് അവരും വീട് വച്ചിട്ടുണ്ട്. നിസ്കാരപ്പള്ളീടെ അടുത്തുതന്നെ പൂട്ടി ഇട്ടിരിക്കയാണ്. പേരക്കയും നെല്ലിക്കയും ചാമ്പക്കയുമൊക്കെ പറിക്കാൻ ഞങ്ങൾ അവിടെ പോകാറുണ്ട്.

ഉപ്പാപ്പയ്ക്ക് അത്ര പിടിത്തമല്ല. നിലത്ത് വീണ് ചീഞ്ഞുപോയാലും ഞങ്ങള് തിന്നര്ത്ന്നാണ് ഉപ്പാപ്പയ്ക്ക്.

ഉപ്പാപ്പ കാരണമാണ് ഞങ്ങടെ വീടിന്റെ പണി കൊല്ലങ്ങളോളം നീണ്ടു പോയത്. വീട്പണിക്ക് എന്നുംപറഞ്ഞ് ഉപ്പ അയച്ചുകൊടുത്തിരുന്ന പണം കൊണ്ട് ഉപ്പാപ്പ ഉല്ലസിച്ച് ജീവിച്ചു എന്നാണ് ഉമ്മ പറയണത്. ഉപ്പാക്ക് ഗൾഫില് ഒരെണ്ണക്കമ്പനീലായിരുന്നു പണി. പത്തു കൊല്ലം അവിടെ പണിയെടുത്ത കാശൊക്കെ വീടുപണിയാൻവേണ്ടി നാട്ടിലേക്കയച്ചു കൊടുത്തെന്ന് ഉപ്പതന്നെ പറയണത് ഞാൻ കേട്ടിട്ടുണ്ട്. ഉമ്മാന്റെ പേർക്ക് കാശയയ്ക്കാൻ ഉപ്പാക്ക് പേടിയായിരുന്നു. ഉപ്പാപ്പയും വല്ലിത്തയും (ഉപ്പാന്റെ ഉമ്മ) എന്തു വിചാരിക്കും? കാശെല്ലാം കൈകാര്യം ചെയ്തത് ഉപ്പാപ്പയാണ്. ഓരോ വരവിലും ഉപ്പ ചോദിക്കും വീട് പണ്യെന്തായി? കല്ല് വെട്ടിക്ക്ണു. മരം അറക്കാൻ കൊടുത്തെക്ക്ണു, മണലെറക്കണു, പണിക്കാരെ കിട്ടാനില്ല എന്നിങ്ങനെ ഒരു വീട് പണിതുണ്ടാക്കാനുള്ള ബുദ്ധിമുട്ടുകളൊക്കെ ഉപ്പാപ്പ വിസ്തരിച്ചു പറയും. അഷ്റഫും ബഷീറും ദുബായിക്ക് കടന്നതോടെ ഉപ്പാപ്പയ്ക്ക് ഉപ്പാനെ വല്യ കാര്യല്യാണ്ടായി. അക്കാര്യങ്ങളൊക്കെ എനിക്ക് നന്നായിട്ടറിയാം. തല്ലും വഴക്കും നില വിളിയും ഒക്കെയായിട്ട് ഞങ്ങള് ഉമ്മേം മക്കളും തറവാട്ടില് കെടന്ന് കൊറേ നരകിച്ചിട്ടുണ്ട്. ഒടുക്കം ഉപ്പ വന്നു. ഞങ്ങള് തറവാട്ടീന്നെറങ്ങി. എന്റുപ്പ കരയണത് ഞാനന്നാണ് ആദ്യമായിട്ട് കണ്ടത്. എന്റുമ്മ എന്റുപ്പാനെ ഇങ്ങനെ സമാധാനിപ്പിക്കണത് ഞാൻ കേട്ടു. പടച്ചതമ്പുരാന്റെ കൈയില് അനവധീണ്ട്. ഇങ്ങള് ബേജാറാവാണ്ടിരിക്ക്. നമ്ക്ക്ള്ളത് തമ്പ്രാൻ നമ്ക്ക് തന്നെ തരും. വീട് പണിയാനേൽപ്പിച്ച ലക്ഷങ്ങളിൽ എന്റുപ്പാക്ക് ബാക്കി കിട്ടിയത് കെട്ടിയിട്ട പുരത്തറയും ഒരു തേക്കിൻതടിയുമാണ്. തേക്കിൻ തടി ഉപ്പാടെ ഭാഗത്തിലുള്ള മുപ്പതു സെന്റിൽനിന്ന് മുറിച്ചെടുത്തതാണെന്ന് ഉപ്പ പറഞ്ഞു.

ആയിന്റെടെക്കാണ് എന്റുമ്മാക്ക് കൂടിയ ഒരു ദെണ്ണം വന്നത്. ഉമ്മ കിടപ്പിലായിപ്പോയി. നസിയാനെ പെറ്റതിന്റെ പിന്നാലെയാണത്. തറവാട്ട് കാരാരും തിരിഞ്ഞുനോക്കീല്യ. ഞങ്ങള് കുഞ്ഞുകുട്ടികള്. എന്റെ മിണ്ടാത്ത ഇത്താത്തയാണ് ചോറും കൂട്ടാനും വെച്ച് ഉമ്മാക്ക് കൊടു ത്തത്. ഒടുക്കം എന്റുപ്പാ ഗൾഫിലെ പണി കളഞ്ഞു. നാട്ടില് ഉപ്പാക്ക് പണിയൊന്നും കിട്ടിയില്ല. കൂലിപ്പണിക്ക് പോകാൻ പറ്റൂല. ഉമ്മാനേം നസി യാനേം നോക്കണം. ഞങ്ങളെ സ്കൂളിലയയ്ക്കണം. അന്നൊന്നും ഞാൻ ചിരിച്ചിട്ടും കളിച്ചിട്ടും ഇല്ല. ഞങ്ങക്ക് കഷ്ടപ്പാടായിരുന്നു. വീടിന്റെ തറ യിൽ ഒരു ഭാഗത്ത് പനമ്പും പ്ലാസ്റ്റിക് കടലാസുംകൊണ്ട് കുത്തിമറച്ചിട്ട് അതിലാണ് ഞങ്ങള് കെടന്നത്. വെപ്പും തീനും ഉറക്കവും പഠിത്തവു മൊക്കെ അതിന്റെയകത്ത് തന്നെ. എന്റുപ്പാന്റെ കൈയിലെ കാശൊക്കെ തീർന്നു. ഞങ്ങള് പട്ടിണി കെടക്കാനും തൊടങ്ങി. ഉമ്മാന്റെ വീട്ടീന്ന് മാമ ന്മാർ വരും. അരീം സാധനങ്ങളും കൊണ്ടുവരും അതൊക്കെ വാങ്ങി ത്തിന്നാൻ ഉപ്പാക്ക് അഭിമാനക്കൊറവായിരുന്നു. ഭൂമി വിറ്റ് കടങ്ങളൊക്കെ

വീട്ടി വല്ല വാടകവീട്ടിലും പോയി താമസിക്കാമെന്ന് ഉമ്മ പറഞ്ഞു. ഈ മിണ്ടാപ്രാണീനിംകൊണ്ട് എത്തും പിടിില്യാണ്ട് വാടകവീട്ടിൽ പോയി കെടക്കാൻ എങ്ങനെ കഴിയും എന്ന് ഉപ്പ ചോദിച്ചു. സൈറാത്താന്റെ തലേല് തലോടിക്കൊണ്ടാണ് ഉപ്പ അങ്ങനെ ചോദിച്ചത്. നമ്മക്ക് നാല് പെങ്കുട്ടികളാണ്. അവരടെ കാര്യം വരുമ്പോ വേണമെങ്കിൽ ഭൂമി വിൽക്കാമെന്ന് ഉപ്പ ഉമ്മയെ ആശ്വസിപ്പിക്കണത് ഞാൻ കേട്ടു. നല്ലപോലെ പഠിച്ച് ഉദ്യോഗക്കാരിയാവണംന്ന് അന്നാണ് എന്റെ മനസ്സില് ഞാനൊറപ്പിച്ചത്.

ഉപ്പ എത്ര ശ്രമിച്ചിട്ടും എണ്ണക്കമ്പനീല് പിന്നെ പണികിട്ടിയില്ല. രണ്ടു ലക്ഷം രൂപ കൊടുത്താൽ ഉപ്പാനെ ദുബായിക്ക് കൊണ്ടുപോകാമെന്ന് ഒരു പരിചയക്കാരൻ പറഞ്ഞ അന്നും ഉമ്മ ഭൂമി വിൽക്കണ കാര്യം ഓർമ്മിപ്പിച്ചു. ഉപ്പയ്ക്ക് മനസ്സുണ്ടായില്ല. ഒടുക്കം പലരുടെ കൈയിൽനിന്ന് കടം വാങ്ങിയാണ് ഉപ്പ ചവറ് വാരണ പണിക്ക് പോയത്.

ഞങ്ങടെ വീടിന്റെ പണി പതുക്കെപ്പതുക്കെയാണ് നടന്നത്. അഞ്ചു മാസം മുമ്പ് ഉപ്പ നാട്ടിൽ വന്നപ്പോൾ നിലം പണിയായിരുന്നു. ഇനി രണ്ടു കൊല്ലം കൂടിയെടുക്കും വീടുപണി പൂർത്തിയാവാനെന്ന് ഉപ്പ അന്ന് പറഞ്ഞിരുന്നു. എന്നാലും അടച്ചൊറപ്പുള്ള വീട്ടിൽ ഉമ്മാനേം പെൺമക്കളേം ആക്കീട്ട് പോവാലോ എന്ന ആശ്വാസം ഉപ്പാക്കുണ്ടെന്ന് ഉപ്പ പറഞ്ഞു. വളച്ചുകെട്ടിയ ഒറ്റമുറിയിൽ ഉപ്പയില്ലാതെ പേടിച്ചുവിറച്ച് ഞങ്ങൾ കിടന്നിരുന്നത് എനിക്കോർമ്മയുണ്ട്. ഉറങ്ങുന്നതിനു മുമ്പ് ഉമ്മ വെട്ടുകത്തിയും ഇരുമ്പുവടിയുമൊക്കെ തലയ്ക്കൽ കൊണ്ടുവെക്കും. ഉപ്പ ഗൾഫിൽനിന്ന് കൊണ്ടുവന്ന നീളൻ ടോർച്ചും. എന്നിട്ടും രാത്രി നേരത്ത് ആരോ കേറി വരുന്നുണ്ടെന്നും പറഞ്ഞ് ഉപ്പാപ്പയും വല്ലിത്തയും ഉപ്പാക്ക് ഫോൺ ചെയ്തിരുന്നു. ഓളെ എനിക്കറിയാം എന്ന് ഉപ്പ മറുപടി കൊടുത്തു എന്നാണ് ഉമ്മ പറയണത്. എങ്ങനെയെങ്കിലും കഷ്ടപ്പെട്ട് കുറച്ചുകാലം കൂടി ഗൾഫില് തന്നെ പിടിച്ച് നില്ക്കണമെന്നാണ് ഉപ്പാക്ക്. ഞങ്ങള് പെൺകുട്ടികളുടെ കാര്യം വരുമ്പോൾ ഈ വീടും പറമ്പും നല്ല വിലയ്ക്ക് വിറ്റ് കാര്യം നടത്താമെന്നാണ് ഉപ്പയുടെ ആശ്വാസം. ഉമ്മാ ഒരു നേരം വെറുതെയിരിക്കൂല. കൊത്തീം കളച്ചും ഉമ്മാ ഓരോന്നൊക്കെ നട്ടുണ്ടാക്കീട്ടുണ്ട്. ഉപ്പാക്ക് ഭാഗത്തിൽ കിട്ടിയതാണ് ഈ മുപ്പതു സെന്റ് സ്ഥലം. ഞങ്ങടെ കെണറ് വറ്റൂല. നിറയെ വെള്ളാ. കായ്ക്കണ തെങ്ങും പ്ലാവും മാവും പേരയും ചാമ്പയുമൊക്കെ ഞങ്ങക്കും ഉണ്ട്. ഞാനിപ്പൊ ഒമ്പതാം ക്ലാസ്സിലാണ്. സൽമ ഏഴിലും നസിയ അഞ്ചിലും. സൈറാത്ത തുന്നല് പഠിച്ചു. ഞങ്ങക്ക്ള്ള ചുരിദാറും കുപ്പായങ്ങളുമൊക്കെ തയ്ക്കണത് സൈറാത്തയാണ്.

കഴിഞ്ഞ ഒരു മാസായിട്ട് ഞങ്ങള് തീ തിന്നുകയാണ്. ആളുകളുടെ വീടും പറമ്പുമൊക്കെ സർക്കാര്, റോഡുണ്ടാക്കാൻ പിടിച്ചെടുക്കുകയാണെന്ന് കേട്ട് എന്റുമ്മാ നെഞ്ചത്തടിച്ച് നിലവിളിച്ചു. സർക്കാര് പോവാൻ പറഞ്ഞാ നമ്മള് എറങ്ങിപ്പോകണം. സർക്കാര് കാശൊന്നും തരൂല. പകരം

വീടും തരൂല. ആളുകൾ ഓടിക്കൂടാനും ലഹളയുണ്ടാക്കാനും തുടങ്ങിയപ്പോൾ സർക്കാര് പൊലീസിനെ വിട്ടു. ഒരു പൊലീസിനെ കണ്ടാൽത്തന്നെ എനിക്കും സൽമാനും നസിയാക്കും പേടിയാണ്. പത്തഞ്ഞൂറ് പൊലീസിനെ ഒന്നിച്ചു കണ്ടപ്പോൾ പേടിച്ചു വിറച്ച് എന്റുമ്മ ജനലും വാതിലും കൊട്ടിയടച്ച് അകത്തിരുന്നു. ഞങ്ങളെ അപ്പോൾത്തന്നെ ഇറക്കിവിടാനാണ് പൊലീസുകാർ വന്നിട്ടുള്ളതെന്ന് ഉമ്മ വിചാരിച്ചു. പൊലീസുകാർ ആളുകളെ ഓടിക്കുന്നതിന്റെ ബഹളം കേട്ടുകൊണ്ടിരുന്നു. ഞങ്ങളുടെ മുറ്റത്തുകൂടെയാണ് ആളുകൾ ഓടിപ്പോയ്ക്കൊണ്ടിരുന്നത്. എന്റുപ്പാ ഗൾഫീന്ന് വരുന്നതിന്റെ തലേദിവസമാണ് ഞങ്ങളുടെ ഭൂമി അളന്നത്. ഞങ്ങൾ സ്കൂളിലായിരുന്നു. ഉമ്മായും സൈറാത്തയും പേടിച്ചിട്ട് പുറത്തേക്ക് വന്നില്ല. ഞങ്ങടെ വീടും മുപ്പതു സെന്റ് ഭൂമിയും അങ്ങനെത്തന്നെ അളന്നുപോയി. വിവരം കേട്ട് എന്റുപ്പാ തലയിൽ കൈവെച്ച് നിലത്തേക്കിരുന്നു.

പിറ്റേന്ന് നിസ്കാരപ്പള്ളിയുടെ മുന്നിൽവെച്ച് പൊലീസുകാരുടെയും സർക്കാരുദ്യോഗസ്ഥന്മാരുടെയും ഇടയിലേക്ക് ഒരു ഭ്രാന്തനെപ്പോലെ പാഞ്ഞുചെന്ന് തടസ്സമുണ്ടാക്കിയതിനാണ് എന്റുപ്പയെ പൊലീസ് പിടിച്ചു കൊണ്ടുപോയത്. എന്റുപ്പയ്ക്ക് ഇതുവരെ ജാമ്യം കിട്ടിയിട്ടില്ല.

കുറച്ചുനേരം കൂടി കഴിഞ്ഞാൽ എന്റുമ്മാ ഞങ്ങളെ വിളിക്കും. ഞങ്ങള് നാല് പെങ്കുട്ടികളും ഉമ്മയുംകൂടി ഈ ലോകത്തിലെ ഞങ്ങളുടെ ഒടുക്കത്തെ അത്താഴം കഴിക്കും. എന്റുപ്പാ ഇനി എത്ര കൊല്ലം കഷ്ടപ്പെട്ടാലും സർക്കാർ പിടിച്ചെടുത്തതൊന്നും ഉണ്ടാക്കാൻ ഉപ്പയെക്കൊണ്ടാവൂല. പാവം ഞങ്ങടെ ഉപ്പ! ഉപ്പാനെ ഇനി കഷ്ടപ്പെടുത്തിക്കൂടാ.

■

കറുത്ത തുളകൾ

വെളിച്ചത്തിൽ നിന്നും വെളിച്ചം കാക്കുന്ന ഭൂതങ്ങളിൽനിന്നും ഒഴിഞ്ഞു മാറി, കുതിരപ്പന്തിയുടെ അരികുപറ്റി തള്ള കൂനിക്കൂനി നടന്നു. അനങ്ങുമ്പോൾ മേലാകെയുള്ള മുറിവുകൾ വാ തുറക്കുന്നു. ചറുങ്ങനെ വീശുന്ന കാറ്റ് മുറിവിൽ മുളകരച്ചു തേക്കുന്നു. നെറ്റിയിൽനിന്ന് കണ്ണിലേക്കിഴഞ്ഞിറങ്ങുന്ന ചൂട് ചോരയുടേതാണ്. ചോരയിലെ ഉപ്പ് തള്ള പുച്ഛത്തോടെ തുപ്പിക്കളഞ്ഞു. ചോര കണ്ട് പിന്മാറാനല്ല മന്ഥര ചാരവൃത്തിക്കാരിയായത്.

കുതിരകൾ അവളെക്കണ്ട് ചിനച്ച് മുന്നറിയിപ്പ് നൽകി. കരിങ്കല്ലു പാകിയ ലായത്തിന്റെ തറയിൽ കുളമ്പിട്ടു തല്ലുന്ന ഒച്ച അയോദ്ധ്യ മുഴുവനും കേട്ടുവെന്ന് മന്ഥരയ്ക്ക് തോന്നി. വാ തുറക്കാതെ അവൾ ഒരു ശാപവാക്കുച്ചരിച്ചു.

"ആരത്?"

കുതിരപ്പന്തിയിൽനിന്ന് ചോദ്യവും വെളിച്ചവും പുറത്തുചാടി. ആളിക്കത്തുന്ന ഒരു പന്തം പുറത്തേക്ക് നീണ്ടു. ചുവരിനോടമർന്ന് ഒരു ചിത്രം പോലെ തള്ള പതിഞ്ഞുനിന്നു. അവർക്ക് അവളെ കണ്ടുപിടിക്കാനായില്ല. പന്തം ലായത്തിനകത്തേക്കു വലിഞ്ഞു.

കുതിരകളുടെ കണ്ണുവെട്ടിച്ച് മുട്ടുകുത്തിയും ഇഴഞ്ഞും നിരങ്ങിയും വൃദ്ധ കുതിരപ്പന്തി കടന്നു. കരിങ്കല്ലിലുരഞ്ഞ് കാൽമുട്ടിലെ മുറിവു കോപിച്ചു. പത്തിരുപതു വാരകൂടി അപ്പുറത്ത് വലിയ കല്ലുവിളക്കിനും ചെറിയ കല്ലുവിളക്കിനും ഇടയിൽ വലാകൻ കാത്തുനിൽക്കുന്നിടത്തേക്ക് ഇനി കൂർത്ത ചരലിൽക്കൂടി ഇഴയുകതന്നെ വേണം.

ഇന്ന് കല്ലുവിളക്കുകൾ കത്തിക്കേണ്ടത് വലാകന്റെ പെണ്ണാണ്. അവളത് കത്തിച്ചിട്ടില്ല. കത്തിക്കില്ല. തിന്ന ചോറിന്റെ കൂറ്, ചോറ് കൊടുത്തവന്റെ ദുർമോഹം മാത്രമാണ്. കള്ളവും ചതിയും പൊളിവചനവും ഇല്ലാതിരിക്കാൻ കോസലം തെക്കെങ്ങോ ഉണ്ടായിരുന്ന മാവേലി നാടൊന്നുമല്ലല്ലോ. തള്ളയ്ക്ക് ചിരി വന്നു. മുഖത്ത് അറപ്പായി അത് പടരുകയും ചെയ്തു.

കല്ലുവിളക്കിനപ്പുറത്ത് കാട് തുടങ്ങുന്നു. കാട് തീരുന്നിടം കോട്ട. കോട്ടയിൽനിന്ന് പുറത്തുകടക്കാൻ കാട്ടുവള്ളികൾ പിണച്ചു കെട്ടിയ ഒരേണി തൂക്കിയിട്ടുണ്ടാവും വലാകൻ. അടയാളമായി ആറ്റുവഞ്ചിപ്പൂവ് നെറുകയിൽ ചൂടിയ ഒരേണി. കൂനിയായ ഒരു തള്ളയ്ക്കു പിടിച്ചുകയറാനും തൂങ്ങിയിറങ്ങാനും പറ്റിയത്. കോട്ടയ്ക്ക് പുറത്ത് വലാകന്റെ ഒറ്റക്കാളവണ്ടിയും കാണും. കാളയുടെ കുടമണികൾ അഴിച്ചുവെച്ചിട്ടുണ്ടാവും. അതിർത്തി കടത്തിവിടാൻ വലാകന് നൂറു പൊൻപണം. കല്ലുവിളക്കുകൾ കത്തിക്കാതിരിക്കാൻ അവന്റെ പെണ്ണിന് ഒരു പൊൻവള. മകൾക്ക് പത്തുമുഴം പട്ട്.

ഇഴഞ്ഞെത്തിയേടത്ത് ഒന്ന് നിവർന്നുനോക്കിയിട്ട്, പെട്ടെന്ന് കച്ചിക്കൂനകളുടെ മലയിടുക്കിൽ മന്ഥര പതുങ്ങിയിരുന്നു. കല്ലുവിളക്കിന്റെ പിന്നിൽ വലാകനെ കാണുന്നില്ല. ഇരുട്ടിൽനിന്ന് അവന്റെ കറുത്തു മെല്ലിച്ച രൂപം എപ്പോഴാണ് തെളിഞ്ഞുവരിക എന്നറിയാൻ അവൾ കുറെനേരം കണ്ണ് കൂർപ്പിച്ചിരുന്നു. എവിടെയും ഒരിലപോലും അനങ്ങിയില്ല.

അപകടം മണക്കുന്നു. വഞ്ചനയാകുമോ? ഒറ്റിക്കൊടുക്കുമോ വലാകൻ? കോസലത്ത് ആരുടെ ചിരിയിലാണ് നേരുള്ളത്? കണക്കുകൂട്ടലുകൾ പിഴയ്ക്കുന്നത് ഇതാദ്യമല്ല. ഒന്നു പിഴച്ചാൽ വേറൊരടവ് മന്ഥരയ്ക്ക് പുത്തരിയല്ല. വലാകൻ നിർദ്ദേശിച്ചിടത്തു നിൽക്കാതെ, അവൻ പറഞ്ഞ വഴിയിൽക്കൂടി വരാതെ കുതിരപ്പന്തി ചുറ്റി കച്ചിക്കൂനകളുടെ മറവിൽ മന്ഥര പതുങ്ങിയിരിക്കുന്നത് വെറുതെയല്ല.

പെട്ടെന്ന് ലായത്തിൽനിന്ന് ഒരു പന്തം പുറത്തിറങ്ങി. കച്ചിക്കുനകൾ സ്വർണമലകൾപോലെ തിളങ്ങി. വീണ്ടും ഒരു പന്തംകൂടെ. പിന്നെ നിലയ്ക്കാതെ പത്തറുപതെണ്ണം. പടയൊരുക്കം പോലെ. പിടിക്കപ്പെട്ടു എന്നു തന്നെ മന്ഥര തീർച്ചപ്പെടുത്തി. ഇരുട്ടു പുതച്ച് നിലത്തു കമിഴ്ന്നുകിടന്നു അവൾ. സ്വർണമലകളുടെ അടിവാരത്ത് മന്ഥരയുടെ കൂന് ഒരു കറുത്ത പാറയായി.

വലാകന്റെ വഞ്ചന നീറിപ്പുകയുന്നു. മുറിവുകൾ നിലവിളിക്കുന്നു. അരയിൽ തിരുകിയ കത്തിയുടെ പിടിയിലേക്കു മന്ഥരയുടെ കൈ നീണ്ടു. ദിവ്യായുധമൊന്നുമല്ല. അതിനു ദേവന്മാരോട് ഒളിസേവ വേണം. ദേവന്മാർക്ക് പരമസുന്ദരികളെ മാത്രമേ വേണ്ടു. പിന്നെ തപസ്സ്! അതിനൊക്കെ പട്ടിണിക്കുന്തങ്ങൾക്ക് എവിടെ നേരം? എന്നാലും ഈ കത്തി നന്നായി പ്രയോഗിക്കാനറിയാം.

പന്തങ്ങൾ കല്ലുവിളക്കിനു ചുറ്റും നാലഞ്ചു വട്ടം കറങ്ങി. തെക്കും വടക്കും നോക്കി. കുറച്ചുനേരം വെടിപറഞ്ഞുനിന്നു. പിന്നെ വന്നവഴിയേ പോയി.

“ഇവിടെങ്ങും ഒരീച്ചപോലും ഇല്ലല്ലോ!”

ആരോ അതിശയപ്പെട്ടു. മന്ഥരയ്ക്കൊന്നു പൊട്ടിച്ചിരിക്കണമെന്നു തോന്നി. എന്തൊരാത്മാർത്ഥത! രാജാക്കന്മാർക്കുവേണ്ടി ചാരവൃത്തിക്കാരിയെ കണ്ടുപിടിക്കാൻ നടക്കുകയാണ് പടയാളികൾ. എന്തൊരു മിടുക്ക്! കൈയിലിരിക്കുന്ന പന്തം നീട്ടി കല്ലുവിളക്കിലെ തിരിയൊന്നു കൊളുത്തുകപോലും ചെയ്യാത്ത ബുദ്ധി!

കഴിയുന്നത്രവേഗം ഇവിടം വിടണം. കാട്ടിലേക്ക് കടക്കണം. മന്ഥര മുറിവുകളെ ശാസിച്ചൊതുക്കി. ഭാണ്ഡം നെഞ്ചോടു ചേർത്തുകെട്ടി. കത്തിയൂരിപ്പിടിച്ചു. കറുത്ത വാവ് അവളെ മറച്ചു. ഇരുട്ടിൽ പതുക്കെപ്പതുക്കെ കാട്ടുപൂച്ചയുടേതുപോലെ കണ്ണുകൾ തെളിഞ്ഞുവന്നു.

നാളെ പുലരുമ്പോൾ മന്ഥര അയോദ്ധ്യയിലുണ്ടാവില്ല. കടുകിട ചോരാതെ കാത്തുസൂക്ഷിച്ച രഹസ്യങ്ങൾ അയോദ്ധ്യയിൽ അങ്ങാടിപ്പാട്ടാവാൻ ഇനി അധികം താമസിപ്പിക്കില്ല. ദശരഥന്റെ കാമവും ചതിയും അശ്വപതിയുടെ കൊതിയും ദുരയും കോപവും അയോദ്ധ്യയുടെമേൽ ധൂമകേതുവായി വന്നുവീഴും. അതിന്റെ വാലിൽ തീ കൊളുത്തിവിടുന്നത് ഈ കൂനിയാണ്. അയോദ്ധ്യയുടെ കള്ളമുഖപടങ്ങൾ മാലോകർക്കു മുന്നിൽ ഇവൾ വലിച്ചുകീറും. അപ്പോഴാണ് കാമക്രോധങ്ങളാൽ രാജാക്കന്മാർ കാട്ടിക്കൂട്ടുന്നതെന്തെന്ന് ജനങ്ങൾ അറിയുക.

അതിരാവിലെ തന്റെ നേർക്കു നടന്ന ആക്രമണത്തെപ്പറ്റി ആളിക്കത്തുന്ന പകയോടെ മന്ഥര ഓർത്തു. അവൾ പല്ലുഞെരിച്ചമർത്തുന്ന ഒച്ച കാട്ടിൽ ചുള്ളിക്കമ്പുകൾ തകരുന്നതുപോലെ.

കുളി കഴിഞ്ഞ് മേലാകെ രക്തചന്ദനം പൂശി തൂമഞ്ഞുപോലെ നരച്ച മുടിയഴിച്ചു വിതറി രാജാങ്കണത്തിലേക്കിറങ്ങിയത് വലാകനെത്തിരഞ്ഞായിരുന്നു. കാലിനൊരു മുടന്തുള്ള അവനെ ആൾക്കൂട്ടത്തിൽ കണ്ടെത്തുക എളുപ്പമാണ്. പിന്നെ അവന്റെ കരിപോലെ കറുത്ത നിറം. പെട്ടെന്നാണ് കാളക്കൂറ്റനെപ്പോലെ മുക്രയിട്ടുകൊണ്ട് ഒരുത്തൻ പാഞ്ഞു വന്നത്. ഓർത്തിരിക്കാത്ത ആക്രമണമായിരുന്നു. നിലതെറ്റിപ്പോയി. തന്ത്രങ്ങളുടെ പഴുതിലൂടെ പുറത്തു കടക്കാൻ കഴിയുംമുമ്പ് അവൻ വലിച്ചിഴയ്ക്കാൻ തുടങ്ങി. പിടിവിടുവിക്കാൻ കൈകാലിട്ടു തല്ലിയത് വിനയായി. മുറ്റത്തു പാകിയ കരിങ്കല്ലിലിടിച്ച് ദേഹം പൊട്ടിപ്പൊളിഞ്ഞു. വലിച്ചിഴച്ച് ശത്രുഘ്നന്റെ കാൽക്കലാണ് കൊണ്ടിട്ടത്.

“സർവനാശത്തിന്റെയും കാരണക്കാരി ഇവളാ. ചാരവൃത്തിക്കുവന്ന ഈ കൂനി!”

അവൻ മുക്രയിട്ടു. അവനാരാണെന്നു നോക്കണമെന്നുണ്ടായിരുന്നു. പക്ഷേ, പുറത്തെ കൂനിന്മേൽ അമർത്തിച്ചവുട്ടിയാണ് അവൻ നിന്നത്. മുഖം പൊന്തിച്ചപ്പോഴാകട്ടെ മുന്നിൽ ആളിക്കത്തുന്ന ഉലപോലെ ശത്രുഘ്നൻ. മുഖം കോപംകൊണ്ട് വിങ്ങിപ്പൊട്ടാറായിട്ട്. കണ്ണുകൾ കൂട്ടിമുട്ടിയതും വാട്ടംപിടിച്ച വാഴത്തൈയിനെ കാട്ടാന കീറുംപോലെ അവൻ

ചാടിവീണ് പിച്ചിക്കീറി. ഒറ്റക്കൈയ്ക്കു പിടിച്ച് ചുഴറ്റിയെറിഞ്ഞപ്പോൾ മരണമെന്നുതന്നെ കരുതി. ചന്ദനമണിമാല രക്തത്തുള്ളികളോടൊപ്പം ചിതറിത്തെറിക്കുന്നതാണ് അവസാനത്തെ ഓർമ്മ...

ഇരുട്ടിലെന്തോ അനങ്ങി. കാട്ടുപൂച്ചയുടെ ലാഘവത്തോടെ മന്ഥര ഒരു പാറക്കെട്ടിന്റെ മറവിലേക്കു പതുങ്ങി. വെളുത്ത വസ്ത്രങ്ങളുടെ മിന്നായം. വലാകനായിരിക്കുമോ? മന്ഥരയുടെ പൂച്ചക്കണ്ണുകൾ കൂർത്തു തിളങ്ങി.

മരങ്ങൾക്കിടയിലൂടെ നടന്നുവരുന്നത് ഭരതനാണെന്ന് തിരിച്ചറിഞ്ഞപ്പോൾ മന്ഥരയുടെ നെറ്റിചുളിഞ്ഞു. കാട്ടിൽ ഇരുട്ടിൽ ഒറ്റയ്ക്ക് ഭരതൻ! എന്താവാം? അതും ഇന്ന്? സഞ്ചയനം കഴിഞ്ഞിട്ടും പെരുംദുഃഖങ്ങളാറിയില്ലെന്നറിയിക്കാൻ കരച്ചിലുകാരികൾ ഉറക്കെ അലമുറയിടുകയും വാദ്യങ്ങൾ നീട്ടി മോങ്ങുകയും ദൂതന്മാർ തൊണ്ട പൊട്ടിപ്പാടുകയും ചെയ്യുന്ന കൊട്ടാരത്തിൽനിന്ന് അകലെയകലെ ഈ കാട്ടിൽ? വിചാരംകൊണ്ട് തളർന്ന ശിരസ്സു കുനിച്ചിട്ട് ഭരതൻ നടന്നു വന്നു. മന്ഥരയുടെ ശൂര് മണത്തെടുക്കാൻ മാത്രം ഒരു മൂക്ക് അവനില്ലാതെ പോയി. രംഗവേദിയിൽ എല്ലാവരും അസ്സലായി ആടിക്കൊണ്ടിരിക്കുന്ന നാടകത്തിന്റെ പൊരുളറിയാത്ത വിഡ്ഢിക്കുട്ടി! അവൻ കടന്നുപോകുമ്പോൾ മുലപ്പാൽ മണക്കുന്നു. 'മാതൃദേവോ ഭവഃ' എന്ന് ആരുമിവനെ പഠിപ്പിച്ചില്ലേ? അമ്മയുടെ നേർക്കോങ്ങിയ വാൾ ഇപ്പോൾ സ്വന്തം ചങ്കിൽതന്നെ ഥുത്തുന്നുണ്ടാവണം. വാളും മഴുവും അമ്മയുടെ കഴുത്തിലേക്ക് നീട്ടിയും അധികാരം രക്ഷിക്കണമെന്നു കല്പിക്കുന്ന അച്ഛന്മാരുടെ ലോകം! ഹൊ!

അയോദ്ധ്യ ഒന്നാംതരം രംഗവേദിതന്നെ! എല്ലാവരും സൂത്രധാരന്മാരായുള്ള വിചിത്രനാടകം ആടുന്നു. നടീനടന്മാർക്കൊക്കെ പച്ചപ്പാവങ്ങളുടെ മുഖത്തെഴുത്ത്. പരമസാത്വികമായ വെള്ളവസ്ത്രം. ഒളിപ്പിച്ചുവെച്ച കോമ്പല്ലും തേറ്റയും മാത്രം കാണിക്ക് അദൃശ്യം.

ഞാനാണ് സൂത്രധാരൻ. തിരശ്ശീല പിടിച്ചാടുന്നു ദശരഥവേഷം. കാരുണ്യം വഴിയുന്ന മുഖം. സൗമ്യമധുരമായ വാക്കുകൾ. രഘുവംശത്തിന്റെ മഹത്തായ പാരമ്പര്യം പുലരണം. അതിനു മൂത്തമകൻ രാമനെത്തന്നെ രാജാവായിട്ട്....

അണിയറയിൽനിന്നു കോപാന്ധനായി രംഗവേദിയിലേക്ക് കുതിക്കാനോങ്ങുന്ന കേകയ രാജാവ് അശ്വപതി. ഞാനാണ് സൂത്രധാരൻ. കാമാന്ധനും വൃദ്ധനും ചതിയനുമാണ് രംഗത്തിൽ ദശരഥൻ. രാജ്യം കന്യാശുല്കയായി വാഗ്ദാനം ചെയ്കയാലാണ് ഇവന് ഞാനെന്റെ യൗവനയുക്തമായ മകളെ ദാനം ചെയ്തത്. അയോദ്ധ്യ ഭരതനുള്ളതാണ്. വാക്കു പാലിച്ചില്ലെങ്കിൽ യുദ്ധമാകുന്നു ഫലം.

അരങ്ങിനും അണിയറയ്ക്കുമിടയിൽ മറ്റൊരു വേഷം തിരശ്ശീല പിടിച്ചു നിൽക്കുന്നു. അയോദ്ധ്യയുടെ മാനം കാക്കാനാണുപോൽ വസിഷ്ഠന്റെ

സൂത്രധാരത്വം! അശ്വപതി ഒരിക്കലും അരങ്ങിലെത്തരുത്. അതിനാൽ പ്രവേശനകവാടം അടഞ്ഞുനിന്നാടുന്നു.

കള്ളവേഷങ്ങളിങ്ങനെ അരങ്ങു തകർത്താടുന്നതിന്റെ നടുവിലേക്കാണ് സ്വന്തം ഹൃദയനന്മ ചൂഷണം ചെയ്യപ്പെട്ടതു തിരിച്ചറിയാതെ ചാടിവീണ് വാളിളക്കിക്കൊണ്ട് ഭരതൻ തനിക്കു കിട്ടിയ സംഭാഷണം ഉറക്കെ വിളിച്ചുപറയുന്നത്.

"അമ്മയെക്കൊന്നവനെന്ന് ധർമ്മിഷ്ഠനായ ശ്രീരാമൻ എന്നെ വിളിക്കാനിടവരുമല്ലോ എന്നു കരുതിയാണ്. അല്ലെങ്കിൽ ദുഷ്ടയും പാപിയുമായ നിന്നെ... ഹ!ഹ! ഹ!!"

അശ്വപതിയുടെ തന്ത്രങ്ങളും പരിശ്രമങ്ങളും നൊടിച്ചനേരം കൊണ്ടാണ് പാഴായത്! അയോദ്ധ്യ ഒരു വഴുക്കുന്ന മീൻപോലെ അയാളുടെ കൈയിൽനിന്ന് തെന്നിപ്പോയി! അമ്മയെക്കൊന്നും രാജ്യം ജ്യേഷ്ഠന് സമർപ്പിക്കണമെന്ന ഭ്രാതൃഭക്തി പഠിപ്പിക്കാൻ അയോദ്ധ്യയ്ക്ക് എത്ര കുറച്ചേ സമയം വേണ്ടിവന്നുള്ളൂ!

ഇത് കറുത്തപക്ഷമാണ്. മിന്നാമിനുങ്ങുകളുടെ വഴിത്താരയിലൂടെ ഇങ്ങനെ നടക്കുന്നു. കോട്ടമതിലിന്നരികിലെത്താൻ ഇനിയും ഒരുപാടു ദൂരമുണ്ട്. കാടു കഴിഞ്ഞ് വെളിമ്പുറത്തെത്തണം. ചെന്താമരപ്പൊയ്ക ചുറ്റി ഗൂഢമാർഗത്തിലെത്തണം. ആ വഴി ചെന്നുമുട്ടുന്നത് നൂറാൾ പിടിച്ചാൽ പിടിയെത്താത്ത അരയാൽ മരത്തിന്റെ പാദത്തിലാണ്. അതിനപ്പുറമാണ് കോട്ട. വഞ്ചിച്ചതല്ലായെങ്കിൽ വലാകൻ കോട്ടമതിലിന്നരികിൽ കാണും.

രഹസ്യം ചോർന്നുകാണുമോ? ചുറ്റിലും ചാരന്മാരാണ്. അയോദ്ധ്യയിൽ കാലുകുത്തിയ നിമിഷം മുതല്ക്ക് എനിക്കു ചുറ്റും ചാരന്മാരായിരുന്നു. ഉണ്ണുമ്പോഴും ഉറങ്ങുമ്പോഴും പ്രാർത്ഥിക്കുമ്പോൾപോലും അന്തരീക്ഷത്തിൽ തുറന്നുപിടിച്ച്, ഇമകളില്ലാത്ത, ചാരക്കണ്ണുകൾ കണ്ടു. മരണത്തെ നേർക്കുനേർ കണ്ടുകൊണ്ടാണ് ഓരോ വിനാഴികയും കഴിച്ചുകൂട്ടിയത്. വാൾമുനയിൽ ഹൃദയം കോർത്തിട്ടുകൊണ്ടുള്ള ഈ കളിക്കു പകരം സുഖമായി ഒന്ന് കുളിച്ച്, സമാധാനമായി ഒന്നുറങ്ങി, ഭയമില്ലാതെ ഉണർന്ന്, മക്കളെ നോക്കി ആശങ്കയില്ലാതെ ചിരിച്ച്... എങ്ങനെയായിരിക്കും ആ ജീവിതം?

മന്ഥര ചിറികോട്ടി. രാജാക്കന്മാർ!

ഒരേ മൂശയിൽ വാർത്ത മൺകോലങ്ങൾ. അധികാരം കൈവിട്ടുപോകും എന്നെങ്ങാനും തോന്നിയാൽ അവർക്ക് കലിയിളകും. മുഖാമുഖം കാണുമ്പോൾ കെട്ടിപ്പിടുത്തവും ഉമ്മവെയ്ക്കലും. പിൻതിരിഞ്ഞാൽ പുറകിൽ നിന്നു കുത്താൻ ഒരു മടിയുമില്ല. സിംഹാസനം സ്വന്തം സന്തതിക്ക് ഉറപ്പിച്ചുവെയ്ക്കാതെ, മരണമടയാൻ കൂട്ടാക്കാത്ത ഇവരെക്കൊണ്ട് മഹാകാലൻ വിഷമിക്കുന്നു. ഇവർ അട്ടഹസിക്കും. വാളിളക്കും. ദുരന്തനാടകം

കളിക്കും. ഒടുവിൽ തട്ടിപ്പറിച്ചെടുത്ത സിംഹാസനങ്ങളിൽ ഒന്ന് ചന്തിയമർത്തുംമുമ്പു മറിഞ്ഞുവീണ്... മന്ഥരയ്ക്ക് ഉറക്കെയൊന്ന് കൂവാൻ തോന്നി. എനിക്കെല്ലാമറിയാം. ഇവിടെ നടക്കുന്ന നാടകത്തിന്റെ ഓരോ കരുനീക്കവും എനിക്ക് അസ്സലായിട്ടറിയാം. ഓരോരുത്തരും ഒളിപ്പിച്ചു വെച്ചിട്ടുള്ളത് എന്തെല്ലാമെന്ന് ഞാനുറക്കെ വിളിച്ചുപറഞ്ഞാൽ എന്റെ കൂട്ടരേ, ഒരുപാട് സൂര്യബിംബങ്ങൾ പൊടിഞ്ഞു തകർന്ന് കരിയായി താഴെവീഴും. ഇന്ന് സഹതാപതരംഗത്തിൽ ആറാടി നിൽക്കുന്ന ഒരുപാടു സൂര്യബിംബങ്ങൾ.

"**ആ**രാത്."

ഇരുട്ടിൽനിന്ന് നടുങ്ങിയ ഒരു ചോദ്യം കേട്ട് മന്ഥര നിന്നു. പെട്ടെന്നവൾ കുറ്റിക്കാട്ടിലേക്ക് പതുങ്ങി. മെല്ലെ തറപറ്റിക്കിടന്നു. ഇരുട്ടുപോലെ കറുത്ത വസ്ത്രത്തിനുള്ളിൽ ഒരു പാറക്കെട്ടായി കൂന് പൊന്തി നിന്നു.

"ആരാണവിടെ?" ശബ്ദം കൂടുതൽ പരിഭ്രമിച്ചു. കൂടുതൽ അടുത്തുവന്നു. ശത്രുഘ്നൻ. കാട്ടിൽ ഇരുട്ടിൽ, ഒറ്റയ്ക്കു വേറൊരു വഴിയേ ശത്രുഘ്നൻ? ഊരിപ്പിടിച്ച വാളുമായിട്ടാണവൻ നടക്കുന്നത്. അടിവെപ്പുകൾ വല്ലാതെ പതറുന്നു. മന്ഥരയുടെ കൂനിൽതട്ടി അവൻ മറിഞ്ഞു വീഴാൻ പോയി.

'നശിച്ചപാറ!' അവൻ ശപിച്ചു. പാറയും കടന്ന് മരക്കൂട്ടങ്ങൾക്കിടയിൽ അവന്റെ വാൾത്തിളക്കം അപ്രത്യക്ഷമായപ്പോൾ മന്ഥര മെല്ലെ എഴുന്നേറ്റു. സിംഹാസനത്തിന് തീരെ പരിഗണിക്കപ്പെടേണ്ടാത്തവനാണ് ശത്രുഘ്നൻ. അവനും ചില ഗൂഢാലോചനകൾ നടത്തുന്നുണ്ടോ? അധികാരം വീണ്ടും അട്ടിമറിക്കപ്പെടുമോ?

നാലടി നടന്നില്ല, താമരപ്പൊയ്കയുടെ പടവുകളിൽ ആളുകളുണ്ടെന്ന് മന്ഥര കണ്ടുപിടിച്ചു. മുഖത്തിന്റെ പാർശ്വരേഖയിൽനിന്നു നടുക്കിരിക്കുന്ന ആൾ വസിഷ്ഠനാണെന്നു തിരിച്ചറിയാം. ഇന്നെന്താ അയോദ്ധ്യയിലാരും ഉറങ്ങുന്നില്ലേ? ഏതു ഗൂഢാലോചനയുടെ ചരടുകളാണ് ഇനിയും മുറുകുന്നത്?

അല്ലെങ്കിൽ അയോദ്ധ്യയിലെ അന്തർനാടകങ്ങൾ കണ്ടുപിടിച്ചിട്ട് തനിക്കിനി എന്തു ലാഭം? അശ്വപതി ഏല്പിച്ച ജോലി ഭംഗിയായി ചെയ്തു തീർത്തു. അശ്വപതി പറയാത്തതും ബുദ്ധിയുപയോഗിച്ച് ചെയ്ത് വിജയിപ്പിച്ചു. അതീവരഹസ്യമായി സൂക്ഷിച്ചിട്ടും പതിനായിരക്കണക്കിനു ചാരന്മാരെ നിയോഗിച്ചു നിർത്തിയിട്ടും പട്ടാഭിഷേകത്തിന്റെ രഹസ്യം തക്കസമയത്ത് ചോർത്തിയെടുത്തു. കേകയത്തുപോകുന്ന കച്ചവടസംഘത്തിന്റെ കൈയിൽ അശ്വപതിക്കു ഗൂഢഭാഷയിൽ തയ്യാറാക്കിയ സന്ദേശം കൊടുത്തയയ്ക്കുകയും ചെയ്തു. രാമന് പട്ടാഭിഷേകം നടക്കാൻ പോകുന്നു. അശ്വപതി ക്ഷണിക്കപ്പെടുകയില്ല. എന്തിലും ഏതിലും ധർമ്മവും നീതിയും ചികഞ്ഞു പോകുന്ന ജനകനും ക്ഷണിക്കപ്പെടുകയില്ല.

കന്യാശുല്ക്ക വാഗ്ദാനം ദശരഥൻ കാറ്റിൽ പറത്തും. വേഷം മാറിയെങ്കിലും അശ്വപതി അയോദ്ധ്യയിലെത്തുക. നടക്കാൻ പോകുന്ന പട്ടാഭിഷേകം വഞ്ചനയാണെന്ന് അയോദ്ധ്യാനിവാസികളറിയട്ടെ. അഭിഷേകം മുടക്കണം. ജനകനെക്കൂടി വരുത്തുക. അയാളുടെ നീക്കുപോക്കില്ലാത്ത ധാർമ്മികബോധം അശ്വപതിക്ക് ഏറ്റവും നല്ല കരുവാക്കാം. ഇപ്പോൾ കൈവിട്ടുപോയാൽ അയോദ്ധ്യ പിന്നീടൊരിക്കലും തിരിച്ചുപിടിക്കാനാവില്ല.

മന്ഥര എല്ലാം കൂർമ്മബുദ്ധിയോടെ ആസൂത്രണം ചെയ്തു. പക്ഷേ നഗരാതിർത്തിയിൽ വെച്ചു കച്ചവടസംഘങ്ങളെ തിരിച്ചയയ്ക്കുകയായിരുന്നു. അയോദ്ധ്യയിൽനിന്ന് ഒരീച്ചപോലും പുറത്തുപോകാൻ പാടില്ല. കവാടങ്ങൾ കൊട്ടിയടച്ചു.

എങ്കിൽപിന്നെ ദശരഥന്റെ ഗൂഢാലോചന തകർക്കേണ്ടത് മന്ഥര നേരിട്ടുതന്നെയാണെന്നർത്ഥം. ഒറ്റയാൾപ്പട്ടാളം. കൂനിപ്പട്ടാളം. മന്ഥര ചിരിച്ചുകൊണ്ടാണ് കളരിയിലേക്കിറങ്ങിയത്.

കൂടിയാലോചനാമന്ദിരത്തിൽനിന്ന് സമർത്ഥമായ കരുനീക്കത്തിൽ തെളിഞ്ഞ മുഖവുമായി ഇറങ്ങി വരുമ്പോൾ ചുണ്ടിലൊരു വക്രിച്ച ചിരിയോടെ മന്ഥര കൂടെത്തന്നെയുണ്ടെന്നു കണ്ട് ദശരഥനും വസിഷ്ഠനും വിളറിവെളുത്തു. അവൾ ചെറുകുട്ടികൾക്ക് രഘുവിന്റെ വീരകഥകൾ പാടിക്കൊടുക്കുന്നു. തെളിഞ്ഞ ശബ്ദം. സ്ഫുടമായ വാക്കുകൾ. മനം മയക്കുന്ന കഥന രീതി.

പിന്നെ അഭിഷേകത്തിനുള്ള തകൃതിയായ ഒരുക്കങ്ങൾ നടക്കുമ്പോൾ, പണിയെടുത്തു തളരുന്നവരോട് ദിലീപിന്റെയും സുദക്ഷിണയുടെയും ത്യാഗകഥകൾ പാടിക്കൊണ്ട് അവൾ ഓടിനടക്കുന്നു. പക്ഷേ, വസിഷ്ഠന്റെ കണ്ണുകളോടേറ്റുമുട്ടുമ്പോൾ മാത്രം പരിഹാസം നിറഞ്ഞ ഒരു ചിരി അവളുടെ മുഖത്തുനിന്ന് കൂനിന്മേലേക്ക് വ്യാപിക്കുന്നു. കൂനിന്മേൽനിന്ന് ദശരഥന്റെ നെഞ്ചിലേക്കെത്തുന്നു.

കൈകേയിക്കു സുഖമില്ലെന്നും അവൾ കോപാഗാരത്തിൽ പ്രവേശിച്ചു മുടിയഴിച്ചിട്ടു വസ്ത്രങ്ങൾ വലിച്ചുകീറി വെറും തറയിൽക്കിടന്നുരുളുകയാണെന്നും വാർത്തയറിയിച്ചപ്പോൾ, പ്രതീക്ഷിച്ചത് സംഭവിച്ചതിന്റെ നടുക്കം ദശരഥന്റെ മുഖത്തുനിന്നു മന്ഥര വായിച്ചെടുത്തു. കേകയപുത്രിയോടുള്ള അളവറ്റ പ്രേമം മൂലം മഹാരാജാവ് പരവശനായിത്തീരുന്നുവെന്നു വിദൂഷകന്റെ പ്രസ്താവന കേട്ട് ചിരി പൊത്തേണ്ടിവന്നു മന്ഥരയ്ക്ക്.

പക്ഷേ, പൂനിലാവുപോലെ ചിരിച്ചുകൊണ്ട് രാമൻ ഇറങ്ങിവന്നപ്പോൾ, കൈകേയിയോടും ദശരഥനോടും അശ്വപതിയോടും സകലവിധ രാജ്യാധികാരങ്ങളോടും വല്ലാത്ത വെറുപ്പും പുച്ഛവുമാണു തോന്നിയത്. പതിവുപോലെ കൂനിന്മേൽ മെല്ലെയൊന്നു തടവിക്കൊണ്ട് ആ കുട്ടി നടന്നുനീങ്ങിയപ്പോൾ തന്റെ കീടജന്മത്തോടും തോന്നി പുച്ഛം! മൂന്നുനേരം അന്നമുണ്ടു കിടക്കാൻവേണ്ടി തന്നെപ്പോലുള്ള കീഴാളജന്മങ്ങൾ എന്തെല്ലാം

വേഷംകെട്ടുന്നു! ഓരോന്നോതിക്കൊടുക്കുന്തോറും കൈകേയിയുടെ മുഖത്തു മുളച്ചു പൊന്തിയ കണ്ണു ചുവന്ന അധികാരക്കുരുക്കളും കള്ളം വെളിച്ചത്താവുമെന്ന ഭയത്തിൽ ദശരഥന്റെ വൃദ്ധമുഖത്തു പരന്ന രോഗാതുരമായ വിളർപ്പും ഭരതന് അധികാരം കിട്ടുന്നതോടെ വിസ്തൃതമായിത്തീരുന്ന കേകയത്തിന്റെ അതിരുകളോർത്തു മനഃപായസമുണ്ണുന്ന അശ്വപതിയുടെ കണ്ണിലെ അശ്ലീലമായ ആർത്തിയും. എല്ലാറ്റിനോടും തോന്നി വെറുപ്പ്. അടങ്ങാത്ത പക.

രക്ഷപ്പെടണം. നേരം പുലരും മുമ്പേ അതിർത്തി കടക്കണം. കരിയിലകളിൽ കാലമരുമ്പോഴുള്ള ഒച്ചപോലും കേൾപ്പിക്കാതെ ഓരോ അടിയും അവൾ അളന്നുമുറിച്ചു. പിടികൊടുക്കരുത്. രക്ഷപ്പെടുന്നതിൽ കവിഞ്ഞ യാതൊന്നിനും വഴങ്ങിക്കൊടുക്കുകയുമരുത്. കത്തിയിൽ പിടുത്തം മുറുക്കി, ഇലകളുടെ മറ പറ്റി, അവൾ മുന്നോട്ടുനീങ്ങി.

വിചാരിച്ചതിനേക്കാൾ വേഗത്തിലാണ് നിഗൂഢമാർഗത്തിന്റെ അറ്റത്ത്, നൂറാൾ പിടിച്ചാൽ പിടിയെത്താത്ത മഹാവൃക്ഷത്തിന്റെ പാദങ്ങളിൽ മന്ഥര ചെന്നുനിന്നത്. നമസ്കാരം! മരത്തിനപ്പുറത്തു മലപോലെ കോട്ടകൊത്തളങ്ങൾ ആകാശം തുളച്ചുനിൽക്കുന്നു. വഞ്ചിച്ചിട്ടില്ലായെങ്കിൽ വലാകൻ കാത്തുനിൽക്കാനിടയുള്ള സ്ഥാനം കണ്ണുകൊണ്ടളന്ന്, മനസ്സുകൊണ്ടടയാളംവെച്ച് മന്ഥര ഒരടി മുന്നോട്ടുവെച്ചു.

ഇരുട്ടിൽ ആരോ തേങ്ങിക്കരഞ്ഞു! വേട്ടനായിനെപ്പോലെ മന്ഥര കാതുകൂർപ്പിച്ചു. ആരോ തേങ്ങിതേങ്ങിക്കരയുന്നു. പേയും പിശാചും മന്ഥരയെ പേടിപ്പിക്കില്ല. മനുഷ്യരാണെങ്കിൽ സൂക്ഷിക്കണം. കത്തിയുയർത്തിപ്പിടിച്ചുകൊണ്ടു മന്ഥര ചുറ്റും നോക്കി. ആലിന്റെ വേടിൽ പിടിച്ചു തൂങ്ങിനിന്ന് കരയുന്ന കൈകേയിയെക്കണ്ട് അവൾ അമ്പരന്നുപോയി.

"നിന്റെ കൂടെ ഞാനും കേകയത്തു വരുന്നു." കൈകേയി പറഞ്ഞു. മന്ഥരയ്ക്ക് കഠിനമായ ദേഷ്യം വന്നു. രക്ഷപ്പെടാനുള്ള അവസാനത്തെ പഴുതും അടയുകയാണോ? കിടപ്പറയ്ക്കു പുറത്തും കൊട്ടാരവളപ്പിലും കാവൽ നിൽക്കുന്ന ചാരന്മാരുടെയും കാവൽക്കാരുടെയും കണ്ണുവെട്ടിച്ച് ഈ രാജകുമാരി എങ്ങനെ പുറത്തുചാടി?

"നീയെന്താണൊന്നും പറയാത്തത്? ഞാനും വരുന്നു നിന്റെ കൂടെ?"

"എങ്ങോട്ട്? നിന്റെ 'സ്നേഹസമ്പന്ന'നായ പിതാവ് അശ്വപതിയുടെ അടുത്തേക്കോ? അയോദ്ധ്യ നഷ്ടപ്പെടുത്തിയിട്ട് അങ്ങോട്ടു ചെല്ലുന്ന നിന്നെ അയാൾ നൂറുകൈയും നീട്ടി സ്വീകരിക്കുമെന്നാണോ? ആർക്കു വേണം നിന്നെ?"

"എന്നെ അമ്മയുടെ അടുത്ത് കൊണ്ടുപോകൂ." കൈകേയി പൊട്ടിക്കരഞ്ഞു.

മന്ഥരയുടെ മുഖം കഠിനമായി. അവളുടെ വാക്കുകൾ ചുട്ടുപഴുത്തു.

ഒരു ദുഷ്ടപ്രവാചകയെപ്പോലെ കൈ രണ്ടുമുയർത്തി മന്ഥര പറഞ്ഞു.

"സാകേതം എന്നും നിന്റെ തടവറയായിരുന്നു. ഇപ്പോഴത് നിന്റെ ശവക്കുഴിയാണ്. ഒരിക്കലും, ഒരിക്കലും നിനക്കിവിടുന്ന് രക്ഷപ്പെടാനാവില്ല."

കൈകേയി നടുങ്ങി. അവൾ വാവിട്ടു കരഞ്ഞു. വേദനയും ഈർഷ്യയും രക്ഷപ്പെടാനിനി സാദ്ധ്യമല്ലെന്ന തോന്നലും മന്ഥരയുടെ നാവിന്റെ കെട്ടുകളഴിച്ചുവിട്ടു.

"ഞാൻ പോകും. ഞാനിവിടുന്ന് പുറത്തുകടക്കും. എന്റെ കൂനൻ മകന് കൊട്ടാരത്തിലൊരു തൊഴിലും എനിക്കു ഞാനാവശ്യപ്പെടുന്ന അളവ് ഭൂമിയും നിന്റെ പിതാവ് വാഗ്ദാനം ചെയ്തിട്ടുണ്ട്. ഞാനത് കൈപ്പറ്റും. എന്നിട്ട്..."

മന്ഥരയ്ക്ക് നിലതെറ്റി. അവൾക്ക് ഭ്രാന്തായി. അവൾ പല്ലു ഞെരിച്ചമർത്തിപ്പറഞ്ഞു. "എന്നിട്ടു നാലുനാൾ മനുഷ്യരെപ്പോലെ ഞങ്ങൾ ജീവിക്കും. മനുഷ്യരെപ്പോലെ. പുഴുക്കളെപ്പോലെയല്ല. മനുഷ്യരെപ്പോലെ."

കൈകേയിക്കു ഭയമായി. കത്തിയുയർത്തിക്കൊണ്ടു മുന്നിൽ നിൽക്കുന്ന വൃദ്ധദാസിയുടെ കണ്ണുകളിൽ തന്റെ വിധി നിർണയിക്കുന്ന പിശാചിനിയെക്കണ്ട് അവൾ പുറകോട്ടൊരടി വെച്ചുപോയി. മന്ഥര നിർത്തിയില്ല.

'നിന്നോടോ അശ്വപതിയോടോ രാമനോടോ ദശരഥനോടോ എനിക്ക് കൂറില്ല. പ്രതിഫലത്തോടു മാത്രമാണ് എന്റെ കൂറ്."

'പിശാചേ!' കൈകേയി തന്റെ ദാസിയെ അടിക്കാൻ കൈയോങ്ങി. മന്ഥര വിദഗ്ദ്ധമായി തെന്നിമാറി.

"ഇപ്പോൾ പിശാച്. കുറെ മുമ്പ് ദേവത! കേകയ പുത്രീ, സിംഹാസനങ്ങൾ നിരപരാധികളായ ജനങ്ങളുടെ ചോരയിലുറപ്പിച്ചവയാണ്. അവയിൽനിന്നു കൊലവിളികൾ മാത്രമേ ഉയരൂ. എന്നെപ്പോലെ അതറിഞ്ഞവർ ആരുണ്ട്? ഈ ഭീകരമായ രാത്രിയിൽ, ഈ കൊടുംകാട്ടിൽ, ഇരപിടിയന്മാർ പതിയിരിക്കുന്ന ഈ നിഴലുകളിൽ, നിന്നെ ദശരഥന്റെ പ്രേതം രക്ഷിക്കട്ടെ!"

പിന്നൊരു നിമിഷവും വൈകിക്കാതെ മന്ഥര ഇരുട്ടിൽ മറഞ്ഞു. ഒരു കാട്ടുവള്ളിയിൽ വേതാളംപോലെ അവൾ തൂങ്ങിയാടി.

'എന്നെക്കൂടി കൊണ്ടുപോകൂ' എന്ന കൈകേയിയുടെ നിലവിളികൾ ഒരൊറ്റക്കാളവണ്ടിയുടെ ചക്രങ്ങൾക്കിടയിൽപ്പെട്ട് ഞെരിഞ്ഞമർന്നു.

■

കഥയില്ലാത്തത്

യാത്രയിലുടനീളം പുറകിൽ ആരോ ഉണ്ടായിരുന്നു. നടന്നാൽ ഒപ്പം നടന്നു. നിന്നാൽ നിന്നു. തിരിഞ്ഞുനോക്കിയാലാകട്ടെ മുടിയഴിച്ചിട്ടു നില്ക്കുന്ന കാട് മാത്രം കാണാം. കടന്നുപോന്ന ഒറ്റയടിപ്പാതപോലും മൂടിപ്പോയിരിക്കും.

മുനിയുടെ ഏകാഗ്രത കുറഞ്ഞു.

ചിലപ്പോൾ മുന്നിൽ നടക്കുന്ന കുട്ടികൾ തിരിഞ്ഞുനിന്ന് ചോദിച്ചു.

"പിന്തുടരുന്നത് ആരാണ്?"

"ആരുമില്ല. നടക്കൂ."

ഇത് പലവട്ടം ആവർത്തിച്ചു. ഒരിക്കൽ ലവൻ ഒരമ്പെടുത്ത് വില്ലിൽ തൊടുത്തു. മുനി വിലക്കി. കുശൻ പറഞ്ഞു.

"കാട്ടിലെ വഴികൾ ആർക്കും സ്വന്തമല്ല. നമുക്ക് പോകേണ്ട വഴിയിലൂടെ മറ്റാർക്കെങ്കിലും കൂടി പോകണമായിരിക്കും."

എന്നിട്ടും ഓരോ അടിയിലും കുട്ടികൾ ഉത്കണ്ഠയോടെ തിരിഞ്ഞു നോക്കുന്നതുകണ്ട് മുനി പറഞ്ഞു.

"ഇനി അല്പമിരുന്നു വിശ്രമിച്ചിട്ട് യാത്ര തുടരാം."

അത് പെരുംവയസ്സുള്ള ഒരിലഞ്ഞിമരക്കൂട്ടമായിരുന്നു. പുത്തനായി പൊഴിഞ്ഞ പൂക്കൾകൊണ്ട് നിലം മൂടിപ്പുതച്ചു കിടന്നു. മുനി രണ്ടു കൈയും വിടർത്തി ആ കൂടപ്പിറപ്പുകളെ ആശ്ലേഷിച്ചു. കുട്ടികൾ അവരെ താണു തൊഴുതു. മരങ്ങളുടെ വിനിമയം പൂക്കൾകൊണ്ടായിരുന്നു.

കൈച്ചില്ലകൾ വേരിന്റെ ഒരു സിംഹാസനം തൊട്ടുകാണിച്ചു. വാല്മീകി അതിലിരുന്നു. അദ്ദേഹം ക്ഷീണിതനായിരുന്നു. കുട്ടികളെക്കുറിച്ച് ആവശ്യത്തിലേറെ താൻ ഉത്കണ്ഠപ്പെടുന്നുണ്ടെന്ന് അദ്ദേഹത്തിന് തോന്നി.

അദ്ദേഹത്തെ അലട്ടാതെ തെല്ലകന്നുമാറി വേരിന്റെ കുതിരപ്പുറത്ത് കുട്ടികൾ ഇരുന്നു. പക്ഷേ, കുതിരയോടിക്കാൻ അവർക്ക് ഉത്സാഹം തോന്നിയില്ല. ഭയമോ വ്യസനമോ എന്നറിയാത്ത ഒരു ചിന്ത രണ്ടാളേയും

ബാധിച്ചിരുന്നു. നൈമിശാരണ്യം ഒരുപാടകലെയാണ്. അമ്മയിൽനിന്ന് ബഹുദൂരം പോന്നുകഴിഞ്ഞിരിക്കുന്നു. ഈ സന്ധ്യയാവട്ടെ ഏറ്റവും പ്രിയപ്പെട്ടതിനെ വേറിടാൻ പോകുന്നതിന്റെ സൂചകമായി ഭവിക്കുന്നു. കുശൻ കൂടുതൽ ദുഃഖിതനായിരുന്നു.

'ആരോ പിന്തുടരുന്നു എന്നത് വെറും തോന്നലാവാം. അല്ലേ?"

അവൻ ചോദിച്ചു. ലവന്റെ കുതിര പെട്ടെന്ന് കുതിച്ചുപാഞ്ഞു.

"അതാരായാലും ഞാൻ..."

കുശൻ വിലക്കി– "തിടുക്കം അരുത്. നിനക്കെല്ലാറ്റിനും തിടുക്കമാണ്. ഇതേ തിടുക്കംകൊണ്ടാണ് ദശരഥൻ മുനികുമാരനെ അമ്പെയ്തു കൊന്നത്."

ലവൻ കടിഞ്ഞാൺ വലിച്ചു. മുൻകാലുയർത്തി ചിനച്ചുകൊണ്ട് അവന്റെ കുതിര ഓട്ടം നിർത്തി. ലവൻ തന്റെ സഹോദരനെ നോക്കി ക്ഷമാപണത്തോടെ ചിരിച്ചു. കുശൻ ചോദിച്ചു.

"നമ്മൾ ഒരു പാട്ടുകേട്ടു. ഇല്ലേ? വല്ലാത്ത ഒരു ശീലിൽ?"

"കേട്ടു. പാട്ടിനോടൊപ്പം ഒരു കാട്ടുതുടിയുടെ താളവും ഉണ്ടായിരുന്നു."

"ശരിക്കും അതൊരു പാട്ടാണോ?"

വാല്മീകി അവരെ അടുത്തേക്കു വിളിച്ചു.

"അടുത്ത ശ്ലോകം ഓർത്തുചൊല്ലൂ."

കുട്ടികൾ മഹർഷിയുടെ മുന്നിൽ ചമ്രം പടിഞ്ഞിരുന്നു. അവർ അമ്മയെ ഓർത്തു. യാത്ര പറഞ്ഞിറങ്ങുമ്പോൾ അമ്മ ആശ്രമമുറ്റത്തെ അരയാൽച്ചുവട്ടിൽ നിന്നിരുന്നു. ആലിന്റെ ആടിയുലയുന്ന വേടുകൾക്കുള്ളിൽ കെണിയിൽപ്പെട്ടതുപോലെ. അമ്മയെ വിട്ടുപോരുന്തോറും വേടുകൾ അമ്മയെ ചുറ്റിവരിഞ്ഞ് ഞെരിക്കുമെന്ന് അവർ പേടിച്ചു. നീർ നിറഞ്ഞ കണ്ണുകൾ അടച്ചുപിടിച്ച് കുട്ടികൾ അടുത്ത ശ്ലോകം ഓർത്തു ചൊല്ലി.

ലക്ഷ്മണസ്യ വചഃശ്രുത്വാ
ദാരുണാ ജനകാത്മജാ
പരം വിഷാദമാഗമ്യ
വൈദേഹീ നിപപാത ഹ!

ചൊല്ലി നിർത്തിയിട്ട് കുട്ടികൾ ചോദിച്ചു.

താത!

അമ്മയപ്പോൾ ഏതുവിധത്തിലാണ് കരഞ്ഞത്?

അമ്മയുടെ നില എന്തായിരുന്നു?

കൈകൾ തലയിലോ മാറത്തോ വെച്ചിരുന്നത്?

മുനി പറഞ്ഞു.

കുട്ടികളെ,

അവൾ ഗംഗയുടെ തീരത്തായിരുന്നു. അതിനാൽ നിലം മൃദുലമായിരുന്നു. അവളുടെ ശോകമാകട്ടെ പാറകളെ ഉരുക്കുന്ന അഗ്നിപർവതങ്ങളെപ്പോലെ കഠിനമായിരുന്നു. ശിരസ്സിൽ കൈയേറ്റി നിന്നാണ് അവൾ അലമുറയിട്ടത്.

കുട്ടികൾ മണ്ണിൽ കമിഴ്ന്നു കിടന്നു.

തന്റെ കളഞ്ഞുപോയ പൈക്കിടാവിനെ തേടി നടന്ന് ഉണ്ണിക്ക് കാട്ടിൽ വഴിതെറ്റി. ഇരുട്ടും മുൻപേ പുറത്തു കടക്കാമെന്നു കരുതിയിരുന്ന അവൻ ഇരുട്ടുന്തോറും കൊടുങ്കാടിന്റെ നടുവിലേക്ക് അകപ്പെട്ടുകൊണ്ടിരുന്നു. പൈക്കിടാവിനെയോ പുറത്തേക്കുള്ള വഴിയോ കാണാതെ അവൻ വിഷമിച്ചു. പൈക്കിടാവിനെ കാട്ടുമൃഗങ്ങൾ കൊന്നുതിന്നിരിക്കുമെന്നോർത്ത് ഉണ്ണിക്ക് വ്യസനം തോന്നി. അത്രയേറെ ഉണ്ണിക്കതിനെ സ്നേഹമായിരുന്നു. ജീവനോടൊപ്പം ഉണ്ണിക്ക് കൈവന്നതായിരുന്നു അത്.

"ഉണ്ണി ഇതിനെ പോറ്റിക്കോളൂ."

എന്നുപറഞ്ഞ് അച്ഛനാണ് അതിനെ ഉണ്ണിക്ക് കൊടുത്തത്. അച്ഛന് ഉണ്ണിയുടെ ജീവനോടൊപ്പം നൂറു പശുക്കളെ ദാനം കിട്ടിയിരുന്നു.

ഇപ്പോൾ ഉണ്ണിയുടെ പൈക്കിടാവ് കൈവിട്ടുപോയി. കാട്ടിൽ വഴിയും തെറ്റി. വെളിച്ചം പോയതോടെ നാട്ടുമനുഷ്യരുടെ ചോര ഉറഞ്ഞുപോകുന്ന ഘോരശബ്ദങ്ങളാണ് കാട്ടിൽ നിറയുന്നത്. ഉണ്ണി അങ്ങോട്ടും ഇങ്ങോട്ടും ഓടി. അവിടെയും ഇവിടെയും മുട്ടി. പൈക്കുട്ടിയെ ഉറക്കെ വിളിച്ചു നടന്നു. സങ്കടം വന്നപ്പോൾ തലയിൽ കൈയേറ്റിനിന്ന് ഉറക്കെ നിലവിളിച്ചു. ഒക്കെ ഓരോ മരത്തിലും ഇലയിലും തട്ടി ഉണ്ണിക്കു ചുറ്റും തന്നെ മടങ്ങി വന്നു. കാട്ടുവള്ളികൾ ഉണ്ണിയെ കുരുക്കുകളിൽ ചാടിച്ചു. വന്മരങ്ങളാകട്ടെ അവനു കടന്നുപോകാൻ വഴി കൊടുക്കാതെ ഞെരുങ്ങി നിന്നു. പേടിയും വിശപ്പും ദാഹവും ക്ഷീണവും വ്യസനവും എല്ലാംകൂടി ഉണ്ണി ഒരിടത്ത് വീണുപോയി.

കരിയിലകളിൽ വീഴുന്ന ചെറിയൊരു കാലൊച്ചപോലും ഉണ്ണിയെ നടുക്കി... പുലിയോ? ചെന്നായയോ? ആരായാലും ഇനി ഒന്നും വരാനില്ല. എന്റെ പൈക്കിടാവിനെ തിന്നവരല്ലേ നിങ്ങൾ? ഉണ്ണി കണ്ണുകൾ ഇറുക്കെയടച്ചു. എന്നെയും തിന്നോളു.

അങ്ങനെ ഒരു നാഴിക പോയി. രണ്ടു നാഴികപോയി. മൂന്ന്, നാല്... ഓരോ സമയമിടിപ്പിനേയും അനേകം നാഴികകളായി അനുഭവിച്ചുകൊണ്ട് ഒരിക്കൽക്കൂടി എണ്ണപ്പാത്തിയിലെന്നോണം ഉണ്ണി കിടന്നു. ഉണ്ണിക്ക് ഉറക്കം വന്നില്ല.

അങ്ങനെ കിടക്കുമ്പോൾ ദൂരെനിന്ന് ഒരു തുടിയൊച്ച കേട്ടുവെന്ന് ഉണ്ണിക്ക് തോന്നി. അവൻ എണീറ്റിരുന്നു ശ്രദ്ധിച്ചു. മറവികളിൽനിന്ന്

തെളിഞ്ഞുവരുന്ന ഓർമ്മപോലെ ആ തുടികൊട്ട് അടുത്തടുത്ത് കേൾക്കാൻ തുടങ്ങി, കണ്ണെത്ര തുറിപ്പിച്ചിട്ടും കണ്ണിൽക്കുത്തിയ ഇരുട്ടല്ലാതെ ഒന്നും ഉണ്ണിക്ക് തിരിഞ്ഞില്ല. പതുക്കെപ്പതുക്കെ തുടികൊട്ടിന്റെ ഒപ്പം ഒട്ടും ഇമ്പമില്ലാത്ത ഒച്ചയിൽ ചീവീടിന്റെ കരച്ചിൽപോലെ ഒരു പാട്ടും കേൾക്കാൻ തുടങ്ങി. ഉണ്ണി കാടുമറന്ന്, പേടി മറന്ന്, ഇരുട്ടിൽ തപ്പിത്തടഞ്ഞ് മുന്നോട്ട് നടന്നു.

അബദ്ധത്തിൽ കാട്ടുതീയിൽ ചവിട്ടിയതാണ് ആങ്ങളക്കുട്ടി. കാല് വെന്തുപോയി. മരുന്നിലകൾ പറിച്ച് കൈവെള്ളയിലിട്ടു തിരുമ്മി ചാറെടുത്ത് പൊള്ളലിൽ ഇറ്റിക്കുമ്പോൾ പെങ്ങൾ അവനെ ശകാരിച്ചു. പ്രധാനപ്പെട്ട ഒരു കാര്യത്തിന് പോകുമ്പോൾ സൂക്ഷ്മക്കുറവ് കാട്ടിയതിന്. അവന്റെ കൈയിലാണ് ചെറിയ തുടി ഇരിക്കുന്നത്. അവന് വേദനിക്കുന്നതിനനുസരിച്ച് തുടിയൊച്ച ഇടറിക്കൊണ്ടിരുന്നു.

"ഇന്നാ ഇദ് തിന്നോ."

കാട്ടുപുല്ലിന്റെ അരി പൊടിച്ചുണ്ടാക്കിയ അപ്പവും ഒരു കഷണം ചുട്ട ഇറച്ചിയും പെങ്ങൾ അവന് കൊടുത്തു.

"ഇതു തിന്നിട്ട് നീയെന്റെ തോളിൽ കയറി ഇരുന്നോ. ഞാൻ വേഗം വേഗം നടക്കാം. അല്ലെങ്കിൽ നമ്മള് സമയത്തിന് അവിടെ എത്തില്ല."

തീറ്റ കഴിഞ്ഞപ്പോൾ പെങ്ങൾ അവനെ തോളിലിരുത്തി. അവന്റെ കാലുകൾ നിലത്തിഴയുംവിധം അവൾ അത്രയ്ക്ക് ചെറുതായിരുന്നു. അവനെ കൂടാതെ ഭക്ഷണസാധനങ്ങളുടെ ഒരു പൊതിക്കെട്ടും അവൾ ചുമന്നിരുന്നു. ഇടത്തേക്കൈയിൽ ഒരു നീണ്ട വടിയുടെ അറ്റത്ത് കെട്ടിത്തൂക്കിയിട്ട ചുരയ്ക്കത്തൊണ്ടിൽ വെള്ളവും ഉണ്ടായിരുന്നു. ഓടിയോടി നടക്കുന്നതിനിടയിൽ അവൾ ചോദിച്ചു.

"എപ്പോഴും പാടിക്കൊണ്ടിരിക്കണംന്ന് അമ്മ പറഞ്ഞിട്ടില്ലേ? ഞാൻ മാത്രേ പാടുന്നുള്ളൂ. നീയെന്താ പാടാത്തത്?"

"ഇനിക്ക് കരച്ചില് വരും."

"കരച്ചില്... ഇനിക്കും വരണുണ്ട്. ഇതൊക്കെ പാടിത്തരുമ്പോ അമ്മേം കരഞ്ഞിരുന്നില്ലേ? പക്ഷേ, പാടിപ്പാടി കൊരല് തൊറക്കണം. അതിന് കരഞ്ഞാ പറ്റില്ല. നിനക്കറിയോ ചെലപ്പോ അവർ നമ്മളെ അകത്തേക്ക് കടത്തിവിടില്ല. അപ്പോ പൊറത്തുനിന്ന് ഒറക്കെയൊറക്കെ പാടേണ്ടിവരില്ലേ?"

"ഇനിക്ക് വയ്യാ അക്കാ. ഇനിക്ക്... കണ്ണിന്റെ മുന്നില് എപ്പോഴും അപ്പായുടെ അറുത്ത തല കാണാം."

അവൻ, പെട്ടെന്ന് പെങ്ങളുടെ തോളത്തുനിന്ന് ചാടിയിറങ്ങി അവളെ പൂണ്ടടക്കം പിടിച്ചു. കൈയിലുള്ളതൊക്കെ വലിച്ചെറിഞ്ഞിട്ട് അവളും ഒരു ഞെട്ടലോടെ അവനെ കെട്ടിപ്പിടിച്ചു.

ശംബൂകനെ കൊന്നു എന്ന ആർപ്പുവിളിയുടെ ചുഴലിക്കാറ്റിനു നടുവിലാണ് ഇപ്പോഴും നില്ക്കുന്നതെന്ന് കുട്ടികൾക്കു തോന്നി. അവർക്കു ചുറ്റും കാട് വട്ടം കറങ്ങുന്നു. ഭൂമി കുലുങ്ങിവിറയ്ക്കുന്നു. മരക്കൊമ്പുകളൊടിച്ചും പാറകൾ തകർത്തും പക്ഷിമൃഗങ്ങളെ അടിച്ചുതെറിപ്പിച്ചും മലവെള്ളംപോലെ ഇരച്ച് ആളുകൾ ഓടിക്കൂടി. പന്തങ്ങളുടെ ചുവന്ന വെളിച്ചത്തിനുള്ളിൽ അവർ അമ്മയെ കാണുമ്പോൾ അമ്മയുടെ കൈയിൽ വലിയൊരു ചേമ്പിലപ്പൊതിയിൽ തേനും തിനയും ആയിരുന്നില്ല. തുളുമ്പുന്ന ചോരക്കുഴമ്പിൽ മുങ്ങിയ അപ്പായുടെ ശിരസ്സായിരുന്നു. ഒറ്റ വീശിന് ഉടലിൽനിന്ന് തെറിച്ച് അമ്മയുടെ കാല്ക്കൽ ചെന്നുവീണ അപ്പായുടെ ശിരസ്സ്! മഞ്ഞുപോലെ വെളുത്തു പാറിയിരുന്ന മുടിയും താടിയും ചുവന്ന് ചോരയിലൊട്ടിപ്പിടിച്ചിരുന്നു.

മരംകൊട്ടി, കുഴൽവിളിച്ച്, തീയെറിഞ്ഞ് കാടെരിച്ച് ആളുകൾ ഓടിക്കൂടി. അയോദ്ധ്യാനഗരം ചുട്ടുകരിക്കുമെന്ന് അവർ ശപഥം ചെയ്തു. പലരും തലയിൽ കൈയേറ്റി നിന്ന് നിലവിളിച്ചു. ശപിച്ചു.

കത്തുന്ന കാടിന്റെ നടുവിലെ ബലിക്കല്ലിൽ അപ്പായുടെ ശിരസ്സ് അർപ്പിക്കപ്പെട്ടു. കണ്ണുകൾ പാതിയേ അടഞ്ഞിരുന്നുള്ളൂ. പല്ലുകളിൽ പറ്റിപ്പിടിച്ച ചോര കണ്ട് നടുങ്ങി കുട്ടികൾ ഉറക്കെ കരഞ്ഞപ്പോൾ അമ്മ അവരുടെ വാപൊത്തിപ്പിടിച്ചു. ശംബൂകന് മരണമില്ല എന്നാർത്തുകൊണ്ട് ആളുകൾ അപ്പായുടെ ഉടൽ കൊണ്ടുവരികയായിരുന്നു. അപ്പായുടെ കൈകാലുകൾ മെലിഞ്ഞ് ചുള്ളിക്കമ്പുപോലെ ഉണങ്ങിയിരുന്നു. വയർ നട്ടെല്ലിനോട് പറ്റിച്ചേർന്ന് പോയിരുന്നു. വാരിയെല്ലുകൾ എഴുന്നുനിന്നു. അപ്പാ നഗ്നനായിരുന്നു! ആ ഉടൽ ശിരസ്സിലേക്ക് ചേർത്തുവെച്ചപ്പോൾ ഇടിമുഴക്കങ്ങൾപോലെ പെരുമ്പറ കൊട്ടിക്കൊണ്ട് ആളുകൾ ആർപ്പിട്ടു.

“ജ്ഞാനിയായ ശംബൂകന് മരണമില്ല.”

പെൺകുട്ടി അന്നു കണ്ടതും കേട്ടതും അതേപടി ഓർമ്മയിൽ സൂക്ഷിക്കുന്നു. ഇപ്പോൾ തന്റെ ശക്തി മുഴുവൻ സംഭരിച്ച് അവൾ ഉറക്കെ വിളിച്ചു പറഞ്ഞു.

“ജ്ഞാനിയായ ശംബൂകന് മരണമില്ല.”

കാട്ടിൽ ദുർബലമെങ്കിലും അവളുടെ ഒച്ചയ്ക്ക് കനത്ത മാറ്റൊലികളുണ്ടായി. അവൾ വീണ്ടും അത് വിളിച്ചുപറഞ്ഞു. കൂടുതൽ കനത്ത മാറ്റൊലികൾക്കുവേണ്ടി പിന്നെയും പിന്നെയും അവൾ വിളിച്ചു പറയാൻ തുടങ്ങിയപ്പോൾ ആൺകുട്ടി ഭയന്നു. അവൻ അവളെ പിടിച്ചുലച്ചു.

“നിർത്തൂ. നിർത്തൂ. നമ്മളെവിടെയാണ്, ആ എഴുത്താളരെ കണ്ടുമുട്ടുക?”

“എനിക്കറിയില്ല” - അവൾ കിതച്ചു. “പാടിപ്പാടി നടക്കുന്നതിനിടയിൽ കണ്ടുമുട്ടും എവിടെയെങ്കിലും.”

അവൻ തുടി കൈയിലെടുത്തു. രാത്രിയുടെ മർമം പിളർന്നുകൊണ്ട് ഒരൊറ്റ ചീവീട് അതിന്റെ നിലയ്ക്കാത്ത കരച്ചിലും തുടങ്ങിവെച്ചു.

കാട്ടിലെ ഏറ്റവും ദുർഗമമായ ഭാഗത്ത് മുന്നോട്ടൊരടിപോലും നീങ്ങാനാവാതെ മഹർഷിയും കുട്ടികളും നിന്നു. രാത്രി ഏറെച്ചെന്നിരുന്നു. ഗംഗയുടെ തീരത്ത് വഴുക്കുന്ന നിരവധി പാറകളുള്ള അപകടകരമായ ആ ദേശം പ്രഭാതത്തിൽ മാത്രമേ കടന്നുപോകാനാവൂ എന്ന് മഹർഷി തീരുമാനിച്ചു. അവിടെ ചെറിയ ചില കുറ്റിക്കാടുകൾ ഉള്ളതൊഴിച്ചാൽ വൃക്ഷങ്ങളേതും ഉണ്ടായിരുന്നില്ല. വെളുത്ത പക്ഷമായതിനാൽ നിലാവ് ഗംഗയിൽ വെള്ളിപോലെ തിളങ്ങുന്നുണ്ടായിരുന്നു. മണ്ണട്ടകളും വവ്വാലുകളും രാക്കിളികളും മറ്റു നൂറായിരം ചെറുജീവികളും നിലയ്ക്കാതെ ചിലച്ചുകൊണ്ടിരുന്നു.

കുശനും ലവനും ചുള്ളിക്കമ്പുകൾ പെറുക്കിക്കൂട്ടി തീ കത്തിച്ചു. ആളുയരത്തിൽ തീ കത്തിക്കാൻ മഹർഷി നിർദ്ദേശിച്ചു.

നദീതീരത്തെ പുൽപ്രദേശങ്ങളിൽ പുലികൾ പതുങ്ങിക്കിടപ്പുണ്ടാവും. കുട്ടികളോടൊപ്പം മഹർഷിയും ഉണക്കയിലകളും കമ്പുകളും ശേഖരിച്ചു. ആളുന്ന തീയിലേക്ക് നോക്കിയിരിക്കുമ്പോൾ കുശൻ ചോദിച്ചു.

“താത!”

നേരത്തെ നമുക്ക് കേട്ടുവെന്ന് തോന്നിയ ഗാനം ഏതാണ്? പാടിയത് മനുഷ്യരോ കിന്നരരോ ഭൂതഗണങ്ങളോ?

വാല്മീകി പറഞ്ഞു.

“അത് മനുഷ്യശബ്ദം തന്നെ.”

കുശൻ ചോദിച്ചു.

“ആദികവിയെന്ന് എല്ലാവരും അങ്ങയെ വിളിക്കുന്നു. അപ്പോൾ പിന്നെ ഈ ഗാനം?”

വാല്മീകി പറഞ്ഞു– “ശോകത്തിൽ നിന്നുണ്ടായതുതന്നെ! ഭൂമി നിറയെ ദുഃഖിതരായ മനുഷ്യരെക്കൊണ്ട് നിറഞ്ഞിരിക്കുന്നു. ഓരോ ജീവിതവും ഓരോ കാവ്യമാണ്. എനിക്ക് ഏറെ ദൂരത്തേക്ക് കാണേണ്ടി വരുന്നു. ഈ കാടും നദിയും മഞ്ഞും കുളിരും വനജീവിതവും മാഞ്ഞുപോകും! പുഴകൾ ഉണങ്ങുമ്പോലെ കാരുണ്യം വറ്റിപ്പോകും. എഴുത്താകട്ടെ കാലത്തെപ്പറ്റി പരിമിതമായി മാത്രം പറയുന്നു. ഞാനറിയുന്നതും എനിക്ക് പറയാനുള്ളതും എനിക്ക് പറയാനാവില്ല. വരുംകാലം കൂടുതൽ ക്രൂരമാണ്. ശോകത്തിൽനിന്നു കാവ്യം ഉണ്ടാവുകയേ ഇല്ല.”

കുറെ നേരത്തേക്ക് മഹർഷിയും ശിഷ്യന്മാരും ഗംഗയുടെ ഗംഭീരധ്വനി മാത്രം ശ്രദ്ധിച്ച് വെറുതെ ഇരുന്നു. ഇടയ്ക്കിടെ തീയിൽ ഞെരിഞ്ഞു പൊട്ടുന്ന ഉണക്കയിലകളുടെയും ചുള്ളിക്കമ്പുകളുടെയും ശബ്ദം അവർ

വേറിട്ടു കേട്ടു. കുളിരിനുള്ളിൽ നിറയുന്ന പുകയും ചൂടും സുഖകരമായിരുന്നിട്ടും അവരാകെ അസ്വസ്ഥരായിരുന്നു. കുറച്ചുനേരം കഴിഞ്ഞപ്പോൾ ഗംഗയുടെ ഗംഭീരനാദത്തെ മുറിച്ചുകൊണ്ട് വളരെ ദുർബ്ബലമായ ഒരു തുടികൊട്ട് കാട്ടിനുള്ളിൽനിന്ന് കേൾക്കുന്നുണ്ടെന്ന് അവർക്കു തോന്നി. കാതോർക്കുംതോറും അത് അടുത്തേക്കടുത്തേക്ക് വരികയും ചെയ്തു.

"അതവരാണ്. ആ പുതിയ പാട്ടുകാർ."

ലവൻ ചാടിയെണീറ്റു.

'അവർ നമ്മെ കണ്ടുകൊള്ളട്ടെ.'

കുശൻ ആളേക്കാളുമുയരത്തിൽ തീ കത്തിച്ചു. വെളിച്ചത്തിന്റെ അതിരിൽ തന്നേക്കാൾ വലിയ ഒരു കുട്ടിയെ തോളിൽ ചുമന്നുകൊണ്ട് തളർന്നവശയായ ഒരു പെൺകുട്ടി നില്ക്കുന്നത് അവർ കണ്ടു. പേടിച്ച മൃഗത്തിന്റെ നോട്ടമായിരുന്നു അവളുടെ കണ്ണുകളിൽ. എങ്കിലും ഒരു ചെറുത്തുനില്പിന് അവൾ തയ്യാറെടുക്കുന്നതുപോലെ തോന്നി. മഹർഷി സൗമ്യമായ ചിരിയോടെ അവളെ അടുത്തേക്ക് വിളിച്ചു. ഇഴഞ്ഞാണ് അവൾ രണ്ടുമൂന്നടി മുന്നോട്ടു നീങ്ങിയത്. തോളിൽ നിന്നു ഭാരമിറക്കിയതും അവൾ കുഴഞ്ഞുവീണുപോയി. മഹർഷി എണീറ്റു ചെന്ന് അവളെ താങ്ങിയെടുത്തു. കാലുവെന്ത കുട്ടിയെ കുശൻ തോളിലെടുത്തു. ഇലക്കുമ്പിൾ നിറയെ വെള്ളം കൊണ്ടുവന്ന് ലവൻ അവരുടെ ദാഹം തീർത്തു.

മഹർഷി ചോദിച്ചു- "നിങ്ങളാരാണ്? ഇത്രയും ലളിതമായി ഈ ഗാനം ആരു രചിച്ചു? ഇതിന്റെ എഴുത്തോലകൾ എവിടെ?"

കുട്ടികൾ പറഞ്ഞു- "ഇത് ഗാനമല്ല. ആരും രചിച്ചതല്ല. എഴുത്തോലകളും ഇല്ല. ഇത് കണ്ണോക്കാണ്. ഇണക്കിളികളിലൊന്നിനെ വേടൻ തലയരിഞ്ഞു തള്ളിയപ്പോൾ കാടുമുഴുവൻ അലമുറയിട്ടു നടന്ന പെൺകിളിയുടെ കരച്ചിലാണ്."

വാല്മീകി നെടുവീർപ്പിട്ടു. "നിങ്ങൾ ഉത്തമനായ ശംബൂകന്റെ മക്കളാണ് അല്ലേ?"

പെൺകുട്ടി പെട്ടെന്ന് എഴുന്നേറ്റുനിന്നു. അവൾ മഹർഷിയെ ഉറ്റുനോക്കി. നിലാവിൽ കവിയുടെ നനഞ്ഞ കണ്ണുകളിൽ ശംബൂകന്റെ നോട്ടം തിളങ്ങുന്നത് അവൾ കണ്ടു.

"അങ്ങ് എഴുത്താളരാണല്ലേ, ഇവർ സീതയുടെ മക്കളല്ലേ?"

വാല്മീകി അവളുടെ ശിരസ്സിൽ തലോടി.

അവൾ ചോദിച്ചു- "എഴുത്താളരേ, എഴുത്തിൽ ഞങ്ങൾക്കിടം തരാഞ്ഞതെന്തേ?"

ആ യാത്രയിൽ ആദ്യമായി വാല്മീകി ധ്യാനനിരതനായി. അദ്ദേഹം പഞ്ചേന്ദ്രിയങ്ങളെ ഉള്ളിലേയ്ക്കടക്കി. പതുക്കെ ഒരു ചിതൽപ്പുറ്റു വന്ന് അദ്ദേഹത്തെ മൂടി.

ലവനും കുശനും ഭക്ഷണം നാലായി പകുത്തു.

ലവൻ പറഞ്ഞു– "ശംബൂകന്റെ കഥ ഞങ്ങൾക്കറിയാം, നൈമിശാരണ്യത്തിൽ ഞങ്ങൾ അതും പാടുന്നുണ്ട്."

കുശൻ അഗാധമായ ചിന്തയിലായിരുന്നു. ധ്യാനത്തിലമർന്ന കവിയെ ഏറെ നേരം നോക്കിയിരുന്നിട്ട് നെടുവീർപ്പോടെ അവൻ പറഞ്ഞു.

"കവി പാടിയ കഥയേ നമുക്കറിയൂ."

ആർത്തിയോടെ ഭക്ഷണം വാരിവലിച്ചു കഴിക്കുന്നതിനിടയിൽ പെൺകുട്ടി പറഞ്ഞു.

"ഞങ്ങളും നൈമിശാരണ്യത്തിലേക്കാണ്. യാഗശാലയിൽ ഞങ്ങളും ശംബൂകന്റെ കഥ പാടുന്നുണ്ട്."

കുശൻ, ആ പെൺകിടാവിന്റെ തോളത്ത് കൈവച്ചു.

"നിങ്ങളുടെ കഥ പാടൂ. അത് വളരെ വ്യത്യസ്തമായിരിക്കും. ഞങ്ങൾ കേൾക്കട്ടെ."

കുട്ടികൾ തീക്കുണ്ഡത്തിലേക്ക് ചുള്ളിക്കമ്പുകളും ഉണക്കയിലകളും വാരിയിട്ടു. അവർ നാലാളും തീക്കരികിലേക്ക് കൂടിച്ചേർന്നിരുന്നു. പെൺകുട്ടി അവളുടെ തുളച്ചുകയറുന്ന ഒച്ചയിൽ ശംബൂകന്റെ കഥ പാടാൻ തുടങ്ങി.

നേരം കടന്നുപോകുന്നതോ തീയണഞ്ഞുപോകുന്നതോ അവരറിഞ്ഞില്ല. നീതിയുടെ തുലാസ് വിരുദ്ധദിശകളിൽ അവർക്കിടയിൽ ആടിക്കളിച്ചു. ചന്ദ്രൻ ഒരു ചുവന്ന കിണ്ണംപോലെ കത്തിത്തെളിഞ്ഞു. രാത്രിയുടെ അവസാനത്തെ യാമത്തിൽ കഥയവസാനിപ്പിച്ചുകൊണ്ട് വിഷാദത്തോടെ പെൺകുട്ടി ചോദിച്ചു.

"മരണത്തിന്റെ കടം കൊലകൊണ്ട് വീട്ടുന്നതാണോ യുഗധർമ്മം?"

വാല്മീകി ഉണർന്നില്ല. ചിതൽപ്പുറ്റ് അദ്ദേഹത്തെ നെറുകയോളം മൂടിയിരുന്നു. തന്റെ കൊച്ചുതുടി നിലത്തുവെച്ചു കാലുവെന്ത ആൺകുട്ടി ചോദിച്ചു.

"ശിശുവിനുപകരം ശിശു എന്നു കരുതി അവർക്ക് എന്നെക്കൊന്ന് ആ ബ്രാഹ്മണശിശുവിനെ ജീവിപ്പിക്കാമായിരുന്നില്ലേ?"

കുശൻ വളരെയേറെ അസ്വസ്ഥനായി. ഉത്തരങ്ങളില്ലാതെ ചോദിക്കപ്പെടുന്നവ മുഴുവനും ഈ ചിതൽപ്പുറ്റിനകത്തേക്ക് ഒതുങ്ങിപ്പോവുന്നതെന്ത്?

"എഴുത്താളരേ, പെൺകുട്ടി ഉറക്കെ വിളിച്ചു. ഞങ്ങളെക്കൊല്ലാതെ വൃദ്ധനായ അച്ഛനെക്കൊന്നതെന്തിനാണ്?"

തീക്കുണ്ഡത്തിൽ ഉണക്കയിലകളുടെ ഞരമ്പുകൾ ഞെരിഞ്ഞമർന്നു. ചുള്ളിക്കമ്പുകൾ നട്ടെല്ലുകൾപോലെ പൊട്ടിത്തെറിച്ചു. അപ്പോൾ

അഞ്ചാമതൊരാളുടെ തേങ്ങിക്കരച്ചിൽ തൊട്ടുപുറകിലായി കേട്ടുകൊണ്ട് അവരൊന്നിച്ചു തിരിഞ്ഞുനോക്കി. അത് ഉണ്ണിയായിരുന്നു. അവൻ കഥ കേൾക്കുകയായിരുന്നു.

"അത് ഞാനാണ്. ആ ബ്രാഹ്മണശിശു ഞാനാണ്." ഉണ്ണി വാവിട്ടു കരഞ്ഞു.

കുട്ടികൾ ഒരക്ഷരം മിണ്ടാനാവാതെ സ്തബ്ധരായി ഇരുന്നുപോയി. ഉണ്ണി വളരെ അവശനായിരുന്നു. അവനാകട്ടെ അവരേക്കാളെല്ലാം ചെറുതായിരുന്നു. കുശൻ ചെന്ന് കൈപിടിക്കും മുൻപേ അവൻ കുശന്റെ കൈകളിലേക്ക് വീണു.

"എന്റെ പൈക്കുട്ടി നഷ്ടപ്പെട്ടു. ഞാനതിനെ തേടി വന്നതാണ്. ശംബൂകനെ കൊന്നത് എനിക്ക് വേണ്ടീട്ടല്ലേ? എന്റെ ജീവനെടുത്തോളുക..."

ഉണ്ണി മുഖം പൊത്തിക്കരഞ്ഞു. കരച്ചിലിനിടയിൽ അവൻ അവന്റെ പൈക്കിടാവിന്റെ പേര് വിളിച്ചുകൊണ്ടേയിരുന്നു.

പെൺകുട്ടി വെറുപ്പോടെ ചോദിച്ചു.

"ഓഹോ! അപ്പോൾ നീയാണല്ലേ എത്രയും വിലപ്പെട്ട ആ ശിശു? ശംബൂകന്റെ തല വീശുവോളം അഴുകാതെ നീ എണ്ണപ്പാത്തിയിൽ കാത്തുകിടന്നു!"

ഉണ്ണി പൊട്ടിക്കരഞ്ഞു.

"എനിക്ക് വീട്ടിലേക്കുള്ള വഴിയറിഞ്ഞുകൂടാ."

ലവനും കുശനും എത്ര ആശ്വസിപ്പിച്ചിട്ടും അവൻ കരച്ചിൽ നിർത്തിയില്ല. പെൺകുട്ടി എണീറ്റുചെന്ന് അവന്റെ കൈക്കു പിടിച്ചുവലിച്ചു. അവൾ തൊട്ടപ്പോൾ തീയിൽ തൊട്ടതുപോലെ ഉണ്ണി പിടഞ്ഞു. അവളാകട്ടെ ക്രൂരമായി പിടിമുറുക്കി.

"നിനക്ക് വിശക്കുന്നുണ്ടാവും. അതാവും നീയിങ്ങനെ മോങ്ങുന്നത്."

കാട്ടുപുല്ലിന്റെ ഒരപ്പം പൊതിക്കെട്ടിൽനിന്നെടുത്ത് അവൾ അവന്റെ കൈയിൽ പിടിപ്പിച്ചു.

"തിന്ന്!"

ചുണ്ടും പല്ലും കൂട്ടിപ്പിടിച്ച് ഉണ്ണി അത് നിഷേധിച്ചു.

"നീയിതു തിന്നണം." പുലി ചീറുംപോലെ അവൾ ചീറി. ഉണ്ണി പേടിച്ചു വിറച്ച് അപ്പം തിന്നാൻ തുടങ്ങി. അവന്റെ ഉണങ്ങിയ വായിൽ അതൊട്ടിപ്പിടിച്ചപ്പോൾ അവൾ അവന് വെള്ളം കൊടുത്തു. നെഞ്ചും തടവിക്കൊടുത്തു. കണ്ണീരൊലിപ്പിച്ചുകൊണ്ട് ഉണ്ണി അപ്പം തിന്നുതീർക്കുന്നത് നോക്കി കുട്ടികൾ നിശ്ശബ്ദരായി ഇരുന്നു. കുറേ നേരത്തേക്ക് തീയിൽ കത്തിയമരുന്ന കരിയിലകളുടെ ഒച്ച മാത്രമേ കേട്ടുള്ളൂ. തീക്കരികിൽ ചൂടുപിടിച്ച മൃദുവായ ഒരു കല്ല് ചൂണ്ടിക്കാട്ടി അവൾ ഉണ്ണിയോടു പറഞ്ഞു.

"കിടന്നുറങ്ങിക്കോ."

ഉണ്ണി അനങ്ങിയില്ല.

"പറഞ്ഞതു കേട്ടില്ലേ?" അവൾ ബലമായി അവനെ പിടിച്ചുകിടത്താൻ ശ്രമിച്ചു. തണുത്ത ഒച്ചയിൽ ഉണ്ണി പറഞ്ഞു.

"എനിക്കുറക്കം വരില്ല. ഒരിക്കൽ മരിച്ചവനാണ് ഞാൻ. ഒരിക്കൽ മരിച്ചിട്ട് വീണ്ടും ജീവിതത്തിലേക്ക് വരുന്നതിന്റെ വേദന ഭയങ്കരമാണ്. ഗർഭപാത്രത്തിൽ നിന്നല്ലാതെ വീണ്ടും ജീവിതത്തിലേക്കു വരിക! അതിന്റെ ഏകാന്തത കഠിനമാണ്. പിന്നീടൊരിക്കലും ഞാനുറങ്ങിയിട്ടില്ല."

തീക്കപ്പുറത്ത് ഉണ്ണിയുടെ വികാരരഹിതമായ മുഖത്തേക്ക് നോക്കി കുട്ടികൾ പകച്ചിരുന്നു.

"ഉണ്ണീ!"

അത് ധ്യാനം വിട്ടൊഴിഞ്ഞ മഹർഷിയായിരുന്നു. അദ്ദേഹം അവർക്കരികിൽ വന്നിരുന്നു. കുട്ടികളെ തന്നോടു ചേർത്തുപിടിച്ചു.

"എണ്ണപ്പാത്തിയിലെ ഉറക്കത്തിൽനിന്ന് ഒരിക്കലും ഉറങ്ങാനാവാതെ വേദന നിറഞ്ഞ ഉണർവിലേക്ക് എഴുത്താളരേ, എന്തിനാണെന്നെ തിരികെ കൊണ്ടുവന്നത്?"

ഉണ്ണി ചോദിച്ചു. അവന്റെ കണ്ണുകൾ നിറഞ്ഞൊഴുകി. വാല്മീകി നെടുവീർപ്പിട്ടു. "എഴുത്തധികാരം ഒരിക്കലും പരമാധികാരമാവുന്നില്ല. ഉണ്ണീ."

"എനിക്കെന്റെ പൈക്കുട്ടിയെ വേണം." ഉണ്ണി പറഞ്ഞു.

"നിനക്കതിനെ തിരിച്ചുതരും. പ്രഭാതത്തിൽ നിന്നെ വനാതിർത്തി കടത്തി വിടാം." മഹർഷി ആശ്വസിപ്പിച്ചു.

ഉണ്ണിക്ക് അവന്റെ പൈക്കിടാവിനെ തിരിച്ചുകിട്ടിയോ? കിട്ടിയിരിക്കാം. അടുത്ത മരണംവരെ ഉറങ്ങാനാവാതെ കൊടുംവേദന തിന്ന് അവൻ ജീവിച്ചിരിക്കാം. നൈമിശാരണ്യത്തിൽ സീതയുടെ മക്കൾ രാമായണം പാടി കേൾവിക്കാരുടെ കണ്ണും കാതും കവർന്നുവെന്ന് ഇതിഹാസകാരൻ പറയുന്നുണ്ട്. പക്ഷേ, നമുക്കൊരറിവും കിട്ടാതെ പോകുന്നത് ശംബൂകന്റെ മക്കളുടെ കാര്യമാണ്. അവർ നൈമിശാരണ്യത്തിലെത്തിയോ? കവി പാടിയതിനപ്പുറത്ത് ശംബൂകന്റെ കഥ പാടിയോ? ചരിത്രത്തിലോ ഇതിഹാസത്തിലോ കേട്ടുകേൾവികളിൽപ്പോലുമോ പിന്നീട് നാമവരെപ്പറ്റി ഒന്നും കേൾക്കുന്നില്ല. ■

ഒരു പ്രായോപവേശത്തിന്റെ കഥ

വളരുന്ന വെണ്മതിപോലെ അഴകുള്ളവനാണവൻ. ആരും കണ്ട് കൊതിച്ചു നിന്നുപോകും. അവനെക്കണ്ട് മതി വന്നിരുന്നില്ല, വാലിക്ക്. തകർന്ന കൊടുമുടിപോലെ, അതിലെ തകർന്ന നദികൾപോലെ, ഉരുളുപൊട്ടി, ആർത്തലച്ച് വാലി നിലംപതിച്ചു. കയ്യൂക്കും നെഞ്ചൂക്കുമുള്ള വാലിയുടെ മകൻ കണ്ടുനിൽക്കുന്നവരുടെ നെഞ്ചുതകരും വിധം കരഞ്ഞുകൊണ്ട് അച്ഛന്റെ കാൽക്കൽ വീണു. അവൻ, ലാളിച്ചു മാത്രം വളർത്തപ്പെട്ടവനായിരുന്നു. ആശിച്ചതെന്തെങ്കിലുമൊന്ന് അവന് കിട്ടാതിരുന്നിട്ടില്ല. യാതൊരു സങ്കടവും ഇന്നോളം അവന് അറിയേണ്ടി വന്നിട്ടില്ല. എവിടെയും എപ്പോഴും ജയം മാത്രം കണ്ടു വളർന്നു. ബലവാനായ വാലി സ്വന്തം തുടയിലിരുത്തി ഊട്ടി വളർത്തിയെടുത്തു.

ഇന്ന് ഈ കടൽക്കരയിൽ, ഇത്രയും നിരാശപ്പെട്ട്, ഇത്രയും പേടിച്ചരണ്ട്, അവനെ കാണുമ്പോൾ ബന്ധുമിത്രാദികൾക്ക് സഹിക്കുന്നില്ല. അവർക്കാർക്കും അവനെ ആശ്വസിപ്പിക്കാൻ കഴിയുന്നില്ല.

"ഞാനിനി കിഷ്ക്കിന്ധത്തിലേക്ക് തിരിച്ചു വരുന്നില്ല." അംഗദൻ പറഞ്ഞു.

നിരാശകൊണ്ട് മണ്ണിലിഴയുന്ന വാക്കുകളായിരുന്നു, അത്. അവരും അവനെപ്പോലെ നിരാശരായിരുന്നു. എത്രയോ ദിനരാത്രങ്ങളായി കൊടുങ്കാടുകളും ഊഷരഭൂമികളും വിഷപ്പാമ്പുമേയുന്ന നദികളും കുത്തനെയുള്ള കൊടുമുടികളും കയറിയിറങ്ങി അലയുകയാണവർ! ഇന്നോളം കണ്ടിട്ടോ കേട്ടിട്ടോ ഇല്ലാത്ത, കൺമുന്നിൽ വന്നുനിന്നാലും തിരിച്ചറിയുകയില്ലാത്ത, ഒരു സ്ത്രീയെത്തേടി! പേടികൊണ്ട് പൊട്ടിത്തരിച്ചുപോകും വിധം പാഴടഞ്ഞ സ്ഥലങ്ങളിൽ കുടിക്കാൻ ഒരു തുള്ളി വെള്ളം കിട്ടാതെ അവർ കഷ്ടപ്പെട്ടു. കായ്ക്കാത്ത മരങ്ങൾ, പൂക്കാത്ത ചെടികൾ, വെള്ളമില്ലാത്ത നദികൾ, പുല്ലോ വള്ളിയോ കിഴങ്ങോ തരാത്ത പാഴ്നിലം. ജീവിക്കുന്നവരെങ്കിലും മരിച്ചവരെപ്പോലെയാണ് അവർ ആ പ്രദേശങ്ങളെ മറികടന്നത്. എത്ര പേരെ ആ വിഷമണ്ണിൽ അടക്കം ചെയ്യേണ്ടി വന്നുവെന്നറിഞ്ഞുകൂടാ. എത്ര പേർ വിശപ്പുകൊണ്ട് തളർന്നു വീണു!

എല്ലാവരുടെയും കാലുകൾ നീരുവന്ന് വീർത്തുപൊട്ടി. വേദനയും കടച്ചിലും കൊണ്ട് പലരും നിലത്ത് ഇഴഞ്ഞുകൊണ്ടിരുന്നു. വീട്ടിലുള്ള അമ്മയെയും അച്ഛനെയും കുഞ്ഞുങ്ങളെയും വിളിച്ച് കരഞ്ഞുകൊണ്ടിരുന്നു.

"എന്തിനാണ് നമ്മൾ ഈ സങ്കടമനുഭവിക്കുന്നത്?"

അവർ പരസ്പരം ചോദിച്ചു. കൊടുംകാട്ടിൽ ഒരു പെണ്ണിനെ തിരഞ്ഞു കണ്ടുപിടിക്കുന്നതിലെ വീരസാഹസികതയെല്ലാം ഏതാനും ദിവസം കൊണ്ടുതന്നെ പലർക്കും തീർന്നുപോയിരുന്നു. പിന്നെ ഓരോ നിമിഷവും അവരെ മുന്നോട്ടോടിച്ചത് പേടിയായിരുന്നു. സുഗ്രീവന്റെ കല്പന. രാമന്റെ അമ്പുകൾ.

കല്ലോ മരമോ കൊണ്ട് നേർക്കുനേരെ നിന്ന് പൊരുതുന്നതുപോലെയല്ല, അമ്പുകൾ. ദേഹം തുളച്ച് മറുവശത്തേക്കു പായുന്ന അവ എത്ര ലളിതമായി മനുഷ്യരെ കൊല്ലുന്നു! വിശ്വസിക്കാൻ പറ്റില്ല. ഒരൊറ്റ തുളയിൽനിന്ന് ജീവരക്തം മുഴുവൻ വാർന്നുപോകും. ഒടിവോ ചതവോ മുറിവോ കാണില്ല. എല്ലുകൾ തകരില്ല. വളരെ വൃത്തിയായി കഴുത്തിൽ, നെഞ്ചിൽ, വയറ്റിൽ അതല്ലെങ്കിൽ കുതികാലിൽ തുളഞ്ഞുകേറുന്ന മരണം. ഓർക്കുമ്പോൾ നട്ടെല്ലിലൂടെ ഭയം ഇരച്ചുകേറുന്നു. പർവ്വതങ്ങളെ പിളർക്കുന്നവയും നദികളെ വറ്റിച്ചു കളയുന്നവയുമായ അമ്പുകൾ ഉണ്ട് രാമന്റെ കൈയിൽ. ഏതു ഗുഹയിൽ പോയൊളിച്ചാലും ഒരിലക്കുമ്പിളിനെയെന്നോണം അതിനെ കീറിക്കളയും അവ. അതുകൊണ്ട് ഒരു നിമിഷംപോലും ഉപേക്ഷയില്ലാതെ അവർ സീതയെ തിരഞ്ഞുകൊണ്ടിരുന്നു.

"സുഗ്രീവൻ സ്വതേ തന്നെ കുറ്റങ്ങളെ ക്ഷമിക്കാത്തവനാണ്. നമ്മുടെ സത്യം നമുക്കേ അറിയൂ. സീതയെ കണ്ടുപിടിക്കാതെ അപരാധികളായി നമ്മൾ അയാളുടെ മുന്നിൽ ചെന്നുനിന്നാൽ കിട്ടുന്ന ശിക്ഷ കഠിനമായിരിക്കും. നമ്മളെന്തു ചെയ്യും?"

മരണംപോലെ ഭയങ്കരമായ രാത്രികളിൽ പരസ്പരം ചേർന്നുകിടന്ന് അവർ പേടി പങ്കിട്ടു.

"എല്ലാവരേയുമില്ലെങ്കിലും എന്നെ, അയാൾ കൊല്ലുമെന്ന കാര്യം തീർച്ചയാണ്."

അംഗദൻ പറഞ്ഞു. അവന്റെ കൂട്ടുകാരിൽ പലർക്കും അത് ശരിയാണെന്നറിയാം. എങ്കിലും അംഗദനെ ആശ്വസിപ്പിക്കാൻ വേണ്ടി അവർ പറഞ്ഞു.

"അത് സംഭവിക്കില്ല. നീ കിഷ്കിന്ധത്തിലെ യുവരാജാവാണ്. ഞങ്ങളെപ്പോലെയല്ല."

"യുവരാജാവ്! നഷ്ടപരിഹാരം!"

അംഗദൻ പരിഹസിച്ചു. വാലിയെ ചതിച്ചുകൊന്നതിന്റെ പരിഹാരമാണ് അവർ ചെയ്തത്. കിഷ്കിന്ധത്തിലെ കീഴ്‌വഴക്കമനുസരിച്ച് രാജ്യം

അംഗദന് വരേണ്ടതാണ്. സുഗ്രീവനെ രാജാവാക്കിയത് രാമനാണ്. പേടി കാരണം കിഷ്കിന്ധത്തിലൊരാൾപോലും ആ സത്യം വിളിച്ചു പറഞ്ഞില്ല. വാലിയുടെ നെഞ്ചുതകർത്ത അമ്പുകളാണ് അവരുടെ വായടപ്പിച്ചത്. വാലി വീണതും പ്രാണഭയത്തോടെ അവർ ചിതറിയോടി രക്ഷപ്പെട്ടു.

അംഗദൻ പറഞ്ഞു. "സുഗ്രീവൻ പണ്ടേ തന്നെ എന്നോട് പകയുള്ളവനാണ്. അയാൾക്ക് അധികാരത്തിൽ തുടരാൻ ഞാനൊരു തടസ്സമാണ്. അയാളുടെ ഉള്ളിൽ ഞാനിപ്പോഴും വാലിയുടെ മകൻ തന്നെയാണ്."

"പക്ഷേ നിന്റെ അമ്മയെ മുഷിപ്പിക്കാൻ അയാൾ ഇഷ്ടപ്പെടില്ല." മൈന്ദൻ സൂചിപ്പിച്ചു. പെട്ടെന്ന് അവരെല്ലാം നിശ്ശബ്ദരായി. കുറേനേരത്തേക്ക് ആരും ഒന്നും പറഞ്ഞില്ല.

താര ആരുടെ ഭാഗം പിടിക്കും? വാലിയുടെ മകൻ അവളുടെ ശത്രുവാകണോ മിത്രമാകണോ എന്ന് തീരുമാനിക്കാനുള്ള അധികാരം ഇപ്പോൾ സുഗ്രീവന്റെ കൈയിലാണ്. പ്രണയംകൊണ്ട് അധികാരത്തെ പിടിച്ചു കെട്ടാൻ കഴിയില്ല. വാലി അധികാരത്തിലുള്ളപ്പോൾ വാലിയുടെ പെണ്ണ്. സുഗ്രീവൻ അധികാരത്തിൽ വരുമ്പോൾ സുഗ്രീവന്റെ പെണ്ണ്. വാലിയിൽനിന്ന് സുഗ്രീവനിലേക്കും സുഗ്രീവനിൽനിന്ന് വാലിയിലേക്കും. വീണ്ടും വാലിയിൽനിന്ന് സുഗ്രീവനിലേക്കും വലിച്ചിഴയ്ക്കപ്പെട്ടവളാണ്, താര. അവൾക്കാരോടാണ് കൂറ്!

"രണ്ടുപേർക്കിടയിൽ പങ്കുവെയ്ക്കപ്പെട്ടവളാണ് ഞാൻ. അത്, എന്റെ തീരുമാനമായിരുന്നില്ല."

താര പറഞ്ഞു. വാലി സംശയിച്ചു. നടുക്കൊണ്ട പാതിരായ്ക്ക് യുദ്ധക്കലിപൂണ്ടുവന്ന് സുഗ്രീവൻ വാലിയെ വെല്ലുവിളിച്ചപ്പോൾ താര, വാലിയെ തടഞ്ഞു. പോകണ്ട. വാലിയുടെ പുരികം ചുളിഞ്ഞു. മുഖം ഇരുണ്ടു. വാലി ഇറങ്ങിച്ചെന്നാൽ സുഗ്രീവന്റെ മരണം ഉറപ്പാണ്. അത് താരയ്ക്കറിയാം. അവൾ തന്നെ തടയുന്നത് ആരെ രക്ഷിക്കാനാണ്? താരയുടെ കൈയും വാക്കും തട്ടിയെറിഞ്ഞാണ് വാലി ഇറങ്ങിപ്പോയത്. കൊലച്ചതിയിലേക്ക്.

മുമ്പ് മഹാബിലത്തിനകത്ത് വാലി കൊല്ലപ്പെട്ടുവെന്ന വാർത്തയുമായി സുഗ്രീവൻ തിരിച്ചെത്തിയപ്പോൾ അവനെ ഏറ്റവുമധികം സംശയിച്ചത് താരയായിരുന്നു.

"വാലി മരിക്കില്ല." അവൾ, വാലിയുടെ സ്ത്രീകളോട് പറഞ്ഞു. സുഗ്രീവനാകട്ടെ പറന്നുപോകുന്ന കാക്കയ്ക്ക് പോലും വിശദീകരണം കൊടുത്തുകൊണ്ടിരുന്നു.

"മഹാബിലത്തിനുള്ളിൽനിന്ന് നുരയും രക്തവും ഒരേസമയം പുഴ പോലെ ഒഴുകി വന്നു. എന്റെ ധീരനായ ജ്യേഷ്ഠൻ കൊല്ലപ്പെട്ടു

എന്നെനിക്ക് തോന്നി. രാക്ഷസനും ചത്തു കാണും എന്നോർത്ത് ഒരു വലിയ കല്ലെടുത്ത് ഗുഹാദ്വാരമടച്ച് ഞാൻ സങ്കടത്തോടെ തിരിയെ പ്പോന്നു."

വാലിയുടെ സ്ത്രീകൾക്കിടയിൽ അമർഷം പുകഞ്ഞുനീറി. സുഗ്രീവന്റെ വിശദീകരണം അവരെ സമാധാനിപ്പിച്ചില്ല.

"മായാവിയും വാലിയും കൊല്ലപ്പെട്ടു എന്ന് തോന്നിയെങ്കിൽ പിന്നെ ഗുഹയ്ക്കകത്ത് കയറിനോക്കി ഉറപ്പുവരുത്താമായിരുന്നില്ലേ?"

അവർ ഒച്ചയടക്കി പരസ്പരം ചോദിച്ചു "വാലി അർദ്ധപ്രാണനായി ഗുഹയ്ക്കകത്ത് കിടക്കുകയാണെങ്കിലോ?"

"വെറും തോന്നലിന്റെ പേരിൽ പുറത്തുനിന്ന് ഗുഹാദ്വാരമടച്ചതിലെ നീതിയെന്താണ്?"

അകത്തളങ്ങളിലെ ഈ പൊട്ടിത്തെറികളൊന്നും പുറത്തേക്കെത്തിയില്ല. അവരും സുഗ്രീവനെ പേടിച്ചു. വാലിക്കെതിരായിരുന്ന കുറേപ്പേർ അയാളുടെ കൂടെ കൂടിയിരിക്കുന്നു. അധികാരം സുഗ്രീവന് കിട്ടിയാൽ കാര്യം നേടാൻ കാത്തിരിക്കുന്നവരാണവർ. കിഷ്ക്കിന്ധം ഭരിക്കാനും താരയെ സ്വന്തമാക്കാനും പണ്ടേയുള്ള പൂതിയാണ് സുഗ്രീവന്. കുളം കലക്കി പരുന്തിനു കൊടുക്കുന്ന കുറേപ്പേർ ചുറ്റിലുമുണ്ട്. അതുകൊണ്ട് സുഗ്രീവൻ പറഞ്ഞത് വിഴുങ്ങുകയാണ് കിഷ്ക്കിന്ധം ചെയ്തത്. സുഗ്രീവന്റെ കണ്ണിൽപ്പെടാതെ വാലിയുടെ പെണ്ണുങ്ങൾ അംഗദനെ ഒളിപ്പിച്ചു.

"വന്മല തട്ടിനീക്കിയവന് ഈ ഇളംപുല്ല് അത്ര കാര്യമാവില്ല." അവർ പറഞ്ഞു.

അമ്മയെ സുഗ്രീവന്റെ പെണ്ണുങ്ങൾ വന്ന് അണിയിച്ചൊരുക്കികൊണ്ടു പോകുമ്പോൾ അംഗദൻ മറഞ്ഞിരുന്ന് അത് കണ്ടു. അമ്മ ഇനി മുതൽ സുഗ്രീവന്റെ പെണ്ണാണ്. ഇളയച്ഛന്റെ പെണ്ണ്. അവൾ ഇനി അംഗദന് അമ്മയോ ഇളയമ്മയോ? ഉള്ളിൽ അംഗദനോട് സ്നേഹമുണ്ടെങ്കിലും പുറത്തേക്ക് സുഗ്രീവനോട് കൂറുകാണിക്കേണ്ടിവരും അവൾക്ക്. സുഗ്രീവന്റെ വാക്ക് കേൾക്കേണ്ടിയും വരും. അമ്മയുടെ കണ്ണിൽപ്പെടാൻ അംഗദൻ ഇഷ്ടപ്പെട്ടില്ല. അച്ഛന്റെ പേരു പതിഞ്ഞ ഏഴു സാലവൃക്ഷങ്ങൾക്കിടയിൽ അവൻ പകലിരവുകൾ കഴിച്ചുകൂട്ടി. അവൻ കലഹങ്ങളാഗ്രഹിച്ചിരുന്നില്ല. രാജാവാകാൻ വേണ്ടിയുള്ള യുദ്ധത്തെ അവൻ വെറുത്തു. വാലിയും സുഗ്രീവനും തമ്മിലുള്ള കൊലവിളികൾക്കു നടുവിൽ നിന്ന് എത്രയോ തവണ അവൻ കാട്ടിലേക്കോടിപ്പോയി. പുഴയുടെ കരയിൽ തണുത്ത പാറകളിൽ മുഖം ചേർത്തു കിടന്ന് ഒഴുകുന്ന വെള്ളത്തെ നോക്കി, മനസ്സ് ശാന്തമാക്കി.

"വാലിക്ക് വേണമെങ്കിൽ സുഗ്രീവനെ കൊല്ലാമായിരുന്നു." അംഗദന്റെ കൂട്ടുകാർ പറഞ്ഞു. "എങ്കിൽ ഞാൻ അച്ഛനെ വെറുത്തേനേ!" അംഗദൻ പറഞ്ഞു.

കൊല്ലാമായിരുന്നവനെ എപ്പോഴും ശകാരിച്ചുവിട്ടതേയുള്ളൂ വാലി. "പോടാ, പോ! പോയിത്തുലയ്! എവിടെയെങ്കിലും പോ!"വാലി കല്പിച്ചു.

രാമനെക്കൊണ്ട് വാലിയെ ചതിച്ചുകൊല്ലാൻ സുഗ്രീവന് ന്യായങ്ങളൊന്നും ഉണ്ടായിരുന്നില്ല. കാമാർത്തനായി സഹോദരന്റെ ഭാര്യയോട് വേഴ്ച്ച ചെയ്തതിന് നിന്നെ കൊല്ലുന്നു എന്നാണ് രാമൻ വാലിയോട് പറഞ്ഞത്. രാമന്റെ കൂട്ടർക്ക് അത് തെറ്റായതുകൊണ്ട് വാലിയുടെ കൂട്ടർക്കും അത് തെറ്റാവണമെന്ന്!

"നമ്മളെന്തിന് അയാളുടെ വംശക്കാരെപ്പോലെയാവണം?"

അംഗദൻ മാരുതിയമ്മാവനോട് സംശയം ചോദിച്ചു. "അവരുടെ നീതിശാസ്ത്രം നമ്മളെന്തിന് പിന്തുടരണം? നമുക്ക് നമ്മുടെ കീഴ്‌വഴക്കങ്ങളും നീതിബോധവുമില്ലേ?"

അതിന് മാരുതിയമ്മാവൻ പറഞ്ഞ മറുപടി അംഗദനെ അമ്പരപ്പിച്ചു.

"നമ്മുടേത് പ്രാകൃതമായ നീതിയാണ്. നമ്മൾ അനാചാരം ചെയ്യുന്നവരാണ്. വാലി ചെയ്തത് കടുത്ത അനാചാരമാണ്."

"എന്നുതൊട്ട്? എന്നുതൊട്ടാണ് മാരുതിയമ്മാവാ നമ്മൾ അനാചാരക്കാരായത്?"

മാരുതി ആ ബാലനെ തോളത്തുതട്ടി ആശ്വസിപ്പിച്ചു. അവൻ ആശ്വാസം കൊണ്ടില്ല.

"എന്റെ അച്ഛനെ മായാവിയുടെ ഗുഹയിലിട്ടടച്ചിട്ട് തിരികെ വന്ന് രാജ്യത്തോടൊപ്പം എന്റെ അമ്മയെയും കൈക്കലാക്കിയപ്പോൾ നിങ്ങൾക്കാർക്കും തോന്നാത്ത അനാചാരം ഇപ്പോഴെങ്ങനെ തോന്നി?"

അംഗദൻ വളരെ ശാന്തസ്വരത്തിലാണ് ചോദ്യങ്ങൾ ചോദിച്ചുകൊണ്ടിരുന്നത്. അവൻ കോപിച്ചിരുന്നെങ്കിൽ എന്ന് ആഗ്രഹിച്ചുപോകും വിധം ആ ശാന്തത കഠിനമായിരുന്നു. ഇതിനുമുമ്പ് ഒരാളും മാരുതിയോട് ചോദ്യങ്ങൾ ചോദിച്ചിട്ടില്ല. വാലിപോലും! അറിവിന്റെ നിറകുടമാണ് മാരുതി. ഉത്തരങ്ങൾ തേടി അവിടെ ചെല്ലാം. സംതൃപ്തരായി മടങ്ങിപ്പോരാം. അംഗദൻ ചോദിക്കുന്ന ചോദ്യങ്ങൾക്ക് ഉത്തരങ്ങൾ പ്രയാസമാവുന്നു.

"അച്ഛൻ ചെയ്തത് തെറ്റാണെങ്കിൽ അന്ന് സുഗ്രീവൻ ചെയ്തതും അതേ തെറ്റ് തന്നെയല്ലേ? രാമന്റെ നീതിയനുസരിച്ച് രാമൻ സുഗ്രീവനെ വധിക്കേണ്ടേ? ജ്യേഷ്ഠന്റെ ഭാര്യയെ മാതാവിനെപ്പോലെ കണക്കാക്കണമെന്ന് അവരുടെ ധർമ്മം അനുശാസിക്കുന്നുണ്ടല്ലോ."

"താര വാലിയുടെ വിധവയായിരുന്നു."

"വിധവ! എന്നിട്ടാണോ വാലി തിരിച്ചെത്തിയത്?"

മാരുതി നെടുവീർപ്പിട്ടു. "എങ്കിൽപോലും രാമനോടൊപ്പം നിൽക്കണം. സനാതനധർമ്മം പ്രചരിപ്പിക്കണം."

“സുഗ്രീവനുമായുള്ള സഖ്യം സ്വന്തം കാര്യസിദ്ധിക്ക് രാമന് വേണ മായിരുന്നു. അതല്ലേ കാര്യം? അതിലപ്പുറം നീതിയുടെ പ്രശ്നങ്ങളൊന്നും ഇതിലില്ലല്ലോ?” അംഗദൻ ചോദിച്ചു.

“നീയും സനാതനധർമ്മത്തിന് കീഴടങ്ങേണ്ടിവരും. അത് അത്രയ്ക്ക് ധാർമ്മികമാണ്.” മാരുതി പറഞ്ഞു.

അംഗദന് വലിയ അമർഷവും വേദനയും തോന്നി. കിഷ്ക്കിന്ധം! സ്വന്തം നാട്, സ്വന്തം വംശം, സ്വന്തം ധർമ്മനീതികൾ, എല്ലാം ഒറ്റയ ടിക്ക് നഷ്ടപ്പെടുന്നതുപോലെ അയാൾക്കു തോന്നി. ‘വാനരം കൊടിയട യാളമായ ഒരു ‘വൻവംശ’മാണത്. പതിനായിരം കൊല്ലം പഴക്കമുള്ള വൃക്ഷത്തേക്കാൾ ആഴത്തിലും പരപ്പിലും വേരോടിയത്. ആത്മാഭിമാന മുള്ള ജനത. ശാന്തശീലർ. സസ്യാഹാരികൾ. കഴുകനും കരടിയും ഗോത്രചിഹ്നമായ മറ്റു വംശങ്ങളോടിടകലർന്നാണ് അവർ ജീവിക്കുന്നത്. അന്യഗോത്രക്കാരുടെ ആചാരങ്ങൾ അനാചാരങ്ങളാണെന്ന് ഇതുവരെ അവർക്കാർക്കും തോന്നിയിട്ടില്ല.

ഗോത്രചിഹ്നമായ ‘വാനര’ത്തിന്റെ പേരിൽ വാനരന്മാർ എന്ന് വിളി ക്കപ്പെടുന്നതിൽ വാലിയും കൂട്ടരും അഭിമാനിച്ചിരുന്നു. എന്നാൽ അംഗ ദന് ഇപ്പോൾ സംശയം തോന്നുന്നു. വാനരന്മാർ പ്രാകൃതരാണെന്നും അവരുടെ ആചാരങ്ങൾ അനാചാരങ്ങളാണെന്നും അവരുടെ കീഴ്വഴക്ക ങ്ങൾ തെറ്റുകളാണെന്നും അധർമ്മത്തിനുള്ള ശിക്ഷ അവരുടെ മേൽ നടപ്പാക്കപ്പെടേണ്ടതുണ്ടെന്നും പറയുന്ന ഒരു പുതിയ നീതിവ്യവസ്ഥ ഉണ്ടായിവരുന്നു. അമ്പും വില്ലും കൊണ്ട് അത് നടപ്പാക്കപ്പെടുന്നു. സ്ഥാന മാനങ്ങൾ നൽകി, അവർക്കിടയിൽനിന്നുതന്നെ അവർക്കെതിരായി പറ യാനുള്ളവരെ തിരഞ്ഞെടുക്കുന്നു. ഒറ്റുകാരെയും ചാരന്മാരെയും കണ്ടെ ത്തുന്നു. അതേ വ്യവസ്ഥതന്നെയാണ് അംഗദനെ യുവരാജാവാക്കിയത്. രാമന്റെ പെണ്ണിനെ തിരയാൻ അവനെ കാട്ടിലേക്കു വിട്ടത്.

“ഞാൻ തിരിച്ചുവരുന്നില്ല. അയാളുടെ കൈകൊണ്ട് മരിക്കാൻ ഞാനൊരുക്കമല്ല.” അംഗദൻ പറഞ്ഞു. താരനും മൈന്ദനും നളനും വേദ നയോടെ അവന്റെ വാക്കുകൾ കേട്ടു. രാമന്റെ ഭാര്യയെ അവർക്ക് കണ്ടു പിടിക്കാനായില്ല. സുഗ്രീവൻ കൊടുത്ത ഒരു മാസത്തെ കാലാവധിയും തീർന്നു. തിരിച്ചുചെന്നാൽ അവരെ കാത്തിരിക്കുന്ന ഉഗ്രശിക്ഷ മരണം തന്നെയാണ്. ആദ്യം കൊല്ലപ്പെടുക അംഗദനായിരിക്കും.

“ഈ കടൽക്കരയിൽ നിരാഹാരം കിടന്ന് ജീവൻ വെടിയാനാണ് എന്റെ തീരുമാനം.”

അംഗദൻ പറഞ്ഞു. വിചിത്രമായ ആ തീരുമാനം കേട്ട് അയാളുടെ കൂട്ടുകാർ അമ്പരന്നു. അംഗദന്റെ തീരുമാനം ഉറച്ചതായിരുന്നു.

സൂര്യൻ മരിച്ചുവീണു കൊണ്ടിരിക്കുന്ന കടലിലേക്കും നോക്കി അവർ മിണ്ടാതിരുന്നു. കടൽക്കാക്കകൾ മരണവീട്ടിലേക്കെന്നപോലെ

ദുഃഖിതരായി പടിഞ്ഞാറേ സമുദ്രത്തിലേക്കു താണു പറന്നു. ആകാശം ചുവന്ന് കലങ്ങിയിരുന്നു. ഉപ്പുകാറ്റിന്റെ ഭാരത്താൽ കടൽക്കരയിലെ ചാവോക്കു മരങ്ങളുടെ ഇലകൾ താഴോട്ടു തൂങ്ങിയാടിക്കൊണ്ടിരുന്നു. ഗതികിട്ടാപ്രേതങ്ങളെപ്പോലെ കടൽഞണ്ടുകൾ മണലിൽ പരക്കം പാഞ്ഞു.

"രക്ഷപ്പെടാൻ ഒരു വഴിയുമില്ലേ?" കടൽത്തിരകളോടെന്നവണ്ണം താരൻ ചോദിച്ചു.

"സുഗ്രീവൻ കുറ്റങ്ങളെ പൊറുക്കാത്തവനാണ്." മൈന്ദൻ പറഞ്ഞു.

"നമ്മുടെ കുറ്റം കൊണ്ടാണോ?"

"അല്ലെന്ന് അയാൾ വിശ്വസിക്കില്ല."

കാൽമുട്ടുകളിൽ മുഖം കുനിച്ച് ഇരിക്കുകയായിരുന്ന നളൻ പെട്ടെന്ന് കരയാൻ തുടങ്ങി. അയാളെ എങ്ങനെ ആശ്വസിപ്പിക്കണമെന്നറിയാതെ കൂട്ടുകാർ കുഴങ്ങി.

"എനിക്ക് എന്റെ അമ്മയെക്കാണാതെ മരിക്കാൻ വയ്യ. പക്ഷേ, മടങ്ങിപ്പോയി അമ്മയുടെ കൺമുന്നിൽവെച്ച് സുഗ്രീവന്റെ കൈയാൽ മരിക്കാൻ ഞാനില്ല. അംഗദാ, ഞാനും നിന്റെ കൂടെ ഇവിടെ, നിരാഹാരം കിടന്ന് ജീവൻ വെടിയും." നളൻ അംഗദന്റെ അരികിൽ കിടന്നു. കടലിലേക്ക് കൈ നീട്ടിവെച്ചു. മൈന്ദൻ പറഞ്ഞു.

"കിഷ്കിന്ധത്തിൽ എന്റെ കുഞ്ഞുങ്ങളും അവരുടെ അമ്മമാരും എന്നെ കാത്തിരിക്കുന്നുണ്ട്. തിരിച്ചുചെന്നാൽ അവരെയൊക്കെ ഒരു നോക്ക് കാണുകയെങ്കിലും ചെയ്യാം. എന്നാൽ അവരുടെ കൺമുമ്പിലിട്ട് സുഗ്രീവൻ എന്നെ കൊല്ലുന്നത് അവർ എങ്ങനെ താങ്ങും? അങ്ങനെയൊരു മരണം ഞാൻ ആഗ്രഹിക്കുന്നില്ല. നിന്റെ ഏതു സങ്കടത്തിലും ഞങ്ങൾ കൂടെയുണ്ടായിരുന്നു. മരണത്തിലും ഞങ്ങൾ നിന്റെ കൂടെയുണ്ട്." അവൻ അംഗദന്റെ തോളിൽ കൈയിട്ടു.

അംഗദൻ കടൽക്കരയിൽ പ്രായോപവേശത്തിനു തയ്യാറെടുക്കുന്നുവെന്ന് കേട്ട് അവന്റെ കൂടെയുണ്ടായിരുന്ന ആയിരക്കണക്കിന് സൈന്യങ്ങൾ കടൽക്കരയിലേക്കോടിയെത്തി. തങ്ങൾ അകപ്പെട്ടിരിക്കുന്ന ആപത്തിനെപറ്റി മൈന്ദൻ അവരെ പറഞ്ഞു മനസ്സിലാക്കി. "നമ്മൾ സീതയെ കണ്ടുപിടിക്കാതെ തിരിച്ചുചെന്നാൽ, രാമനെ സന്തോഷിപ്പിക്കാൻ വേണ്ടി സുഗ്രീവൻ നമ്മളെ കൊല്ലുമെന്നുറപ്പാണ്. സുഗ്രീവന്റെ കൈയാൽ അപമാനിതരായി മരിക്കുന്നതിനേക്കാൾ അംഗദനോടൊത്ത് ഈ ശാന്തമായ കടൽത്തീരത്ത് നിരാഹാരം കിടന്ന് മരിക്കയാണ്, നമുക്ക് വംശാഭിമാനം."

നിരാശരായ ആയിരങ്ങൾ ആ കടൽക്കരയിൽ അംഗദനോടൊപ്പം മരിക്കാൻ തയ്യാറായി. അംഗദൻ പറഞ്ഞു.

"ഇത് ഞാൻ ആഗ്രഹിക്കുന്നില്ല. സുഗ്രീവൻ നിങ്ങളെയെല്ലാവരേയും കൊന്നുകളയുമെന്ന് ഞാൻ വിചാരിക്കുന്നില്ല. അയാൾക്ക് ശത്രു

ഞാനാണ്. എന്റെ അമ്മയും ധർമ്മസങ്കടത്തിന്റെ നടുക്കാണ്. അഥവാ എന്നെ കൊന്നില്ലെങ്കിൽതന്നെ അമ്മയറിയാതെ ജീവിതാവസാനംവരെ എന്നെ തടവിലാക്കാനും അയാൾ ഒരുങ്ങും. തിരിച്ചുപോകാൻ ഇടമില്ലാത്തവനാണ് ഞാൻ. അതുകൊണ്ടാണ് ഞാൻ രാജ്യത്തേക്ക് മടങ്ങിവരുന്നില്ലെന്ന് പറഞ്ഞത്. ഇവിടെ പ്രായോപവേശം ചെയ്ക എന്നതാണ് എനിക്ക് ഏറ്റവും നല്ലത്. നിങ്ങൾ മടങ്ങിപ്പോകണം. കഴിയുമെങ്കിൽ എന്റെ അമ്മയെ ആശ്വസിപ്പിക്കണം."

തൊണ്ടയിടറിക്കൊണ്ട് അംഗദൻ തന്റെ സൈന്യങ്ങളോട് വിടവാങ്ങി. അയാൾ കിഴക്കോട്ടു നോക്കി വെള്ളമെടുത്ത് വീഴ്ത്തി. തെക്കോട്ട് മുനകൾ നീട്ടി ദർഭ വിരിച്ചു. കൈകൂപ്പി, കണ്ണടച്ച് തന്റെ മരണവിരിപ്പിലേക്ക് ചാഞ്ഞു.

കടൽത്തിരകൾ വീർപ്പടക്കിനിന്ന് ആ കാഴ്ച കണ്ടു. സൂര്യൻ ഇരുണ്ടുതാണു. ദീനശബ്ദത്തിൽ കരഞ്ഞുകൊണ്ട് കുറേ പക്ഷികൾ കടലിനു മീതെ പറന്നു.

"ഞങ്ങൾക്കും വേറൊരു വഴിയില്ല. നിന്നോടുകൂടി ജീവൻ വെടിയാൻ ഞങ്ങൾ ഒരുക്കമാണ്."

അംഗദന്റെ സൈന്യം പ്രതിജ്ഞയെടുത്തു. അവരും പ്രായോപവേശത്തിനായി ആ കടൽക്കരയിൽ നീണ്ടുനിവർന്നു കിടന്നു. ഒരൊറ്റ നക്ഷത്രം ആകാശച്ചെരിവിൽ. ഉപ്പുകാറ്റിന്റെ കനം അവരുടെ കൺപോളകളിൽ. തിരമാലകളുടെ നിലവിളി അവരുടെ കാതിൽ. ദുഃസ്വപ്നങ്ങളുടെ ചിറകഴിച്ചു വിട്ട് രാത്രി വരികയായി. ■

വീടിരിക്കുന്ന ദിക്ക്

തീവണ്ടി ഇളകാൻ തുടങ്ങിയ നേരത്ത് ഓവർബ്രിഡ്ജിലൂടെ ആറേഴു കുട്ടികൾ ഓടിവരുന്നത് യാത്രക്കാർ കണ്ടു. ആൺകുട്ടികളും പെൺകുട്ടികളും ഉണ്ട്. അവർ കോണിപ്പടികളിറങ്ങുന്ന ഒച്ചയിൽ പ്ലാറ്റ്ഫോം കുലുങ്ങി.

ഏയ്! സ്റ്റോപ്പ്!

സ്റ്റോപ്പ് യാർ...

പരിഭ്രമിച്ചിട്ടാവും ഏറ്റവും മുന്നിൽ ഓടിവരുന്ന ബെർമൂഡക്കാരൻ പ്ലാറ്റ്ഫോമിലെ ആളുകളോട് വണ്ടിനിർത്തിക്കാൻ വിളിച്ചുപറഞ്ഞു. അവന്റെ പേരാണ് യദു. പിന്നാലെ ഓടിവരുന്നത് കൃഷ്ണകുമാർ, ജീന, ഫരീദ, പാർവതി, ജെൻസൻ, അമിത്, മാധവൻ. മെഡിക്കൽ കോളേജ് സ്റ്റുഡൻസാണ്. ഫസ്റ്റ് സെമസ്റ്റർ.

കുട്ടികൾ ഓടിയിറങ്ങി പ്ലാറ്റ്ഫോമിലെത്തിയപ്പോഴേക്കും വണ്ടിക്കും വേഗം വെച്ചു. എന്തപകടമാണ്, കുട്ടികൾ കാട്ടാൻ പോകുന്നതെന്ന് യാത്രക്കാർ വിചാരിക്കുമ്പോഴേക്കും ഭാരിച്ച ബാഗുകളോടൊപ്പം അവർ വണ്ടിക്കകത്തായിക്കഴിഞ്ഞു. ജെൻസനെ ഒന്നുവലിച്ച് അകത്തേക്കിടേണ്ടി വന്നു എന്നു മാത്രം. കണ്ടുനിന്ന യാത്രക്കാർ ഒരു കൂട്ടനെടുവീർപ്പിട്ടു. ഭാഗ്യം! പിള്ളേര് രക്ഷപ്പെട്ടു. ആരാന്റെ മക്കളായാലും അപകടം പറ്റുമ്പോൾ അവരവരുടെ മക്കൾ പോലെയാണ്.

ചാടിക്കേറിയ കുട്ടികൾ വാതിലിനും ടോയ്‌ലറ്റിനും ഇടയിലുള്ള സ്ഥലത്ത് പരസ്പരം തോളിൽ കെട്ടിപ്പിടിച്ചു നിന്ന് ഉറക്കെ കിതച്ചു. കിതപ്പിന്റെ കൂടെ ചിരിച്ചു. എരിവും മധുരവും ചൂടുമുള്ള ചിരികളും കിതപ്പുകളും കമ്പാർട്ട്മെന്റ് കുലുക്കി.

"നീയെന്ത് വല്യാ വലിച്ചേ ഇഷ്ടാ? എന്റെ കൈയിന്റെ വിജാഗിരി. എളകീന്നാ തോന്നണേ..."

ജെൻസൺ കൈ കുടഞ്ഞുകൊണ്ട് യദുവിനെ കുറ്റപ്പെടുത്തി.

"വലിച്ചില്ലെങ്കില് കാണാർന്നു."

യദു പറഞ്ഞു.

"പിന്നേ!"

"പിന്ന്യൊന്നുമല്ല. കാലിന്റെ രണ്ട് ചെറ്യേ കഷണം വണ്ടീരടീല്ക്ക് പോവും. അത്ര്യേള്ളൂ."

ജെൻസൺ നെഞ്ചത്തടിച്ചു.

"എന്റമ്മോ! രണ്ടു കൈയും കാലും ഉണ്ടായിട്ടന്നെ തന്തപ്പിടി വീട്ടി ക്കേറ്റ് ണ്ല്യ. അതും കൂടി ഇല്യാണ്ടാ ചെന്നാ കേമായി."

കുട്ടികൾ ഉറക്കെ ചിരിച്ചുകൊണ്ട് കമ്പാർട്ട്മെന്റിനകത്തേക്ക് നടന്നു. ഇഷ്ടംപോലെ സ്ഥലം. ചാഞ്ഞും ചരിഞ്ഞും ഇരിക്കാം, വേണമെങ്കിൽ കിടക്കാം. പിള്ളേർക്ക് സന്തോഷമായി. ബാഗുകൾ ബെർത്തിലേക്ക് വെക്കുമ്പോൾ പാർവതി യദുവിനെ കുറ്റപ്പെടുത്തി.

"നിന്റെ ലൈനടി കാരണാ ഇത്രയ്ക്ക് നേരം വൈകീത്. യൂസ്‌ലെസ്."

"ഇവള് പറയണ കേട്ടാ തോന്നും എനിക്ക് മാത്ര..."

"സോറി, യാർ. നിന്റെപോലെ പത്തുപതിനാറ് ലൈനല്ലേ മറ്റു ള്ളോർക്ക്?"

"യ്... യ്... യെസ്! ദാറ്റ്സ്റ്റ്! എല്ലാ ലൈനുകളിലും കണക്ഷൻ കൊടുത്തു കഴിയുന്നതുവരെ കാത്തുനിൽക്കാൻ മറ്റുള്ളോർക്ക് പറ്റില്ല."

മാധവൻ പാർവതിയെ പിന്താങ്ങി.

"അസൂയ, അസൂയ." ജെൻസൺ പറഞ്ഞു.

"പതിനാറായിരത്തെട്ടുവരെ അലൗ ചെയ്തിട്ടുണ്ട്. ഗോ എഹെഡ് മാൻ!"

അമിത് യദുവിനെ പ്രോത്സാഹിപ്പിച്ചു.

"കറക്ട്," യദു അമിതിന് കൈകൊടുത്തു.

അങ്ങനെയാണ് കുട്ടികൾ കമ്പാർട്ട്മെന്റിലുള്ളവരെ ആകർഷിക്കാൻ തുടങ്ങിയത്. പലരും കുട്ടികളുടെ സംഭാഷണത്തിൽ കൗതുകം പൂണ്ടു.

"അല്ല, യദൂ, നിന്റെ സീരിയസ് ലൈൻ അനുഷയല്ലേ? സെക്കന്റ് സെമസ്റ്ററിലെ ആ ഗുണ്ടുമണി? അവളിപ്പോ എവിടെ?"

"അവളെ ഞാൻ എന്നേക്കാൾ ഉത്തരവാദിത്വബോധമുള്ള ഒരുത്തന് ഏല്പിച്ചുകൊടുത്തു."

"വെൽഡൺ!" മാധവൻ യദുവിനെ പുറത്തുതട്ടി അഭിനന്ദിച്ചു. ഇത്ത വണ ഫരീദപോലും ഉറക്കെ ചിരിച്ചു.

"ദേ, ദേ, നീയ് ചിരിക്കണ്ടാ, മുത്ത് കൊഴിയും. പിന്നെ ഞാൻ അത് പെറുക്കിട്ക്കാൻ കെടന്ന് നടക്കേണ്ടിവരും."

മാധവൻ ഫരീദയെ തടഞ്ഞു.

"അതെന്താ നീയ്?" പാർവതി മാധവനെ ഒന്നു വാരി.

"അല്ലാ... സ്വാഭാവികമായും ഞാനാണല്ലോ, അതിന്റെ ഒര്... ര്... ആള്."

മാധവൻ പറഞ്ഞുതീർന്നില്ല. എല്ലാവരുടെ കൈകളും അവന്റെ മുതുകത്ത് വീണു. അട്ടഹാസച്ചിരി.

ഗൗരവപ്രകൃതികളായ ചില യാത്രക്കാർ നെറ്റിചുളിച്ചു. അവിവേകികളാണ് യുവാക്കൾ. കറുത്ത മക്കനയ്ക്കുള്ളിൽ ഫരീദയുടെ വട്ടമുഖം പലതവണ ചുവന്നു തുടുത്തു. മുത്തുകൊഴിയാതിരിക്കാനാവും അവൾ ചിരി പൊത്തിപ്പിടിച്ചു. പിന്നെ നടന്നത് ഫരീദയുടെ നേർക്കുള്ള കൂട്ട ആക്രമണമായിരുന്നു. ആദ്യമായി ഡെഡ്ബോഡി കണ്ടപ്പോൾ ഫരീദ പേടിച്ചോടിയ ഓട്ടം. നാലു ദിവസം കഴിഞ്ഞ് ലേഡീസ് ഹോസ്റ്റലിന്റെ ടോയ്ലറ്റിൽ ക്ലോസറ്റിനു മീതെ വിറച്ചുകൊണ്ടിരിക്കുന്ന നിലയിൽ അവളെ കണ്ടെടുത്തത്. തൂക്കിയെടുത്ത് പ്രൊഫസറുടെ മുന്നിൽ നിർത്തിയതും അള്ളോ ഞമ്മള് മയ്യത്ത് തൊടൂലാ എന്ന് കരഞ്ഞുകൊണ്ട് ഫരീദ ഫ്ളാറ്റായത്.

"ഉമ്മാണ ഉപ്പാണ ഞമ്മള് മയ്യത്ത് തൊടൂലാ."

മാധവൻ അഭിനയിച്ചുകാട്ടി.

ഇപ്പോൾ ഗൗരവപ്രകൃതികളായ യാത്രക്കാർക്കും പിള്ളേരുടെ കളിയിൽ പങ്കുചേരാതിരിക്കാൻ കഴിയുന്നില്ല. പലരും ഫരീദയെ നോക്കി ചിരിച്ചു. പിള്ളർക്ക് ഹരം കേറി. ശ്രദ്ധ കിട്ടുകയല്ലേ?

'വിറ്റു'കൾ ഒന്നിനുമീതെ ഒന്നായി മാലപ്പടക്കം പോലെ പൊട്ടി. ക്രിക്കറ്റ്, സിനിമ, കാറ്, വെബ്സൈറ്റുകൾ, എം.ടി.വി, ബർഗറുകൾ ആർനോൾഡ് ഷ്വാസ്നഗർ, വിഷയങ്ങൾ മാറിമറിഞ്ഞു. ആറങ്ങോട്ടുകരക്കാരൻ യദു ആർനോൾഡ് ഷ്വാസ്നഗറെ ആറങ്ങോട്ടുകര ശിവശങ്കരൻ എന്ന് ശബ്ദവിവർത്തനം ചെയ്തു. ഇതുപോലെ വിഷമംപിടിച്ച പേരുകളൊക്കെ ഇനിമുതൽ ശബ്ദവിവർത്തനം ചെയ്തു പറഞ്ഞാൽ മതിയെന്ന് കുട്ടികൾ കൈയടിച്ചു പാസാക്കി.

കൂട്ടത്തിലേക്ക് നിശ്ശബ്ദനും പാവവുമായിരുന്നു കൃഷ്ണകുമാർ. മറ്റു മിടുക്കന്മാർ പറയുന്നതുകേട്ട് അവൻ ചിരിച്ചുകൊണ്ടിരുന്നു. നല്ലപോലെ വെളുത്ത പല്ലുകളായിരുന്നു അവന്. ഒരക്ഷരം പറഞ്ഞില്ലെങ്കിലും വെളുത്ത പല്ലുകൾ കാട്ടിയുള്ള ചിരികൊണ്ട് അവൻ എല്ലാത്തിനും പങ്കെടുത്തു.

അല്ലെങ്കിലേ വണ്ടി ചാവാറായ കുതിരയെപ്പോലെ ഇഴഞ്ഞും വലിഞ്ഞും ആണ് നീങ്ങിക്കൊണ്ടിരുന്നത്. അനന്തവിശാലമായിക്കിടക്കുന്ന വയലുകളുടെ നടുവിൽവെച്ച് പെട്ടെന്ന് അത് പൂർണമായും ചത്തു.

കുറച്ചുനേരത്തേക്ക് വായടച്ച് കുട്ടികൾ പുറത്തേക്കു നോക്കിയിരുന്നു. ഒന്ന്, ഒന്നിന്റെമേൽ ചാഞ്ഞുകിടന്നുകൊണ്ട്, കൂട്ടത്തോടെ.

വയലുകൾ അതിരുകൾ കറുത്ത് ഇരുണ്ടുകിടക്കുന്നു. നിറം മങ്ങിയ ആകാശം. എത്ര സന്തോഷമുള്ള മനസ്സിന്റെ അടിയിലും വിഷാദം നിറയ്ക്കുന്ന മൂകതയാണ് പുറത്ത്. ഒച്ചയുണ്ടാക്കാതെ പറന്നുപോകുന്ന

അവസാനത്തെ പക്ഷി. കണ്ണിൽ, കുറെദൂരം. അടുത്തൊന്നും മനുഷ്യരെ കാണാനില്ല.

കുട്ടികൾ എഴുന്നേറ്റ് വാതിൽക്കൽ ചെന്നു നോക്കി. എല്ലാ കമ്പാർട്ട്മെന്റുകളുടെ വാതിൽക്കലും ആളുകൾ എത്തിനോക്കുന്നുണ്ട്. വണ്ടി നിന്നതെന്താണ്? അഞ്ച്, പത്ത്, പതിനഞ്ച് മിനിറ്റായിട്ടും വണ്ടി അനങ്ങിയില്ല.

കുട്ടികൾ വാതിൽക്കൽ ഇരുന്നു. ഒരു രസത്തിനുവേണ്ടി അവർ പാടാൻ തുടങ്ങി. കലാഭവൻ മണിയായിരുന്നു സ്പെഷൽ. കൊട്ടും പാട്ടും മേളവും ബോറടി മാറ്റാൻ സഹായിക്കുമെന്ന് കരുതി പലരും കേട്ടുനിന്നു. എന്റെ മോളെ കഷ്ടത്തിലാക്കല്ലേ വേലായുധാ എന്ന് അമിത് പാടിയപ്പോൾ യദുവും മാധവനും വയലിനക്കരേക്കു നോക്കി വേലായുധോാാാ.... എന്ന് കൂവിവിളിച്ചു. ആണും പെണ്ണും ആ അന്തരീക്ഷവും ചുളുചുളാ വീശുന്ന തണുത്ത കാറ്റും തൊട്ടും മുട്ടിയും ഇരിക്കുന്നതിലെ രസവും എല്ലാം കൂടി തീവണ്ടി വൈകുന്നത് കുട്ടികൾക്കൊരു പ്രശ്നമായിരുന്നില്ല. യാത്രക്കാർ പലരും, പക്ഷേ, വിവേകമില്ലാത്ത ഈ കുട്ടിക്കളിയിൽ രസിച്ചില്ല.

വണ്ടി വൈകുന്നതിന്റെ കാരണം പലരും പലമട്ടിൽ വിശദീകരിച്ചു. ക്രോസിങ് ആണ്. ഒരു ഗുഡ്സ് വരുന്നുണ്ട്. അതുപോയാലേ ഇത് പോവൂ. അതോടെ മലബാർ ഭാഗത്തേക്ക് ഡബിൾലൈൻ വരാത്തതിന്റെയും തീവണ്ടികളുടെ എണ്ണം കുറവായതിന്റെയും മലബാറിനോടുള്ള അവഗണനയുടെയും പ്രശ്നങ്ങളിൽ ചൂടുപിടിച്ച ചർച്ചകളായി. കുട്ടികൾക്ക് അതിൽ താത്പര്യമുണ്ടായിരുന്നില്ല. ക്രോസിങ്ങിനു വേണ്ടി ഇങ്ങനെ ഒന്നുമല്ലാത്ത ഒരു സ്ഥലത്ത് വണ്ടി നിർത്തില്ലെന്നും ഇത് വേറെന്തോ ഗുലുമാലാണെന്നും ഒരാൾ പറഞ്ഞു. ട്രാക്കിൽ വല്ല കുഴപ്പവും കാണും. അതോ എഞ്ചിൻ തകരാറോ? എഞ്ചിൻ തകരാറാണെങ്കിൽ ഇനി നോക്കിയിട്ടു കാര്യമില്ല. കോഴിക്കോട്ടു നിന്ന് വേറെ എഞ്ചിൻ വന്നിട്ടു വേണ്ടിവരും. അവിടെ വേറെ എഞ്ചിനുണ്ടോ എന്നാരു കണ്ടു?

“അള്ളാ!” നെഞ്ചത്ത് കൈവെച്ചുകൊണ്ട് ഫരീദ തട്ടിപ്പിടഞ്ഞെണീറ്റു.

നേരം വൈകിയാൽ ഉപ്പ കൊല്ലും. തീവണ്ടിയാണ് വൈകിയതെന്ന് പറഞ്ഞാലൊന്നും ഉപ്പയുടെ തലയിൽ കേറില്ല.

“പഠിച്ചത് മതി.” ഉപ്പ കല്പിക്കും. പിന്നെ വീടെത്തുന്നതുവരെ വായിൽ തോന്നിയതൊക്കെ പറച്ചിലാണ്. എന്നൊക്കെ തീവണ്ടി വൈകിയിട്ടുണ്ടോ അന്നൊക്കെ ഫരീദയ്ക്ക് കരച്ചിലാണ്.

ജീനയ്ക്കും പാർവതിക്കും ഫരീദയുടെ കാര്യങ്ങൾ അറിയാം. ഫരീദയെ പഠിപ്പിക്കാൻ വിട്ടത് തെറ്റായെന്ന് വിശ്വസിക്കുന്ന ആളാണ് ഉപ്പ. ഉമ്മയാണെങ്കിൽ ഉപ്പ പറഞ്ഞതേ വിശ്വസിക്കൂ. ഫരീദയ്ക്ക് എന്നും കല്യാണാലോചനകളുടെ തിരക്കാണ്. ഒന്നും നടക്കാതെ പോകുന്നതിന്റെ കാരണം ഡോക്ടർ മുഹമ്മദ് ഹുസൈൻ ആണ്. ഫരീദയുടെ എളാപ്പ. ഉപ്പയുടെ

അനിയൻ. എളാപ്പ കാരണമാണ് ഫരീദ എൻട്രൻസ് പരീക്ഷ എഴുതിയത്. റാങ്ക് വാങ്ങിയത്. മെഡിസിന് ചേർന്നത്. പക്ഷേ, ഉപ്പ പറയുന്നത് ഫരീദയുടെ കാര്യമോർക്കുമ്പോൾ ഉപ്പയുടെ വയറ്റിൽ തീയാണെന്നാണ്. ഉമ്മയുടെ വയറ്റിലും തീയാണ്. തീ ആളിക്കത്താൻ തുടങ്ങുമ്പോൾ അഞ്ചരയ്ക്കെത്തുന്ന വണ്ടിക്ക് കാക്കാൻ വേണ്ടി ഉപ്പ നാലുമണിക്ക് സ്റ്റേഷനിലെത്തും. കടന്നുപോകുന്ന ഓരോ നിമിഷത്തിലും ഫരീദയെ പഠിപ്പിക്കാൻ വിട്ട മണ്ടത്തരമോർത്ത് ദേഷ്യപ്പെട്ടുകൊണ്ട് സ്റ്റേഷനിൽ തെക്കുവടക്ക് നടക്കും. എങ്ങോട്ട് പോകുന്ന വണ്ടിയായാലും വേണ്ടില്ല. അതിൽ നിന്ന് ഫരീദ ഇറങ്ങുന്നില്ലെങ്കിൽ ഉപ്പയുടെ ദേഷ്യം ഇരട്ടിക്കും. അള്ളോ! ഫരീദ കരയാറായി.

"ഞാൻ പോയി നോക്കിട്ടുവരാം."

കിച്ചു കൃഷ്ണകുമാർ പറഞ്ഞു.

അവൻ വണ്ടിയിൽ നിന്നും ചാടിയിറങ്ങി നടന്നുപോകുന്നതും നോക്കി മറ്റുള്ളവർ വെറുതെ ഇരുന്നു. പെട്ടെന്ന് ഒരുകൂട്ടം കടവാതിലുകൾ കിച്ചുവിന്റെ തലയ്ക്കുമീതെക്കൂടി അതിവേഗത്തിൽ പാഞ്ഞുപോയി. കിച്ചു, പേടിച്ച് തിരിഞ്ഞുനോക്കി.

"വാവലാടാ അത്. പോയ് നോക്കീട്ട് വാ. ബോറ്!"

ജെൻസൺ വിളിച്ചുപറഞ്ഞു.

"റോഡിന്റെ അടുത്തെങ്ങാനും ആയിരുന്നെങ്കിൽ വല്ല ബസ്സിലോ ടാക്സിയിലോ പോവാമായിരുന്നു" - പാർവതി പറഞ്ഞു. പാർവതിക്കാണ് അധികദൂരം പോകേണ്ടത്. ആദ്യം ഫരീദ, പിന്നെ കിച്ചു, പിന്നെ ജീന. അവസാനം പാർവതിയും യദുവും മാധവനും അമിതും ജെൻസണും. അഞ്ചാളുടെയും ടൂവീലറുകൾ റെയിൽവേസ്റ്റേഷനിലെ പാർക്കിങ് ഏരിയയിൽ ഉണ്ട്. നേരം വൈകുന്ന ദിവസങ്ങളിൽ പാർവതിയുടെ ടൂവീലറിന് അകമ്പടിയായി നാലെണ്ണം പിന്നാലെയുണ്ടാവും.

"ഡീറെയ്ൽമെന്റാണ്. ഗുഡ്സ്. നേരം കുറെ പിടിക്കും."

കൃഷ്ണകുമാർ തെല്ലുദൂരം പോയിട്ട് മടങ്ങിവന്ന് പറഞ്ഞു.

"അള്ളാ!" ഫരീദ വെപ്രാളപ്പെട്ടു.

വണ്ടിയിലുള്ളവർ പലരും ഇറങ്ങിനടക്കാൻ തുടങ്ങി. വലതുവശത്തെ പാടം നിറഞ്ഞു പരന്ന് മനുഷ്യർ ധൃതിയിൽ ഓടുന്നു. പാടം കേറിയാൽ ഒരിടവഴിയിലെത്തും. ഇടവഴിയിൽക്കൂടെ നടന്ന് മെയിൻ റോഡിലെത്താം. ബസ്സുകിട്ടും.

"എന്തുവേണം?" ആൺകുട്ടികൾ ചോദിച്ചു. പെൺകുട്ടികൾ ഫരീദയെ നോക്കി. ഫരീദയ്ക്ക് അതും പേടിയാണ്. തീവണ്ടിയിലല്ലാതെ ചെന്നാലും ഉപ്പ കൊല്ലും.

"ഇതിങ്ങനെ എത്രനേരം കിടക്കുംന്ന് പറയാൻ പറ്റില്ല. ബസ്സ് പിടിക്യാനല്ലത്."

മാധവൻ തീരുമാനമെടുത്തു. കുട്ടികൾ ബാഗുകളും എടുത്തിറങ്ങി. പത്തിരുപത് മിനുട്ട് നടന്നിട്ടാണ് അവർ ഇടവഴി കേറിയത്. പാർവതിക്കും ജീനയ്ക്കും അവരുടെ കൂർത്ത ചെരുപ്പുകളിട്ടുകൊണ്ട് വരമ്പത്തുകൂടി നടക്കാൻ പ്രയാസമായിരുന്നു. അവർ ചെരിപ്പൂരിപ്പിടിച്ചു. അവരുടെ ബാഗുകൾ ആൺകുട്ടികൾ തോളത്തിട്ടു.

ബസ്സ് കാത്ത് ഒരു പൂരത്തിന്റെ ജനം നിൽക്കുന്നുണ്ടായിരുന്നു.

ആദ്യത്തെ ബസ്സിന്റെ അടുത്തേക്ക് ചെല്ലാൻപോലും അവർക്ക് കഴിഞ്ഞില്ല. രണ്ടാമത്തെ ബസ്സിൽ അവർ ഉന്തിത്തള്ളി കയറിപ്പറ്റി. പെൺകുട്ടികളെ രക്ഷാവലയത്തിനകത്താക്കാനുള്ള തിടുക്കത്തിൽ ജെൻസണും യദുവിനും മറ്റു യാത്രക്കാരുടെ കൈയിൽനിന്ന് വേണ്ടത്ര കേട്ടു. ബസ്സിനകത്തുള്ള മുഴുവൻ ആണുങ്ങളേയും ശത്രുക്കളെപ്പോലെ സംശയിച്ചുകൊണ്ട് ആൺകുട്ടികൾ പെൺകുട്ടികളെ പൊതിഞ്ഞ് നിന്നു.

ബസ്സിനകത്തുവെച്ച് കൃഷ്ണകുമാർ ഫരീദയെ വീടുവരെ കൊണ്ടാക്കണമെന്ന ധാരണയായി. തിരിച്ച്, കൃഷ്ണകുമാറിനെ എളാപ്പയുടെ കാറിൽ വീട്ടിൽ കൊണ്ടുവിടാമെന്ന് ഫരീദ പറഞ്ഞു.

ഫരീദയ്ക്കിറങ്ങേണ്ട സ്റ്റോപ്പിലെത്തുമ്പോഴേക്കും ബസ്സ് പൊട്ടിത്തെറിക്കാവുന്നത്ര തിരക്കായിക്കഴിഞ്ഞിരുന്നു. കുട്ടികൾ, വിഷമിച്ച് കൈവീശിക്കാട്ടി. ഫരീദയും കിച്ചുവും അത് കണ്ടില്ല.

പന്തികേടിലേക്ക് കാലെടുത്തുവെച്ചപോലെയാണ് ഫരീദയ്ക്ക് തോന്നിയത്. ഒരിടത്തും വെളിച്ചമില്ല. ഒരാളെയും കാണാനില്ല. ഒരൊച്ചയും കേൾക്കാനില്ല.

“ഇതെന്താടോ പവർകട്ടാ?” കിച്ചു ചോദിച്ചു.

നേരംപോയ നേരത്ത് ഒരാൺകുട്ടിയുടെ കൂടെ ഫരീദ നടക്കുന്നില്ല എന്നു വരുത്താൻ വേണ്ടി വളരെ ശ്രദ്ധിച്ച് അവൾ വിട്ടുവിട്ടു നടക്കുകയായിരുന്നു. കിച്ചുവിന് മറുപടി കിട്ടിയില്ല.

തങ്ങളുപ്പയുടെ ജാറത്തിന്റെ പടി കഴിഞ്ഞാൽ ഇടത്തോട്ടു തിരിഞ്ഞ് ഇരുവശത്തും കൈതക്കാടുകളുള്ള ഇടവഴിയിലേക്കിറങ്ങണം. ഇടവഴി ചെന്നുകേറുന്നത് വലിയൊരു തെങ്ങിൻതോപ്പിലേക്കാണ്. തെങ്ങിൻതോപ്പ് ഓടിക്കേറിയാൽ ഫരീദയുടെ മൻസിലായി.

കൈതക്കാടുകളുടെ ഇടവഴിയിലേക്കിറങ്ങിയപ്പോൾ കിച്ചു അവന്റെ പെൻ ടോർച്ച് തെളിയിച്ചു. പാമ്പുണ്ടായാലോ?

“അള്ളാ! ന്റുപ്പ ഇപ്പ്ഴും റെയ്‌വേസ്റ്റേഷനില് കാത്ത് നിക്ക്വാവും.”

ഉപ്പയുടെ കൈയിലെ ആറു സെല്ലിന്റെ ടോർച്ചിന്റെ വെളിച്ചവും കിച്ചുവിന്റെ പെൻടോർച്ചിന്റെ വെളിച്ചവും തമ്മിലുള്ള അന്തരം ഫരീദ ഓർത്തു. അവൾ നടക്കുകയുമല്ല, ഓടുകയുമല്ല എന്നായി. ഇടവഴി തീരാറായപ്പോൾ കിച്ചു പെട്ടെന്ന് ഒന്ന് നിന്നു.

"കടലിന്റെ ഒച്ച്യല്ലേ കേൾക്കണേ?" ഫരീദയുടെ പിന്നാലെ ഓടിക്കേറി ച്ചെന്ന തെങ്ങിൻതോപ്പും കിച്ചുവിനെ അത്ഭുതപ്പെടുത്തി. നാട്ടുവെളിച്ച ത്തിൽ അനങ്ങാതെ നില്ക്കുകയാണ് ഒരായിരം തെങ്ങുകൾ. കാല് പൂഴ്ന്നുപോകുന്ന വെള്ളപ്പൂഴി. തെങ്ങുകൾക്കിടയിലൂടെ കാണാം, ഇരുണ്ട കടൽ. തീരത്തേക്കലറിവന്ന് പതഞ്ഞ് പാവമായി പിൻവാങ്ങുന്ന തിരകൾ.

"ഗ്രേയ്റ്റ്! ന്ലാവ്ള്ളപ്പഴാ ഇവടെ വരേണ്ടത്."

കിച്ചു പ്രശംസിച്ചു. ഫരീദയ്ക്കതൊന്നും തലയിൽക്കേറുന്ന നേരമല്ല. എങ്ങനെയെങ്കിലും വീടെത്തിയാൽ മതി. വേറൊരവസരത്തിലായിരുന്നെ ങ്കിൽ കിച്ചു നേരെ കടലിലേക്കോടിയേനേ. തലകുത്തി മറിഞ്ഞേനേ. ഫരീദ 'ലക്കി'യാണെന്ന് അവൻ പലതവണ പറഞ്ഞു. തെങ്ങിൻതോപ്പി ലൂടെ പത്തടി നടന്നിട്ടുണ്ടാവില്ല, പേടിച്ചരണ്ട മനുഷ്യന്റെ തൊണ്ടയിൽ നിന്ന് ഞെട്ടിപ്പുറത്തുവന്നതുപോലെ പ്രാകൃതമായ ഒരു ശബ്ദം കേട്ട് കുട്ടി കൾ നടുങ്ങിനിന്നു. തൊട്ടുപിന്നാലെ അതിഭയങ്കരമായ ഒരു നിലവിളി പകുതിയിൽ മുറിഞ്ഞു. കുട്ടികൾ പേടിച്ച് ചുറ്റും നോക്കി. ഇരുട്ടിന് പെട്ടെന്ന് കട്ടികൂടി. നാട്ടുവെളിച്ചം പൊലിഞ്ഞു. തൈത്തെങ്ങുകളുടെ നിഴലിലൂടെ ആരൊക്കെയോ ഓടുന്ന ഒച്ച. പെട്ടെന്ന്, എന്തിനെന്നറിയില്ല കുട്ടികൾ തിരിച്ചോടി. ഇടവഴിയിലേക്കിറങ്ങും മുമ്പ്, പക്ഷേ അവർ പിടിക്കപ്പെട്ടു. അനേകം ടോർച്ചുകളിൽനിന്നുള്ള കടുത്ത വെളിച്ചം അവരുടെ മുഖത്തു വീണു. ഡോക്ടർ മുഹമ്മദ് ഹുസൈന്റെ പേര് ആരോ പതുക്കെപ്പറഞ്ഞു. ടോർച്ചുകൾ കെട്ടു. ഫരീദ കിച്ചുവിനെ അവളുടെ പിന്നിലേക്ക് വലിച്ചു മാറ്റി.

"ഏതാ ഇവൻ?"

ഫരീദ ഉത്തരം പറയുംമുമ്പ് ഒരാൾ കിച്ചുവിന്റെ ഷർട്ടിന്റെ കോളർ കൂട്ടിപ്പിടിച്ചു. കിച്ചു കുതറിയപ്പോൾ പിടുത്തം മുറുകി. കിച്ചുവിന് ശ്വാസം മുട്ടി.

"എന്താടാ നിന്റെ പേര്?"

കിച്ചുവിന്റെ പേര് അവന്റെ തൊണ്ടയിൽ തടഞ്ഞു.

"ഇമ്രാൻ... ഇമ്രാൻന്നാ ഓന്റെ പേര്."

ഫരീദ പറഞ്ഞു.

"ഏത് ഇമ്രാൻ?"

"ഇമ്രാൻ... എളാപ്പാന്റെ പിയോട്ടീന്റെ ആങ്ങള. കൊയിലാണ്ടീന്ന് വരണ വഴ്യാണ്."

"ഇങ്ങളെന്താ ഇന്നേരത്ത്?"

"തീവണ്ടി ലേറ്റായീതാ."

"ഇങ്ങളെന്തിനാ ഓട്യേത്?"

കുട്ടികൾ മറുപടി പറഞ്ഞില്ല.

"പറ." കർക്കശമായിരുന്നു ആ ആജ്ഞ.

"പേടിച്ചിട്ട്."

"നടക്ക്."

കുട്ടികൾ നടന്നു. തൈത്തെങ്ങുകളുടെ നിര കഴിയുന്നതുവരെ അവർ പിന്തുടരപ്പെട്ടു.

"ജീവൻ വേണങ്കി തിരിഞ്ഞോക്കാണ്ട് ഓടിക്കോളിൻ."

കുട്ടികൾ ഓടി. മണലിൽ കുഴയുന്ന കാലുകൾ മുന്നോട്ടു നീങ്ങിയില്ല. ഉടുപ്പിന്റെ വക്കിൽച്ചവിട്ടി പലതവണ ഫരീദ വീഴാൻ പോയി. അവളെയും പിടിച്ചുവലിച്ച് ഓടുന്നതിനിടയിൽ കിച്ചു തിരിഞ്ഞു നോക്കി. അവർ അവിടെ ത്തന്നെ നില്ക്കുകയാണ്.

എത്രദൂരം ഓടിയെന്ന് കുട്ടികൾക്കറിയില്ല. ശ്വാസം കിട്ടാതെ വന്ന പ്പോഴാണ് അവർ നിന്നത്. പേടിയോടെ അവർ തിരിഞ്ഞുനോക്കി. നടുങ്ങി നില്ക്കുന്ന തെങ്ങുകൾ! പേടിപ്പിക്കുന്ന നിഴലുകൾ! വേറൊന്നുമില്ല. ഒരു തെങ്ങോല പോലും അനങ്ങുന്നില്ല. തിരകളുടെ ഒച്ചയില്ല. കാറ്റ് വീശു ന്നില്ല. കിതപ്പ് മാത്രം. ഫരീദയുടെ, കിച്ചുവിന്റെ.

"കരഞ്ഞത് ആരാവും?"

കിതപ്പടക്കിപ്പിടിച്ചുകൊണ്ട് ഫരീദ ചോദിച്ചു. കിച്ചു ഒന്നും പറഞ്ഞില്ല.

"അത്... ഫരീദ കൂടുതൽ ഒച്ചയടക്കി. ഒരു കൊലയായിരുന്നോ കിച്ചു?"

കിച്ചു പേടിയോടെ ചുറ്റും നോക്കി. ഇരുളുന്നു. കൂടുതൽക്കൂടുതൽ. കടൽ, ആകാശം. തെങ്ങുകൾ, പൂഴിമണൽ എല്ലാം ഇരുണ്ടിരുണ്ടു പോകുന്നു. ഫരീദ കിച്ചുവിന്റെ കൈയിൽ മുറുകെപ്പിടിച്ചു.

"അയാൾക്ക്... ജീവനുണ്ടെങ്കിലോ?"

കിച്ചു ഒന്ന് നടുങ്ങി. ജീവനുണ്ടെങ്കിൽ? തൈത്തെങ്ങുകൾക്കിടയിൽ ഒരു മനുഷ്യൻ കിടന്നു പിടയ്ക്കുന്നത് അവർ മനസ്സിൽ കണ്ടു. വാർന്നു പോകുന്ന രക്തം. തുറന്നു കിടക്കുന്ന മുറിവ്, താഴുന്ന നാഡീസ്പന്ദം, നിലയ്ക്കാൻ പോകുന്ന ഹൃദയം...

"പോയിനോക്കിയാലോ?"

"ഡോണ്ട് ബി സില്ലി കിച്ചു." ഫരീദ അവനെ തടഞ്ഞു. "നമ്മളിപ്പൊ കഷ്ടിച്ച് രക്ഷപ്പെട്ടതാ. ദേ, ദേ, ആ കാണണതാ എന്റെ വീട്. വാ." ഫരീദ ചൂണ്ടിക്കാട്ടി. ആയിരം കാതമകലെ കിച്ചു ഫരീദയുടെ വീട് കണ്ടു. എത്ര ഓടിയാലാണ് അവിടെയെത്തുക? വീട്ടിൽ നിന്ന് പുറപ്പെടുന്നു. ഒരുറപ്പു മില്ല, ആർക്കും. വീട്ടിലെത്തുമോ? വീട് രക്ഷിക്കും എന്നതിനും ഉറപ്പില്ല. വീട് കല്ലും മണ്ണുമാണ്. തകർത്താൽ തകരും.

ജീവനുവേണ്ടി പിടിച്ചുനിന്നയാൾ ആരായിരിക്കും? ചെറുപ്പക്കാരനോ വൃദ്ധനോ? അതോ മധ്യവയസ്കനോ? അച്ഛനെപ്പോലെ. അച്ഛൻ. നേരം

വൈകിയാൽ ഫരീദയുടെ ഉപ്പ മാത്രമല്ല, കിച്ചുവിന്റെ അച്ഛനും അസ്വസ്ഥ നാകും. കിച്ചു ചെല്ലുന്നതും കാത്ത് അച്ഛൻ സ്റ്റേഷനു പുറത്ത് നില്ക്കുന്നു ണ്ടാവും. കിച്ചുവാണ് ബൈക്കോടിക്കുക. അച്ഛൻ രണ്ടു കൈകളും കിച്ചു വിന്റെ തോളത്ത് വെച്ചിരിക്കും. പെട്ടെന്ന് അച്ഛന്റെ കൈകളുടെ ചൂട്, കിച്ചുവിന്, തോളത്ത് അനുഭവപ്പെട്ടു.

"നമ്മുടെ പിന്നാലെ ആരോ ഉണ്ട് കിച്ചൂ."

നടക്കുന്നതിനിടയിൽ ഫരീദ അവന്റെ കൈയിൽ മുറുകെപ്പിടിച്ചു. തിരിഞ്ഞുനോക്കാൻ കിച്ചു പേടിച്ചു. മണലിൽ കാലടികൾ താഴുന്നുണ്ട്. അനേകം കാലടികളുണ്ട്. പിന്നാലെയുണ്ട്. കുട്ടികൾ നടത്തത്തിന് വേഗം കൂട്ടി. ഇടത്തുനിന്ന്, ചിലപ്പോൾ വലത്തുനിന്ന്, അല്ലെങ്കിൽ പിന്നിൽനിന്ന്, അതുമല്ലെങ്കിൽ നാലുപാടുനിന്നും കാലൊച്ചകളാണ്. രക്ഷപ്പെടാനുള്ള പഴുതുകൾ അടയുകയാണ്. കുട്ടികൾ പ്രാണഭയത്തോടെ ഓടി. തിരിഞ്ഞു നോക്കിയാൽ നിഴലുകളേ കാണൂ. ഓട്ടം നിർത്തിയാൽ മരണംപോലെത്തെ നിശ്ശബ്ദതയാണ്. എങ്ങോട്ടാണോടുന്നത്? രക്ഷ. രക്ഷപ്പെടുന്ന ദിക്ക്. തന്റെ വീട് ഇത്രയ്ക്കകലെയായതെങ്ങനെയെന്ന് ഫരീദയ്ക്ക് പിടികിട്ടി യില്ല. വീടിരിക്കുന്ന ദിക്ക് തെറ്റിയോ?

ഇനിയൊരടി മുന്നോട്ടുവെക്കാൻ കഴിയാത്തവിധം കുഴഞ്ഞ് കുട്ടികൾ കടൽക്കരയിൽ ചെന്നുവീണു. ഒന്നിനു മീതെ ഒന്നായി, തിരകൾ, പലവട്ടം അവർക്കുമേൽ കയറിയിറങ്ങി. വെള്ളത്തിന്റെ മടിത്തട്ടിൽ കുട്ടികൾ മുഖം പൂഴ്ത്തിക്കിടന്നു.

കുറേനേരം കഴിഞ്ഞ് ഫരീദയുടെ തണുത്തു മരവിച്ച വിരലുകൾ കിച്ചുവിനെ തൊട്ടു.

"അവർക്കുപകരം മറ്റൊരു കൂട്ടരായിരുന്നൂന്ന് വെയ്ക്കാം. അപ്പൊ ഫരീദ എങ്ങന്യ എന്നെ രക്ഷിക്ക്യാ?" കിച്ചു ചോദിച്ചു.

ചെറിയ ഒരു തിര നെടുവീർപ്പുപോലെ അവരെ തലോടിയിറങ്ങി പ്പോയി.

"നീ കൃഷ്ണകുമാറാണെന്ന് ഞാൻ ഓരോട് പറയും. നിന്റെ ഐഡ ന്റിറ്റി..."

ഒരു വലിയ തിര വന്നു. കിച്ചു വേദനയോടെ ചിരിച്ചു. "അതിൽ ഫരീദ തോറ്റുപോവും. അല്ലേ അച്ഛാ?"

കിച്ചു കുട്ടിയായിരിക്കുമ്പോൾ, തികച്ചും, തികച്ചും ക്ലിനിക്കലായ കാരണങ്ങളാൽ അച്ഛൻ അവന് സർക്കംസിഷൻ* ചെയ്യിച്ചിട്ടുണ്ട്. കിച്ചു വിന്റെ ഏത് ഐഡന്റിറ്റിക്കാണ് അവനെ രക്ഷിക്കാൻ കഴിയുക?

■

* അഗ്രചർമ്മഛേദം

അവൻ വരുന്ന ദിവസം

അവൻ വരുന്ന ദിവസം ഇരുപത്തിമൂന്നു വർഷങ്ങൾക്കുശേഷം ഇന്ന്, സുബ്രഹ്മണ്യൻ അയാളുടെ മകനെ കാണും. അതിനു വഴിയുണ്ടാക്കിയത് മാധവിയാണ്. അയാളുടെ ഭാര്യ. അതിനുവേണ്ടി അവൾ ഓടിയ ദൂരം കുറച്ചൊന്നുമല്ല. കാലുവെന്ത പട്ടിയെപ്പോലെ. അതും അവൾക്കറിയാത്ത വഴികളിലൂടെ, കുരുക്കുകളിലൂടെ.

തളരാത്ത മനസ്സാണവളുടേത്. ഇതാ, എല്ലാം കഴിഞ്ഞു. ഇനിയൊന്നുമില്ല എന്നവസാനിക്കുന്നിടത്തുനിന്ന് അവൾ ഉയർത്തിക്കൊണ്ടുവരും. ഒരു പുൽക്കൊടിയെ. ഒരടി മുന്നോട്ടുവെച്ചാൽ പത്തടി പിന്നാക്കം തള്ളിമാറ്റുന്ന ലോകനീതിയോടാണവൾ ഏറ്റുമുട്ടിക്കൊണ്ടിരുന്നത്. നിരാശാഭരിതമായ ദിവസങ്ങളുടെ ഒടുവിൽ അവൾ ദൈവത്തെ ആശ്രയിച്ചു. അല്ലാതാരുണ്ട് അവൾക്കാശ്രയിക്കാൻ? സുബ്രഹ്മണ്യൻ തീരെ ദുർബ്ബലനായ ഒരു മനുഷ്യനാണ്. പെട്ടെന്നു കണ്ണുനിറയുകയും കരയുകയും ചെയ്യുന്ന പ്രകൃതക്കാരൻ. മകനെ നഷ്ടപ്പെട്ട അന്ന് അയാൾ വീണുപോയതാണ്. വളരെ വേഗം രോഗിയായിത്തീരുകയും ചെയ്തു. അയാൾ ഓടേണ്ട ദൂരം മുഴുവൻ അവൾ ഓടിക്കൊണ്ടിരുന്നു. നിസ്സഹായതയോളം വലിയ വേദന മറ്റൊന്നില്ലെന്ന് അയാൾ തിരിച്ചറിഞ്ഞു. അങ്ങനെ ഇരുപത്തിയാറു കൊല്ലമാണു കടന്നുപോയത്. ഇപ്പോഴവർക്കു വയസ്സായി. അയാൾക്ക് എഴുപത്തിനാല്. അവൾക്ക് എഴുപത്. അവരുടെ മകന് നാൽപ്പത്തിയഞ്ച്.

അവനു പത്തൊൻപതു വയസ്സുള്ളപ്പോഴാണ് അയാളവനെ ഒടുവിൽ കാണുന്നത്.

വൻ ചതി, നിയമപാലകരുടെ രൂപത്തിലെത്തി, സൗമ്യമായി ചിരിച്ച്, മൃദുവായി കൈ പിടിച്ച് അവനെ കൂട്ടിക്കൊണ്ടുപോയി. ആകെ ഭയന്നുപോയ അവരോട് പേടിക്കേണ്ട കാര്യമേയില്ലെന്നവർ പറഞ്ഞു. അവർ അവളെ അമ്മേയെന്നു വിളിച്ചു. “എന്തിനാണമ്മ പേടിക്കുന്നത്? ഞങ്ങൾക്കവനോടു പ്രധാനപ്പെട്ട ചില കാര്യങ്ങൾ ചോദിച്ചറിയാനുണ്ട്. അതിനർത്ഥം അവൻ കുറ്റവാളിയാണെന്നോ ഞങ്ങളവനെപ്പിടിച്ച് ജയിലിലിടുമെന്നോ ഒന്നുമല്ല. കാര്യങ്ങൾ ചോദിച്ചറിഞ്ഞു കഴിഞ്ഞാൽ

ഇവിടെത്തന്നെ കൊണ്ടുവന്നാക്കുകയും ചെയ്യും. ഇനി അമ്മയ്ക്ക് തീരെ വിശ്വാസമില്ലെങ്കിൽ കൂടെ വന്നോളൂ. മകനെ കൂട്ടിക്കൊണ്ടു പോന്നോളൂ."

പറയാനുള്ള കാര്യങ്ങൾ പറഞ്ഞു കഴിഞ്ഞ് അവൻ പുറത്തു വരുന്നതും കാത്ത് ഒരിരുണ്ട പൊലീസ് സ്റ്റേഷന്റെ പുറത്ത് റോഡരികിൽ രാത്രി മുഴുവൻ നിന്നും ഇരുന്നും അവർ കഴിച്ചുകൂട്ടി; എന്താവും അവന് പൊലീസുകാരോട് പറയാനുണ്ടാവുക എന്ന അമ്പരപ്പും ആശങ്കയും പരസ്പരം പങ്കുവെച്ചുകൊണ്ട്. എത്ര ആലോചിച്ചിട്ടും അവനെ പൊലീസുമായി ബന്ധിപ്പിക്കുന്ന യാതൊന്നും അവർക്കു കണ്ടെത്താനായില്ല. സന്തുഷ്ടനും സമാധാനപ്രിയനുമായ ഒരു പയ്യൻ. അച്ഛന്റെ അനാരോഗ്യം അവനെ വിഷമിപ്പിച്ചിരുന്നു. അമ്മയുടെ കഠിനാദ്ധ്വാനം ഏറ്റെടുക്കാൻ അവൻ തയ്യാറായിരുന്നു. അവന്റെ സ്വപ്നങ്ങൾ അവൻ അവരുമായി പങ്കുവെച്ചിരുന്നു. അവൻ വീടു വെയ്ക്കും. അച്ഛനെയും അമ്മയെയും സംരക്ഷിക്കും. നല്ല സ്വഭാവമുള്ള പെൺകുട്ടിയെ മാത്രം കല്യാണം കഴിക്കും. അച്ഛനെയും അമ്മയെയും കഴിഞ്ഞേ അവന് മറ്റൊരു ലോകമുള്ളൂ എന്നവളെ പഠിപ്പിക്കും. ലോകത്തെ പ്രതീക്ഷയോടെ നോക്കുന്ന കണ്ണുകളായിരുന്നു അവന്റേത്. അവന്റെ ലോകം വളരെ ചെറുത്.

ഒരു പൊലീസ് സ്റ്റേഷൻ ഇത്രയും ഇരുണ്ടിരിക്കുന്നത് ഭയപ്പെടുത്തുന്ന കാഴ്ചയാണ്. അരണ്ട മഞ്ഞ വെളിച്ചത്തിൽ കുറെ നിഴലുകൾ അങ്ങോട്ടുമിങ്ങോട്ടും ചലിക്കുന്നതു മാത്രമേ അവർക്കു കാണാൻ കഴിയുന്നുള്ളൂ. ഗേറ്റിൽ പാറാവു നിൽക്കുന്ന പൊലീസുകാരനോട് അവനെപ്പറ്റി ചോദിക്കാൻ മാധവി സുബ്രഹ്മണ്യനെ നിർബന്ധിച്ചു. ആദിമമായൊരു ഭയത്താൽ കീഴടക്കപ്പെട്ടവനായി അയാൾ ആ റോഡരികിൽ തളർന്നിരുന്നതേയുള്ളൂ. അയാളുടെ നിസ്സഹായതയിൽ നിന്നാണ് അവൾ ധൈര്യം ആർജ്ജിച്ചെടുത്തത്.

"എപ്പോഴാണ് അവൻ പുറത്തുവരിക?"

അവൾ പാറാവുകാരനോടു ചോദിച്ചു. അയാളാ ചോദ്യം പരിഗണിച്ചില്ല.

"അവനൊന്നും കഴിച്ചിട്ടില്ല. പഠിപ്പു കഴിഞ്ഞ് വന്ന ഉടനെ ബാറ്റുമെടുത്ത് ക്രിക്കറ്റ് കളിക്കാനോടി. കളി കഴിഞ്ഞു വരുമ്പോൾ ആനയെ തിന്നാനുള്ള വിശപ്പാണവന്. ഞാൻ ചോറെടുത്ത് വയ്ക്കുമ്പോഴാണ്..."

"ഭക്ഷണം കൊടുത്തതിനു ശേഷമാണ് ചോദ്യങ്ങൾ തുടങ്ങിയത്."

"എന്തു ചോദ്യങ്ങളാണ് അവനോടു ചോദിക്കാനുള്ളത്? എന്തിനെപ്പറ്റിയാണ്?"

പാറാവുകാരൻ അവളെ തറപ്പിച്ചു നോക്കി അവളൊന്നു പതറി. പിൻവലിഞ്ഞു.

പൊലീസ് വാഹനങ്ങൾ വരികയും പോവുകയും ചെയ്തുകൊണ്ടിരുന്നു. അരണ്ട മഞ്ഞ വെളിച്ചം കൂടുതൽ അരണ്ടതും ദുരൂഹവുമായിക്കൊണ്ടിരുന്നു. രാത്രി രണ്ടു മണിയായപ്പോൾ സുബ്രഹ്മണ്യന് ആസ്മ

കലശലായി. അയാൾ ശ്വാസം വലിക്കുന്ന ശബ്ദം റോഡ് മുറിച്ചു കടന്ന് പാറാവുകാരന്റെ ചെവിയിൽ എത്തുന്നുണ്ടായിരുന്നു. പൊലീസ് സ്റ്റേഷന് എതിർവശത്ത് റോഡരികിൽ കൈ പിന്നാക്കം കുത്തിയിരുന്ന് അയാൾ ഏങ്ങിവലിക്കുന്നത് അയാൾക്കു കാണാമായിരുന്നു. കടന്നുപോകുന്ന വാഹനങ്ങളുടെ ഹെഡ്‌ലൈറ്റിൽ ആ കുടുംബം തെളിയുകയും മായുകയും ചെയ്തുകൊണ്ടിരുന്നു പൊലീസ് സ്റ്റേഷന്റെ അടുത്തുള്ള തട്ടുകടക്കാരനോട് സുബ്രഹ്മണ്യന് ചൂടുള്ളൊരു ചുക്കുകാപ്പി കൊടുക്കാൻ പാറാവുകാരൻ നിർദ്ദേശിച്ചിരിക്കണം. അയാളും തട്ടുകടക്കാരനും സംസാരിക്കുന്നതും തട്ടുകടക്കാരൻ അവരെ നോക്കുന്നതും മാധവി ശ്രദ്ധിച്ചിരുന്നു.

"നിങ്ങളിവിടെ കാത്തുകെട്ടിക്കിടന്നിട്ട് എന്താ കാര്യം? വീട്ടിലേക്കു പൊയ്ക്കോളൂ. അത്ര എളുപ്പത്തില് പൊറത്തുവിടുന്ന കേസല്ല മോന്റെ പേരിലുള്ളത്." തട്ടുകടക്കാരൻ സഹതപിച്ചു.

"എന്ത് കേസ്?" മാധവിയുടേത് ഒരു വലിയ നിലവിളിയായിരുന്നു. സുബ്രഹ്മണ്യന്റെ ചോദ്യം പുറത്തുവന്നതേയില്ല.

തട്ടുകടക്കാരൻ അതിനെന്തുത്തരം പറയാൻ? രാവിലെ എസ്.ഐ വരുമെന്നും അങ്ങോര് ഒരു നല്ല മനുഷ്യനാണെന്നും കൃത്യമായി കാര്യങ്ങൾ പറഞ്ഞുതരുമെന്നും അയാൾ ആശ്വസിപ്പിച്ചു.

സമയം ആപേക്ഷികമാണ്. ഇനിയൊരിക്കലും നേരം വെളുക്കില്ലെന്നവർക്കു തോന്നി. നോക്കുന്തോറും ഇരുണ്ടുകൊണ്ടിരുന്നു, ആ പോലീസ് സ്റ്റേഷൻ. അതിനകത്തെവിടെയോ പെട്ടുപോയ മകനെയോർത്ത് ആളിക്കത്തിക്കൊണ്ടിരുന്നു, അവരുടെ വ്യസനം.

തട്ടുകടക്കാരൻ പറഞ്ഞതുപോലെത്തന്നെ എസ്.ഐ. സമയത്തിനു മുൻപേ എത്തി. കുണ്ടിലാണ്ട കണ്ണുകളും വരണ്ടുണങ്ങിയ വായും വിറയ്ക്കുന്ന ശരീരവുമായി അവർ അയാളുടെ മുന്നിൽ നിന്നു.

"ഇന്നലെ രാത്രിതന്നെ അവനെ ഇവിടുന്ന് കൊണ്ടുപോയല്ലോ." അയാൾ റജിസ്റ്റർ പരിശോധിച്ചു പറഞ്ഞു. "ഇവിടെ വെച്ചല്ല അവനെ ചോദ്യം ചെയ്യുന്നത്."

ഒരൊറ്റ നിമിഷത്തിൽ അവരുടെ ലോകം കീഴ്മേൽ മറിഞ്ഞു. തലേന്നു രാത്രി തങ്ങളുടെ മുന്നിലൂടെ കടന്നുപോയ ഏതോ പൊലീസ് വാഹനത്തിൽ അവനുണ്ടായിരുന്നു എന്ന അറിവ് അവന്റെ അമ്മയെ ഭ്രാന്തിയാക്കി. നെഞ്ചിലൊരു കഴപ്പും ഭാരവും അനുഭവപ്പെട്ട് അവന്റെ അച്ഛൻ കുഴഞ്ഞു വീണു.

എങ്ങോട്ടാണവനെ കൊണ്ടുപോയത്? അവിടെ നിന്ന് അവന്റെ അമ്മയുടെ അറ്റമില്ലാത്ത അന്വേഷണങ്ങൾ ആരംഭിക്കുന്നു. അവളൊരു സാധാരണ കുടുംബിനി. വീട്ടിലേക്കുള്ള വഴി മാത്രം അറിയുന്നവൾ. കൂട്ടില്ലാതൊരു യാത്ര ചെയ്യാൻ അറിയാത്തവൾ. വീടിനു പുറത്തുള്ള വലിയ

ലോകത്തെക്കുറിച്ച് യാതൊന്നും ചിന്തിക്കുകപോലും ചെയ്തിട്ടില്ലാത്തവൾ. അവനെ കൊണ്ടുപോയെന്നു വിവരം കിട്ടുന്നിടത്തേക്കൊക്കെ വഴി ചോദിച്ചറിഞ്ഞ് അവൾ ഓടിപ്പാഞ്ഞെത്തി. ജയിലുകളിൽ, കോടതിമുറികളിൽ, ആശുപത്രികളിൽ. അവർ പറഞ്ഞതൊക്കെ നുണകളായിരുന്നുവെന്ന് അവശമായ അവന്റെ രൂപം പറയാതെതന്നെ അവളോടു പറഞ്ഞുകൊണ്ടിരുന്നു. അവനെത്ര തല്ലുകൊണ്ടുവെന്ന്, എത്ര ക്രൂരമായി അപമാനിക്കപ്പെട്ടുവെന്ന്, അവനെന്തുമാത്രം ഭയന്നുപോയെന്ന് എല്ലാം. അവന്റെ മുഖത്തിഴയുന്ന ഇരുണ്ട നിഴലുകളിൽ തുപ്പലും ചോരയും കണ്ണീരും അവൾ കണ്ടു. ആൾക്കൂട്ടത്തിലൊരുവളായി നിന്നുകൊണ്ട് അവനെ കാൺകെ, അവകാശബോധത്തോടെ അവനെ തൊടാൻ, കെട്ടിപ്പിടിക്കാൻ, ഉമ്മവെയ്ക്കാൻ, മടിയിലൊളിപ്പിക്കാൻ എല്ലാ കൈകളേയും തട്ടിത്തെറിപ്പിച്ചുകൊണ്ട് അവനെയും എടുത്തുകൊണ്ടോടിപ്പോകാൻ അവളുടെ ഉള്ളു വിങ്ങി. അവനെ ചുമന്ന ഗർഭപാത്രവും പാലൂട്ടിയ മാറിടവും കഠിനവേദന അനുഭവിച്ചു.

"എന്റെ മകൻ എന്റെ കണ്ണിലെ വെളിച്ചമായിരുന്നു. നിങ്ങളെന്താണവനോടു ചെയ്യുന്നത്?"

അവനെ വിട്ടുകൊടുക്കാൻവേണ്ടി എല്ലാ വാതിലുകളിലും അവൾ അലമുറയിട്ടു. അവന്റെ ജീവൻ മടിപ്പിച്ചയായി ഇരന്നുകൊണ്ട് ന്യായാസനങ്ങളുടെ മുൻപിൽ പൊട്ടിക്കരഞ്ഞു. നിയമത്തിന്റെ വഴിയേ വരൂ. കോടതികൾ അവളോടു പറഞ്ഞു.

ആദ്യത്തെ ദയാഹർജി തള്ളപ്പെട്ട അന്ന്, ആളുകൾ അവളെ വളഞ്ഞു. "ഇനിയും നിങ്ങൾക്കു പ്രതീക്ഷയുണ്ടോ?"

"എനിക്കവനെ വിട്ടു കിട്ടണം. ചുമത്തപ്പെട്ട കുറ്റം ഇപ്പോഴും തെളിയിക്കാൻ എന്തുകൊണ്ട് അവർക്കു കഴിഞ്ഞിട്ടില്ല? ഓരോ തവണയും ഞാനവനോടു ചോദിച്ചിരുന്നു. ഇവർ പറയുന്നതുപോലെ നിനക്കതിൽ പങ്കുണ്ടോ? അവർ നിന്നെ തൂക്കിലേറ്റുമ്പോൾ കുറ്റവാളിയായിട്ടാണു തൂക്കിലേറ്റുന്നതെങ്കിൽ വ്യസനത്തോടെ നിനക്കുവേണ്ടി പ്രാർത്ഥിച്ചുകൊണ്ട് ഞാനെന്റെ ജീവിതം തള്ളിനീക്കും. അല്ല, നിരപരാധിയായിട്ടാണ് നീ തൂക്കിലേറ്റപ്പെടുന്നതെങ്കിൽ ആ വ്യസനം എനിക്കു താങ്ങാൻ കഴിയില്ല. നിന്നെക്കാൾ മുൻപേ ഞാൻ ഈ ലോകം വിട്ടു പോകും." വീണ മുട്ടുപൊട്ടി ചോരയൊലിപ്പിച്ചുകൊണ്ട് മുന്നിൽ നിൽക്കുമ്പോഴെന്നപോലെയായിരുന്നു അപ്പോഴൊക്കെ അവന്റെ മുഖം. "എന്റെ മകൻ എന്നോടിതുവരെ കുറ്റം സമ്മതിച്ചിട്ടില്ല. കൊലക്കയറിനു കീഴെ നിന്നുകൊണ്ട് അവനെന്നോട് കള്ളം പറയാനാവില്ല. അവനുവേണ്ടി നടന്നുതേഞ്ഞ എന്റെ കാലുകളിൽ തൊട്ടുകൊണ്ട് അവൻ പറഞ്ഞു ഇല്ലമ്മാ, ഞാനൊരു തെറ്റും ചെയ്തിട്ടില്ല. എന്റെ മകൻ എന്നോടു സൂചിപ്പിച്ചതുപോലെ, അവർക്കു കുറ്റം ഏറ്റെടുക്കാനൊരാളെ വേണമായിരുന്നു. അത് അവന്റെ മേൽ എളുപ്പത്തിൽ സാധിച്ചു എന്നാണെങ്കിൽ, നിയമത്തിന്റെ വഴികളിലൂടെ

എനിക്കിനിയും ഒരുപാട് പോകാനുണ്ട് എന്നാണർത്ഥം. അല്ലാതെ എന്റെ പ്രതീക്ഷ നശിച്ചു എന്നല്ല. ഞാനിനിയും കഷ്ടപ്പെടാനുണ്ട്. ഞാനതിന് ഒരുക്കവുമാണ്.”

അവർക്കുള്ള പ്രതീക്ഷയൊന്നും സുബ്രഹ്മണ്യന് ഉണ്ടായിരുന്നില്ല. കെടാറായ കനലിലെ ഒരു പൊരി തീ യാതൊരുറപ്പുമില്ലെങ്കിലും ഊതി പ്പെരുപ്പിക്കാൻ നിങ്ങൾക്കു ശ്രമിച്ചുകൊണ്ടിരിക്കാം. കഴിഞ്ഞ ഇരുപത്തി യാറു കൊല്ലമായി അതാണവളുടെ ജീവിതം, യുവതിയായ അമ്മയിൽ നിന്ന് വൃദ്ധമാതാവിലേക്കുള്ള പരിണാമത്തിനിടയിൽ അവർ തിന്ന തീ യുടെ കണക്ക് അയാൾക്കറിയാം. അപ്പോഴുമവൾ തികഞ്ഞ ആത്മ വിശ്വാസത്തോടെ പറയുന്നത് ഒരു ദിവസം അവൾ അവനെ അയാളുടെ മുന്നിൽ കൊണ്ടുവന്ന് നിർത്തുമെന്നാണ്.

അവൾ വാക്കു പാലിച്ചു. അയാളിപ്പോൾ നിലവിളിച്ചു പായുന്നൊരു ആംബുലൻസിനുള്ളിലാണ്. തൊട്ടടുത്ത് അവളുണ്ട്. പത്തുപതിനഞ്ചു കൊല്ലമായി അയാളെ വിടാതെ പിടികൂടിയിരുന്ന 'ആംബുലൻസ് പേടി' ഇപ്പോൾ അയാൾക്കില്ല.

മകനെ തൂക്കിക്കൊല്ലാൻ വിധിച്ച അന്നാണ് അതയാളെ ആദ്യമായി ബാധിച്ചത്. അവന്റെ ജഡവും പേറി അലറി നിലവിളിച്ചുകൊണ്ടാരു ആംബുലൻസ് ഏതു നേരവും അയാളുടെ മനസ്സിലേക്കിരച്ചു കയറി വരാൻ തുടങ്ങി. അതവളോടു പങ്കുവെയ്ക്കാൻ അയാൾക്കു കഴിഞ്ഞി രുന്നില്ല. എരിയുന്ന ഉമിത്തീയിലെന്നോണം വെന്തുവെന്ത് അയാൾ ജീവിച്ചു. സൂര്യനുദിക്കുന്നു. അസ്തമിക്കുന്നു. കാറ്റു വീശുന്നു. ഇലകൾ കൊഴിയുന്നു. നിലാവുള്ള രാത്രിയും ഇല്ലാത്ത രാത്രിയും വന്നുപോകുന്നു. വെയിലും മഴയും മഞ്ഞും മാറി മാറി വരുന്നു. പുതിയ കുരുന്നുകൾ പുതിയ തളിരുകൾ. അയാൾ മാത്രം അന്തമില്ലാതെ കാത്തിരിക്കുന്നു. വൃദ്ധൻ എന്ന നിലയിൽ എന്റെ ജീവിതം ഉപയോഗശൂന്യമാണ്. അയാൾ വിലപിച്ചു. ഇന്നു രാവിലെയും അതുണ്ടായി.

പഴയ ഒരു ടൈംപീസ് തുരുമ്പു പിടിച്ച് തൊലിയടർന്നത് ജനൽപ്പടി യിലിരുന്നു വിറച്ചു. ഇടറിയ മണിനാദം മുഴക്കി. അയാൾ ഇടതുകൈ നീട്ടി അതിന്റെ നെറുകയിലെ അമരാൻ കൂട്ടാക്കാത്ത ബട്ടൺ ഒച്ച നില യ്ക്കും വരെ അമർത്തിപ്പിടിച്ചു. അതാണോ ആദ്യം സംഭവിച്ചത്? അതോ ടൈംപീസിനെക്കാൾ മുൻപേ മാധവി ഉണർന്ന്, കാത്തുരക്ഷിക്കണേ ഈശ്വരാ എന്നു കോട്ടുവായ്ക്കിടയിലൂടെ ഉറക്കെ പറഞ്ഞതാണോ? അത യാളെ വെള്ളിയാഴ്ചയെക്കുറിച്ചോർമ്മിപ്പിച്ചു. അഞ്ചുമണിയുടെ ആദ്യത്തെ ബസ്. ആ ബസ്സ് പിടിക്കാനുള്ള അവളുടെ ഓട്ടം. അതിനും മുൻപ് അവ നുള്ള ആഹാരം തയ്യാറാക്കൽ. ഭാരിച്ച സഞ്ചി.

അവളോടൊപ്പം അയാളും ഉണർന്നു. ചെറിയ സഹായങ്ങളെങ്കിലും അവൾക്കുവേണ്ടി ചെയ്യാൻ കഴിയണം. ഒരാഴ്ചത്തെ പത്രം, ചില മാസിക കൾ, അവൻ ആവശ്യപ്പെട്ട ഒന്നുരണ്ടു പുസ്തകങ്ങൾ ഇതൊക്കെ

എടുത്തു വെയ്ക്കാൻ. അവൾ പാത്രത്തിലാക്കുന്ന ഭക്ഷണം മറിഞ്ഞു പോകാതെ സഞ്ചിയിൽ ഒതുക്കിവെയ്ക്കാൻ ഒക്കെ അയാൾക്കു കഴിയും. വലതുകൈ അയാളുടെ നിയന്ത്രണത്തിലല്ലെങ്കിലും ഇടതുകൈക്കു സ്വാധീനമുണ്ട്. എന്നാൽ വിറച്ചു വിറച്ചു നടന്നു തന്നെ സഹായിക്കുന്നതിനെക്കാൾ അയാൾ കിടന്നുറങ്ങുന്നതാണ് അവൾക്കിഷ്ടം.

"പൊറത്ത് ഇര്ട്ടല്ലേ മാധവീ? നിനക്കു പേടിയാവില്ലേ?"

"ഇര്ട്ട് പൊറത്തല്ലേ? അകത്തല്ലല്ലോ."

അയാളോർക്കുന്നു. അതെ, കൃത്യം അപ്പോഴാണ് അലാം അടിച്ചത്. പഴയ ടൈംപീസ് ഇരുന്നു വിറച്ചത്. അയാൾ കൈ നീട്ടി അതിന്റെ നെറുകയിലെ ബട്ടൺ അമർത്തിപ്പിടിച്ചത്. അയാളുടെ വിരലുകൾ വിറയ്ക്കുകയും കോച്ചിവലിക്കുകയും ചെയ്തത്. വൃദ്ധൻ എന്ന നിലയിൽ എന്റെ ജീവിതം ഉപയോഗശൂന്യമാണെന്നയാൾ ദുഃഖിച്ചത്.

എങ്കിലും അഞ്ചുമണിയുടെ ബസ്സിൽ അവളെ കയറ്റി അയയ്ക്കാൻ ബസ്സ്റ്റോപ്പ് വരെ അയാളും കൂടെ ചെന്നിരുന്നു. "സൂക്ഷിച്ചു പോ." ബസ്സിൽ കയറുന്നതിനിടയിൽ തിരിഞ്ഞുനോക്കി അവൾ ഓർമ്മിപ്പിച്ചു. സത്യത്തിൽ അവളാണു സൂക്ഷിച്ചു പോകേണ്ടത്. ആ സഞ്ചി ചുമക്കാൻ അവൾക്കു ശക്തിയില്ല. ബസ്സിലേക്കു കാലുകൾ എടുത്തുവെച്ചു കയറാൻ അവൾക്കേറെ പ്രയാസമുണ്ട്. കഴിഞ്ഞ വെള്ളിയാഴ്ച അവനെക്കണ്ട് തിരിച്ചു വരുമ്പോൾ നെഞ്ചിടിപ്പ് വല്ലാതെ കൂടിയെന്നും ആകെ വിയർത്തു കുളിച്ചുവെന്നും തലചുറ്റിയെന്നും അവൾ പറഞ്ഞിരുന്നു. ജയിൽവളപ്പിലെ ഒരു മരത്തിന്റെ ചോട്ടിൽ അവൾ തളർന്നിരുന്നു. അവൾക്കു വല്ലാതെ ദാഹിച്ചു. വിവശത തോന്നി. ഏറെ നേരത്തിനുശേഷം അതിലേ ബൈക്കോടിച്ചു വന്ന രണ്ടു പോലീസുകാരാണ് അവളെ എഴുന്നേൽപ്പിച്ചു കൂട്ടിക്കൊണ്ടുപോയത്.

ഇപ്പോൾ, അവൾ അയാളുടെ തൊട്ടടുത്തുണ്ട്. അയാളുടെ ശ്വാസം അവളുടെ മുഖത്തുതട്ടുന്നുണ്ട്. അവളുടെ തണുത്തുറഞ്ഞ നെറ്റിത്തടത്തിൽ അയാൾ ഇടതുകൈത്തലം അമർത്തിവെച്ചിരിക്കുന്നു. വലതുകൈ വല്ലാതെ കിടന്നു വിറയ്ക്കുന്നുണ്ട്.

ഇനി അവൻ വീട്ടിലേക്കു വരുന്നത് നമ്മളിലൊരാൾ മരിക്കുമ്പോഴായിരിക്കും. അപ്പോൾ അവനെ കൊണ്ടുവരാതിരിക്കാൻ അവർക്കാകില്ല. വന്നാലും അധികനേരമൊന്നും അവർ അനുവദിക്കില്ല. ചിതയുടെ വെളിച്ചത്തിൽ നമുക്കവനെ കണ്ണുനിറയെ കാണാനും കഴിയില്ല. ■

ഇക്ളോണി മണ്ടോക്കിയിൽ കൂട്ടയോട്ടം

ഇക്ളോണിമണ്ടോക്കിയിലെ അസംതൃപ്തമായ കുടുംബങ്ങളെ മുഴുവൻ പിരിച്ചുവിട്ടുകൊണ്ട് ഉത്തരവിറക്കിയശേഷം പ്രസിഡന്റ് ഇസപ്പൊള്ളും മനസ്സ് ആരോടും മിണ്ടാതെ സ്ഥലംവിട്ടു. നൂറു കിലോമീറ്റർ ഒറ്റയ്ക്ക് വണ്ടിയോടിച്ചുപോയി ഏകാന്തമായ ഒരൊളിസ്ഥലത്തു കയറി കത കടച്ചു.

ഇസപ്പൊള്ളും മനസ്സ് വളരെ ഉന്നതമായ ഒരു സ്റ്റൂളിൽ ഇരിക്കുന്നു. സ്റ്റൂൾ കണ്ണാടിക്കും കമ്പ്യൂട്ടറിനുമിടയിൽ കിടക്കുന്നു. ഇസപ്പൊള്ളും മനസ്സ് തൊപ്പി ധരിക്കാറുണ്ട്. കണ്ണാടിയും കമ്പ്യൂട്ടറും അദ്ദേഹത്തേക്കാൾ താഴെ സ്ഥിതി ചെയ്യുന്നു. ജി.ഒ.യിൽ ഒപ്പുവെച്ചുകൊണ്ട് ഇസപ്പൊള്ളും മനസ്സ് നടത്തിയ ലഘുപ്രസംഗം.

കോമ്രേഡ്സ്!

ചരിത്രം അനിവാര്യതകളിലേക്ക് കുതിച്ചു. നാം സാക്ഷികൾ. എന്റെ സ്ഥാനത്ത് ആരായിരുന്നാലും ഇതുതന്നെ ചെയ്യും. കമ്പ്യൂട്ടറിനെ അനുസരിക്കും. എല്ലാം കണക്കാക്കിയതും വഴികളുടെ നിരവധി സാദ്ധ്യതകൾ കണ്ടെത്തിയതും സാദ്ധ്യതകളിൽനിന്ന് ഏറ്റവും മികച്ച പോംവഴി നിർദ്ദേശിച്ചതും കമ്പ്യൂട്ടർ ആകുന്നു. ഓരോ കുടുംബത്തിന്റെ സ്വകാര്യതയും കമ്പ്യൂട്ടറിലെ തുറന്ന അറിവാണെന്നത് സത്യമാണല്ലോ. എന്തുകൊണ്ട് വിവേചനാധികാരം പ്രയോഗിച്ചില്ല എന്നാണെങ്കിൽ ഞാനൊരു കഥ പറയാം. നമ്മുടെ കിഴക്കൻ പ്രവിശ്യകളിലൊന്നിൽ കൂളി എന്നു പേരായ ഒരു തള്ള ജീവിച്ചിരിപ്പുണ്ട് (ജീവിച്ചിരിപ്പുണ്ട് എന്നു വെച്ച് ഇതു കഥയല്ലാതാവുന്നില്ല. കൂളി കഥാവശേഷയായാലും കൂളിയുടെ ജീവിതം കഥയായി തുടരും.) കൂളിയുടെ ആകെ സമ്പാദ്യം പതിനേഴു മൺകലങ്ങൾ ആണ്. ദിനവും അവയെ തേച്ചുമോറിക്കമഴ്ത്തി കൂളി ആനന്ദിച്ചുപോന്നു. കൂളിയുടെ കുടിലിന്റെ മൂലയിൽ 80 ഡിഗ്രി ചെരിഞ്ഞ് ഒരു ചാവ്വര പോലെ മേൽക്കുമേലെ പടുത്തുയർത്തപ്പെട്ട് അവ കഴിഞ്ഞുപോന്നു. ഏറ്റവും മുകളിലെ കലം കൂളി എന്നും മലർത്തിവെച്ചു. കിഴക്കു

നിന്ന് ഒരു സൂര്യകിരണം കലത്തിൽ കുത്തനെ വീഴുകയും ദിനവും ഒരു കലം വെളിച്ചം കൂളിക്ക് കിട്ടിപ്പോരുകയും ചെയ്തതായി കിഴക്കൻ പ്രവിശ്യയിലാകെ വിശ്വസിച്ചു പോരുന്നു.

കൂളിയുടെ മൺകലങ്ങളെക്കുറിച്ചുള്ള ഈ കഥ മോശപ്പെട്ട അലിഗറിയായിരിക്കാം. വളരെ ലളിതവും മുഷിവുള്ളതുമായിരിക്കാം. പറഞ്ഞ രീതിയും ക്ലീഷേ ആയിരിക്കാം. വസ്തുതകൾ അണികളെ ബോധിപ്പിക്കാൻ കഥയേക്കാൾ നല്ലൊരുപാധിയില്ലല്ലോ. (ഇസപ്പൊള്ളും മനസ്സ് മലകളെ മാറ്റിയ വൃദ്ധന്റെ കഥ ഓർത്തു പോവുന്നു. ചെറിയൊരു നെടുവീർപ്പിടുന്നു. ഒരിടവേള കൊടുക്കുന്നു.) കൂളിയുടെ മൺകലങ്ങൾ സ്വസ്ഥവും സുസ്ഥിരവുമായിരുന്നില്ലെന്ന് നാമറിയുന്നത് ഒരു നാൾ കിഴക്കൻ പ്രവിശ്യയിലൊരിലപോലുമനങ്ങാതെ, പ്രകോപനമേതുമില്ലാതെ, ഏറ്റവും ഉറപ്പേറിയതും ആകൃതിഭദ്രവും അതീവസുന്ദരവുമായിരുന്ന ഏറ്റവുമടിയിലെ മൺകലം ഇടിഞ്ഞു പൊടിഞ്ഞമരുകയും മേലെ പടുത്തു കയറ്റിയിരുന്നതെല്ലാം മലർപ്പൊടിക്കാരന്റെ സ്വപ്നം പോലെ തകർന്നു വീഴുകയും ചെയ്തപ്പോഴാണ്.

കോമ്രേഡ്സ്!

മോശപ്പെട്ടതെങ്കിലും ഈ അലിഗറിയിലൂടെ ഞാൻ നിങ്ങളെ പ്രശ്നത്തിന്റെ ഗൗരവം മനസ്സിലാക്കിച്ചു എന്നു കരുതട്ടെ!

ആയാസപ്പെട്ട് അദ്ദേഹം സ്റ്റൂളിൽ നിന്നിറങ്ങി. തൊപ്പിയെടുത്തു. മുറിയുടെ നടുവിലിട്ട ചെറു പീഠത്തിൽ വലതുകാൽ കയറ്റിവെച്ചും മുഖമൊട്ടു പിന്നാക്കം മലർത്തിയും വലതുമുഷ്ടി നെഞ്ചിലും ഇടതുമുഷ്ടി നെറ്റിയിലും തൊടുവിച്ചും നിന്നു.

ഇങ്ങനെ ഏറെനേരം നിൽക്കാൻ പറ്റില്ല.

ഇതാണ് ജനഹിതം. ഒരു സാധാരണ വോട്ടെടുപ്പിനെക്കാൾ ശുഷ്കാന്തിയോടെ, രഹസ്യാത്മകമായി, സ്വതന്ത്രവും നീതിപൂർവ്വകവുമായി ജനാധിപത്യത്തിലെ സ്ഥാപനങ്ങളുടെ പ്രവർത്തനത്തെപ്പറ്റി കർശനമായ ജനാഭിപ്രായം ശേഖരിക്കുക. കുടുംബം എന്ന സ്ഥാപനത്തെ എന്തു ചെയ്യണം എന്നു ജനങ്ങൾ തീരുമാനിക്കട്ടെ.

മണ്ടോക്കി പ്രസിഡന്റ് (ആരോടും അഭിപ്രായം ചോദിച്ചിട്ടല്ല) ഇതാ വാഗ്ദാനം ചെയ്യുന്നു. പോകുവിൻ! ഉള്ളകാര്യം ഉള്ളതുപോലെ പറയുവിൻ! നീതിക്ക് മുട്ടുവിൻ!

ജനം തികച്ചും ഒറ്റയ്ക്കൊറ്റയ്ക്ക് ഏതിനോടും മാനസികാടിമത്തമില്ലാതെ ബൂത്തുകളിലേക്ക് നടന്നു. ആരും പറയാതെ ക്യൂ നിന്നു. തനിക്ക് ചുട്ടാൽ കുട്ടിയെത്തന്നെ ഇട്ട് ഇരിക്കും.

നൂതനമാണീ സമ്പ്രദായം സങ്കീർണ്ണമാണീ സമ്പ്രദായം. ആകെ ചെലവ് എട്ടരകോടി രൂപ. ഇസപ്പൊള്ളും മനസ്സിന് അഴിമതിയിൽ കമ്പമില്ല. കോടികൾ മുഴുവനും ശരിക്കും ചെലവഴിച്ചതു തന്നെയാണ്. വൈസ്

ചാൻസലറുടെ ഭാര്യയും കർഷകത്തൊഴിലാളിയും ഒരുപാടു നേരം ക്യൂവിൽ നിന്നു. സമാന്തരമായി വൈസ് ചാൻസലറും കർഷകത്തൊഴിലാളിയുടെ കെട്ടിയോൻ ചാത്തയും നിന്നു. ഊഴം വന്നപ്പോൾ ഭാര്യ വൈസ്ചാൻസലറെ നോക്കി ഒരു കണ്ണിറുക്കിക്കാട്ടി അകത്തുകടന്നു. വിദേശഭാഷയിൽ രേഖപ്പെടുത്തി: I am desperately in need of a separation.

കർഷകത്തൊഴിലാളി തായ്മൊഴിയിലാണ് കുറിച്ചിട്ടത്. പണ്ടാറച്ചാത്തടെ ചവിട്ടും തൊഴീം കള്ളുടീം ഇന്നത്തോടെ തീരണം. ചാത്ത പോയ് തെണ്ടട്ടെ!

ക്യൂവിലൊന്നും നിൽക്കാൻ സ്വതേ നേരമില്ലാത്ത അസ്വസ്ഥനായ വൈസ് ചാൻസലർ ധൃതിയിൽ അകത്തു കടന്നു.

നോൺസെൻസ്! അട്ടർ കൺഫ്യൂഷൻ.

ചാത്ത പാടുകയാണ് ചെയ്തത്.

ഉലഹേ... മാ...യ്... അം വാഴ്ഹേ

മാ.... യ്... അം....

അതേ സമയം ഇക്ളോണി മണ്ടോക്കിയിൽ നിലനിൽക്കുന്ന രണ്ടു നഗ്നസത്യങ്ങൾ. ഒന്ന്. സാമ്പത്തികം. അടിത്തറ.

അമ്പത്തിനാലു ശതമാനം യുവാക്കൾക്ക് സ്വന്തമായ ഒരു കുടുംബം ഉണ്ടാക്കാനുള്ള ഭൗതിക സാഹചര്യം ഇല്ല. പച്ചമനുഷ്യരായ ഇവർ കുടുംബം, കുട്ടികൾ എന്നൊക്കെ സ്വപ്നം കണ്ടും ലൈംഗികമായ അത്യാവശ്യങ്ങൾ നിറവേറ്റാൻ വഴി കാണാതെയും ആശ മൂത്ത് ചത്തുകൊഴിഞ്ഞു പോകുന്നു.

രണ്ട്. സാംസ്കാരികം. മേൽപ്പുര.

ഒരുത്തി നാലുവട്ടം വിവാഹിതയായി. നാലുവട്ടവും പരാജയപ്പെട്ടു. പിന്മാറാതെ അഞ്ചാമതൊന്നിന് തയ്യാറെടുക്കുമ്പോൾ അവൾക്ക് ബ്രൂസിന്റെയും ചിലന്തിയുടെയും ഗുണപാഠകഥ ഓർമ്മവന്നു. അവൾ കുപിതയായി. വിവാഹമെന്താ യുദ്ധമോ? പോരടിച്ചു ജയിക്കാൻ? പിന്നീടവൾ ഒറ്റയ്ക്ക് ജീവിച്ചു. ഇപ്പോഴവൾക്ക് അമ്പതു വയസ്സായി. എല്ലാ വിവാഹത്തിലുമുണ്ടായ കുട്ടികളെ അവൾ കൊത്തിയാട്ടി. തന്റെ ജീവിതപ്രശ്നങ്ങൾ മുഴുവൻ അവൾ ഭക്ഷണത്തിലേക്കു ചുരുക്കി. ഏകാന്തതയിൽ ധാരാളം ഭക്ഷിച്ച് അവൾ ആനന്ദിച്ചു പോന്നു. ഇരുന്നിടത്തുനിന്നിളകാൻ പ്രയാസമാകുംവിധം അവൾ തടിച്ചു ചീർത്തു. ഉറക്കവും ഇരുന്നുകൊണ്ടായി. ഇക്ളോണി മണ്ടോക്കിയിലെ ഏറ്റവും പതുപതുത്ത സോഫകൾ അവൾക്കുണ്ടായിരുന്നു. ഗവൺമെന്റിനെ അഭിനന്ദിച്ചുകൊണ്ട് അവൾ സുദീർഘമായ ഒരു കത്തെഴുതി. (പെരുംവയറു മൂലം വളരെ ക്ലേശിച്ച്) കത്തിന്റെ അവസാനത്തിൽ 'ജയ് മണ്ടോക്കി'ക്കു പകരം

'കുടുംബം തുലയട്ടെ' എന്നെഴുതി ഒപ്പിട്ടപ്പോഴേക്കും അവൾ കിതച്ചു വശംകെട്ടു.

പ്രസിഡന്റ് സ്വന്തം കുടുംബം പിരിച്ചുവിട്ടുകൊണ്ട് ഉദ്ഘാടനകർമ്മം നിർവ്വഹിച്ചതിനു തൊട്ടുപിന്നാലെ രണ്ടു ലക്ഷത്തിമുപ്പത്തിനാലായിരം മാതൃകാ കുടുംബങ്ങൾ ഒറ്റയടിക്ക് പിരിഞ്ഞുപോയി. പിരിച്ചുവിടലുകൾ നിലയ്ക്കാതെ തുടരുകയാണ്. രാത്രിയിലും പിരിച്ചുവിടുന്നുണ്ട്. നേരം വെളുക്കുന്നതോടെ ഒരേകദേശ ചിത്രം കിട്ടുമെന്ന് പ്രതീക്ഷിക്കുന്നു.

ആളുകൾ തെരുവിൽ വർണ്ണശബളമായി നിറഞ്ഞുകവിയുകയാണ്. അവരങ്ങനെ വെറുതെ പാറിനടക്കുകയാണ്. ചായംമുക്കിയ ഓരോ കഷണം പഞ്ഞികൾ പോലെ അവർ പൊങ്ങുന്നു... താഴുന്നു... പാറിപ്പോവുന്നു.

കുട്ടികൾ രാജ്യത്തിന്റെ പൊതുസ്വത്തായി പ്രഖ്യാപിക്കപ്പെട്ടു. സ്വകാര്യസ്വത്ത് എന്നപോലെയോ സ്വകാര്യസ്വത്തിന്റെ അനന്തരാവകാശികൾ എന്നപോലെയോ അവരെ വിനിയോഗിക്കാനുള്ള അവകാശം മേലിൽ മാതാപിതാക്കൾക്കുണ്ടായിരിക്കില്ല. ഒന്നര വയസ്സുവരെ കുട്ടികളെ മുലയൂട്ടാത്ത തള്ളതന്തമാർ കഠിനമായി ശിക്ഷപ്പെടും. വൈകാരികബന്ധത്തിന്റെ ആഴവും കുട്ടികളുടെ ആവശ്യവും അനുസരിച്ച് അവരെ വാത്സല്യത്തോടെ നോക്കി വളർത്താനുള്ള അവകാശം മാതാപിതാക്കൾക്കുണ്ടായിരിക്കും. എന്നാൽ സ്വന്തം അഭിപ്രായങ്ങളും ജീവിതവീക്ഷണവും ആഗ്രഹാഭിലാഷങ്ങളും കുട്ടികളുടെ മേൽ തള്ളയോ തന്തയോ അടിച്ചേല്പിക്കുവാൻ പാടില്ല. രണ്ടു വയസ്സു മുതൽ കുട്ടികൾക്ക് അഭിപ്രായസ്വാതന്ത്ര്യം നൽകും.

ഹീ....ീ....ീയ്യ! ഹ്യീ... ീ യ്യ! ഹിയ്യേയ്!

കൂട്ടത്തോടെ കുട്ടികൾ തെരുവിലേക്കോടിപ്പോയതാണ് കേട്ടത്. അവരവിടെ കൂത്തുമറിഞ്ഞു വഴി ബ്ലോക്കാക്കി. അവർ നീണ്ട വാലുള്ള പട്ടങ്ങളായി ആകാശത്തേക്കു കുതിച്ചു. ആകാശത്ത് തലകീഴ്ക്കാംപാടാക്കിക്കിടന്ന് അഭ്യാസങ്ങൾ കാട്ടി. മലക്കംമറിഞ്ഞ് ഭൂമിയിലെത്തി.

ഇങ്ങനത്തെ സ്കൂളുകൾ കണ്ടുപിടിച്ചതാരാണ്? ഇത്രയും വളഞ്ഞ അക്ഷരങ്ങൾ ഉണ്ടാക്കിയതാരാണ്? ജയിലുപോലത്തെ വീടുണ്ടാക്കിയത് എന്തിനാണ്?

കുട്ടികൾ ചോദിച്ചു, നീണ്ട വാലുകൾ മരച്ചില്ലകളിൽ ചുറ്റിവരിഞ്ഞ് അവർ കിടന്നാടി. മരങ്ങളിൽനിന്ന് അവർ പുഴകളിലേക്ക് ചാടി. കുട്ടികൾ പുഴകളിൽ, മലകളിൽ, മൈതാനങ്ങളിൽ, പുരപ്പുറത്ത്.

ഒരുവശം ചുളിയുകയാൽ ചതുരം നഷ്ടപ്പെട്ട സ്ഥലം. രണ്ടാളുകൾ സ്ഥലത്തിലേക്ക് കയറി നിൽക്കുന്നു. കട്ടിയിൽ മേക്കപ്പിട്ട രണ്ടുപേർ. മേക്കപ്പിന്റെ ആധിക്യംമൂലം അത് മാസ്കുകൾ പോലെ തോന്നിപ്പിക്കും. ഒരേപോലത്തെ മാസ്കുകൾ.

മാസ്കുകൾ സംസാരിച്ചുതുടങ്ങുന്നു.

മാസ്ക് ഒന്ന്: കാര്യങ്ങൾ അപകടകരമായി കുഴഞ്ഞുമറിയുകയാണ്. ഇതെവിടെച്ചെന്നവസാനിക്കും?

മാസ്ക് രണ്ട്: ഇയ്ക്ക് അങ്ങനെ തോന്ന്ണില്യ.

മാസ്ക് ഒന്ന്; നിനക്ക് തോന്നില്ല. നീ നേടിയവനാണ്. ഞാൻ എല്ലാം നഷ്ടപ്പെട്ടവനും.

മാസ്ക് രണ്ട്: അത് ശര്യാ. യ്ക്ക് റേഷൻ കാർഡില്ല. വീട്ടുനമ്പറൂല്യ.

മാസ്ക് ഒന്ന്: അടിത്തറയാണിളകുന്നത്.

മാസ്ക് രണ്ട്: ഇയ്ക്കെന്നാ അതൊന്നും അറീല്യാട്ടൊ. ഇന്റെ പിള്ളാര് രണ്ടുനേരം നല്ലതു വല്ലതും തിന്നും, നെറള്ള കുപ്പായട്ട് ഷ്കോള്ളേപോവാച്ചാ ഇയ്ക്കതില് സന്തോഷല്ലേ ണ്ടാവ്വാ? ഇന്റെ പെണ്ണിനും സന്തോഷാ.

മാസ്ക് ഒന്ന്: ഹാ! ഹാ! ഹാ!

എന്തു പറഞ്ഞു? നിന്റെ പെണ്ണോ?

ഹീ... ഹീ... ഹീ! നിന്റെ കുട്ടികളോ?

മാസ്ക് ഒന്നിന്റെ ഒച്ച കടുത്തു. അയാൾ വെളിച്ചത്തിന്റെ കേന്ദ്രത്തിലേക്ക് കയറിനിന്നു.

മാസ്ക് ഒന്ന്: പെണ്ണുങ്ങളും കുട്ടികളും ഇനി മുതൽ സർക്കാരിന്റെയാണ്.

മാസ്ക് രണ്ട്: ഒന്നുപോടോ! തൊള്ളേള്ളത്തോന്നീത് വിളിച്ചു പറയാണ്ട്.

അന്നേരം സ്ഥലത്തിന്റെ ഒരുവശം ഭേദിച്ചുകൊണ്ട് ഏഴു സ്ത്രീകൾ പൊയ്ക്കാലുകളിൽ നടന്നുവന്നു. ആ രണ്ടുപേർക്കുചുറ്റും അവർ പൊയ്ക്കാലുകളിൽ ചാടിച്ചാടി നടന്നു. അങ്ങനെ നടക്കുന്നതിന്റെ ശബ്ദം ദൃശ്യത്തേക്കാൾ ഭയങ്കരമായിരുന്നു. ആരോ സ്വിച്ച് ഓഫാക്കി. വെളിച്ചമറ്റ സ്ഥലത്ത് ശബ്ദം കടുത്തുകൊണ്ടിരുന്നു.

അക്കാലം പെണ്ണുങ്ങൾ വലിയ ലഹള തുടങ്ങി. കണ്ടേടത്തൊക്കെ നെരങ്ങിവന്ന് തങ്ങളുടെ നിരപരാധവും വൃത്തിയുമുള്ള ശരീരങ്ങളിൽ കൂടി എച്ച്.ഐ.വി. വിതറുന്നത് കെട്ടിയവന്മാരും കാമുകരുമാണെന്നും അവർ പ്രചരിപ്പിച്ചു. അതുകൊണ്ട് അവന്മാരുമായുള്ള ലൈംഗികബന്ധങ്ങളിൽ നിന്ന് മോചനം വേണം. അവർ പരമ്പരാഗതരീതിയിലുള്ള മാസ്പെറ്റീഷൻ തയ്യാറാക്കി. പക്ഷേ, കുറേ കാമാർത്തകൾ ഒപ്പിടാൻ വിസമ്മതിച്ചു. ബാക്കി പെണ്ണുങ്ങൾ സാരികൊണ്ട് കൂടാരം കെട്ടി നിരാഹാരം കിടന്നു.

പെട്ടെന്ന് വെളിച്ചം കുതിച്ചൊഴുകി. മാസ്ക് ഒന്ന് വെളിച്ചത്തിൽ വിയർത്തു നിന്നു. പശ്ചാത്തലത്തിൽ പൊയ്ക്കാലുകളുടെ ശബ്ദം നേർത്തു കേൾക്കാം. മാസ്ക് ഒന്നിന്റെ വിലാപം.

ഹാ!

ബാർബർഷാപ്പുകളിൽ നിന്നോ ഡിസ്പോസിബിൾ നീഡിൽ കട്ട കള്ളന്മാരുടെ ആശുപത്രികളിൽ നിന്നോ അല്ലാതെ എനിക്ക് എച്ച്.ഐ.വി. കിട്ടിയിട്ടില്ല. പരസ്ത്രീകൾ, പരപുരുഷർ, ടൂറിസ്റ്റുകൾ ഇവരുമായൊന്നും ഞാൻ ലൈംഗികബന്ധം പുലർത്തിയിട്ടില്ല. എന്നുതന്നെയുമല്ല, മനസ്സറിഞ്ഞുകൊണ്ടൊരു വൃത്തികേട് ഞാൻ കാട്ടിയിട്ടില്ല. വല്ലപ്പോഴും എന്റെ ശരീരം എന്റെ മനസ്സിനെ ചതിച്ചിട്ടുണ്ടോ എന്നെനിക്ക് അറിയില്ല. അങ്ങനെയുള്ള എന്റെ മേൽ അപരാധം പതിച്ചുവല്ലോ. ഹാ!

ഈയൊരു വിലാപത്തിൻകീഴിൽ ഇക്ളോണി മണ്ടോക്കിയിലെ ആണുങ്ങളെല്ലാം നിസ്സഹായരും മൂകരുമായി നിന്നു. സമയമില്ലാത്തതു കൊണ്ടു മാത്രം തൊണ്ണൂറു ശതമാനം ബ്രഹ്മചാരിയായ വൈസ്ചാൻസലറും അതിൽ പെടും. ചാത്തയുടെ കാര്യം പറയുകയും വേണ്ടാ. ന്യായമായ സംശയത്തിൻ പുറത്തായിരുന്നു മൂകത. എച്ച്.ഐ.വി. പരത്തുന്നത് ആണോ, പെണ്ണോ?

പറയാതെ തരമില്ല. പെണ്ണുങ്ങളുടെ ഊറ്റം കുറേ കൂടുതലായിരുന്നു. ഇന്ന് ലൈംഗികബന്ധം വേണമെന്ന് ഭർത്താവിനോ കാമുകനോ ആഗ്രഹമുണ്ടെങ്കിൽ അയാൾ മുറുക്കാൻ കടയിൽ നിന്ന് കോൺഡവും മെഡിക്കൽ ഓഫീസറുടെ കൈയിൽ നിന്ന് മെഡിക്കൽ സർട്ടിഫിക്കറ്റും വാങ്ങി വരണം. ഇക്ളോണി മണ്ടോക്കിയെ നെടുകെ പിളർക്കണമെന്നും ഒരു പകുതിയിൽ ആണും മറുപകുതിയിൽ പെണ്ണും വസിക്കണമെന്നും സെക്സ്, ഫോണിലൂടെ മതി എന്നും തീവ്രവാദികളായ പെണ്ണുങ്ങൾ വാദിച്ചു. പത്തിലൊരാൾക്ക് എച്ച്.ഐ.വി. ബാധയുള്ള ടൂറിസ്റ്റ് വിനോദ കേന്ദ്രമായതിനാൽ ഉഭയകക്ഷികളും മൂച്ചീട്ടുകളിക്കാർ കാശുവെയ്ക്കും പോലെ മേശപ്പുറത്ത് മെഡിക്കൽ സർട്ടിഫിക്കറ്റ് വെച്ചതിനുശേഷം മതി സൽക്കർമ്മങ്ങൾ തുടങ്ങുക എന്ന ഒരൊത്തുതീർപ്പിൻ പുറത്താണിപ്പോൾ കാര്യങ്ങൾ നടക്കുന്നത്.

ഇക്ളോണി മണ്ടോക്കിയിൽ നട്ടപ്പാതിരാ!

അതിഭീകരന്മാരായ മൂന്നു ഭാഷാശാസ്ത്രജ്ഞർ കമ്പ്യൂട്ടറിനു മുന്നിലിരിക്കുന്നു. പുറത്ത് കാലൻകോഴി കൂവുന്നു. കൂമൻ മൂളുന്നു. ഇലകൾ അലറുന്നു. ഭാഷാഗവേഷണ സ്ഥാപനത്തിലെ കമ്പ്യൂട്ടറിൽ ബന്ധസൂചീ പദങ്ങൾ പരിശോധിച്ച്, വരുന്നതും പോകുന്നതും നിലനിൽക്കുന്നതും കണ്ടെത്തുകയാണവർ. പോകുന്നവയെ ഓർമ്മയുടെ മോർച്ചറിയിൽ തള്ളുക. നിൽക്കുന്നവയെ നിലയ്ക്കുനിർത്തുക.

“ജാരൻ എന്ന പദം പോകും. ഭാര്യാഭർത്താക്കന്മാർ പോകുന്നതോടെ ജാരനും പോകും.”

ഡോ. ഇഞ്ചൻ പറഞ്ഞു. അദ്ദേഹം അഖിലലോക പ്രശസ്തനാണ്. മറ്റേ ഭാഷാശാസ്ത്രജ്ഞർ ഇഞ്ചനെ നോക്കി. ഒരാൾ പറഞ്ഞു.

“ശരിയാ. കാര്യങ്ങൾ നേരെ വാ നേരെ പോ എന്നാകുമ്പോൾ ആണിനും പെണ്ണിനും ഒളിസേവ വേണ്ടിവരില്ല.”

മറ്റേയാൾ ചാടിയെണീറ്റു.

“എന്തുപറഞ്ഞു? ആണിനും പെണ്ണിനും?

അപ്പോൾ ആണിന്റെ ഒളിസേവക്കാരിയുടെ വാക്കെവിടെ?”

“ഛേ...ർച്ച്!”

ഇക്ളോണി മണ്ടോക്കിയിൽ എല്ലാം ഒപ്ടിക്കൽ ഫൈബർ കേബിളുകളായിരുന്നു. അതിനാൽ ഇന്റർനെറ്റിൽ കയറാൻ എളുപ്പമായിരുന്നു. ഡോക്ടർമാർ മൂന്നാളും 'യാഹൂ'വിൽ കയറി. സേർച്ച് തുടങ്ങി. ഇന്റർനെറ്റിലെ സമസ്ത വെബ്സൈറ്റിലും 'ജാരൻ' ഉണ്ട് എന്നാൽ www.ജാരി.com എന്നോ മറ്റോ ഒരൊറ്റ വെബ്സൈറ്റ് അഡ്രസ്സും കണ്ടതേയില്ല.

ചിന്താധീനരായ മൂന്ന് ഭാഷാശാസ്ത്രജ്ഞർ അന്ധാളിച്ചിരിക്കെ കാലൻ കോഴി കൂവി. ഇല്ലെങ്കിൽ വേണ്ടാ എന്ന മട്ടിൽ വിട്ടുകളഞ്ഞ് വേറെ പണി നോക്കാൻ കൂട്ടത്തിലൊരാളും സ്ത്രീയുമായ ഡോ. ഈസന്റെ മ്ലാസൻ സമ്മതിക്കുമോ എന്ന ഭയത്തിൽ മറ്റവർ ഇറുകിപ്പിടിച്ചിരുന്നു. അത്യാധുനിക സോഫ്റ്റ്‌വെയർ ഉപയോഗിച്ച് ആ നിമിഷം തന്നെ 'ജാരി'യുടെ വെബ് പേജ് പബ്ലിഷ് ചെയ്യാനുള്ള ശ്രമത്തിലാണ് ഡോ. മ്ലാസൻ. ജാരി. ജാര. ജാരിണി, ജാരത്തി, ജാരച്ചി എന്നിങ്ങനെ നിരവധി സാദ്ധ്യതകളുണ്ടായിട്ടും ഒരെണ്ണം പോലും നിലവിലില്ലെന്നത് അവളെ രോഷാകുലയാക്കി. കത്തുന്ന കണ്ണോടെ അവൾ മറ്റേ ഭീകരരെ തിരിഞ്ഞുനോക്കി.

“ഉള്ളതേ കളയാൻ പറ്റൂ. ആദ്യം ഒരു വാക്കുണ്ടാക്കട്ടെ. എന്നിട്ട് കളയാം.”

അവൾ കടുത്തഭാഷയിൽ പറഞ്ഞു.

ഇക്ളോണി മണ്ടോക്കിയിൽ ഉണ്ടനും ഉണ്ടിയും ഉണ്ട പങ്കുവെച്ച കഥ കേൾക്കണം. സ്വന്തം പേരിലെഴുതി രജിസ്റ്ററാക്കിയ ഉണ്ടകൾ മലപോലങ്ങനെ കിടക്കുകയാണ്.

ഇത് ഉണ്ടന്.

ഇത് ഉണ്ടിക്ക്.

ഇതുണ്ടിക്ക്.

ഇതുണ്ടന്.

ഉണ്ടിക്ക്.

ഉണ്ടന്.

ഏറിവന്നാൽ ഒരാളെത്ര ഉണ്ട തിന്നും? ഇക്ളോണി മണ്ടോക്കിയിലെ സാമ്പത്തികഘടന അട്ടിമറിഞ്ഞത് മേല്പറഞ്ഞ ചോദ്യം

വന്നതോടെയാണ്. ഇസപ്പൊള്ളും മനസ്സ് മനം മയക്കുന്ന ചിരിയോടെ (ഭീകരസുന്ദരൻ!) ആർത്തിപ്പണ്ടാരങ്ങളോട് ചോദിക്കുന്നു. ബാക്കി ഉണ്ട കളെന്തു ചെയ്യും? ഉണ്ടനും ഉണ്ടിയും നിന്ന് കുഴങ്ങി. കൊത്തിക്കൊണ്ടു പറക്കാൻ വയ്യ. ഇട്ടിട്ടുപോകാനും വയ്യ. ഒടുവിൽ കരഞ്ഞുപിഴിഞ്ഞ് ഒരു തീരുമാനത്തിലെത്തി.

"വഴീലിട്ടേച്ച് പാം"

ദേ, ഇക്ളോണി മണ്ടോക്കിയിൽ കൈമാറാനാളില്ലാതെ സ്വകാര്യ സ്വത്തുക്കൾ വഴിയിൽ കിടക്കുവാ. പെറുക്കിക്കൂട്ടിയേക്കാൻ സർക്കാര് ഉദ്യോഗസ്ഥന്മാരെ വച്ചിരിക്കുകയാ.

ഭരണപക്ഷം നിരീക്ഷിച്ചു.

ഇപ്പോൾ ഇക്ളോണി മണ്ടോക്കിയിൽ എന്നും ഉത്സവമാണ്. ആളു കൾ കുഞ്ഞുങ്ങളേയും കൂട്ടി ഉല്ലാസയാത്രകൾക്കു പോകുന്നു. അവർ നിറപ്പകിട്ടുള്ള വസ്ത്രങ്ങൾ ധരിക്കുന്നു. അവർ പകുതി സമയം മാത്രമേ ജോലി ചെയ്യുന്നുള്ളൂ. വായനയുടെ നിരക്ക് കുതിച്ചുയരുന്നു. റേഷൻ കാർഡില്ലാത്തവരും വായന തുടങ്ങിയിരിക്കുന്നു. ടി.വിയിലെ കുടുംബ സീരിയലുകൾ കാണാനാളില്ലാതെ ഫംഗസ് പിടിച്ച് നശിച്ചുപോയി. പെയിന്റിംഗ്, കവിത, സിനിമ, തിയേറ്റർ, കല എല്ലാം ലോകനിലവാരവും വിട്ട് കുതിച്ചുയർന്നു.

എന്നാൽ ഇക്ളോണി മണ്ടോക്കിയിലെ ജ്യോത്സ്യന്മാർ പ്രവചിച്ചു. വരുന്ന നാല്പതാം നാൾ ഉച്ചയ്ക്ക് ഇക്ളോണി മണ്ടോക്കി പൊട്ടിത്തെ റിക്കും. ജ്യോത്സ്യന്മാർക്ക് കുശുമ്പായിരുന്നു. ജാതകം, തലക്കുറി, സമയം, പൊരുത്തം, മുഹൂർത്തം, കാലം, നേരം, പ്രശ്നം, ഏതും കുടുംബത്തെ ലാക്കാക്കി ആയിരുന്നല്ലോ. ആ തൊഴിൽ മേഖലയാണ് സ്തംഭിച്ചിരിക്കു ന്നത്. ജനനം മുതൽ മരണംവരെ ഏതിലും കമിഴ്ന്നും മലർന്നും വീണി രുന്ന കവിടികൾ മുഷിഞ്ഞ സഞ്ചികൾക്കുള്ളിൽ വീർപ്പുമുട്ടി കിടക്കുന്നു. ഇടയ്ക്കൊന്ന് പുറത്തെടുത്ത് ജ്യോത്സ്യന്മാർ സ്വന്തം പ്രശ്നം വെച്ചു. പരിശുദ്ധവും സന്മാർഗ്ഗനിരതവും സദാചാരബദ്ധവുമായ കുടുംബം തിരികെ വരില്ലേ? പ്രശ്നവിധി അവർ വെളിപ്പെടുത്തിയില്ല.

അതേസമയം കമ്പ്യൂട്ടർ നിർമ്മാണം ഒരു കുടിൽവ്യവസായമായിട്ടു പോലും വമ്പിച്ച പുരോഗതിയിൽ കുതിക്കുകയാണ്. ഇക്ളോണി മണ്ടോ ക്കിയിൽ നിന്നും കയറ്റിയയച്ചിരുന്ന വാഴപ്പഴവും പോത്തിറച്ചിയും ജമു ക്കാളവും ഒരു കാരണവും പറയാതെ തിരിച്ചയയ്ക്കുന്ന വിദേശരാജ്യ ങ്ങളിൽ പത്തു കൈയും നീട്ടിയാണ് കമ്പ്യൂട്ടർ വാങ്ങുന്നത്. ജ്യോത്സ്യ ന്മാർ പറഞ്ഞു. കമ്പ്യൂട്ടർ വ്യവസായം ഈതിബാധകൾ വന്ന് മുടിഞ്ഞു പോകും.

ചില സാമൂഹികദ്രോഹികൾ ജി.ഒ. ദുർവ്യാഖ്യാനം ചെയ്ത് പിരിഞ്ഞു പോകാനാഗ്രഹിക്കാത്ത യുവമിഥുനങ്ങളെ ബലാൽക്കാരമായി പിരിച്ചു

വിടാൻ ശ്രമിച്ചെന്ന് കേൾക്കുന്നു. അതുവഴി വന്ന കുറേപ്പേർ സാമൂഹിക ദ്രോഹികളെ ഓടിച്ചു. യുവമിഥുനങ്ങളെ ആശ്വസിപ്പിച്ചു. ആവശ്യമാണെങ്കിൽ ആയുഷ്ക്കാലം മുഴുവൻ ഒന്നിച്ചുജീവിക്കുവാൻ ജി.ഒ.യിൽ വകുപ്പുകളുണ്ടെന്നു പറഞ്ഞ് അനുഗ്രഹിക്കുകയും ചെയ്തു. ആയുഷ്ക്കാലം എന്ന വാക്കിൽ നടുങ്ങി യുവമിഥുനങ്ങൾ മിഴിച്ചുനിന്നു. കുടുംബവും പ്രണയവും തമ്മിലും കുടുംബവും ലൈംഗികതയും തമ്മിലും ഒരു ബന്ധവുമില്ലെന്ന് തെളിഞ്ഞു തുടങ്ങിയ കാലമായിരുന്നു. തൽക്കാലം പിരിഞ്ഞുപോകാനും പ്രണയം നിലനിർത്താനും തീരുമാനമെടുത്തിട്ട് അവർ പരീക്ഷണാത്മകമായി പിരിഞ്ഞു. അതോടെ ഇക്ളോണി മണ്ടോക്കിയിൽ സാമൂഹികദ്രോഹി ഇല്ലാതായി.

അന്തിക്രിസ്തു! ലോകവസാനത്തിന്റെ വാൽനക്ഷത്രം! ധൂമകേതു! അങ്ങനെ പല പേരുകളിൽ പള്ളികളും മറ്റും ഇസപ്പൊള്ളും മനസ്സിനെ വിശേഷിപ്പിക്കാൻ തുടങ്ങി. സദാചാരത്തിന്റെ കുത്തിക്കെട്ടഴിച്ചവൻ, എന്ന് ആക്ഷേപിച്ചു. മണ്ടോക്കിയിലെ പർവ്വതങ്ങൾ അവന്റെമേൽ ഇടിഞ്ഞു വീഴും. ദൈവത്തിന്റെ കോപം അവനെ കാറ്റിൽ പറത്തും. അവൻ നിൽക്കുന്നിടം കുഴിഞ്ഞുപോകും എന്നിങ്ങനെ പ്രവചനങ്ങളുണ്ടായി. തെരുവിൽ നിന്നു തിരിച്ചുകയറാൻ പള്ളി ജനങ്ങളോട് ആവശ്യപ്പെട്ടു. ആരും ഒറ്റയ്ക്കൊറ്റയ്ക്കു ജീവിക്കരുത്. കുടുംബമായി ജീവിക്കുക, ദൈവനീതി അതാണ്. പശ്ചാത്തപിക്കുവിൻ. ആളുകൾ അപ്പോഴേക്കും അവരും ദൈവവും തമ്മിലും ദൈവവും ഗവൺമെന്റും തമ്മിലുമുള്ള ബന്ധത്തെ പുനർനിർവചിച്ചു കഴിഞ്ഞിരുന്നു. അവർ ദൈവവും ഗവൺമെന്റുമായി നേരിട്ടുള്ള ഇടപെടലുകൾ നടത്തി പുതിയതരം മനുഷ്യക്കൂട്ടായ്മയിലേക്ക് നീങ്ങിക്കൊണ്ടിരുന്നു.

ഈയവസരം ഇസപ്പൊള്ളും മനസ്സ് എവിടെ? കണ്ണാടിക്കും കമ്പ്യൂട്ടറിനുമിടയിലിരുന്ന് മായാജാലം പോലെ ഇക്ളോണി മണ്ടോക്കി മാറിമറിയുന്നത് കാണുകയാണ്. ഒരു കാലിഡോസ്കോപ്പിലൂടെ എന്നോണം ഇക്ളോണി മണ്ടോക്കിയെ വർണ്ണമനോഹരദൃശ്യങ്ങളായിക്കണ്ട് ഭീകര സുന്ദരൻ മനം കുളിർത്തുചിരിക്കുകയാണ്.

പത്ത്... ഒമ്പത്... എട്ട്... ഏഴ്...

ഇസപ്പൊള്ളും മനസ്സേ, പെരുംകാല്പനികാ, സ്വപ്നജീവി, അരാജകവാദീ എവിടെ ആയിരുന്നാലും നിന്നെ ഞങ്ങൾ കണ്ടെത്തും. ലോകത്തൊരിടത്തും ഒളിസ്ഥലം എന്നൊന്നില്ലെന്ന് നീയറിയുക,

ആറ്... അഞ്ച്... നാല്...

അപ്പോൾ ഇക്ളോണി മണ്ടോക്കിയിലെ മുഴുവൻ ടെലിവിഷനുകളുടെയും നീലച്ചതുരത്തിൽ അത്യന്തം സുഭഗനായി ഉന്നതമായ ഒരു സ്റ്റൂളിൽ താടിക്ക് കയ്യൂന്നി ഇരുന്ന് ഇക്ളോണി മണ്ടോക്കിയെ സാകൂതം നോക്കിച്ചിരിച്ചുകൊണ്ട് ഇസപ്പൊള്ളും മനസ്സ് പ്രത്യക്ഷപ്പെട്ടു.

മൂന്ന്... രണ്ട്... ഒന്ന്... പൂജ്യം!

മനം മയക്കുന്ന ചിരി മുഴുവൻ വിടരുംമുമ്പ് തൊട്ടടുത്ത നിമിഷം അദ്ദേഹം ഛിന്നഭിന്നമായി തെറിച്ചുപോകുന്നതും ചതുരത്തിനകത്ത് കാഴ്ചകളും ഒച്ചയും നിലച്ചതും കണ്ടു.

നേരം വെളുത്തു.

പരീക്ഷണങ്ങളുടെ കാലാവധി തീർന്നതായി ഗവൺമെന്റ് പ്രഖ്യാപിച്ചു. എല്ലാവരും പഴയ ലാവണങ്ങളിലേക്ക് തിരിച്ചുകയറണം. സ്ത്രീകൾ, വീടെല്ലാം അടിച്ചുതളിച്ച് അടുക്കളയിൽ കയറുക. സ്വകാര്യസ്വത്ത് ലാക്കാക്കി പുരുഷന്മാർ പണിയെടുക്കുക. കുട്ടികൾ അച്ചടക്കം, സന്തുഷ്ട കുടുംബം, അനുസരണ എന്നീ വിഷയങ്ങളെപ്പറ്റി ഉപന്യാസങ്ങൾ എഴുതിക്കൊണ്ടിരിക്കുക.

പെട്ടെന്ന് ഇക്ളോണി മണ്ടോക്കിയിൽ ഭീകരമായ നിശ്ശബ്ദത പരന്നു. അനക്കവും നിലച്ചു പോയി.

പിള്ളേരാണ് ആദ്യം ഇടപെട്ടത്. ആന ഇടയുംപോലെ അവർ ഇടഞ്ഞു.

"എന്താദ്? ആദ്യംപൂദ്യം കളിക്കാൻ വട്ടുകള്യാ ദ്? കളീടെടേല് വെറി പറയ്യാ?"

പിള്ളേർ വാലുവെച്ച് ഓടിപ്പോയി. അവരെ പിടിക്കാനെന്നപോലെ ഇക്ളോണി മണ്ടോക്കിയിലെ മുഴുവൻ മാതാപിതാക്കളും പിന്നാലെ ഓടി. എല്ലാ മനുഷ്യരും ഒന്നുകിൽ കുട്ടികൾ അല്ലെങ്കിൽ മാതാപിതാക്കൾ ആണല്ലോ. അങ്ങനെയല്ലാത്തവർ മാത്രം കൂട്ടഓട്ടത്തിൽ പങ്കെടുത്തില്ല.

■

P.S. പ്രത്യേക നന്ദി:- സ്വന്തം വിനിമയാവശ്യത്തിനുവേണ്ടി നിർമ്മിച്ചിട്ടുള്ള പദസഞ്ചയത്തിൽനിന്ന് 'ഇക്ളോണി മണ്ടോക്കി', 'ഇസപ്പൊള്ളും മനസ്സ്', 'ഈസന്റെ ഌാസൻ', 'ഇഞ്ചൻ' തുടങ്ങിയ വാക്കുകൾ കഥയിൽ ഉപയോഗിച്ചുകൊള്ളുവാൻ അനുവാദം തന്ന അഭയൻ ജി.എസ്. എന്ന അഞ്ചു വയസ്സുകാരനോട്.

ഗുഡ്നൈറ്റ്

എന്തൊര് കൊതുണ്! തല്ലിക്കൊന്നട്ട് കയ്യ് കഴയ്ക്കണു. എന്തോരാ പ്പ്ദ്ങ്ങനെ തല്ലിക്കൊല്ല്ാ? നൂറണ്ണത്തിന്യാ കൊന്ന് കയ്യ്ട്ക്ക്മ്പോ ഇര് നൂറണ്ണണ് മെക്കട്ടയ്ക്ക് വരണേ.

ചന്ദ്രൻ ഒറ്റയടിക്ക് രണ്ടു കൊതുകിനെ കൊന്നു.

ഒര് പെട്ടി ആമത്തിര്യാ വേടിക്കാൻ പറഞ്ഞാ കൂട്ടാക്ക്ല്യ. പാതരേരെ മൂട്ട്ല് ഏറ്റ് കുത്തിര്ന്ന്ട്ട് ഇങ്ങനെ പടക്കം പൊട്ടിക്കണ പാട്ണ്ടാ?

ജയന്തിക്ക് ഉറക്കപ്പിച്ചാണ്. അതിന്റെ ദേഷ്യമാണ്. അവൾ തിരിഞ്ഞു കിടന്ന് രണ്ടു കൈകൊണ്ടും തല മാന്തിപ്പറിച്ചു. ചതഞ്ഞ മുല്ലപ്പൂ വിന്റെയും പേനിന്റെയും മണം വലിയ ഒച്ചയോടെ മൂക്കിലേക്ക് വലിച്ചു കേറ്റി ചന്ദ്രൻ.

“ആമത്തിര്യാ? ഹാ! ഹാ!” അവൻ ഉറക്കെ ചിരിച്ചു.

“അല്ല, ഗുഡ്നയിറ്റ്!” ജയന്തി മലർന്നുകിടന്നു. കണ്ണന്റെ കാൽ അവളുടെ ചന്തിക്കടിയിൽപെട്ടു. കണ്ണൻ നിലവിളിച്ചു. ചന്ദ്രൻ ഒറ്റയടിക്ക് മൂന്ന് കൊതുകുകളെ കൊന്നു.

പീശാശ്ക്ക്ള്! ഇള്ള ചോര മുഴുനാ കുടിച്ചു. ദ് കണ്ടാ?

ചന്ദ്രൻ കൊതുകിനെ കൊന്ന കൈ മലർത്തിക്കാണിച്ചു. ചോര.

“ഈ ചെക്കന്ണ്ങ്ങ്യ പൊതപ്പിക്കാനും കൂട്ടാക്ക്ല്യ.”

ജയന്തി കണ്ണനെ ഉരുട്ടി അടുത്തേക്ക് ചേർത്തു. അവനെ ആകെ പൊതിഞ്ഞുകിടന്നു. കണ്ണനെ പുതപ്പിച്ചിട്ടു കാര്യമില്ല. പുതപ്പിനുള്ളിൽ തിക്കും തിരക്കുമുണ്ടാക്കി കൈയും കാലും പുറത്തേക്കെറിഞ്ഞ് മലർന്നു കിടക്കാനാണ് കണ്ണനിഷ്ടം. ആരും കെട്ടിപ്പിടിക്കുന്നത് കണ്ണനിഷ്ടമല്ല. ജയന്തി പക്ഷേ അവനെ ബലമായി കെട്ടിപ്പിടിക്കും. കുറേ ഞെരിഞ്ഞു പിരിഞ്ഞിട്ട് ഒടുവിൽ, ഉറക്കത്തിൽ, കണ്ണൻ കീഴടങ്ങും. ജയന്തി അവളുടെ കൈകൾക്കും കാലുകൾക്കും ഇടയിലേക്ക് അവനെ ഒതുക്കും. കിട്ടിയ തൊക്കെ വാരി അവനെ പുതപ്പിക്കും. ജയന്തി പുതയ്ക്കുകയുമില്ല. ജയന്തിയുടെ കൈയും കാലും വയറും കഴുത്തും മുഖവും തിന്നാൽ

പോരേ കൊതുകുകൾക്ക്? കണ്ണന്റെ കവിളത്ത് വന്നിരിക്കണോ? അവന്റെ മുഖത്തേക്ക് മൂളിവന്ന ഒരു കൊതുകിനെ ചന്ദ്രൻ അടിച്ചുകൊന്നു. ഒച്ച കേട്ട് കണ്ണൻ ഞെട്ടി.

“ശ്ശെന്തൊര് തൊയിരക്കേടായി!” ജയന്തി ചാടിയെണീറ്റു. പാഞ്ഞുപോയ ഒരു വെളിച്ചത്തിൽ അവർക്കുചുറ്റും മൂളിപ്പറക്കുന്ന കൊതുകുകളുടെ എണ്ണം കണ്ട് ജയന്തി ശരിക്കും പകച്ചു. അവൾക്ക് ദേഷ്യവും വന്നു. ചന്ദ്രനേക്കാൾ ഊക്കോടെ അവൾ കൊതുകിനെ കൊല്ലാൻ തുടങ്ങി. ചന്ദ്രൻ പറഞ്ഞു.

“നാളെ കൊറച്ച് കാട്ടുതൃത്താവ് പറച്ച് കൊണ്ടരണം. സത്രത്തിന്റെ കെഴക്കേവശം നറച്ച് കാട്ട് തൃത്താവാ. കെടക്കാറാവ്മ്പോ കാട്ട്തൃത്താവ് വീശ്യാ കൊതു പൂവും. നമ്ക്ക് ബെഡ്റൂമില് കാട്ടുതൃത്താവ് കെട്ടിഞാത്തീടാം.”

ഇപ്പോൾ ജയന്തി ചിരിച്ചു. “ബെഡ്റൂമിലാ? കെട്ടിഞാത്തിടേ്?”

കിടക്കും മുമ്പ് ചപ്പുംചവറും അടിച്ചുകൂട്ടി ഒരു പൊട്ടക്കലത്തിലിട്ട് പുകച്ചതാണ് ജയന്തി... എവിടന്നോ അതിലൊരു വറ്റൽമുളക് പെട്ടു. കണ്ണൻ കാറിച്ചുമച്ചു. ചന്ദ്രൻ അവളെ ദേഷ്യപ്പെട്ടു. കണ്ണൻ മാത്രമല്ല ഏലിക്കുട്ടിയുടെ പിള്ളാരും ചുമച്ചു. അവളും ജയന്തിയെ ദേഷ്യപ്പെട്ടു.

“എന്നെ ഇവടന്ന് പൊകച്ച് പൊറത്ത് ചാടിക്കണം നിന്ക്ക്. അല്ലേരീ?”

ഏലിക്കുട്ടിയോട് ആര് ഏറ്റുമുട്ടും? ജയന്തി പുക തല്ലിക്കെടുത്തി. അല്ലെങ്കിലും ഇത്തിരിപ്പുകകൊണ്ട് എത്ര കൊതുകിനെ കൊല്ലാം? പെട്ടെന്നെന്തോ ഓർത്ത്, കൈ നീട്ടി, മോറിക്കമഴ്ത്തിവെച്ച ഒരു സ്റ്റീൽക്കിണ്ണമെടുത്തു ജയന്തി. വെളിച്ചെണ്ണക്കുപ്പി അതിലേക്ക് കമഴ്ത്തി. കിണ്ണത്തിൽ വെളിച്ചെണ്ണ ചുറ്റിച്ചു പരത്തി.

‘ഏലിക്കുട്ടി പറഞ്ഞ് തന്നതാ. അവള് കൊതൂനെക്കൊല്ലണത് ഇങ്ങിന്യാ.”

ജയന്തി എണീറ്റുനിന്ന് കിണ്ണംനാലുപാടും വീശി. വീശിക്കോരിയെടുത്ത് മലർത്തിക്കാണിച്ചു. എണ്ണയിൽ പതിഞ്ഞ് ചത്ത പത്തിരുപത്തഞ്ച് കൊതുകുകൾ. കിണ്ണംകണ്ട് ചന്ദ്രൻ അദ്ഭുതപ്പെട്ടു.

“കൊള്ളാല്ലോടീ. ഇങ്ങ്ട് തന്നേ. ഞാനൊന്നാ വീശി നോക്കട്ടെ.”

കുടിപ്പകയോടെ ചന്ദ്രൻ കൊതുകുകളോടങ്കം വെട്ടി. എണ്ണയിൽ പതിഞ്ഞു ചത്തവ കുന്നുകൂടി. എന്നാലും എന്തൊരു കൊതുകാണ്! മുന്നൂറെണ്ണത്തിനെ കൊല്ലുമ്പോൾ പിന്നാലെ വരും അഞ്ഞൂറെണ്ണം.

മാറി മാറി വീശി കൈകഴച്ച് ചന്ദ്രനും ജയന്തിയും കിടന്നു. രണ്ടാളും കണ്ണനെ അവനറിയാതെ കെട്ടിപ്പിടിച്ചു. കണ്ണനെ കൊതു കടിക്കാൻ പാടില്ല. അവനെ കളക്ടറാക്കാനുള്ളതാണ്. കെട്ടിപ്പിടിക്കുന്തോറും ഞെളിഞ്ഞു പിരിയുന്ന കണ്ണന്റെ അപ്പുറത്തേക്ക് ചന്ദ്രന്റെ കൈ നീണ്ടു.

ജയന്തിയുടെ ഉടൽ തേടി വിരലുകൾ അലഞ്ഞു. ഉടൽ പൂത്തുമറിഞ്ഞ് നിലാവിൽ ജയന്തി കൊഞ്ചി.

“നമ്മ്ക്കൊര് കൊതുവല വേടിക്കണം.”

കണ്ണന്റെ മീതെക്കൂടി അവളുടെ കൈയും അപ്പുറത്തേക്ക് നീണ്ടു. പൂത്തിരി പൊട്ടിച്ചിതറുന്ന ചന്ദ്രന്റെ ഉടൽതേടി ജയന്തിയും അലഞ്ഞു.

“കൊതുവല്യാ?” ചന്ദ്രൻ ചിരിച്ചു. ജയന്തിയുടെ മുലകൾക്കിടയിലെ ചൂടിൽ അവന്റെ കൈ പൂഴ്ന്നു പോയി. ജയന്തി പറഞ്ഞു.

“കൊതുവല മാത്രല്ല. ഒര് റബറ് കെടക്കേം വേടിക്കണം.”

ചന്ദ്രന്റെ ചിരി വലുതായി. സ്വന്തം മുടിയുടെ കാട് ചുറ്റിപ്പിടിച്ച് അവൻ ചിരിച്ചു തകർത്തു.

“ആദ്യം ഈ മുറീരെ വല്പ്പം കൂട്ടണ്ടേ? എന്നട്ട് വേണ്ടേ എരട്ടക്കട്ട്ല് വേടിക്കാൻ?”

ഇപ്പോൾ ചിരിക്കുന്നത് ജയന്തിയാണ്. മുറീരെ വലിപ്പാ? ഹാ! ഹാ! എരട്ടക്കട്ട്ലാ? ഹഹാ! കുലുങ്ങിച്ചിരിച്ചപ്പോൾ വീണ്ടും ചതഞ്ഞ മുല്ലപ്പൂവും പേനും വിയർപ്പും. കണ്ണന്റെ മീതെക്കൂടി കമഴ്ന്നുകിടന്ന് ഒച്ചയുണ്ടാക്കി. ചന്ദ്രൻ വലിച്ചെടുത്തു മണങ്ങൾ. ഉടലുകളിൽ പിടിമുറുകി. അവർ കിതച്ചു. പെട്ടെന്ന് ജയന്തി പറഞ്ഞു.

“ആ കതകടച്ചേ.”

കണ്ണനെ തൊടാതെ അവന്റെ മീതെക്കൂടി മറിഞ്ഞ് അവൾ ചന്ദ്രന്റെ നെഞ്ചത്തെത്തി.

“കതകാ?” ചന്ദ്രൻ കുസൃതിയോടെ ചോദിച്ചു.

“ആ! കതക്.” ജയന്തി അവനെ പിടിച്ചുന്തി. ഇത് ഇന്നലത്തെ സിനിമയാണ്. സെക്കന്റ്ഷോ. ഒരു കൈകൊണ്ട് അവളെ ചുറ്റിപ്പിടിച്ച് മറ്റേകൈകൊണ്ട് ചന്ദ്രൻ കതകടച്ചു.

“എന്നാണ്ടാ മ്മള് കൊതുവല വേടിക്കാ?”

ജയന്തി ചന്ദ്രന്റെ മേൽ പടർന്നു.

“അതൊക്കെ വേടിക്കും കൊതുവലിം എരട്ടക്കട്ട്ലും.”

ചന്ദ്രൻ ജയന്തിയുടെ മേൽ പടർന്നു.

ഇപ്പോൾ കണ്ണൻ സ്വതന്ത്രമായി കയ്യുംകാലും വിടർത്തി വെച്ച് ഉറങ്ങുന്നു. ഒരിക്കലും യുക്തി കൈവിടാത്തവനാണ് ചന്ദ്രനെങ്കിലും ഒരു നിമിഷത്തേക്ക് ജീവിതം ഇന്നലത്തെ സിനിമതന്നെയാണെന്നവന് തോന്നി. ജീവിതം നനുത്തൊരു കൊതുവലയ്ക്കുള്ളിൽ. കാറ്റും നിലാവും കൊതുവലയ്ക്കുള്ളിൽ.

‘കൊതുവല വാങ്ങാന്ന്ള്ളതല്ല. എവട്യാ. കെട്ടാന്ന്ള്ളത്ണ്, പ്രശ്നം.’

പെട്ടെന്ന് ജയന്തി മലർന്നു കിടന്നു. ചന്ദ്രൻ മലർന്നു കിടന്നു. കൊതുവല എവിടെ കെട്ടും? ഒരു കൊളുത്ത് എവിടെ കണ്ടെത്തും? സ്വന്തം കിടപ്പിനു മീതെ അന്തരീക്ഷത്തിൽ ഒരു കൊളുത്ത്, അല്ലെങ്കിലൊരു നാലു മൂലച്ചട്ടം അവർ സങ്കല്പിച്ചുനോക്കി. ഹഹഹ! പൊട്ടിച്ചിരിച്ചുകൊണ്ട് അവർ ചെരിഞ്ഞുകിടന്നു. നോട്ടത്തിന്റെ കൊളുത്തുകളിൽ പരസ്പരം കോർത്തു. ഇപ്പോൾ ഉടലിളകുന്നില്ല. ഉടലിൽ നിലാവിളകുന്നില്ല. പാഞ്ഞു പോകുന്ന വെളിച്ചങ്ങൾ മുഖത്തടിച്ച് ജയന്തിക്ക് കണ്ണുപുളിച്ചു. ചന്ദ്രനും കണ്ണുപുളിച്ചു. വെളിച്ചത്തിന്റെ ശല്യത്തിൽനിന്ന് നമ്മൾ രക്ഷപ്പെടുമോ? പെട്ടെന്ന് ജയന്തി പറഞ്ഞു.

'ആ ജനല അടയ്ക്ക്. അതീക്കോട്യാ ഈ വെളിച്ചം വരണേ.'

അവൾ ചന്ദ്രന്റെ മേൽ വീണ് അവനെ കഠിനമായി ചുംബിച്ചു. ചന്ദ്രന്റെ മനസ്സയഞ്ഞു. 'ജനലടയ്ക്കണോ?' ചന്ദ്രൻ ജയന്തിയുടെ കാതിൽ ചോദിച്ചു. 'അടയ്ക്കണം.' അവൾ അടക്കം പറഞ്ഞു.

'നിങ്ങക്കറീല്യ ഏലിക്കുട്ടീനെ. വല്ലോരടെം മുറിക്കകത്തയ്ക്ക് എത്തിച്ച് നോക്കല് ഇത്തിരിക്കൂട്തലാ അവളാർക്ക്. ജനല അടച്ചോ.'

ജനലടയ്ക്കാൻ ചന്ദ്രൻ കൈനീട്ടി. അപ്പോൾ ടാ എന്ന് ഒരലർച്ചയോ പാത്രം തട്ടി വീണ ഒച്ചയോ കേട്ടത്? തട്ടി വീണ് ഉരുണ്ടു പോവുന്നതു കൊണ്ട് പാത്രമാവണം. പൂച്ചയാവണം. കള്ളിപ്പൂച്ചയാവണം.

"അശ്ശ്യോ! ഞാൻ അട്ക്കളേരെ വാതലടയ്ക്കാൻ മറന്നു."

ജയന്തി തട്ടിപ്പിടഞ്ഞെണീറ്റു.

"ഇപ്പടയ്ക്കണ്ട." ചന്ദ്രൻ അവളെ പിടിച്ചുനിർത്തി.

"അത് പറ്റില്ല." ജയന്തി എണീറ്റുനിന്നു. എണീറ്റുനിന്ന് ചന്ദ്രനെ പ്രലോഭിപ്പിച്ചു. പ്രലോഭിപ്പിച്ച് കൈ പിടിച്ചു. "ബാടാ."

ചന്ദ്രന് എല്ലാമറിയാം. എന്നാലും നടിച്ചുകൊണ്ട് അവൻ ചോദിച്ചു. എങ്ങ്ട്ട്ണ്? "ജയന്തിയുടെ കൈയ്ക്ക് കരുത്ത് കൂടി. ബാ ഇങ്ങ്ട്. ചന്ദ്രൻ വീണേനേ." അവൻ പറഞ്ഞു. "അപ്പോ ഉമ്മറ വാതിലടയ്ക്കണ്ടേ?" ജയന്തി അശ്ശ്യോ എന്ന് നിന്നു.

പിന്നെ അവർ കിടപ്പുമുറിയിൽനിന്ന് പുറത്തുകടന്നതായി നടിച്ചു. എന്നിട്ട് സ്വീകരണമുറിയിലേക്ക് ചെന്നു. ഉമ്മറവാതിലടച്ചു. ചെറിയ ഒരിട നാഴി കടന്നു. അടുക്കളയിലെത്തി. അടുക്കളവാതിലടച്ചു. ചന്ദ്രനും ജയന്തിയും ഇരുട്ടും. കണ്ണൻ വെളിച്ചത്തിൽ.

ഇരുട്ടിൽ ജയന്തി പറഞ്ഞു: "ഈ ഓടയ്ക്ക് എന്തൊരു നാറ്റണ്! നമ്മക്ക് പെറ്റീഷൻ കൊട്ക്കണം."

ഇരുട്ടിൽ ചന്ദ്രൻ പറഞ്ഞു: "ശര്യാ. ഇതീന്നാ കൊതു പൊങ്ങണേ."

ഇരുട്ടിൽ വീണ്ടും ചന്ദ്രൻ പറഞ്ഞു. ഒച്ച താഴ്ന്നു: "ഇങ്ങ്ട് നീങ്ങിരിക്ക്."

ഇരുട്ടിൽ വീണ്ടും ജയന്തി പറഞ്ഞു. ഒച്ച വളരെ ഉയർന്നു. "ഇവിടെ്യാക്കെ തുപ്പി വൃത്തികേടാക്കണ പിശാശ്ക്ക്ള്ക്കെതിരെ കേസ് കൊട്ക്കണം."

ഇരുട്ടിൽ രണ്ടുപേരുടെയും കിതപ്പുകൾ പറഞ്ഞു: "ഇങ്ങ്ട് നീങ്ങിരിക്ക്. ഇങ്ങ്ട് നീങ്ങീരിക്ക്."

ഓടയിൽ നിന്നൊരു കുതിപ്പുണ്ടായി. ഒരു പറ്റം കൊതുകുകൾ പൊങ്ങിപ്പറന്നു. മൂളിമൂളിച്ചെന്ന് കണ്ണനെ പൊതിഞ്ഞു. കണ്ണൻ പുതച്ചിട്ടില്ല. പുതയ്ക്കാൻ ഇഷ്ടവുമല്ല. കൊതുകടിച്ച് കണ്ണനുണർന്നു. ഉണർന്നാലവന് ചന്ദ്രനെ വേണം. ജയന്തിയെ വേണം. അവരെക്കിട്ടാതെ അവൻ കരഞ്ഞു. കൊതു കടിച്ച കവിളും വയറും മാന്തി. കമഴ്ന്നു കിടന്നു. മുട്ടുകാലിലെണീറ്റു. ചന്ദ്രനെയും ജയന്തിയെയും തേടി മുട്ടിലിഴഞ്ഞു. വിരിച്ചു കിടത്തിയ പഴന്തുണികളിൽ നിന്ന് നനഞ്ഞ മണ്ണിലേക്ക്. അഞ്ചാറിഴച്ചിൽകൊണ്ട് ടാറിട്ട റോഡിന്റെ നടുവിലേക്ക്. നട്ടപ്പാതിരയ്ക്ക് അത്രയും കടുത്ത ഒരലർച്ചയായി ഒരു വണ്ടി ബ്രേക്കിടുന്നതുകേട്ട് പിച്ചക്കാരും പാറാവുകാരും നായ്ക്കളും തെരുവിലുറങ്ങുന്നവരും ഞെട്ടി ഉണർന്നു. ദേഹം വിറ്റുകൊണ്ടിരുന്നവർപോലും തിരിഞ്ഞുനോക്കി. ഒരു ലോറിയുടെ കണ്ണുതകർക്കുന്ന ഹെഡ്ലൈറ്റുകളുടെ വെളിച്ചത്തിനു നടുവിൽ ഒരു മുയൽക്കുഞ്ഞിനെപ്പോലെ കണ്ണൻ പകച്ചിരുന്നു. ■

വിയർപ്പടയാളങ്ങൾ

ഈ കോണിപ്പടികൾ എന്റേതല്ല. ഈ വരാന്തകളും ശീലാന്തികളും എന്റേതല്ല. കെട്ടിടം, മുറ്റം, നടപ്പാത, കളിസ്ഥലം, കൊന്നമരം, പുസ്തകങ്ങൾ, അദ്ധ്യാപകർ - എന്നെ അവരുടേതായി കണക്കാക്കില്ല. ചന്ദ്രികച്ചേച്ചി പറഞ്ഞതാണ് ശരി.

ഓരോ പടിയിലും നിന്ന്, ഓരോ പടിയിലും വ്യസനിച്ച് ഞാൻ കോണിപ്പടികളിറങ്ങുന്നു. എന്റെ ചെരുപ്പ് പൊടി മൂടിയത്. കാലടികൾ വിയർക്കുന്നത്. ഉപ്പൂറ്റികൾ വിണ്ടുപൊട്ടി വേദനിക്കുന്നത്. ഞാൻ പാർക്കുന്ന ലക്ഷം വീട് കോളനിക്കും ഈ കോളേജിനും ഇടയിലുള്ളത് വലിയൊരു ദൂരമാണ്. അതു മുഴുവൻ ഓടിയലച്ച് ഞാനീ കോണിപ്പടികളിലെത്തി. പുരാതനമായ പടുകൂറ്റൻ കോണിയുടെ താഴെ ഒരു പുഴുവായി ഒതുങ്ങിനിന്നു. എനിക്ക് മുമ്പ് എന്റെ അച്ഛനോ അമ്മയോ ആങ്ങളമാരോ ഈ കോണി കണ്ടിട്ടില്ല. എന്റെ വിസ്മയം അവരുടേതുകൂടിയാണ്.

തെല്ലുമുമ്പ് ഞാൻ അഡ്മിഷൻ കമ്മിറ്റിയുടെ മുമ്പിൽ ഒരു പരാതി നീട്ടി നിൽക്കുകയായിരുന്നു. പതിനൊന്നു പേരാണ് അഡ്മിഷൻ കമ്മിറ്റിയിലുള്ളത്. അർദ്ധചന്ദ്രാകൃതിയിലാണ് അവർ ഇരിക്കുന്നത്. സാധാരണ എനിക്കൊരു കാര്യത്തിലും പരാതി ഉണ്ടാകാറില്ല. എന്നോട് ചെയ്തിരിക്കുന്നത് അനീതിയാണെന്നും ഞാൻ പരാതി കൊടുക്കണമെന്നും പറഞ്ഞത് ചന്ദ്രികച്ചേച്ചിയാണ്. ചന്ദ്രികച്ചേച്ചി ഒരു പത്രം ഏജന്റാണ്.

അതിരാവിലെ പത്രക്കെട്ടുകളുമായി സൈക്കിളിൽ പാഞ്ഞുപോകുന്ന ചന്ദ്രികച്ചേച്ചിയെ മുറ്റമടിക്കുമ്പോഴാണ് ഞാൻ കാണുക. സൈക്കിളിൽ നിന്നിറങ്ങാതെ ഒറ്റക്കാൽ നിലത്ത് കുത്തിനിന്ന് ചന്ദ്രികച്ചേച്ചി എന്നോടെന്തെങ്കിലും പറയാറുണ്ട്. മുറ്റമടിക്കുന്നിടത്തുനിന്ന് നിവർന്ന് ചൂലിന്റെ കട ഇടത്തേ കൈവെള്ളയിൽ കുത്തി നേരെയാക്കിക്കൊണ്ട് ഞാനും ചന്ദ്രികച്ചേച്ചിയോടെന്തെങ്കിലും പറയാറുണ്ട്. എസ്.എസ്.എൽ.സിക്ക് എനിക്ക് ഡിസ്റ്റിംഗ്ഷൻ മാർക്കുണ്ടെന്ന് നേരത്തെ റിസൾട്ടറിഞ്ഞു പറഞ്ഞത് ചന്ദ്രികച്ചേച്ചിയാണ്. കോളേജ് അഡ്മിഷനുള്ള ഫോറം വാങ്ങിത്തന്നത്, പൂരിപ്പിച്ചു തന്നത്, അപേക്ഷ കൊണ്ടുകൊടുത്തത്, റാങ്ക് ലിസ്റ്റ്

നോക്കി വന്നത് ഒക്കെ ചന്ദ്രികച്ചേച്ചിയാണ്. എന്റെ പേര് റിസർവ്വേഷൻ ലിസ്റ്റിലാണ് പെടുത്തിയിരിക്കുന്നതെന്ന് പറഞ്ഞ് ചന്ദ്രികച്ചേച്ചി ബഹളം വെച്ചപ്പോൾ ഞാൻ അന്തിച്ചിരുന്നതേയുള്ളൂ. എന്താണ് മെറിറ്റ് ലിസ്റ്റ്? എന്താണ് റിസർവ്വേഷൻ ലിസ്റ്റ്? ഏതിലായാലും വേണ്ടില്ല, കോളേജിൽ അഡ്മിഷൻ കിട്ടണം എന്ന ഒരു വിചാരമേ എനിക്കുണ്ടായിരുന്നുള്ളൂ. ആരാന്റെ മുറ്റമടിക്കുന്ന ഈ ചൂല് നിലത്തിട്ട് നേരെ കോളേജിന്റെ കോണിപ്പടിയിൽ ചെന്നു നിൽക്കുക.

"കഴുത!" ചന്ദ്രികച്ചേച്ചി ഒരുപാട് ദേഷ്യപ്പെട്ടു. "നിന്നെപ്പോലെ ഉള്ളവർ ഒരിക്കലും നേരെയാവില്ല." എന്നിട്ട് പിണങ്ങി ഒരക്ഷരം മിണ്ടാതെ തുരുതുരാ ബെല്ലടിച്ച് ചന്ദ്രികച്ചേച്ചി സൈക്കിൾ ചവിട്ടിപ്പോയി. പത്രം കൊടുത്ത് തിരിച്ചുവരുമ്പോഴാവും ബാക്കി പറയുക. അതുകൊണ്ട് മുറ്റമടിക്കലും പാത്രംമോറലും നിലംതുടയ്ക്കലും കഴിഞ്ഞ് കൈകൾ പാവാടയിൽ തുടച്ചുണക്കി ഞാൻ കാത്തുനിന്നു.

"ഇതങ്ങനെ വെറുതെ വിടരുത്. നിനക്ക് അഭിമാനമില്ലേ? നീയ് പരാതി കൊടുക്കണം." ചന്ദ്രികച്ചേച്ചി പറഞ്ഞു. ഞാൻ പേടിച്ചു. പരാതി കൊടുക്കുകയോ? ഞാനോ? എന്തെങ്കിലും കുഴപ്പമുണ്ടായാലോ? ചന്ദ്രികച്ചേച്ചി നിയമങ്ങളെപ്പറ്റി പറഞ്ഞു. "അഡ്മിഷൻ കമ്മിറ്റി നിയമം തെറ്റിച്ചിരിക്കയാണ്. നിനക്ക് നീതി കിട്ടേണ്ടേ?" നീതി കിട്ടണമെന്ന് ആരാണാഗ്രഹിക്കാത്തത്? പക്ഷേ, പരാതി കൊടുക്കാൻ എല്ലാവരേയുംപോലെ എനിക്കും മടിയായി. ചന്ദ്രികച്ചേച്ചിക്ക് ദേഷ്യം വന്നു. വഴക്കിട്ട് ഇറങ്ങിപ്പോയി. പിന്നെയും വന്നു. അഡ്മിഷൻ കമ്മിറ്റി എന്നോട് കടുത്ത അനീതി കാട്ടിയെന്ന് എനിക്ക് മനസ്സിലാകുന്നതുവരെ അതു തുടർന്നു. മനസ്സിലായപ്പോൾ എനിക്ക് സങ്കടം വന്നു. അവരെന്തിനാണ് എന്നെ കൂട്ടത്തിൽനിന്ന് പുറത്താക്കിയത്? മെറിറ്റ് ലിസ്റ്റ് ഒരു കൂട്ടമാണ്. ഏറ്റവും ഉയർന്ന മാർക്ക് വാങ്ങിയ കുട്ടികളുടെ ഒരു കൂട്ടം. ആ കൂട്ടത്തിൽ ആദ്യം പെടേണ്ട കുട്ടിയാണ് ഞാൻ. മാർക്കല്ല. വേറെ പലതും നോക്കിയാണ് അവർ കൂട്ടത്തിൽ ചേർക്കുന്നതെന്ന് ചന്ദ്രികച്ചേച്ചി പറഞ്ഞു. വേറെ എന്ത്? കുലം, നിറം, ജാതി, മതം, വേഷം, ഭാഷ. പരാതി കൊടുക്കാൻതന്നെ എനിക്കു തോന്നി. എത്ര പേടിയുണ്ടെങ്കിലും പരാതി കൊടുക്കണം. ലക്ഷംവീട് കോളനിക്കും ഈ കോളേജിനും ഇടയിലുള്ള വലിയ ദൂരം മുഴുവനും ചവിട്ടിമെതിച്ച് എന്റെ പരാതിയെത്തിക്കാൻതന്നെ ഞാൻ തീരുമാനിച്ചത് എനിക്കഭിമാനമില്ലെന്ന് ആയിരംതവണ ചന്ദ്രികച്ചേച്ചി കുത്തിക്കുത്തിപ്പറഞ്ഞതുകൊണ്ടാണ്. പരാതി എഴുതിയുണ്ടാക്കാൻ ചന്ദ്രികച്ചേച്ചി എന്നെ സഹായിച്ചില്ല. പത്രം ഏജന്റുമാർ മുഖേനയല്ല കോളേജ്കുട്ടികൾ പരാതി കൊടുക്കേണ്ടത്.

"സൊയം ഉഷ്ണിച്ച് എഴ്തിണ്ടാക്കി കൊണ്ടക്കൊട്ക്ക്." ചന്ദ്രികച്ചേച്ചി പറഞ്ഞു.

അങ്ങനെ ഞാനെഴുതിയുണ്ടാക്കിയ പരാതിയാണ്. എന്റെ പരാതി വായിച്ചശേഷം എനിക്ക് അങ്ങനെ ഒരു പരാതി ഉണ്ടായത് അദ്ഭുതമായിരിക്കുന്നല്ലോ എന്ന മട്ടിൽ അഡ്മിഷൻ കമ്മിറ്റിക്കാർ എന്നെ സൂക്ഷിച്ചു നോക്കി. സായിപ്പിനെ കാണുമ്പോ നീയൊക്കെ കവാത്ത് മറക്കും എന്ന ചന്ദ്രികച്ചേച്ചിയുടെ താക്കീത് ഞാനോർത്തു. ശരിയായിരുന്നു. ഞാൻ കവാത്ത് മറന്നുകൊണ്ടിരുന്നു. ഞാനങ്ങനെ ഒരു പരാതി എഴുതാൻ പാടില്ലായിരുന്നുവെന്ന് അഡ്മിഷൻ കമ്മിറ്റിയിലൊരാൾ പറഞ്ഞു. "എങ്ങനെ ധൈര്യം വന്നു? ഇതൊക്കെക്കഴിഞ്ഞിട്ട് ഇവിടെത്തന്നെ പഠിക്കേണ്ടതല്ലേ? ഞങ്ങളൊക്കെത്തന്നെ പഠിപ്പിക്കേണ്ടതല്ലേ? ഞങ്ങളുടെയൊന്നും മുഖത്ത് നോക്കണ്ടേ? ഇതാരുപദേശിച്ചുതന്നു?"

എന്നിട്ട് എനിക്കൊരു മണ്ടത്തരം പറ്റിയതാണെന്നും സാരമില്ലെന്നും കമ്മിറ്റിക്കാർ ഉറക്കെ സ്വയം സമാധാനിക്കുന്നതായി നടിച്ചു. അവർക്ക് സമാധാനമില്ലെന്ന് എനിക്കു തോന്നി. "മെറിറ്റിലായാലും റിസർവ്വേഷനിലായാലും എന്താ വ്യത്യാസം? അഡ്മിഷൻ കിട്ടിയാ പോരേ കുട്ടിക്ക്?"

എനിക്ക് പോരാ എന്നുണ്ടായിരുന്നു. അതുകൊണ്ട് ഞാൻ മിണ്ടാതെ അനങ്ങാതെ നിന്നു. എസ്.എസ്.എൽ.സിക്ക് ഇത്രയും നല്ല മാർക്ക് വാങ്ങിയ ഒരു കുട്ടി അഡ്മിഷൻ കമ്മിറ്റിയുടെ മുമ്പാകെ ഗർവ്വോടെ നിൽക്കേണ്ട നില്പായിരുന്നില്ല ഞാൻ നിന്നത്. എനിക്കതിന് എങ്ങനെ കഴിയും? നിറം, കുലം, ജാതി, മതം, വേഷം, ഭാഷ. ഞാനാകെ കറുത്ത ഒരു ചെറിയ കുട്ടിയാണ്. കർക്കടകക്കൂര് പോലെ കൂർത്ത മുഖം. തീരെ ശോഷിച്ച കൈയും കാലും. ആരെ നോക്കിയാലും പകയ്ക്കുന്ന കണ്ണുകൾ. എണ്ണ കാറിയ മണം. നിരപ്പില്ലാത്ത കോലൻമുടിയുടെ കുലച്ചുപിളർന്ന അറ്റങ്ങൾ. രണ്ടു കൈകൊണ്ടും നെഞ്ചത്തേക്ക് കൂട്ടിപ്പിടിച്ച ഏതെങ്കിലും ഒരു പുസ്തകം എപ്പോഴും എന്റെ ശരീരത്തിന്റെ ഭാഗമാണ്. നെഞ്ചത്തുനിന്നും കൈയെടുത്താൽ ഞാൻ പേടിച്ചു വിറയ്ക്കും. എന്റെ ചുണ്ടും കൈയും എപ്പോഴും പച്ചവെള്ളംപോലെ തണുത്തും വിയർത്തുമാണ്. എന്റെ മുന്നിൽ അർദ്ധവൃത്താകൃതിയിലിട്ട സിംഹാസനങ്ങളിലെല്ലാം ആളുണ്ടെങ്കിലും ചക്രവാളത്തോളം വലുപ്പമുള്ള ഈ മുറിയുടെ നടുവിൽ ഞാനൊറ്റയ്ക്ക് നിൽക്കുകയാണെന്ന തോന്നൽ എന്നെ പിടികൂടി പേടിപ്പിക്കും.

"മെറിറ്റില് കുട്ടിക്ക് രണ്ടാംറാങ്കേ ഉള്ളൂ. റിസർവ്വേഷനില് ഒന്നാം റാങ്ക്ണ്ട്. അപ്പോ ഏതാ നല്ലത്?"

ഒരു കുട്ടിയെ പറഞ്ഞു പറ്റിക്കുമ്പോൾ നോക്കാവുന്ന കള്ളനോട്ടത്തോടെ അവർ എന്റെ പരാതി എനിക്കുതന്നെ തിരിച്ചുതരികയാണ്. ഉത്തരം പറയാനിട കിട്ടുംമുമ്പേ ഞാനുംകൂടി ഉൾപ്പെട്ട ഒരു കൂടിയാലോചനയാണിത് എന്ന മട്ടിൽ അവർ ആത്മഗതവും തുടങ്ങി. "ഈ കുട്ടിയെ റിസർവ്വേഷനിലേക്ക് മാറ്റിയാ നമ്മടെ ഒരു കുട്ടിക്ക് മെറിറ്റില് കേറാം. ആ കുട്ടിയെ മാറ്റി ഈ കുട്ടിയെ എടുത്താൽ നമ്മടെ കുട്ടി..."

ഇപ്പോൾ എല്ലാം ശരിയായില്ലേ എന്ന മട്ടിൽ അവരെന്നെ നോക്കി ചെറുതായി ചിരിച്ചു. എന്റെ പരാതി മേശയുടെ വക്കത്തേക്ക് നിരക്കി നീക്കി വെച്ചു. അവർക്കൊരുപാട് ജോലിയുള്ളതാണ്. എന്നെ മറന്ന് അവർ ജോലികളിൽ മുഴുകി. നിന്നിടത്തുനിന്നനങ്ങാൻ ഞാൻ ഭയപ്പെട്ടു. അവിടുന്നനങ്ങിയാൽ പൊടിയും വിയർപ്പുംകൊണ്ട് അടയാളപ്പെടുത്തിയ എന്റെ കാലടയാളങ്ങൾ ഇവർ കാണും. കൈയെത്തിച്ച് എന്റെ പരാതി തിരിച്ചെടുക്കുമ്പോൾ അവരാരും എന്നെ ശ്രദ്ധിക്കുന്നില്ലെന്ന് ഞാൻ ഉറപ്പുവരുത്തി. അപ്പോഴൊക്കെ എന്റെ ഉള്ളിലിരുന്ന് ചന്ദ്രികച്ചേച്ചി എന്നെത്തന്നെ പേടിപ്പിച്ചു. "പൊക്കോ എന്റെ മുമ്പ്ന്ന്! പൂങ്കണ്ണീരൊന്നും ഇനിക്ക് കാണണ്ട. പറയാള്ളത് പറയാള്ളോർടെ മോത്ത് നോക്കി പറയണം. അല്ലെങ്കില് നമ്ക്കൊന്നും ഇവടെ ജീവിക്കാൻ പറ്റില്ല." അതിനുള്ള ധൈര്യം എനിക്കോ എന്റെ ആങ്ങളയ്ക്കോ ഇല്ല. എന്റെ അച്ഛനും അമ്മയ്ക്കും അവരുടെ അച്ഛന്മാർക്കും അമ്മമാർക്കും ഉണ്ടായിട്ടില്ല.

കോണിപ്പടികൾക്കുമീതെ നിന്ന് പ്രൊഫസർ തേവന്റെ കണ്ണുകൾ സൂക്ഷ്മമായി അവളെ പിന്തുടർന്നു. ഓരോ പടിയിലും വിയർപ്പും പൊടിയുംകൊണ്ട് രേഖപ്പെടുത്തിപ്പോകുന്ന ഒറ്റക്കാലടയാളങ്ങൾ ചരിത്രരേഖകളാണ്. മുഖം കുനിച്ചിറങ്ങിപ്പോകുന്ന പെൺകുട്ടി ചരിത്രത്തിന്റെ തുടർച്ചയാണ്. രേഖപ്പെടുത്താത്ത, ആവർത്തിക്കപ്പെടുന്ന ചരിത്രസന്ദർഭങ്ങളാണിവ. ഇവിടെ ഇടപെടേണ്ടതും ചരിത്രത്തിൽ ഇത് രേഖപ്പെടുത്തേണ്ടതും ഒരു ചരിത്രാദ്ധ്യാപകൻ എന്ന നിലയിൽ സ്വന്തം കടമയാണ്. ഇത്രയും ഓർത്തപ്പോൾ പ്രൊഫസർ തേവന്റെ വലത്തേ കൈയുടെ വിരലുകൾ വിറയ്ക്കാൻ തുടങ്ങി. അത് പതിവുള്ളതാണ്. ചരിത്രസന്ദർഭങ്ങളെന്ന് തോന്നിക്കുന്ന ഒരുപാട് അവസരങ്ങളിൽ ഈ വിറയൽ അയാളെ ബാധിക്കുന്നു. അയാളുടെ മനസ്സും ശരീരവും തമ്മിലുള്ള സംഘട്ടനത്തിന്റെ ആവിഷ്കാരമെന്ന നിലയിൽ അതുപോലുമില്ലെങ്കിൽ അയാൾക്ക് നിലനിൽക്കാനാവില്ല. വിറയ്ക്കുന്ന കൈനീട്ടി കോണിപ്പടികളിറങ്ങിപ്പോകുന്ന പെൺകുട്ടിയെ തിരികെ വിളിക്കാൻ പ്രൊഫസർ തേവൻ ആഗ്രഹിച്ചു. അവൾ അടുത്ത പടിയിറങ്ങുകയാണ്. അല്ലെങ്കിൽ വേഗം താഴേക്കിറങ്ങിച്ചെന്ന് അവളോട് സംസാരിക്കാം. എന്തു ചെയ്യാനാവുമെന്നു നോക്കാമെന്നു പറഞ്ഞ് അവളെ ആശ്വസിപ്പിക്കാം.

അവൾ വീണ്ടും പടിയിറങ്ങുന്നു.

കോണി കയറി വരുന്ന വാച്ച്മേൻ ബാലൻനായരോട് അവളെ വിളിക്കാൻ ആവശ്യപ്പെടാം.

പടികളെല്ലാമിറങ്ങി അവൾ വരാന്തയിലൂടെ, വരാന്തയിലൂടെ പിന്നെയും വരാന്തയിലൂടെ അങ്ങേയറ്റത്തെത്തി മറയുന്നു.

വരാന്തയിൽ അവളുടെ നനഞ്ഞ കാലടയാളങ്ങൾ മാത്രം ശേഷിക്കുന്നു. ഇപ്പോൾ വലത്തേ കൈ മുഴുവൻ വിറച്ചുകൊണ്ട് യാതൊന്നും

രേഖപ്പെടുത്താനാകാതെ, മേശപ്പുറത്ത് നിവർത്തിവെച്ച ചരിത്രപുസ്തകത്തിലേക്ക് അയാളുടെ കഴുത്തൊടിഞ്ഞു തൂങ്ങുന്നു. വേഷങ്ങൾക്കകത്ത് അയാൾ ഉഷ്ണിക്കുന്നു. ഷൂസിനുള്ളിൽനിന്ന് കാലൂരുന്നു. കണ്ണട അഴിച്ചുവെച്ച് കണ്ണു തിരുമ്മുന്നു. ചുക്കുവെള്ളത്തിന് ദാഹിക്കുന്നു. അപ്പോൾ തന്റെ മകൾ നമിതയുടെ വാക്കുകൾ അയാളെ വിഴുങ്ങുന്നു. ആവശ്യത്തിനും അനാവശ്യത്തിനുമുള്ള ഡാഡിയുടെ പേടി കാരണം രക്ഷപ്പെടലുണ്ടാകില്ല. എനിക്കും കിട്ടി ജീനുകളിലൂടെ നശിച്ച പേടി. ബസ്സിൽ, ഷോപ്പിങ് കോംപ്ലക്സിൽ, കല്യാണവീട്ടിൽ, ഓഫീസിൽ, ആശുപത്രിയിൽ, അമ്പലത്തിൽ അയാൾ വാക്കുകളില്ലാത്തവനും പരിഭ്രമിക്കുന്നവനും അന്തർമുഖനുമാകുന്നത് പേടികൊണ്ടാണെന്ന് നമിത കണ്ടുപിടിക്കുന്നു. നമിത അവളുടെ ചെറുതും വലുതുമായ എല്ലാ പേടികൾക്കും ഇരുട്ടിനെ, കള്ളനെ, പൊലീസിനെ, പാമ്പിനെ, ചെകുത്താനെ, അമ്മയെ, ദൈവത്തെ - കാരണം അയാളാണെന്നു കരുതുന്നു. ആരെ, എന്തിന്, പേടിക്കണം? നമിത എല്ലായ്പ്പോഴും ചോദിച്ചു. ചരിത്രത്തിൽ നടുകുനിച്ച് വാ പൊത്തിനിൽക്കുന്ന അപ്പന്മാരിൽ നിന്നാണ് തനിക്ക് പേടി പകർന്നു കിട്ടിയതെന്ന് അയാളും കരുതുന്നുണ്ട്. അയാൾക്കറിയാം ഈ വിയർപ്പു കാലടയാളങ്ങൾ അയാളോട് ആവശ്യപ്പെടുന്നതെന്താണെന്ന്. അയാൾ നേരെചെന്ന് അഡ്മിഷൻ കമ്മിറ്റിയുടെ മുമ്പിൽ നിൽക്കണമെന്ന് അത്യാവശ്യപ്പെടുന്നു. അയാൾ മേശപ്പുറത്ത് കമിഴ്ന്നു കിടന്ന് വിറച്ചു.

ഏറെ നേരത്തെ ഉൽക്കണ്ഠകൾക്കുശേഷം പ്രൊഫസർ തേവൻ എഴുന്നേറ്റ് മുഖം കഴുകി. കണ്ണടയെടുത്തുവെച്ചു. അഡ്മിഷൻ കമ്മിറ്റിയുടെ മുമ്പിലൂടെ നടന്ന് ലെറ്റർ ബോക്സിന്റെ അടുത്തെത്തി. ചരിത്രവിഭാഗത്തിന്റെ കള്ളിയിൽ കത്തുകൾ പരതിക്കൊണ്ടു നിൽക്കുമ്പോൾ അയാളുടെ ഉള്ളിൽ ഒരു ചോദ്യം നട്ടംതിരിഞ്ഞു. ആ കുട്ടിയുടെ - എനിക്കവൾ എന്റെ നമിത തന്നെയാണ് - പേര് എന്തുകൊണ്ട് മെറിറ്റ് ലിസ്റ്റിൽ കണ്ടില്ല? കണ്ടില്ല എന്നാണോ പെടുത്തിയില്ല എന്നാണോ ചോദിക്കേണ്ടത്? ലെറ്റർ ബോക്സിനടുത്ത്, ചരിത്രവിഭാഗത്തിന്റെ കള്ളിയിൽ ഇല്ലാത്ത കത്തു തിരഞ്ഞ്, പ്രൊഫസർ തേവൻ പരുങ്ങിനിന്നു. തന്റെ വിവാഹഫോട്ടോയിലേക്ക് നോക്കുമ്പോൾ അയാളെ പിടികൂടാറുള്ള അതേ തളർച്ചയാണ് ഇപ്പോഴയാളെ പിടികൂടുന്നത്. കറുത്ത സഹോദരങ്ങൾക്കും അവരുടെ കറുത്ത മക്കൾക്കും നടുവിൽ അയാളുടെ കറുത്ത കൈപിടിച്ച് രേണുക വെളുത്തുനിൽക്കുന്ന കല്യാണഫോട്ടോ. അത് എല്ലാം വിളിച്ചറിയിച്ചിരുന്നു. അയാളുടെ പരമ്പരകളുടെ പേടി മുഴുവൻ പകച്ച നോട്ടങ്ങളിൽ നിറഞ്ഞുനിന്നിരുന്നു. രേണുകയാവട്ടെ, അവൾക്ക് ജന്മംകൊണ്ടേ കിട്ടിയ ആത്മവിശ്വാസത്താൽ ജ്വലിച്ചുകൊണ്ട് ക്യാമറയെ നോക്കിനിന്നു. തന്നെ വലിച്ചു താഴ്ത്തുന്ന ഭയത്തിൽനിന്ന് രക്ഷപ്പെടാനായി പ്രൊഫസർ തേവൻ ആ ഫോട്ടോ പൂഴ്ത്തിവെച്ചു. പക്ഷേ, നിർണായകമായ ചരിത്രസന്ദർഭങ്ങളിൽ ഓർമ്മയിലെ മങ്ങൂഴങ്ങളെ മുഴുവൻ മായ്ച്ചുകൊണ്ട് അയാളുടെ വിവാഹഫോട്ടോ തെളിഞ്ഞുവരുന്നു.

അതുകൊണ്ട്, എല്ലാം നിസ്സാരമാണെന്ന് വരുത്തുന്ന ഒരു ചിരി ചിരിച്ച്, അയാൾ അഡ്മിഷൻ കമ്മിറ്റിയുടെ മുന്നിലൂടെ നടന്നുപോയി. തെല്ലു മുമ്പ് ഇവിടെ പരാതി നീട്ടിനിന്ന കുട്ടി ചരിത്രത്തിൽ തിരുത്തപ്പെടേണ്ട ഒരു സന്ദർഭം സൃഷ്ടിച്ചു എന്നാശ്വസിക്കാം. എന്നാൽ ഹാഫ്ഡോർ തുറന്നതും വരാന്തയിൽ കണ്ട അവളുടെ വിയർത്ത കാലടികൾ അയാളെ കഠിനമായി പേടിപ്പിച്ചു. നാളെ, തീർച്ചയായും നാളെ എനിക്ക് ചിലത് ചോദിക്കാനുണ്ട്. ഒരു കല്യാണഫോട്ടോയും അതിൽനിന്ന് എന്നെ തടയുന്ന പ്രശ്നമില്ല.

“തേവമ്മാഷ് പൂവ്വായോ?” വാച്ച്മേൻ, ബാലൻനായർ ആത്മാർത്ഥമായി ചോദിക്കുന്നു. രേണുക പക്ഷേ അയാളുടെ ആത്മാർത്ഥതയിൽ വിശ്വസിക്കുന്നില്ല. തേവമ്മാഷ്, തേവമ്മാഷ്! കര്ത്കൂട്ടീട്ട് വിളിക്ക്ണ്. ഇന്നലെ വന്ന ചെക്കമ്മാരിം കൂടി അയാള് പ്രൊഫസറേന്ന് വിളിക്ക്ണ്ണ്ടല്ലോ. നിങ്ങളോട് എത്ര പ്രാവശ്യം ഞാൻ പറഞ്ഞു, സ്പെല്ലിംഗ് മാറ്റാൻ? ഒരക്ഷരത്തിന്റെ പ്രശ്നല്ലേ ള്ളൂ? T ന്ന് ള്ളത് D ന്നാക്ക്യാ എല്ലാ നാണക്കേടും പോയിക്കിട്ട്ല്ലേ?

പ്രൊഫസർ തേവൻ വിയർത്തുകുളിക്കുന്നു.

വിയർപ്പിന്റെ മണം ജീനുകളിൽ തുടരും. ഉഴുതിട്ട പാടത്തിന്റെ ചളിച്ചൂര് നമിതയിൽ തുടരുന്നു. പകരം പാരീസിലെ സുഗന്ധങ്ങൾ മുഴുവൻ തന്നാലും താനിതു വെച്ചുമാറില്ലെന്ന് നമിത.

■

ഒടിഞ്ഞ പാലം

ഞാനുറങ്ങുകയായിരുന്നോ? എങ്ങനെയാണ് ഞാനിവിടെ എത്തിപ്പെട്ടത്? ആരാണ് എന്നെ ഇവിടെ തള്ളിവിട്ടത്? ഇതൊരു പടുകൂറ്റൻ ആതുരാലയമാകുന്നു. ഇവിടെ ഞാൻ വരേണ്ട യാതൊരു കാര്യവുമില്ല. ഞാനൊരു രോഗിയല്ല. രോഗബാധിതരായി എന്റെ ആരും ഇവിടെ കിടക്കുന്നില്ല. ഞാനെന്തിന് ഇവിടെ വരണം?

ഞാനൊരു സാധാരണ സന്ദർശകയായിരിക്കാം. സന്ദർശിക്കുക മാത്രം ചെയ്താൽ എനിക്ക് തിരിച്ചുപോകാമായിരിക്കാം.

ഞാൻ ഈ ഒന്നാം നമ്പർ വാർഡിന്റെ മുന്നിൽതന്നെ വന്നുവീണിരിക്കുന്നു. ഇത് കുട്ടികളുടെ വാർഡാണ്. പണ്ട് ഞാൻ ഇവിടെ വന്നിട്ടുണ്ട്. അന്ന് ഇടത്തേയറ്റത്തെ കിഴക്കോട്ടു തുറക്കുന്ന ജാലകത്തിന്നരികിൽ ഇരുപത്തിയേഴാം നമ്പർ കട്ടിലിൽ കിടന്നിരുന്നത് എന്റെ മകനായിരുന്നു. അവനന്ന് മൂന്നുവയസ്സുണ്ട്. കുട്ടികളുടെ വേദനയും വാശിയും കരച്ചിലും അമ്മമാരുടെ താരാട്ടും നഴ്സുമാരുടെ ശകാരങ്ങളും ട്രോളികളുടെ ഉരുൾച്ചയും പഴയ പങ്കകളുടെ ഗർജനവും ജാലകങ്ങളിൽ വന്നു കൊത്തുന്ന കാക്കകളുടെ ആരവവുംകൊണ്ട് എനിക്കിവിടം അസഹനീയമായിരുന്നു. പതുങ്ങിവന്ന്, കുട്ടികളെ കട്ടെടുത്തുകൊണ്ടോടി മറയുന്ന മരണത്തിനു മാത്രമേ ഇവിടെ ശബ്ദമില്ലാതിരുന്നുള്ളൂ. അന്ന് ജാലകങ്ങളിൽ ഈ നീലക്കട്ടി മറകളില്ല. പ്രവേശനകവാടത്തിൽ കാണുന്ന പടുകൂറ്റൻ ചില്ലുവാതിൽ ഇല്ല. പത്തുവയസ്സിന് താഴെയുള്ള പെൺകുട്ടികളുടെ വാർഡ് എന്ന് പ്രത്യേകമെഴുതിയ ബോർഡും ഇല്ല.

ചാരിയിട്ട ചില്ലുവാതിൽ തുറന്ന് അകത്തു കടക്കുമ്പോൾ ഒരു സുഗന്ധമാണല്ലോ എന്നെ എതിരേൽക്കുന്നത്! വൃത്തിയിൽ തിളങ്ങുന്ന തറയും ചുവരും എവിടെയും പുഷ്പാലങ്കാരങ്ങളും നേർത്തൊരു സംഗീതവും ഓരോ കട്ടിലിനു ചുറ്റും രഹസ്യത്തെ പൊതിയുന്ന കട്ടിയാവരണംപോലെ നീല മറകളും. കുട്ടികളുടെ ഒരു ഞരക്കമോ നിലവിളിയോ അമ്മമാരുടെ നെടുവീർപ്പോ നഴ്സുമാരുടെ കാലൊച്ചയോ ഒന്നുമേ കേൾക്കാത്ത സമ്പൂർണ മൗനത്തിന്റെ ഒരിടനാഴി! എനിക്ക് നെഞ്ചിലൊരു ഭാരം തോന്നുന്നു. ആകാംക്ഷയോടെ ഞാൻ ഇരുവശത്തേക്കും നോക്കി.

ഞാനാരെ സന്ദർശിക്കണം? നീലക്കട്ടി മറയെ ഭേദിച്ച് ഞാനകത്തു ചെല്ലാമോ? പുറത്തുനിന്ന് നോക്കിയാൽ കുട്ടികളെ കാണാൻ കഴിയില്ല. പുതപ്പിനടിയിൽ അകത്തിവെച്ച കാലുകൾ മാത്രം കാണാം. എന്നാൽ ഞാനവരുടെ അമ്മമാരെ കണ്ടു. വലിച്ചു കീറിയ കുഞ്ഞുടുപ്പുകൾ വീണ്ടും തുന്നിക്കൂട്ടാൻ ശ്രമിക്കുന്നവരായിട്ട്. അവരുടെ ചുണ്ടുകളും ഞാൻ കണ്ടു. വെളുത്ത ചുമരുപോലെ വിളറിയവ. മുദ്രവെക്കപ്പെട്ടവ. അവരിലൊരാളോട് സംസാരിക്കാൻ ഞാനൊരുങ്ങുകയായിരുന്നു. ചിന്നുക്കുട്ടി മൂന്നു വയസ്സ് എന്ന പേരിന് കീഴെ ഞാൻ നിന്നു. ഒരു നഴ്സ് വന്ന് ശബ്ദമില്ലാതെ എന്നെ തൊട്ടു.

"മൗനം." അവർ പറഞ്ഞു. അവരെന്നെ പുറത്തേക്ക് കൊണ്ടുപോയി.

"ഇവിടെ നിൽക്കരുത്. പുറത്തുപോകണം"

"എന്തുകൊണ്ട്? ഞാനൊരു സന്ദർശകയാണ്."

"ഞാൻ പൊലീസിനെ വിളിക്കും."

"ഈ കുട്ടികൾക്കെന്താണ്? അവർ മരിക്കുകയാണോ?"

ഒച്ചയുണ്ടാക്കാതെ രണ്ടു പൊലീസുകാരികൾ വന്നു. അവർ എന്നെ ഭുജങ്ങളിൽ പിടിച്ചുയർത്തി തൂക്കി വെളിയിലിട്ടു. ചില്ലുവാതിൽ അടഞ്ഞു.

"നിങ്ങൾ പത്രക്കാരിയാണോ?" പൊലീസുകാരികൾ ചോദിച്ചു.

"അല്ല. ഈ കുട്ടികൾക്ക് എന്തുപറ്റി?"

"നിങ്ങൾ ആരുടെ ഏജന്റാണ്?"

"ആരുടെയുമല്ല. ഈ കുട്ടികൾക്ക്..."

"നിങ്ങൾ അതിക്രമിച്ചകത്തുകയറി."

"ഇല്ല. ഇരുപത്തിയേഴു കുട്ടികൾ..."

അവർ എന്നെ ആശുപത്രിയുടെ ഗേറ്റുവരെ ഉന്തിത്തള്ളി കൊണ്ടുപോയി. കാവൽക്കാരനോട് എന്നെ പുറത്താക്കി ഗേറ്റടയ്ക്കാൻ പറഞ്ഞു.

ഞാൻ ഈ ആതുരാലയത്തിന്റെ അറിവുകൾക്ക് പുറത്തായിരിക്കുന്നു. ഞാനെങ്ങനെ ഇവിടെ വന്നു എന്നറിയാത്തതുപോലെ എന്തിന് പുറത്താക്കപ്പെട്ടു എന്നും എനിക്കറിഞ്ഞുകൂടാ.

കൈമുട്ടിൽ പറ്റിയ മണ്ണ് തുടച്ചുകൊണ്ട് എഴുന്നേല്ക്കാൻ ശ്രമിക്കുന്നതിനിടയിൽ ഭയങ്കരമായ ഒരു ചിന്ത എനിക്കുണ്ടായി. നിരവധി നിഗൂഢങ്ങൾ ഒളിപ്പിച്ചുവെച്ചിട്ടുള്ള ആ വാർഡിൽ എന്റെ കുട്ടികളും ഉണ്ടാവും. ഞാൻ ഇരുമ്പു ഗേറ്റിൽ തട്ടി വിളിച്ചു. കാവൽക്കാരൻ വന്നുനോക്കി.

പോ, പോ! അയാൾ പുറംകൈകൊണ്ട് എന്നെ ആട്ടി.

"ഗേറ്റ് തുറക്കൂ. എന്റെ കുട്ടികൾ അതിനകത്തുണ്ടാവും." ഞാൻ പറഞ്ഞു.

അയാൾ ഒന്നും മിണ്ടാതെ സ്വന്തം സ്റ്റൂളിൽ ചെന്നിരുന്നു. അയാളുടെ കൈയിലൊരു നീണ്ട മുളവടിയുണ്ടായിരുന്നു. ഗേറ്റിൽക്കിടന്ന് ഞാൻ വലിയ ബഹളംവെച്ചു. അയാൾ ഇടയ്ക്കിടെ മുളവടികൊണ്ട് ഗേറ്റിന്റെ അഴികളിലടിച്ച് ശബ്ദമുണ്ടാക്കി. ആളുകൾ എന്റെ അടുത്തേക്ക് വന്നു. അവർ ചോദിച്ചു.

"എന്തിനാണ് നിങ്ങൾ കരയുന്നത്?"

"എന്റെ കുട്ടികൾ അതിനകത്തുണ്ടാവും."

ഞാൻ പറഞ്ഞു. ആളുകൾ ചിരിച്ചു.

"ഉണ്ടാവും എന്നതിന്റെ അർഥം?" ഒരാൾ ചോദിച്ചു.

"ഉണ്ടാവും, ഉണ്ടാവും, എനിക്കങ്ങനെതന്നെ തോന്നുന്നു."

"നിങ്ങൾ വീട്ടിൽ പോയി നോക്കിയിട്ടു വരൂ. കുട്ടികൾ വീട്ടിലുണ്ടാവും." അയാളെന്നെ ആശ്വസിപ്പിച്ചു.

കുട്ടികൾ വീട്ടിലുണ്ടാവാനുള്ള സാധ്യത എനിക്ക് തള്ളിക്കളയാനാവില്ല. ഞാനയാളുടെ ഉപദേശം സ്വീകരിച്ചു.

വീട്ടിലേക്ക് പോകുമ്പോൾ ഞാനോർത്തു. കുട്ടിയായിരിക്കുമ്പോൾ എന്നെ ഏറെ ആനന്ദിപ്പിച്ചിരുന്ന ഒരു ചിത്രം എന്റെ വീട്ടിലുണ്ടായിരുന്നു. കാട്ടിൽ നിന്നിറുത്തെടുത്ത പൂക്കൾ നിറച്ച കൊട്ടകളുമേന്തി രണ്ടോമന ക്കുട്ടികൾ ഒരൊടിഞ്ഞ പാലത്തിലൂടെ നടന്നുവരുന്നു. എന്നാൽ ഒരു കാവൽമാലാഖ കൈകളും ചിറകുകളും വിരിച്ച് പുറകിൽ നിന്ന് അവരെ കാക്കുന്നുണ്ട്. ഒരുപാടുനേരം ഞാൻ ആ ചിത്രത്തിൽ നോക്കിയിരുന്ന് സന്തോഷിച്ചു. ആ കുട്ടികൾ ഒരിക്കലും ആ പാലത്തിന്മേൽ നിന്ന് വീഴില്ല. കാരണം, കുട്ടികളുടെ ഓരോ ചുവടുവെയ്പിലും അവരെ കാവൽമാലാഖമാർ കാക്കുമെന്നും അവർ കളങ്കമില്ലാത്ത പൈതങ്ങൾ ആകയാലാണ് അങ്ങനെ കാക്കുന്നതെന്നും അമ്മ പറഞ്ഞുതന്നിരുന്നു. ഒരൊടിഞ്ഞ പാലത്തിന്മേൽ എന്നെ സങ്കല്പിക്കുമ്പോൾ പുറകിൽ കാവൽമാലാഖയും ചുറ്റിലും നിബിഡവനവും താഴെ വെള്ളച്ചാട്ടവും പൂക്കൊട്ട നിറയെ പുതിയ പൂക്കളും കൂടെ ഒരു കൂട്ടുകാരനും എപ്പോഴും ഉണ്ടായിരുന്നു.

എന്റെ കുട്ടികൾ വീട്ടിൽ തന്നെയുണ്ടാവും എന്നോർത്തപ്പോൾ അവർക്ക് കാണാനും സങ്കല്പംകൊള്ളാനും വേണ്ടി തറവാട്ടിൽനിന്ന് ആ പഴയപടം തേടിപ്പിടിച്ച് കൊണ്ടുവരണം എന്ന് ഞാൻ തീരുമാനിച്ചു. എന്റെ കുട്ടിക്കാലം തീരുംമുമ്പുതന്നെ ചില്ലുപൊട്ടുകയും ചട്ടക്കൂടിളകുകയും ചെയ്തിരുന്ന ആ പടം പഴയ മരസ്സാമാനങ്ങളുടെ ഇടയിലേക്ക് വലിച്ചെറിയപ്പെട്ടിരുന്നു. അങ്ങിങ്ങ് ചിതലരിച്ചുകാണും. ഒളിമങ്ങിക്കാണും. ഭാവനാശൂന്യരായ ആരെങ്കിലും ഒടിച്ചുകൂട്ടി അടുപ്പിൽ തിരുകിയിട്ടില്ലായെങ്കിൽ മരത്തിന്റെ പുതിയ ചട്ടക്കൂട് തീർത്ത് വാർണീഷിട്ട് തിളക്കി ചില്ലിടീച്ച് ആ ചിത്രം ചുവരിൽ തൂക്കണം.

ഇപ്പോൾ എനിക്ക് എന്റെ കുട്ടികളുടെ മുഖം വ്യക്തമായി ഓർമ്മ വരുന്നു.

ഒടിഞ്ഞ പാലത്തിന്മേൽ കുട്ടികൾ തനിച്ചായിരുന്നു.

എപ്പോഴാണീ കൊടും മഴ തുടങ്ങിയത്, കാറ്റു കോപിച്ചത്? മഴയ്ക്കും എനിക്കുമിടയിൽ കാഴ്ചപ്പുറങ്ങൾ മങ്ങിയത്? കൊടും മഴയത്ത് കുട യില്ലാത്ത കുട്ടികൾ ഇപ്പോഴും എത്രയോ ഉണ്ട്. സ്ലേറ്റ് തലയിൽ കമഴ്ത്തി, കുഞ്ഞുങ്ങളെ പറപ്പിച്ചുകളയാൻ വേണ്ടി വീശുന്ന കാറ്റിലും മഴയിലും നിന്ന് രക്ഷപ്പെടാൻ ഒരൊന്നാം ക്ലാസ്സുകാരി കമ്പനിപ്പടിക്കലെ വാച്ച്മേന്റെ മുറിയിലേക്കോടിക്കയറി നിൽക്കുമ്പോൾ കാഴ്ചകളെ അലസപരിഗണന യ്ക്ക് വിടുകയില്ലാത്ത എന്റെ നെഞ്ചിടിപ്പിന്റെ താളം തെറ്റുന്നു. എലിവാലു പോലത്തെ മുടിയിലും വളഞ്ഞ കൺപീലികളിലും നീണ്ട മൂക്കിൻ തുമ്പിലും നനഞ്ഞ പാവാടയിലും നിന്നിറ്റുവീഴുന്ന വെള്ളം ഉണങ്ങിയ തറ നനയ്ക്കുന്നതുകണ്ട് വാച്ച്മാൻ ദേഷ്യപ്പെടും എന്നോർത്താണോ? മഴ തോരുംവരെ അവളെ അവിടെ നിൽക്കാനനുവദിക്കാതെ ആട്ടിൻ കുട്ടിയെ ആട്ടിക്കളയുംപോലെ ആട്ടിക്കളയും എന്നോർത്താണോ? അതിലും വലിയ ചിലതുണ്ട്. നമ്മുടെ കാലം വല്ലാത്ത ഒന്നാണ്. അത് വലിച്ചുകീറപ്പെട്ട ഒരു കുഞ്ഞുടുപ്പാണ്. സ്വന്തം തോർത്തുകൊണ്ട് വാച്ച് മേൻ അവളുടെ തല തോർത്തിക്കൊടുക്കുമ്പോൾ അയാളുടെ കണ്ണു കളിൽ പുണ്യമോ പാപമോ എന്ന് നോക്കാൻപോലും ഭയന്ന് നാം കണ്ണി റുക്കിയടയ്ക്കുന്നു. ചുറ്റിലും നിന്ന് കളങ്കമില്ലാത്തതെന്തും പിൻവലിക്ക പ്പെട്ടിരിക്കുന്നു. ഒരു പൊന്നരഞ്ഞാണത്തിന്റെയും രണ്ടു പാദസരങ്ങ ളുടെയും ചന്തം എന്നന്നേക്കുമായി നഷ്ടപ്പെടാൻ പോകയാണ്.

ഈ കാലം നമ്മക്കൊണ്ടനുഭവിപ്പിക്കുന്നതെന്തും പാപമായി ഭവിക്കു ന്നത് എന്തുകൊണ്ടാണ്?

ചിലപ്പോൾ ചില കുട്ടികൾ സ്വീകരണമുറിയിൽ കാലുകൾ പിന്നാക്കം മടക്കിയിരുന്ന് ഏറെനേരം ടി.വി. കാണുകയും അവരുടെ അമ്മമാരേ ക്കാൾ പ്രായം കൂടിയ മുഖത്തോടെ ഉറങ്ങാൻ പോവുകയും ചെയ്യുന്നു. പോപ്പ് സംഗീതക്കാരുടെ ഇടുപ്പിലോ തുടകൾക്കിടയിലോ എപ്പോഴും ഒരു കുട്ടിയുണ്ട്. ഉറക്കത്തിൽ ശരീരം കുട്ടികൾക്ക് ഒരലട്ടായിത്തീരുന്നു. അതെന്ത് എന്നറിയായ്കയാൽ മ്ലാനതയോടെ കുട്ടികൾ ഉറക്കമുണരുന്നു. അസ്വസ്ഥതയുടെ ചാവി മുറുകുമ്പോൾ പിന്നെയും അവർ ടി.വി.യുടെ മുന്നിലേക്കുതന്നെ നീങ്ങുന്നു. ഒരു കുട്ടിക്കും മറ്റൊരു കുട്ടിക്കുമിടയിൽ പാമ്പുപുറ്റുപോലെ മൗനം വളരുന്നു. കാവൽ മാലാഖയില്ലാത്ത ഒരൊ ടിഞ്ഞ പാലം കുട്ടികളെ അരക്ഷിതരാക്കുന്നത് എങ്ങനെയെന്ന് ഓരോ വീടും അറിയാനിരിക്കുന്നതേയുള്ളൂ. ഇപ്പോൾ ഒരു കുഞ്ഞിന്റെ ചുണ്ടും ഇറച്ചിതന്നെയാണെന്ന് പരക്കെ കേൾക്കാൻ തുടങ്ങിയിരിക്കുന്നു.

കവലയിൽ ഒരിന്ദ്രജാലം. കാണിക്കും ഇന്ദ്രജാലക്കാരനുമിടയിൽ പതിവുപോലെ കുട്ടിതന്നെ. ഉയർന്ന പീഠത്തിൽ അവൾ നിൽക്കുന്നു.

വർണശബളമായ ഉടുപ്പണിഞ്ഞവൾ. പൂക്കളേയും തുമ്പികളേയും കണ്ണിൽ പേറുന്നവൾ. ഇന്ദ്രജാലക്കാരൻ വടിനീട്ടി അവളുടെ ഉടുപ്പിലെ വർണങ്ങളോരോന്നായി എടുത്തു കളയുന്നു. ഓരോ വർണം പറന്നു പോകുമ്പോഴും അവൾ കൂടുതൽ നഗ്നയാകുന്നു. ഒടുവിൽ ഒരു ബ്ലാക്ക് ആൻഡ് വൈറ്റ് ഫ്രെയിമിനകത്തെന്നപോലെ അവൾ തേങ്ങിക്കരഞ്ഞു കൊണ്ട് നിൽക്കുമ്പോൾ ഇന്ദ്രജാലം തീരുന്നു. അടുത്ത ഊഴം കാണിയുടേതാണ്. അവനതിന് പ്രതിഫലം നൽകി ഇന്ദ്രജാലക്കാരനെ അനുമോദിക്കുന്നു.

എന്റെ കുട്ടികൾ എവിടെയാവും ഉണ്ടാവുക? കുട്ടികളുടേതു മാത്രമായ നിർഭയത്വത്തോടെ കാട്ടിൽ പൂ പറിക്കാൻ അവർ പോയിക്കാണുമോ?

കുട്ടികളുടെ ഒരു തെരുവിലൂടെ ഞാൻ നടക്കുന്നു. അവർ സ്വയം വില്പനയ്ക്ക് വെച്ചിരിക്കുകയാണ്. കുട്ടികൾക്ക് മാത്രം കഴിയുന്ന കളങ്കമില്ലാത്ത പ്രകടനത്തിന്റെ ഭാഗമായി അവർ മുതിർന്നവരുടെ കൈയക്ഷരത്തിലുള്ള കൂറ്റൻ പ്ലക്കാർഡുകൾ കൈയിലേന്തിയിരുന്നു.

പാപം നിങ്ങളുടെ രഹസ്യഭാഗങ്ങളിലൂടെ സൂക്ഷ്മജീവികളുടെ പടയോട്ടം നടത്താതിരിക്കാൻ ശ്രദ്ധിക്കുക.

എല്ലാം അളിഞ്ഞും അഴുകിയും ദുർഗന്ധം വമിച്ചും ഇരിക്കെ കുട്ടികളുടെ ഈ തെരുവിൽ മാത്രം വൃത്തി അവശേഷിക്കുന്നു. പനിക്കുന്ന കുഞ്ഞിന്റെ ഉള്ളംകൈയിലെ ചൂടുപോലെ തപിക്കുന്ന ചുവന്ന ഇഷ്ടികകളാണ് നിലത്ത് വിരിച്ചിരിക്കുന്നത്. പഴയ കിടക്കവിരികളെല്ലാം മാറിയിരിക്കുന്നു. തലയണകളും പടുതകളും മാറിയിരിക്കുന്നു. ഇപ്പോൾ എല്ലാറ്റിനും മാടപ്രാവിന്റെ നെഞ്ചിന്റെ മാർദവമാണ്. പഴയകാലത്തെപ്പോലെ വിയർത്ത പൗഡറിന്റെയോ ചതഞ്ഞ മുല്ലജമന്തികളുടെയോ വാട ആരെയും അലട്ടുകയില്ല. ചുണ്ടിൽ തേച്ച ചായത്തിന്റെ വിഷം അകത്ത് ചെല്ലുകയില്ല. ഇപ്പോൾ എല്ലാറ്റിനും മീതെ നിൽക്കുന്ന ഗന്ധം ഡെറ്റോളിന്റേതാണ്.

എന്തെല്ലാം മുൻകരുതലുകളിലൂടെയാണ് നാം നയിക്കപ്പെടുന്നത്? രഹസ്യഭാഗങ്ങളിലെ സൂക്ഷ്മജീവികളുടെ പടയോട്ടം തടയലാണ് നമ്മുടെ ആത്യന്തിക ലക്ഷ്യങ്ങളിലൊന്ന്. ജീർണിക്കാത്തതും അഴുകാത്തതുമായി നമുക്ക് കുട്ടികൾ മാത്രമല്ലേയുള്ളൂ. ബിഹാറിൽനിന്ന് ട്രക്കുകൾ വരുന്നു. രാജസ്ഥാനിൽനിന്ന് ലോറികൾ വരുന്നു. ഉത്തരപ്രദേശത്തുനിന്ന് തീവണ്ടികളും കാളവണ്ടികളും വരുന്നു. ആന്ധ്രയിൽനിന്ന്, തമിഴ്നാട്ടിൽനിന്ന്, കേരളത്തിൽ നിന്ന്. എല്ലാറ്റിലും കുട്ടികൾ സഞ്ചരിക്കുന്നു. സഞ്ചാരം കുട്ടികൾക്ക് ഇഷ്ടമാണ്.

“നിങ്ങൾ ഒരുപഭോക്താവാണോ?” രണ്ടു മല്ലന്മാർ എന്നോട് ചോദിച്ചു.

“അല്ല. ഞാനൊരു കാഴ്ചക്കാരിയാണ്.”

“നിങ്ങൾ പൊലീസുകാരിയാണോ?”

“അല്ല. ഞാനെന്റെ കുട്ടികളെ തിരയുകയാണ്.”

“നിങ്ങളൊരു പത്രക്കാരിയാണ്. തീർച്ചയായും നിങ്ങളുടെ തൊഴിൽ എഴുത്താണ്.”

“ഞാനെന്റെ കുട്ടികളെ തേടുകയാണ്. അവർക്ക് വല്ലാത്ത പേടിയാണ്.”

മല്ലന്മാർ എന്റെ മുടിക്ക് ചുറ്റിപ്പിടിച്ചു. അവർ എന്റെ നാഭിക്ക് തൊഴിച്ചു. കുട്ടികളുടെ തെരുവിന്റെ ആയിരം കാതമകലെ ഒരു കരിങ്കൽ കൂനയിലേക്ക് എന്നെ വലിച്ചെറിഞ്ഞു.

പിറ്റേന്നും ഒരു പ്രഭാതമുണ്ടായിരുന്നു. നാം സ്വാതന്ത്ര്യദിനം ആഘോഷിച്ചു. നഗരവീഥികളിൽ കുട്ടികളുടെ പ്രകടനങ്ങൾ ഉണ്ടായിരുന്നു. ആയിരമായിരം മാതാപിതാക്കളുടെ കൂടെ ഞാനും അതുകാണാൻ ചെന്നുനിന്നു. വർണശബളമായ ഈ ഘോഷയാത്രയിലാവും എന്റെ കുട്ടികൾ ഉണ്ടാവുക. പല പല വർണങ്ങളിൽ ഘോഷയാത്ര എന്നെക്കടന്നുപോയി. അവസാനംവരേക്കും എന്റെ കുട്ടികൾ മാത്രം വന്നില്ല. ഘോഷയാത്രയായ ഘോഷയാത്രയുടെയെല്ലാം ഒടുവിൽ കീറിയ ഉടുപ്പും അഴുക്കുനിറഞ്ഞ മുഖവും പാറിപ്പറന്ന മുടിയുമായി ഒരു ബാലൻ നടന്നുവന്നു. പെരുന്നാളിന് പുതുവസ്ത്രമോ ഭക്ഷണമോ ഇല്ലാതെ ദുഃഖിച്ചിരിക്കുന്ന അനാഥബാലനോട് വിശുദ്ധ നബി ചോദിച്ച ചോദ്യം ഞാനവനോട് ചോദിച്ചു.

“കുഞ്ഞേ, നീയെന്തിനാണ് കരയുന്നത്? നീയെന്താണീ ആഘോഷങ്ങളിലൊന്നും പങ്കുചേരാത്തത്?”

കവിളത്തേക്ക് വഴിഞ്ഞൊഴുകുന്ന കണ്ണീർ തുടച്ചുകൊണ്ട് അവൻ പറഞ്ഞു.

“എന്റെ കുഞ്ഞനിയത്തി മരിച്ചുപോയി. നദിയുടെ തീരത്ത് കുറ്റിക്കാട്ടിൽ ഞാനവളുടെ ശവം കണ്ടു.”

ഞാൻ അവനെയുമെടുത്ത് നദീതീരത്തേക്കുപോയി. ആദ്യം ഞാൻ കണ്ടത് മുള്ളുകളിലുടക്കിക്കിടന്നു പിടയുന്ന, മഴവില്ലിന്റെ ഏഴു വർണങ്ങളുള്ള എന്റെ മകളുടെ ഉടുപ്പായിരുന്നു. ഞാനത് കൈയിലെടുത്ത് ഉറക്കെ നിലവിളിക്കാൻ തുടങ്ങിയപ്പോൾ ആ ബാലൻ എന്റെ കണ്ണീർ തുടച്ചു.

■

കോഫീഹൗസ്

അവർ കോഫീഹൗസിൽ കയറിയതിനുശേഷം ഇടവിട്ട് മൂന്നു കനത്ത മഴകൾ പെയ്തു. ഇത് നഗരത്തെ മുക്കിക്കളയാൻ പോകുന്ന അതിഭയങ്കരമായ നാലാം മഴയുടെ വരവാണ്. ആകാശം ഇരുണ്ടു പുകഞ്ഞു താഴേക്കിറങ്ങി വരുന്നു.

രണ്ടാമത്തെ മഴയ്ക്ക് വീശിയ കാറ്റിൽ കൊടുങ്കാറ്റിന്റെ മുന്നറിയിപ്പായി ഒരസാധാരണ ചൂളംവിളി ഉണ്ടായിരുന്നു. നഗരം പെട്ടെന്ന് ഇരുട്ടിലായി. എല്ലാ വിളക്കുകളും ഒരു നിമിഷത്തേക്ക് ഒന്നിച്ചുകെട്ടു. കൂക്കിവിളിച്ചുകൊണ്ടൊരു ഹണ്ടർ എഞ്ചിൻ കടന്നുപോയതും പരസ്പരം കീറിമുറിക്കുന്ന ഹെഡ്‌ലൈറ്റുകളോടെ രണ്ടു ചരക്കുലോറികൾ എതിർദിശകളിലേക്ക് പാഞ്ഞതും അതേ നിമിഷത്തിലായിരുന്നു.

ഇതൊരു വൈകുന്നേരമാണെന്ന് ആരും പറയില്ല. രാത്രിയുടെ ലക്ഷണങ്ങൾ നിറഞ്ഞ വൈകുന്നേരം എന്ന് നാമിതിനെ വിളിക്കും, ഒരുപാട് തൊണ്ടകളിൽ നിന്നുയരുന്ന പിറുപിറുക്കലുകൾ ഒരൊറ്റ മൂളക്കമായി ഇതിനകത്ത് ചുറ്റിത്തിരിയുന്നതിനാൽ കോഫീഹൗസിനെ നമുക്കൊരു തേനീച്ചക്കൂടെന്നും വിളിക്കാം. പരിചാരകൻ കൊളുത്തിവെച്ച മൂന്നാമത്തെ മെഴുകുതിരിയാണ് ഈ ഇരമ്പത്തിനു നടുവിൽ എരിഞ്ഞു തീരുന്നത്. രണ്ടു ഹൃദയമിടിപ്പുകൾക്കിടയിലുള്ള നിസ്സാരമായ ഇടവേളയിൽ ഉരുകിയൊലിച്ച സ്വന്തം മെയ്യിൽ തലചായ്ച്ച് ഈ തിരിനാളം മരിക്കുന്നു. ആ ഇരുട്ടിൽ നിന്ന് ജോൺ ക്ലീറ്റസ് എന്ന ചെറുപ്പക്കാരൻ അവന്റെ കൂട്ടാളികൾക്കുവേണ്ടി, മഴയെക്കുറിച്ചുള്ള സ്വന്തം കവിത തുടങ്ങുന്നു.

മഴ....
മരിച്ചവർക്ക് ഒരു വായ നിറയെ
പ്രണയിക്കുന്നവർക്ക് ഒരു രാത്രി നിറയെ
തെരുവുവേശ്യയ്ക്ക് കടത്തിണ്ണയിലെ ഭോഗം നിറയെ
മഴ... മഴ...
മഴ, മേല്ക്കൂരയില്ലാത്ത കുഞ്ഞിന് തല നിറയെ
ഉറുമ്പുകൾക്കും പാമ്പുകൾക്കും മാളം നിറയെ

പൊടുന്നനെ നഗരത്തെ മുക്കിക്കളയാൻ പോകുന്ന ഭയങ്കരമായ നാലാംമഴ ആരംഭിച്ചു. അതിന് അനേകായിരം മഴകളുടെ ഇരമ്പലുണ്ടായിരുന്നു. കോഫീഹൗസിന്റെ ചില്ലുജനാലകളിൽ വന്നലച്ച് തല തല്ലിക്കരയുന്ന മഴ കണ്ട് ജോൺ നിശ്ശബ്ദനായി.

ജനാലകൾക്കപ്പുറത്ത് നിരത്തിൽ ആളുകൾ കുടചൂടിയും മുഖം കുനിച്ചും നടന്നു പോയി. മഴ അവരെ ഏകാന്തരും ദുഃഖിതരും ആക്കിയിരിക്കുന്നു. മൂടിക്കെട്ടിയ വാഹനങ്ങൾ ആരോടും സംവദിക്കാതെ കടന്നു പോയി.

"നീയെന്താ കവിത നിർത്തിയത്?"

ജോണിന്റെ കൂട്ടാളികളിലൊരുവൻ ചോദിച്ചു. മൂടിക്കെട്ടിയ ഒരു വാഹനം നെഞ്ചിലൂടെ ഉരുണ്ടുനീങ്ങുന്നപോലെ ഒരു ഭാരം ജോൺക്ലീറ്റസ് അനുഭവിച്ചു. മഴയിൽക്കുളിച്ചു മെല്ലെ ഇഴയുന്ന ആ വാഹനത്തിന്റെ വക്കിൽ പിടിച്ച് മുഖം താഴ്ത്തി ആരോ ഒരാൾ നടന്നുനീങ്ങുന്നു. ആര്?

"അല്ലെങ്കിൽ മഴയെപ്പറ്റി പാടാനല്ലല്ലോ നമ്മളിവിടെ ഇരിക്കുന്നത്? അല്ലേ?"

ശരിയാണ്, ജോൺ–ബാലചന്ദ്രൻ–മുകുന്ദൻ–മൂന്ന് മെലിഞ്ഞ ചെറുപ്പക്കാർ. മഴയെപ്പറ്റി പാടാനല്ല അവരിവിടെ ഇരിക്കുന്നത്. നിരവധി തവണകളിലെ ലൈംഗികബന്ധങ്ങൾക്കുശേഷവും പ്രമീളയിൽ തനിക്കൊരു കംപാനിയനെ കാണാൻ കഴിയുന്നില്ല എന്ന് സ്വയം വിമർശനം നടത്തി വിപിൻദാസ് പിന്മാറിയപ്പോൾ പ്രമീള വഞ്ചിക്കപ്പെട്ടുവോ ഇല്ലയോ എന്ന് ചർച്ച ചെയ്യാനാണ്. വിപിൻദാസ് പ്രമീളയെ ഉപയോഗിച്ചു എന്നും അവൻ അവളെ ചതിച്ച് കൈയൊഴിഞ്ഞു എന്നുമാണ് ഇതേപ്പറ്റി വാസുവേട്ടന്റെ അഭിപ്രായം. അവനെക്കൊണ്ട് ബലമായി പ്രമീളയെ പിടിച്ചുകെട്ടിക്കണം.

"സെക്സിനെപ്പറ്റി ഇത്രയും തൊള്ള തൊറക്കണോ? ഇഫ് യു വാണ്ട് ഇറ്റ് ഹാവ് ഇറ്റ് ആന്റ് ജസ്റ്റ് ഫർഗറ്റ് ഇറ്റ്."

കൊച്ചു പയ്യനായ കിരൺ പറഞ്ഞതുകേട്ട് ജോണും മുകുന്ദനും ബാലചന്ദ്രനും ഞെട്ടി. മേല്പറഞ്ഞ രണ്ടഭിപ്രായങ്ങളും ശരിയാണെന്ന് അവർക്ക് തോന്നിയില്ല. അതിനാൽ അവർ ചർച്ച ചെയ്യുന്നു.

ഇതിനകം അവർ മൂന്നുവട്ടം കാപ്പി കുടിച്ചു. ഓരോ മഴയുടെയും നടുവിൽ വെച്ച് ഓരോ കാപ്പിയും ആവി പറക്കുന്നത്. ആറു തവണ സിഗരറ്റുകൾ കൊളുത്തി. കാപ്പിക്കും മഴയ്ക്കും ഇടയിൽ ജോണിന്റെ ആറാം സിഗരറ്റ് പുകഞ്ഞു തീർന്നത് വളരെ പെട്ടെന്നാണ്. ബാലചന്ദ്രന്റെ ചുണ്ടത്തെരിയുന്നത് അവന്റെ ആറാം സിഗരറ്റാണ്.

കാപ്പിയും ഭാഷണവും സിഗരറ്റും. ലൈംഗികതയെപ്പറ്റിയാണ് അവർ പറയാനാഗ്രഹിച്ചത്. എല്ലായ്പ്പോഴും അതു മരണത്തിൽ ചെന്നുമുട്ടി.

ഭാഷണങ്ങൾക്കിടയിൽ മൗനത്തിന്റെ നിരവധി പൊത്തുകൾ ഉണ്ടായിരുന്നു. പൊത്തുകളിൽ ദാർശനികമായ ഇരുട്ട് കനത്തുകിടന്നു. ലൈംഗികതയുടെ രാഷ്ട്രീയത്തെക്കുറിച്ച് ചർച്ച ചെയ്യുമ്പോഴും മഴ മാറാൻ കാത്തിരിക്കുന്ന ഒരു കുടുംബത്തിലെ ജീൻസിട്ട പെൺകുട്ടിയെ നോക്കാൻവേണ്ടി മാത്രം അവർ ഇടയ്ക്കിടെ കഴുത്ത് തിരിച്ചുകൊണ്ടിരുന്നു. വെറുതെയെങ്കിലും പെൺകുട്ടിയും അവരും ആറേഴു നോട്ടങ്ങൾ കൈമാറിക്കഴിഞ്ഞിരുന്നു. ഓരോ നോട്ടത്തിലും പിരിമുറുകിവരുന്ന എന്തോ ഒന്നുണ്ടായിരുന്നു. പെൺകുട്ടി ആവശ്യത്തിലധികം മുന്നോട്ടുപോയി. എട്ടാമത്തെ നോട്ടത്തിൽ തീർച്ചയായും എന്തെങ്കിലും സംഭവിക്കുമായിരുന്നു. ജോൺ ക്ലീറ്റസ് ആണ് പെട്ടെന്ന് ഇടപെട്ടത്. അതോടെ സംഭാഷണം ആരംഭിച്ചു.

ജോൺ: ഈ മഴ പ്രമീളയെ ഒരുപാട് വേദനിപ്പിക്കും. ഇതവളെ വിപിൻ ദാസിന്റെ വഞ്ചന ആഴത്തിലറിയിക്കും.

ബാലൻ: വഞ്ചന എന്ന വാക്ക് ഉപയോഗിക്കാമോ?

മുകുന്ദൻ: വാസുവേട്ടൻ ഉപയോഗിക്കുന്നു.

ബാലൻ: സെക്സ് മാത്രമാണ് സംഭവിച്ചത്. വിപിൻദാസ് വിവാഹ വാഗ്ദാനമൊന്നും നല്കിയിരുന്നില്ല. പ്രമീളയ്ക്കാകട്ടെ വിവാഹത്തോട് പുച്ഛമായിരുന്നു.

മുകുന്ദൻ: എങ്കിൽ കിരണിന്റെ അഭിപ്രായം സ്വീകരിക്കാം.

ജോൺ: പാടില്ല. മനുഷ്യബന്ധങ്ങൾക്ക് പിന്നെ ഒരു വിലയും കാണില്ല. അവർ കുറേനേരം മിണ്ടാതെ ഇരുന്നു.

"ഈ മഴ വിപിൻദാസിനെ എങ്ങനെ ബാധിക്കും?" മുകുന്ദൻ ജോണിനോടു ചോദിച്ചു.

"വഞ്ചിക്കുന്നവർക്കും വഞ്ചിക്കപ്പെടുന്നവർക്കും ഒരേ മഴ രണ്ടു വിധത്തിൽ പെയ്യുന്നു."

ജോൺ മറുപടി പറയുന്നു.

"ജോൺക്ലീറ്റസ്! പിന്നെയും വഞ്ചന എന്ന വാക്ക് കടന്നുവരുന്നു."

ജോൺക്ലീറ്റസ് വാതിൽക്കലേക്ക് നോക്കിയിരുന്നു. അവൻ വളരെ അസ്വസ്ഥനായിരുന്നു.

"നിനക്കെന്താണ് വാതിൽക്കൽ? നീയാരെയാണ് പ്രതീക്ഷിക്കുന്നത്?"

ബാലൻ ചോദിച്ചു. ഒന്നുമില്ലെന്നു പറയുമ്പോഴും ജോൺ അസ്വസ്ഥതയോടെ വാതിൽക്കലേക്കുതന്നെ നോക്കി.

ലൈംഗികതയെക്കുറിച്ചുള്ള ചർച്ചയിൽ, മുമ്പൊരിക്കൽ, ഇതേ ടേബിളിൽ ഇരുന്ന് പ്രമീള അവരോടു പറഞ്ഞ കാര്യങ്ങൾ ബാലചന്ദ്രൻ ഓർമ്മിപ്പിച്ചു.

"ഒരു പെൺകുട്ടിയുടെ ലൈംഗികതയെപ്പറ്റി നിങ്ങൾക്ക് ഒന്നും അറിയില്ല. നിങ്ങളൊക്കെ പറഞ്ഞുണ്ടാക്കണപോലെയാണ് അതെന്ന് നിങ്ങൾ കരുതുന്നു. എന്റെ ഇഷ്ടത്തിന്, എനിക്കാവശ്യമുള്ളപ്പോ, ആവശ്യമായ വിധത്തിൽ എനിക്കതനുഭവിക്കാൻ കഴിയണം. അപ്പോ അതൊരു പൂവിരിയണപോലെണ്ടാവും. അല്ലെങ്കിലത് മരണാ."

വാക്കുകളിന്മേൽ, പ്രത്യേകിച്ചും 'എന്റെ', 'എനിക്ക്' തുടങ്ങിയ വാക്കുകളിന്മേൽ വല്ലാതെ ഊന്നൽ കൊടുത്താണ് പ്രമീള അന്ന് സംസാരിച്ചത്. വിവാഹത്തെ അവൾ ചിരിച്ചുതള്ളി. വിവാഹത്തിൽ മിക്കവാറും സംഭവിക്കുന്നത് പെണ്ണിന്റെ ലൈംഗികതയുടെ മരണമാണ്.

"നിങ്ങൾ പെണ്ണുങ്ങൾ എന്തിനെയും നിഗൂഢവൽക്കരിക്കും. അങ്ങനെയാണ് സ്വന്തം ശരീരത്തെപ്പറ്റിപ്പോലും നിങ്ങൾ സംസാരിക്കാതായത്."

ബാലചന്ദ്രൻ പറഞ്ഞു.

"എനിക്കെന്റെ ലൈംഗികതയുടെ നിറവും മണവും ഈണവും താളവും അറിഞ്ഞുകൂടാ..." പ്രമീള ഒച്ചതാഴ്ത്തി. മിഴി താഴ്ത്തി.

"എന്തുകൊണ്ട്?"

"ലൈംഗികതയിൽ വചനങ്ങളും ക്രിയകളും എന്റേതല്ല."

അവർ അഞ്ചുപേരുണ്ടായിരുന്നു. പ്രമീളയും നാലാൺകുട്ടികളും. വിപിൻ ദാസ് മാത്രം ചർച്ചയിൽ പങ്കെടുക്കാതെ മാറിനിന്നു. പലപ്പോഴും അവൻ ലജ്ജിക്കുകയും മുഖം ചുവക്കുകയും ചെയ്തു. ഒരു പെൺകുട്ടിയോട് ഇത്തരം കാര്യങ്ങൾ ചർച്ച ചെയ്യുന്നതിൽ ബുദ്ധിപരമായതിനേക്കാളും സുഖകരമായ എന്തോ ആണുള്ളത്. അതിനാൽ, ബാലചന്ദ്രനും മുകുന്ദനും ജോണും ചർച്ച നീണ്ടുപോകാനാഗ്രഹിച്ചു. കോഫീ ഹൗസിൽ നിന്നിറങ്ങി അവർ പല വഴിക്കു പിരിയുമ്പോഴും വിപിൻദാസ് ഒരക്ഷരം മിണ്ടിയില്ല. മറ്റുള്ളവരെപ്പോലെ പ്രമീളയും അവനെ പരിഗണിച്ചില്ലെന്നു തോന്നിയിരുന്നു. പക്ഷേ, പിറ്റേന്നു മുതലാണ് എപ്പോഴും എവിടേയും പ്രമീളയേയും വിപിൻദാസിനേയും ഒന്നിച്ചുകാണാൻ തുടങ്ങിയത്.

എന്നാൽ, ഇപ്പോൾ ഈ മൂന്നു ചെറുപ്പക്കാരെ അലട്ടുന്നത് പ്രമീളയുടെ ഇന്നലെ കണ്ട കരഞ്ഞ മുഖമാണ്. പോള വീർത്ത കണ്ണുകളാണ്. സങ്കടപ്പെടുത്തുന്ന മൗനമാണ്.

"പെൺകുട്ടികൾ സെക്സിനെ ചാരനിറമാക്കുന്നു."

ബാലചന്ദ്രൻ പറഞ്ഞു.

"അവരെപ്പോഴും വിശുദ്ധ വികാരങ്ങളുടെ വേട്ടയാടലിലാണ്. ചാരം പുരണ്ട സെക്സ് അവരെ വിവാഹത്തിലേക്കു മാത്രം നയിക്കുന്നു."

"പ്രമീള പറഞ്ഞത് അവളുടെ ലൈംഗികതയ്ക്ക് ഉദയസൂര്യന്റെ നിറമാണെന്നാണ്."

മുകുന്ദൻ ഓർമ്മിപ്പിച്ചു.

"പക്ഷേ, അവളുടെ കരച്ചിലിന്റെ അർത്ഥം മറ്റൊന്നാണ്."

ജോൺ ക്ലീറ്റസ് പറഞ്ഞു.

"ജോൺക്ലീറ്റസ്! പെൺകുട്ടികളുടെ മനസ്സിൽനിന്ന് ലൈംഗികത പറിച്ചെടുത്ത് അവരുടെ മാംസത്തിൽ നടാൻ പറ്റിയാൽ?"

"അതൊരു നായിന്റെ വാലു നിവർത്തുന്ന ഏർപ്പാടാണ്."

"എങ്കിൽ വിട്ടുകള! ലൈംഗികതയെക്കുറിച്ചുള്ള സംഭാഷണങ്ങളിൽ നിന്ന് നമുക്ക് പെൺകുട്ടികളെ ഒഴിവാക്കാം."

ബാലചന്ദ്രൻ അങ്ങനെ പറഞ്ഞുകഴിഞ്ഞ അതേ നിമിഷത്തിൽ ജോൺ ക്ലീറ്റസ് ഒരു ചെറിയ നടുക്കത്തോടെ ജെസ്സിയെ ഓർത്തു.

മറ്റെല്ലാ കാര്യങ്ങളിലും എന്നപോലെ ലൈംഗികതയിലും വിധേയത്വ മില്ലാതെ ജെസ്സി പെരുമാറിയപ്പോൾ ജോൺ ചോദിച്ചു.

"ഇതെത്രാമത്തെ തവണയാണ്?"

ജോൺ ആവശ്യപ്പെടാതെതന്നെ അഴിച്ചുമാറ്റാൻ തുടങ്ങിയിരുന്ന വസ്ത്രങ്ങൾ ധൃതിയിലും ഭംഗിയായും ധരിച്ചുകൊണ്ട് ജെസ്സി ഒരക്ഷരം മിണ്ടാതെ ഇറങ്ങിപ്പോയി. ആറുകൊല്ലത്തെ ഗാഢമെന്ന് വിശ്വസിച്ചിരുന്ന ബന്ധം അവസാനിപ്പിച്ചുകൊണ്ട് ഒരു തുറന്ന പോസ്റ്റ് കാർഡിൽ അവൾ എഴുതി അറിയിച്ചു.

"എന്റെ വസ്ത്രങ്ങൾ നീയഴിക്കുമ്പോൾ ശാലീനയും ഞാനഴിക്കു മ്പോൾ കുലടയുമായി ജീവിക്കാൻ എനിക്ക് തീരെ പറ്റില്ല."

ജെസ്സിയുടെ ലൈംഗികതയിലെ വർണങ്ങളെ മുഴുവൻ ഒറ്റയടിക്ക് ചാരനിറമാക്കിക്കളഞ്ഞത് താനാണെന്ന കുറ്റബോധം പിന്നീടെപ്പോഴും ജോണിനെ ശല്യംചെയ്തു. തന്നോടു താരതമ്യം ചെയ്യുമ്പോൾ വിപിൻ ദാസ് കൂടുതൽ സത്യസന്ധനായിരുന്നിട്ടും അവനെതിരെ വഞ്ചന എന്ന വാക്ക് പ്രയോഗിക്കുവാൻ കാണിക്കുന്ന ഉത്സാഹവും ജോണിനെ വിഷമി പ്പിച്ചു.

ഒരു നോട്ടക്കുറവിൽ ജോണിന്റെ കൈ തട്ടി മേശപ്പുറത്തെ ആഷ്ട്രേ മറിഞ്ഞുവീണു.

ആഷ്ട്രേ.

ഒരാഷ്ട്രേ പലതിന്റേയും പ്രതീകമാണ്. ഒരുപാട് ചാരം വാരിത്തൂവി ക്കൊണ്ട് വിചിത്രമായ മാർഗങ്ങളിലൂടെ ആഷ്ട്രേ കോഫീ ഹൗസിലാകെ ഉരുണ്ടുനടക്കുന്നു. ഇപ്പോൾ കോഫീഹൗസിനുതന്നെയും ചാര നിറ മാകുന്നു.

ചാരനിറത്തിനകത്തേക്ക് ഒരു പരിചാരകൻ കത്തുന്ന വലിയൊരു മെഴുകുതിരിയുമായി പ്രവേശിച്ചു. അവന്റെ ഞൊറിവെച്ച വെള്ളത്തല പ്പാവിൽ പച്ചക്കരയ്ക്കുള്ളിൽ ഒരു കസവുരേഖ അർത്ഥമില്ലാതെ തിളങ്ങി.

മെഴുകുതിരിവെട്ടത്തിൽ ആളുകൾ അവർക്കുള്ളതിനേക്കാൾ പത്തിരട്ടി വലുപ്പമുള്ള നിഴലുകളായി, ചുവരിൽപ്പതിഞ്ഞിളകി.

കിട്ടിയ ആദ്യത്തെ വെളിച്ചത്തിൽ മുകുന്ദന്റെയും ബാലചന്ദ്രന്റെയും കണ്ണുകൾ ജീൻസിട്ട പെൺകുട്ടിയെ തേടി. അവൾ നോട്ടങ്ങളുടെ കളി മതിയാക്കിയിരുന്നു. ഇപ്പോൾ അമ്മയുടെ തോളിൽചാഞ്ഞ് കണ്ണടച്ചു കിടക്കുന്നു. പുറത്തുള്ളത് വെറുമൊരു മഴയല്ലെന്നും വീശുന്നത് സാധാരണ കാറ്റല്ലെന്നും അവളുടെ മുഖത്തുനിന്ന് വായിച്ചെടുക്കാം.

അടിസ്ഥാനപരമായി ബാലചന്ദ്രൻ ഒരു ചിത്രകാരനാകുന്നു. മങ്ങിയ വെളിച്ചത്തിൽ കാത്തിരിക്കുന്ന മനുഷ്യരും ചില്ലുജാലകത്തിൽ ചെരിഞ്ഞു വീഴുന്ന മഴയും ആവി പറക്കുന്ന കാപ്പിയും ചാഞ്ഞുറങ്ങുന്ന പെൺകുട്ടിയും മെഴുകുതിരിയേന്തിയ പരിചാരകനും തണുത്ത പാത്രങ്ങളിലെ മരവിച്ച ഉച്ഛിഷ്ടങ്ങളും എല്ലാംകൂടെ ഒരു സ്റ്റിൽ ലൈഫിന് മാതൃകയാവുന്നു. പെൺകുട്ടിയുടെ മുഖത്തിനരികിലായി ഞാനൊരു വലിയ സൂര്യകാന്തി വരച്ചുചേർക്കും. ബാലചന്ദ്രൻ തീർച്ചപ്പെടുത്തി.

പുറത്ത് കാറ്റിന്റെ ഒരു ഭയങ്കര ചൂളംവിളിയുണ്ടായി. മെഴുകുതിരികൾ ഒന്നടങ്കം കെട്ടുപോയി. എന്തെല്ലാമോ കൂട്ടിമുട്ടിത്തകരുന്ന ഒച്ചയും കേട്ടു. ഒന്നിനു പുറകെ ഒന്നായി കാറ്റ് കോഫീഹൗസിന്റെ മേൽക്കൂരയിൽ വന്നലച്ചു വീണു. വരാനിരിക്കുന്ന ഭയങ്കര രാത്രിയുടെ മുന്നറിയിപ്പുകാരെപ്പോലെ കാറ്റ് നഗരത്തിൽ വട്ടംകറങ്ങി. കടകൾ നേരത്തെ കൊട്ടിയടയ്ക്കുകയും നിരത്തുകളിൽ നിന്നൊഴിഞ്ഞു പോവുകയുമാണ് ഈ രാത്രിയിൽ നല്ലതെന്ന് ആളുകൾ മനസ്സിലാക്കി. നിരത്തിലിപ്പോൾ വല്ലപ്പോഴും പതുക്കെ നിരങ്ങിനീങ്ങുന്ന ഓരോ വാഹനമേ കാണാനുള്ളൂ.

തുള്ളിക്കൊരുകുടം കോരിയൊഴിക്കുന്ന ഈ മഴ മുഴുവനും കൊണ്ട്, രണ്ടു നനഞ്ഞ പൂച്ചക്കുട്ടികളെപ്പോലെ, ഒട്ടിപ്പിടിച്ച് രണ്ടു സയാമീസ് പൂച്ചക്കുട്ടികളെപ്പോലെ യമുനയും ഭുവനയും കോഫീഹൗസിന്റെ വാതിൽക്കൽ പ്രത്യക്ഷപ്പെട്ടപ്പോൾ ആളുകൾ അതിശയിച്ചു. തണുപ്പുകൊണ്ട് അവരുടെ താടിയെല്ലുകൾ കൂട്ടിയിടിക്കുന്നത് ഒരു തീപ്പെട്ടിക്കൊള്ളിയുടെ വെളിച്ചത്തിൽ ചെറുപ്പക്കാർ കണ്ടുപിടിച്ചു. യമുനയും ഭുവനയും കടന്നുവന്നപ്പോൾ കോഫീഹൗസിലെ ഭക്ഷണസുഗന്ധങ്ങളെയെല്ലാം ഭേദിച്ചുകൊണ്ട് തീരെ അപരിചിതമായ ഒരു പൂവിന്റെ ഗന്ധം വിരിഞ്ഞു. പതിവു മൂലയിൽ ചെന്നിരുന്ന് അവർ ഭയത്തോടെ എന്നാൽ ധിക്കാരത്തോടെ ലോകത്തെ വീക്ഷിക്കാൻ തുടങ്ങിയതും മറ്റൊരു തീപ്പെട്ടിക്കൊള്ളിയുടെ വെളിച്ചത്തിൽ ചെറുപ്പക്കാർ കണ്ടു പിടിച്ചു.

“പുവർ ലെസ്ബിയൻസ്!” ബാലചന്ദ്രൻ സഹതപിച്ചു.

“അവരുടെ നനഞ്ഞ പൂടകൾ ആരുണക്കിക്കൊടുക്കും?”

മുകുന്ദൻ ചോദിച്ചു.

എന്നിട്ടവർ രണ്ടാളും ഉറക്കെ പൊട്ടിച്ചിരിച്ചു. ജോൺ ക്ലീറ്റസ് ചിരിയിൽ പങ്കുചേർന്നില്ല.

“ചിരിക്കണ്ടാ” അവൻ പറഞ്ഞു. “അവരുടെ കാപ്പിയിൽനിന്ന്, ഭാഷണങ്ങളിൽനിന്ന്, ചുംബനത്തിൽനിന്ന്, ഗാഢനിദ്രയിലും ഗർഭപാത്രങ്ങളിലുംനിന്ന് ആട്ടിയോടിക്കപ്പെട്ടുകൊണ്ടിരിക്കയാണ് നാം.”

“ഇതാ ജോൺ ലെസ്ബിയൻസിനുവേണ്ടി വാദിക്കുന്നു. ബാലാ, നമുക്ക് കരയുക!”

“ആരെ ഓർത്ത്?”

“നഗരത്തിലെ മുഴുവൻ ലെസ്ബിയൻ പന്നികളേയും ഓർത്ത്.”

തികച്ചും പോസ്റ്റ് മോഡേൺ ആയ കിരൺ പറഞ്ഞത് ലെസ്ബിയനിസം വർത്തമാനകാലത്തിന്റെ ദാർശനിക സമസ്യയാണെന്നാണ്. കറകളഞ്ഞ പാരമ്പര്യവാദിയായ വാസുവേട്ടൻ ഇങ്ങനെയും പറയുന്നു.

“നല്ല വെളഞ്ഞ ചൂരലോണ്ട് പാവാട പൊക്കി ചന്തിക്ക് നാല് പൂശ് അവടെ നിക്കും ദാർശനിക സമസ്യ. എന്നിട്ട് പിടിച്ച് കെട്ടിക്ക്യാ.”

വാസുവേട്ടന്റെ ഓരോ രീതികളോർത്ത് മുകുന്ദൻ നിർത്താതെ ചിരിച്ചു. ചിരിച്ചുചിരിച്ച് അവന്റെ കണ്ണിൽ വെള്ളം നിറഞ്ഞു.

“നിനക്കിങ്ങനെ ചിരിക്കാൻ എന്ത് അർഹതയാണുള്ളത്?” ജോൺ ചോദിച്ചു.

“നിന്റെ വൈകുന്നേരങ്ങൾ ഫാദർ അലക്സിന് നല്കുന്നവനെന്ന നിലയിൽ?”

ബാലചന്ദ്രനും മുകുന്ദനും ചിരിനിർത്തി. മുകുന്ദൻ തല കുനിച്ചിരിക്കുകയും ചെയ്തു. ജോൺക്ലീറ്റസ് പറഞ്ഞു.

“എനിക്കിതൊക്കെ വേറെ ഒരു വിധത്തിലാണ് അനുഭവപ്പെടുന്നത്. ഗർഭപാത്രത്തിലെ ട്യൂമർപോലെ വിങ്ങുന്ന നമ്മുടെ കാലം...”

നഗരത്തെ നെടുകെ കീറിക്കൊണ്ട് ഒരു ഭയങ്കര ചുഴലി പൊങ്ങി. കോഫീഹൗസ് കിലുകിലെ വിറച്ചു.

“ഓരോ ലൈംഗികാനുഭവവും ഓരോ മരണമാണ്. ഓരോ ഭാഗവും തളർന്നുചായുന്നത് സങ്കടകരമായ വിരക്തിയിലേക്കാണ്.”

പൊടുന്നനെ അവർ നിശ്ശബ്ദരായി. കുറ്റവാളികളെപ്പോലെ അവർ മുഖം കുനിച്ചു. സ്വയം നിശ്ശബ്ദരായപ്പോഴാണ് കോഫീഹൗസിനകത്തെ കഠിനമായ നിശ്ശബ്ദത അവർ തിരിച്ചറിഞ്ഞത്. സ്വന്തം മേശപ്പുറങ്ങളിലേക്ക് കുനിച്ചുപിടിച്ച ശിരസ്സോടെ ശിലാരൂപരായ ആളുകൾ. നാലുവശത്തുനിന്നും ഈ മൗനപേടകത്തെ കോട്ടിവലിക്കുന്ന കൊടുങ്കാറ്റിന്റെ അലർച്ചകൾ. ഇതിന്മേൽ തകർന്നുവീഴുന്ന മഹാമാരികൾ. അവർ ഭയന്നു. അതിനാൽ സംഭാഷണം തുടരാൻ തീരുമാനിച്ചു.

"പ്രമീളയോട് നാം എന്തുപറയും?"

"അവളുടെ കരച്ചിലിന്റെ അർത്ഥമെന്താണ്?"

"പ്രേമനൈരാശ്യം വന്ന ഒരു സാധാരണ പെണ്ണിനെപ്പോലെ പ്രമീള കരയുകയോ?"

"അവൾക്ക് ഒറ്റപ്പെട്ടുവെന്ന തോന്നലുണ്ടോ?"

ജോൺ ക്ലീറ്റസിന് തന്റെ വലംകൈയിലിരുന്ന് വിറയ്ക്കുന്നത് പ്രമീളയുടെ ഹൃദയമാണെന്നു തോന്നി. ഹൃദയമോ, ഒരു പെൺകുട്ടിയുടെ ആകെയുലഞ്ഞ കരച്ചിലിൽ വല്ലാതെ വിതുമ്പുന്ന ഇടത്തേ മുലയോ? അവന്റെ വലതു മുഷ്ടി ചുരുണ്ടു. ജോൺ ക്ലീറ്റസിന് കരച്ചിൽ വന്നു.

കോഫീഹൗസിലിപ്പോൾ പുകയിലയുടെ ഗന്ധം പടരുന്നു. ഇലയും പൂവുമാണെങ്കിലും നമുക്കറിയാം എല്ലാ ഇലകളേയും പോലെയല്ല, പുകയില നമ്മോടു പെരുമാറുന്നത്.

പെട്ടെന്ന്, കോഫീഹൗസിനെ പിഴുതെറിയാനെന്നവണ്ണം ക്രൂരവേഗമാർന്ന് കൊടുങ്കാറ്റൂതി. കോഫീഹൗസിന്റെമേൽ എന്തോ ഇടിഞ്ഞുവീണു. നിരത്തിൽ ഒരു വാഹനം ഭയങ്കരമായ ഒച്ചയിൽ ബ്രേക്കിട്ടു നിർത്തി. ടാർ റോഡിൽ ടയർ തേയുന്നതിന്റെ സീൽക്കാരം പേശികളെ വിറപ്പിച്ചുകൊണ്ട് നിമിഷങ്ങളോളം നീണ്ടുനിന്നു. കാറ്റിലൂടെ ഒരു നിലവിളിയും വന്നലച്ചു. ആളുകൾ ഭയന്ന് ഇരിപ്പിടങ്ങളിൽനിന്ന് ചാടിയെണീറ്റു. അതേ നിമിഷത്തിൽ അവരെ അവിടെനിന്നു തെറിപ്പിച്ചുകൊണ്ട് കാലടികളിൽത്തന്നെ ഒരിടിവെട്ടി. എങ്ങനെയെന്നറിയില്ല-അഥവാ ഒരാപത്തു വന്നാലിങ്ങനെയാവാം-ആളുകൾ കോഫീഹൗസിന്റെ നടുവിലേക്ക് ഓടിക്കൂടി നിന്നു. പലരും പരസ്പരം കെട്ടിപ്പിടിച്ചിരുന്നു എന്നാണോർമ്മ. എപ്പോൾ ആര് മുൻകൈയെടുത്തു എന്നു പറയാൻ കഴിയില്ല. ഒരുപക്ഷേ, ഒരു നിമിഷത്തിൽ പെട്ടെന്ന് എല്ലാവരും ഒന്നിച്ച് മുന്നോട്ടുകൂടിയതാവാം. യമുനയും ഭൂവനയുമെന്ന രണ്ടു പെൺകുട്ടികൾ മാത്രം ആൾക്കൂട്ടത്തിൽ ചേരാതെ പുറത്തുനിന്നു.

"ഈ ഒതുങ്ങിയ മൂല സുരക്ഷിതമാണ്." അവർ പരസ്പരം പറഞ്ഞു. "എല്ലാടവും തകരുമ്പോഴും നനഞ്ഞു വിറയ്ക്കുമ്പോഴും രണ്ടു ചുവരുകൾ ചേരുന്ന ഇവിടം നമുക്കു തരുന്നത് ഊഷ്മളമായ വിശ്വാസമാണ്."

അടുക്കളയോടു ചേർന്നു ചൂടുള്ള ചുവരുകളിലേക്ക് അവർ മുഖം തിരിച്ചു വെച്ചു.

"ഇതെന്തൊരു കാറ്റാണ്! എനിക്ക് പേടിയാവുന്നു."

ജീൻസിട്ട പെൺകുട്ടിയുടെ അമ്മ അവളുടെ അച്ഛനോട് പറഞ്ഞു. തികച്ചും കുടുംബനാഥനായ അദ്ദേഹം അമ്മയെയും മകളെയും തന്നോടു ചേർത്തുപിടിച്ച് ഭയന്ന കണ്ണുകൾകൊണ്ട് കോഫീഹൗസിലെ മറ്റു മനുഷ്യരെ ദയനീയമായി നോക്കി. പെൺകുട്ടിയുടെ അസാധാരണമായ പൊക്കം ബാലചന്ദ്രൻ ശ്രദ്ധിച്ചത് അപ്പോഴാണ്.

"എനിക്കവളെ വരയ്ക്കണം." അവൻ പറഞ്ഞു.

"നിന്റെ ക്യാൻവാസിൽനിന്ന് വവ്വാലുകളുടെ ചിറകടി തുടച്ചുനീക്കിയതിനുശേഷം-നമ്മളും കോഫീഹൗസും ഈ കൊടുങ്കാറ്റിനെ അതിജീവിക്കുമെങ്കിൽ-"

ജോൺ ക്ലീറ്റസ് നിശിതമായ കണ്ണുകൾ ബാലചന്ദ്രന്റെ ഉറയ്ക്കാത്ത നോട്ടങ്ങളുടെ നേർക്കയച്ചു.

"ഓരോ കാപ്പി!" മുകുന്ദൻ ഒരു പരിചാരകനെ വിളിച്ചു.

"അടുക്കള മരിച്ചിരിക്കുന്നു" - പരിചാരകൻ പറഞ്ഞു. ആരോ വലിയ ഒച്ചയിൽ അടുക്കളയുടെ ഷട്ടർ വലിച്ചിട്ടു. കോഫീഹൗസിലെ പരിചാരകർ അവരുടെ ഞൊറിവെച്ച തലപ്പാവുകൾ അഴിച്ച് കൈയിൽ പിടിച്ച് നിരന്നുനില്ക്കുന്നത് അവരപ്പോഴാണ് ശ്രദ്ധിച്ചത്. അവരെല്ലാം ഒരേപോലെ മുഖം കുനിച്ചിരുന്നു. വരാൻ പോകുന്നത് ഭയങ്കരമാണെന്ന് ആ നില്പും ഭാവവും വിളിച്ചറിയിച്ചു.

ജോൺ ക്ലീറ്റസ് ബാലചന്ദ്രന്റെ തോളിലേക്ക് ചാഞ്ഞു.

"സ്നേഹിക്കാൻ എനിക്കൊരു പെണ്ണു വേണം. ഈ ഭയങ്കര രാത്രിയെ മറികടക്കാനുള്ള സ്നേഹം എനിക്കുണ്ട്. അവൾ എനിക്കുവേണ്ടി കരയണം, കരഞ്ഞ് അവളുടെ കൺപോളകൾ വീർക്കണം."

"ജോൺ ക്ലീറ്റസ്! നിനക്ക് പ്രമീളയെ സ്നേഹിക്കാം."

ബാലചന്ദ്രൻ പറഞ്ഞു. ജോണിന്റെ വലതുമുഷ്ടിയിൽ ഞെരിയുന്നത് പ്രമീളയുടെ ഹൃദയമോ ഹൃദയത്തെ പൊതിഞ്ഞ് ഇടത്തെ മുലയോ ഏതാണെന്ന് ജോണിനുപോലും മനസ്സിലായില്ല.

"അല്ലെങ്കിൽ പ്രമീളയെ മുകുന്ദൻ സ്നേഹിക്കുക."

"വേണ്ട. വേണ്ട. വിപിൻദാസിന്റെ എച്ചിൽ ഞാൻ തിന്നില്ല."

"ഹ! ഹ! ഹ! ഞാനും തിന്നില്ല." ബാലചന്ദ്രന്റെയും മുകുന്ദന്റെയും ചിരികൾ കാറ്റിനു മീതെ മുഴങ്ങി.

"വിപിൻദാസ് പ്രമീളയുടെ എച്ചിലാകുന്നു. അവനെ ആരു തിന്നും?"

ജോൺ ചോദിച്ചു.

നിശ്ശബ്ദത ആവർത്തിക്കപ്പെട്ടു. കാറ്റിന്റെ ഭയങ്കരതയെ മറികടക്കാൻ വേണ്ടിപോലും ലൈംഗികതയെക്കുറിച്ച് സംഭാഷണം തുടരാൻ അവർ ശ്രമിച്ചില്ല.

തണുത്ത കാപ്പി, കാറ്റ്, മഴ, ചുവരുകൾ, കപ്പുകൾ, തീൻമേശകൾ, ആഷ്ട്രെ.

മെലിഞ്ഞ ഈ മൂന്നു ചെറുപ്പക്കാർ തണുപ്പിനെ നേരിടാൻ അവരുടെ ഏഴാമത്തെ സിഗരറ്റിനു തീക്കൊളുത്തുന്നു. മൂന്നു സിഗരറ്റുകളും ഒന്നിച്ചുവെച്ച്. ഒരേ തീപ്പെട്ടിക്കൊള്ളിയിൽ നിന്ന്, അനുഷ്ഠാനപൂർവം. ഒരു നിമിഷത്തേക്ക് ചുവന്ന വെളിച്ചം അവരുടെ മുഖങ്ങളെ പ്രകാശിപ്പിച്ചുകൊണ്ട്.

കാപ്പിയോടും സിഗരറ്റിനോടുമൊപ്പം എല്ലായ്പ്പോഴും മഴ വരുന്നത് അത്ഭുതകരമായിരിക്കുന്നു.

"അമ്മ കാത്തിരിക്കുന്നുണ്ടാവും. ശ്ശെ! എന്തൊരു മഴയാണിത്!"

ബാലചന്ദ്രൻ പറഞ്ഞു: "നിന്റെ അമ്മ മാത്രമല്ല കാത്തിരിക്കുന്നത്. എന്റെ അമ്മയും കാത്തിരിക്കുകതന്നെയാണ്. ഇന്നിനി വണ്ടി കിട്ടുമെന്നും തോന്നുന്നില്ല."

മുകുന്ദന് വെറുതെ ദേഷ്യം വന്നു. "ജോൺ! നീ നിന്റെ അമ്മയുടെ കാത്തിരിപ്പിനെപ്പറ്റി പറയുന്നില്ല?"

"ഞാനിന്നലെ എന്റെ അമ്മയെ നഗ്നയായി കണ്ടു. അവരെ അപ്പോൾ മരണം കടിച്ചുവലിക്കുകയായിരുന്നു. ഏറ്റവും ചെറിയ പെൺകുഞ്ഞിന്റെ നഗ്നതപോലെ കഴുകി വെടുപ്പാക്കപ്പെട്ട നഗ്നതയായിരുന്നു എന്റെ അമ്മയുടേത്. ഞാൻ കൈകൂപ്പി നിന്നു."

ജോൺ ക്ലീറ്റസിന്റെ ഉള്ളംകൈകൾ നിറഞ്ഞു. അമ്മയോട് താരതമ്യം ചെയ്യുമ്പോൾ അവന്റെ കൈകൾ ഏറ്റവും ചെറുതായിരുന്നു. കുഞ്ഞുവിരലുകൾക്കിടയിലൂടെ ഇളംചൂടുള്ള പാൽ ഒഴുകിക്കൊണ്ടിരുന്നു. അവൻ വാതിൽക്കലേക്ക് പകച്ചു നോക്കി.

"നീയെന്താണീ പറയുന്നത്?"

ബാലചന്ദ്രനും മുകുന്ദനും അസ്വസ്ഥരായി.

കോഫീഹൗസിലെ അവസാനത്തെ മെഴുകുതിരിയും കെട്ടു.

ഇരുട്ടിൽ ഒരു തണുത്ത കൈത്തലം ജോണിന്റെ തോളത്ത് സ്പർശിച്ചു. അമ്മേ എന്നലറിക്കൊണ്ട് അവൻ ചാടിയെണീറ്റു. പെട്ടെന്നുണ്ടായ നടുക്കത്തിൽ മുകുന്ദനും ബാലനും അവനോടൊപ്പം അലറി. കോഫീഹൗസ് മുഴുവനും. മനുഷ്യരുടെ നടുക്കത്തിന് വൈദ്യുതിയെ സ്പർശിക്കാനാവുമോ? ഉവ്വെന്നാണ് തോന്നുന്നത്. പെട്ടെന്ന് വിളക്കുകൾ തെളിഞ്ഞു.

"റെജീനാ!" മുകുന്ദൻ ആണ് റെജീനയെ കണ്ടത്. ആകെ നനഞ്ഞുകുളിച്ച് അവൾ ജോണിന്റെ പിന്നിൽ നില്ക്കുകയായിരുന്നു. പിരുപിരെയുള്ള കാപ്പിരിമുടിയിൽനിന്ന് മഴ പെയ്തുകൊണ്ടിരുന്നു.

"നീയെവിടുന്നാ?"

"ഹോസ്പിറ്റലിൽ നിന്ന്. തൊണ്ട പൊള്ളുന്ന ഒരു കാപ്പിക്ക് പറഞ്ഞേ. എനിക്ക് വിറച്ചിട്ടു വയ്യ."

മുകുന്ദൻ അവളുടെ കൈകൾ കൂട്ടിപ്പിടിച്ചു. അവ അസാധാരണമാം വിധം തണുത്തിരുന്നു.

"ഫ്രിഡ്ജിന്നെടുത്തപോലെണ്ടല്ലോ?"

അവൻ പറഞ്ഞു. അവന്റെ കൈകൾക്ക് ഒരു ഉലയുടെ ചൂടുണ്ടായിരുന്നു.

"പുറത്ത് ഭയങ്കര കൊടുങ്കാറ്റാണ്."

റെജീന പറഞ്ഞു.

"നീയെങ്ങനെ വന്നു?" അവർ അവശേഷിച്ച ഒരു സിഗരറ്റ് റെജീനയ്ക്ക് കൊടുത്തു.

"തകർന്നുവീഴുന്ന മരങ്ങൾക്കും കെട്ടിടങ്ങൾക്കും ഇടയിലൂടെ ഞാനോടിവരികയായിരുന്നു. നിങ്ങൾ എന്താണ് പറഞ്ഞുകൊണ്ടിരുന്നത്?"

മുകുന്ദൻ ഉരച്ചുകത്തിച്ച തീപ്പെട്ടിക്കൊള്ളിയിൽ നിന്ന് റെജീന സിഗരറ്റു കൊളുത്തി. ഞങ്ങൾ പ്രമീളയെപ്പറ്റി പറയുകയായിരുന്നു."

"ഞാൻ ഇന്ന് പ്രമീളയെ കണ്ടു. അവൾ ഹോസ്പിറ്റലിൽ വന്നിരുന്നു."

"അവളെന്തു പറഞ്ഞു?"

"അവൾ കരഞ്ഞോ?"

"എന്താണവളുടെ കരച്ചിലിന്നർത്ഥം?"

അവർ മൂന്നാളും ഒന്നിച്ച് ചോദിച്ചു.

"പ്രണയം! കൈകളിലും കാലുകളിലും പിന്നെ വിലാപ്പുറത്തും ഏറ്റ അഞ്ചു തിരുമുറിവുകളാകുന്നു പ്രണയം! അതിനാൽ അതാവർത്തിക്കുക ദുസ്സഹം. അതാണവൾ പറഞ്ഞത്."

ജോൺ ക്ലീറ്റസ് വിളറി വെളുത്തു.

"നിങ്ങൾ വേറെ എന്തു പറഞ്ഞു?" റെജീന ചോദിച്ചു.

"അമ്മമാരുടെ നഗ്നതയെപ്പറ്റി."

പെട്ടെന്ന് റെജീന ചുമച്ചു. പുക നെറുകയിൽ കയറി.

"എന്താണ് നഗ്നത? ഉടുതുണി മാറ്റുമ്പോൾ വെളിപ്പെടുന്നതോ?"

പുകകൾക്കും ചുമകൾക്കും വീർപ്പുമുട്ടലുകൾക്കും ഇടയിലൂടെ അവൾ ചോദിച്ചു.

"മുറിച്ചു മാറ്റിവെച്ച ഒരു മുല നിങ്ങളുടെ വികാരങ്ങളെ ഉദ്ദീപിപ്പിക്കുമോ?"

റെജീന സിഗരറ്റ് വലിച്ചെറിഞ്ഞു. കൈത്തണ്ടമേൽ നെറ്റിയമർത്തി. അവൾ കമിഴ്ന്നു കിടന്നു.

"അത് താലത്തിൽ പ്രദർശിപ്പിക്കപ്പെട്ടു. എന്റെ അമ്മയുടെ നഗ്നത പരസ്യമായി. ഇന്നലെ അവർ രണ്ടാമത്തെ മുലയും മുറിച്ചു നീക്കി. അമ്മയിപ്പോൾ ആകാശംപോലെ നഗ്നയാണ്."

റെജീനയുടെ വരണ്ട കണ്ണുകൾ അവരെ തളർത്തി. ബാലചന്ദ്രനും മുകുന്ദനും ജോണും ഒരേ സമയം റെജീനയുടെ ശിരസ്സിൽ കൈവെച്ചു. നെഞ്ചിലൊരു പൊങ്ങാത്ത ഭാരം അമർന്നിരിക്കുന്നപോലെ അവർ വിഷമിച്ചു. ലൈംഗികതയെക്കുറിച്ചുള്ള സംഭാഷണങ്ങൾ! നാശം! എല്ലായ്പ്പോഴുമിത് മരണത്തിൽ ചെന്നുമുട്ടുന്നത് എന്തുകൊണ്ടാണ്?

"എനിക്ക് പോകണം." മുകുന്ദൻ എഴുന്നേറ്റു. "വീട്ടിൽ അമ്മ തനിച്ചാണ്."

"ഛീ! നീയാകെ നാശമാക്കും. പുറത്ത് കൊടുങ്കാറ്റാണ്." ബാലചന്ദ്രൻ ദേഷ്യപ്പെട്ടു.

"സാരല്യ. എനിക്ക് പോണം."

മുകുന്ദൻ പറഞ്ഞു. അവന് ഛർദ്ദിക്കണമെന്നു തോന്നി. വയറാകെ ഉരുണ്ടു മറിഞ്ഞുവരുന്നു.

"അവിടിരി." ബാലചന്ദ്രൻ അവനെ പിടിച്ചിരുത്തി. മുകുന്ദൻ ഉറക്കെ ഓക്കാനിച്ചു. ബാലചന്ദ്രന്റെ കൈ വിടുവിച്ചുകൊണ്ട് അവർ വാതിൽക്കലേക്കോടി.

"പുറത്തിറങ്ങരുത്! നേരത്തെ ധൈര്യം കാട്ടി ഇറങ്ങിപ്പോയ മനുഷ്യൻ ഇലക്ട്രിക് വയറിൽ ചവുട്ടി ദാ, തെറിച്ചു വീണു കിടക്കുന്നുണ്ട്. ചത്തെന്നാ തോന്നുന്നത്."

കോഫീഹൗസിന്റെ മാനേജർ താക്കീതു നല്കി. അദ്ദേഹം കോഫീഹൗസിന്റെ ഷട്ടർ വലിച്ചു താഴ്ത്തി.

കാറ്റ് കോഫീഹൗസിന്റെ മേച്ചിലുകളെ പറപ്പിച്ചുകൊണ്ടുപോയി. ഇപ്പോൾ കാറ്റും മഴയും വിള്ളലുകളിലൂടെ അകത്തേക്കു തള്ളിക്കയറുന്നു.

കാറ്റ് ഈ രാത്രി മുഴുവൻ അവരെ കോഫീഹൗസിൽ അടച്ചിടാൻ പോകുന്നു. കാപ്പിയും സിഗരറ്റും തീർന്നിരിക്കുന്നു. ലൈംഗികതയെക്കുറിച്ച് പറയാൻ അവർക്ക് ഭയമാകുന്നു.

കാറ്റ് തീരുമ്പോൾ ആരോ ഒരാൾ വാതിലിൽ മുട്ടും. ജോൺ ക്ലീറ്റസ് ഉറച്ചു വിശ്വസിക്കുന്നു. അയാൾ വിളിച്ചു ചോദിക്കും.

"ആരാണ് ജോൺ ക്ലീറ്റസ്? അവന്റെ അമ്മ മരിച്ചുപോയിരിക്കുന്നു."

ജോൺ ക്ലീറ്റസ് വെറുമൊരു കുഞ്ഞാകുന്നു. അമ്മയ്ക്കും തനിക്കുമിടയിൽ അടഞ്ഞുപോയ വാതിലിനു മുന്നിൽ നിന്ന് അവൻ ഉറക്കെ കരയും.

ഇപ്പോൾ കൊടുങ്കാറ്റ് ഉച്ചസ്ഥായിയിലാണ്. കോഫീഹൗസ് ആടിയുലയുന്നു.

■

അശോക

യാതനകളുടെ ഒരു നീണ്ട വർഷത്തിനുശേഷം സീത മിഴിതാഴ്ത്തി സ്വന്തം ശരീരം നോക്കിക്കണ്ടു. ശരീരം! മഞ്ഞും മഴയും വെയിലും ആർത്തിപൂണ്ട നോട്ടങ്ങളും നശിപ്പിക്കുന്ന കണ്ണേറുകളും മേല്ക്കുമേൽ വന്നുവീണ് തകർന്ന മണ്ണ്! മുഖം. കഴുത്ത്. കൈകൾ. മാറിടം. നാഭി. അരക്കെട്ട്. കാലുകൾ. പാദങ്ങൾ. കഠിനപീഡയുടെ വടുക്കൾ. കണ്ണീരിന്റെ പൊറ്റ. അപമാനത്തിന്റെ വ്രണങ്ങൾ. മണ്ണിലും പൊടിയിലുമിഴഞ്ഞ് വേറിടീക്കാനാവാത്തവിധം കെട്ടുപിണഞ്ഞുപോയ തലമുടി. നീണ്ടുവളർന്ന് പിരിഞ്ഞുകിടക്കുന്ന നഖങ്ങൾ. മൊരിയടർന്നു വീഴുന്ന ചർമം.

ഇതിലേതഴുക്കാണ് മുങ്ങിക്കുളിച്ച് കഴുകിക്കളയാൻ കല്പിക്കപ്പെട്ടത്?

കൈകൾ മടിയിൽ മലർത്തിവെച്ച് ചമ്രം പടിഞ്ഞ് സീത നീണ്ടുനിവർന്നിരുന്നു. വിഭീഷണന്റെ സ്ത്രീകൾ കല്പനയറിയിച്ച് വണങ്ങിനിൽക്കുന്നു.

സീത തലമുങ്ങിക്കുളിച്ചവളായി എഴുന്നെള്ളട്ടെ!

ഇലപ്പടർപ്പുകൾക്കപ്പുറത്ത് വിഭീഷണന്റെ കാൽപെരുമാറ്റം. ഉച്ഛ്വാസത്തിൽ ഭ്രാതൃവഞ്ചനയുടെ പാപം മണത്ത് സീത അസ്വസ്ഥയായി. സഹോദരന്മാരുടെ രക്തം വീണ് നിറംമങ്ങിയ കിരീടത്തിനു കീഴെ ഞെരിയുന്ന കഴുത്തുയർത്തിപ്പിടിക്കാൻ പാടുപെട്ടുകൊണ്ട് പുതിയ ലങ്കാധിപൻ. അയാളുടെ സ്ത്രീകളുടെ കറുത്തുപരന്ന വലിയ മുഖങ്ങളിൽ അമ്പരപ്പും വിഷാദവും. സീത ഏറെനേരം അവരെത്തന്നെ നോക്കിയിരുന്നു. പിന്നെ ശാന്തമായി മുഴങ്ങുന്ന മണിനാദംപോലെ അവരോടു പറഞ്ഞു.

"അസ്നാതാ ദ്രഷ്ടുമിച്ഛാമി ഭർത്താരം..."*

ഇലപ്പടർപ്പുകൾക്കപ്പുറത്ത് വിഭീഷണന്റെ ശിരസ്സ് മണ്ണിനടിയോളം താണു. പതിഞ്ഞ നിലവിളിപോലെ അയാൾ അഭ്യർത്ഥിച്ചു.

"കല്പനയാണ്. നിറവേറ്റാൻ മനസ്സുണ്ടാകണം."

---

* കുളിക്കാത്തവളായിത്തന്നെ ഭർത്താവിനെ കാണാൻ ഞാൻ ആഗ്രഹിക്കുന്നു.

ലങ്കയുടെ കടലിലപ്പോൾ ഭീകരമായ നിശ്ശബ്ദതയായിരുന്നു. കടലിനു മീതെ തണുത്ത രക്തക്കട്ടപോലെ സൂര്യൻ. ആകാശം മൂടിനിൽക്കുന്ന വിഷമേഘങ്ങളുടെ നിഴൽ ഇരുട്ടായി ലങ്കയെ പൊതിഞ്ഞു. കടലിന്റെ നിശ്ചലതയിലേക്കുറ്റു നോക്കിക്കൊണ്ട് പടുകൂറ്റൻ കഴുകുകൾ നിരനിരയായി അനക്കമറ്റിരുന്നു. കടൽത്തീരത്തുകൂടി പരാജിതന്റെ ഒടിഞ്ഞ രഥം തെന്നിനീങ്ങി. മുറിവുകളിൽനിന്ന് പുഴപോലെ രക്തമൊഴുക്കിക്കൊണ്ട് അവൻ രഥത്തിന്റെ പടിയിൽ മുഖം കമിഴ്ന്നുകിടന്നു. നനഞ്ഞ മണലിൽ അവന്റെ കൈകാലുകൾ ഇഴഞ്ഞുണ്ടായ കലപ്പച്ചാലുകളിൽ അവന്റെ തന്നെ രക്തം വീണു പതഞ്ഞു. സീതയുടെ ജടയും വസ്ത്രാഞ്ചലങ്ങളും ഒടിഞ്ഞ ആരക്കാലുകളിൽ ബന്ധിച്ചിട്ടിരിക്കുന്നു. മണ്ണിലിഴഞ്ഞും മുടി വലിഞ്ഞും വസ്ത്രമഴിഞ്ഞും സീത ലങ്കയുടെ കടൽത്തീരത്തുകൂടി വലിച്ചിഴയ്ക്കപ്പെടുന്നു. നിശ്ശബ്ദതയുടെ വ്യാകുലത്തിലേക്ക് ആഴ്ന്നിറങ്ങുന്ന വാൾപോലെ ഇടയ്ക്കൊരു ശംഖനാദമുയരുമ്പോൾ കഴുകുകൾ പിടഞ്ഞ് ചിറകു വിരുത്തുന്നു. പിന്നെയും ചിറകൊതുക്കി കടലിലേക്കുറ്റുനോക്കി നിരനിരയായി നിശ്ചലമിരിക്കുന്നു. മരണവീട്ടിലെ തളർന്നൊടുങ്ങുന്ന നിലവിളിപോലെ കടലും മൗനവും ഇടയ്ക്കൊന്ന് തേട്ടുന്നു.

മുങ്ങ്യൊഴുകാലെ വരിക!

ഈറൻ പിഴിയാതെ! തലതോർത്താതെ മുങ്ങ്യാഴുകാലെ!

ലങ്കയുടെ അന്തഃപുരങ്ങളിൽ നിന്ന് മൂടുപടമില്ലാതെ വിധവകൾ ഇറങ്ങി നടന്നു. കുലം കെടുത്തുന്ന ശാപങ്ങൾ നെഞ്ചിലമർത്തി അവർ കടലിൽ ആണ്ടുമുങ്ങി. മുങ്ങ്യൊഴുകാലെ വന്ന് ബലിപിണ്ഡത്തിനു വലം വെച്ച് കൈകൂപ്പി നിന്നു. നീണ്ടുലഞ്ഞു കിടക്കുന്ന മുടിയിൽനിന്ന് ഒച്ചയില്ലാതെ വെള്ളത്തുള്ളികൾ പെയ്തിറങ്ങി. ഇലപ്പടർപ്പുകളിളകുന്നു!

വീണ്ടും ഭാതൃവഞ്ചനയുടെ പാപംപേറി കിതയ്ക്കുന്ന വാക്കുകൾ. ലങ്കയുടെ വിഷലിപ്തമായ ആകാശത്തേക്ക് സീത മിഴിയുയർത്തി. പിന്നെ ലങ്കക്കാരുടെ കറുത്ത രക്തത്തിൽ കുതിർന്നുലഞ്ഞു കിടക്കുന്ന മണ്ണിലേക്ക് ശിരസ്സു കുനിച്ചു. ഒരു കൈക്കുടന്ന മണ്ണ് വാരി നെഞ്ചോടു ചേർത്തു പിടിച്ച്, ശാന്തമായി, മുഴങ്ങുന്ന മണിനാദംപോലെ സീത പുതിയ ലങ്കാധിപനോടും പറഞ്ഞു.

"അസ്നാതാ ദ്രഷ്ടുമിച്ഛാമി ഭർത്താരം..."

ശിംശപാവൃക്ഷത്തിന്റെ മാറിലേക്ക് സീത തലചായ്ച്ചു. താങ്ങും സാക്ഷിയുമായി നിന്ന തിര്യക്കിന് ജേതാവിന്റെ കല്പനയുടെ പൊരുൾ അശുദ്ധമായതെന്തോ ഉൾക്കൊള്ളുന്നുണ്ടെന്ന തിരിച്ചറിവായി. ഭാഷയ്ക്കുമപ്പുറത്തുനിന്ന് ഏകാന്തമായ ഒരു ചില്ലക്കൈ നീട്ടി മരം മണ്ണിനെ ആശ്വസിപ്പിച്ചു. നെറുകയിൽ പച്ചത്തളിരുകളുടെ തലോടലേറ്റപ്പോൾ സീത വിവശയായി. ഊരിയെടുക്കാനാകാതെ നെഞ്ചിൽ തറഞ്ഞിരിക്കുന്ന അഗ്നിബാണത്താൽ പതുക്കെ വെണ്ണീറായിക്കൊണ്ടിരിക്കുന്ന തായ്ത്തടി പുണർന്ന് വേരുകളുടെ മടിത്തട്ടിലേക്കവൾ കുഴഞ്ഞു വീണു.

വിഭീഷണന്റെ സ്ത്രീകൾ അവളെ കൈകളിൽ താങ്ങി. ഇതയടിയങ്ങൾ കീഴാളരുടെ നീതി നടത്തിപ്പല്ല. ജേതാവിന്റെ കല്പനയാണ്. കണ്ണീരൊഴുക്കാനാവാതെ പൊള്ളുന്ന കണ്ണുകളിൽ മുലപ്പാലിറ്റിച്ച് അവർ അവളെ ആശ്വസിപ്പിച്ചു. തേങ്ങലുയരാതെ വിങ്ങുന്ന നെഞ്ചിൽ താരാട്ടുപോലെ തലോടി. പ്രപഞ്ചത്തിനു മുഴുവൻ ഇടമുള്ള മടിത്തട്ടിൽ അവളെ അണച്ചു.

“കല്പന കല്പനപോലെ നിറവേറ്റപ്പെടണം.”

വിഭീഷണൻ പിറുപിറുത്തു. വലിയ പാദങ്ങൾ അകത്തിവെച്ചും പാകമാകാത്ത കിരീടത്തിനുള്ളിൽ ഞെരിയുന്ന ശിരസ്സ് ഉയർത്തിപ്പിടിക്കാൻ പാടുപെട്ടും അയാൾ നടന്നുപോയി.

സീത എഴുന്നേറ്റിരുന്നു. ചുറ്റിലും അരിഞ്ഞെറിയപ്പെട്ട വൃക്ഷങ്ങൾക്കും തകർന്ന പൂത്തടങ്ങൾക്കും ഇപ്പോഴും പുകയുന്ന വള്ളിക്കുടിലുകൾക്കും വറ്റിച്ചുകളയപ്പെട്ട ജലാശയങ്ങൾക്കും നടുവിൽ ഒറ്റയ്ക്ക് തളർന്നുനിൽക്കുന്ന അശോകമരത്തെ അവൾ കുനിഞ്ഞുവണങ്ങി. പിന്നെ വിഭീഷണന്റെ സ്ത്രീകൾക്കു പിന്നാലെ മുഖം കുനിച്ച് ലങ്കയുടെ കടൽത്തീരത്തേക്ക് നടന്നു.

കരിയും ചാരവും കനലും മാംസക്കഷണങ്ങളും ബലിക്കാക്കകളും ഇടയ്ക്കിടെ ലങ്കയ്ക്കുമീതെ താഴ്ന്നിറങ്ങുന്ന കഴുകന്റെ കൂറ്റൻനിഴലും മാത്രം എങ്ങും. കടലിൽനിന്നടിക്കുന്ന കാറ്റിൽ കരിയുന്നതും ചീയുന്നതുമായ മാംസത്തിന്റെ ദുർഗന്ധം. വഴിയിലറ്റു വീണുകിടക്കുന്ന ഒരു കൈയോ മർച്ചില്ലയോ തന്റെ നേർക്ക് വിരൽ ചൂണ്ടുമ്പോൾ സീത നടുങ്ങി വഴിയിടറി നിന്നുപോകുന്നു. നിശ്ശബ്ദതയെ നടുക്കിക്കൊണ്ട് ഇടയ്ക്കിടയ്ക്കുയരുന്ന ജയകാഹളത്തോടൊപ്പം ഒരു കുഞ്ഞിന്റെ നീണ്ട ഞരങ്ങലോ ഒരമ്മയുടെ അണമുറിയാത്ത നിലവിളിയോ കൂടിയെത്തുന്നു. നെഞ്ചിൽ കൈയമർത്തി സീത തളർന്നുനിന്നു. പാപം ആരുടേതായിരുന്നു? പ്രേമം യാചിച്ച തെറ്റിന് കീഴാള ജാതിക്കാരിയുടെ മൂക്കും ചെവിയുമറുത്തിട്ട ആര്യപൗരുഷത്തിന്റേതോ, പകരംവീട്ടാൻ അവന്റെ പെണ്ണിലും മണ്ണിലും കൈവെച്ച കീഴാളനീതിയുടേതോ? പാപഫലം ആരനുഭവിക്കുന്നു?

ലങ്കയുടെ കടൽത്തീരത്തേക്ക് ആയിരം കാതം ദൂരമുള്ളതായി സീതയ്ക്കു തോന്നി. വിങ്ങുന്ന ഇരുണ്ട പ്രശാന്തതയോടെ കടൽ നിശ്ചലം കിടന്നു. അലിഞ്ഞിളകുന്ന രക്തക്കട്ടപോലെ സൂര്യൻ തുള്ളിതുള്ളിയായി കടലിൽ ഇറ്റുവീണു. പരാജിതന്റെ മാംസം കൊത്തിവലിക്കാൻ കാത്തിരിക്കുന്ന കഴുകന്മാർക്കിടയിലൂടെ സീത മുഖംപൊത്തി നടന്നു. ചാരനിറമാർന്ന കഴുത്തു ചെരിച്ച് ബലിക്കാക്കകൾ അവളെ പാളിനോക്കി. തലമുങ്ങിക്കുളിച്ച് ഈറനോടെ തൊഴുതുനില്ക്കുന്ന പരാജിതന്റെ സ്ത്രീകൾക്കു നടുവിൽ അവൾ മുഖം കുനിച്ചുനിന്നു. കാൽക്കൽ ചിതറിവീഴുന്ന കറുകയും വറ്റും പൂവും...

തന്റെ നിയോഗമെന്താണ്? പൊരുളറിയാതെ സീത തളർന്നു. അലംഘ്യനീയമായ ഒരു നിശ്ശബ്ദത അവളെ പൊതിഞ്ഞു.

ചാരംപോലെ വിളറിയ മുഖവും വറ്റിയുണങ്ങിപ്പോയ കണ്ണുകളും കടൽപ്പുറത്തിഴയുന്ന ഇടതൂർന്ന മുടിക്കാടുമായി കടലിലേക്കുറ്റുനോക്കി നിൽക്കുന്ന മണ്ഡോദരിക്കരികിൽ സീത നിന്നു. നെഞ്ചിൽ ആരോ കൈകൊട്ടിവിളിച്ചു. ബലിക്കാക്കകൾ ചിറകുവിരിച്ചാർത്തുവന്നു. മണ്ഡോദരിയോടൊപ്പം സീത ലങ്കയുടെ കടലിൽ മുങ്ങി. ഒരു നിമിഷത്തേക്ക് ലങ്ക പരിപൂർണ നിശ്ശബ്ദതയിലേക്ക് ആണ്ടുപോയി. വിജയഭേരികൾ ഇടയ്ക്കുവെച്ച് മുറിഞ്ഞു. പിന്നെ മാറത്തലച്ചുള്ള നിലവിളിപോലെ പൊടുന്നനെ കഴുകന്മാർ ആർത്തുയർന്നു.

മുങ്ങ്യോഴുകാലെ വരിക!

ഈറൻ പിഴിയാതെ! തലതോർത്താതെ

മുങ്ങ്യോഴുകാലെ...

മണ്ഡോദരിക്കു പിന്നാലെ സീത മുങ്ങിക്കയറി. മുങ്ങ്യോഴുകാലെ ബലിപിണ്ഡത്തിന് വലംവെച്ചു. പരാജിതനും തനിക്കുമിടയിൽ പറിച്ചെറിഞ്ഞ പുൽത്തലപ്പ് വാടാതെ കിടക്കുന്നു.

സീത കണ്ണടച്ച് കൈകൂപ്പി നിന്നു.

വിഭീഷണന്റെ സ്ത്രീകൾ അവളെ കൈപിടിച്ച് മുന്നോട്ടു നടത്തി. തല തോർത്തി. മേലാകെ ചന്ദനം പൂശി. കുറിക്കൂട്ടുകളും ആടയാഭരണങ്ങളുമണിയിച്ചു. നെഞ്ചിലൊരു ചിതയാളുന്നു. അതിന്റെ ചൂടും വെളിച്ചവും സീതയുടെ കണ്ണിൽ ജ്വലിച്ചു. കണ്ണെഴുതാനാഞ്ഞ വിരൽ പൊള്ളി വിഭീഷണന്റെ സ്ത്രീകൾ കൈ പിൻവലിച്ചു. നിർന്നിമേഷരായി അവർ സീതയെ നോക്കിനിന്നു. പാപം ആരുടേതാണ്? പാപഫലം ആരനുഭവിക്കുന്നു? ജന്തുവിന്റെ ഉടലിൽ കാമം നിറച്ച പ്രകൃതിയോ പാപം ചെയ്തത്? കാമം അടക്കാത്ത തെറ്റിന് പെണ്ണിനും മണ്ണിനും അംഗഭംഗം വരുത്തിയ നീതിബോധനങ്ങളോ പാപം ചെയ്തത്? ലങ്കയാണ് സീതയെ വേദനിപ്പിച്ചതെങ്കിൽ അതിനു പൊറുതി ചോദിക്കുംപോലെ അവർ അവളുടെ കാൽക്കൽ കുനിഞ്ഞിരുന്നു. അവരുടെ പരുപരുത്ത് അഴകില്ലാത്ത തലമുടി യുദ്ധക്കാറ്റിൽ പാറിയുലയുന്നു. കറുത്തുറച്ച ദേഹങ്ങൾ ശിഥിലമാക്കപ്പെട്ടിരിക്കുന്നു. അവരുടെ മുറിവുകളും അവർക്കേല്പിക്കപ്പെട്ട മഹാനഷ്ടങ്ങളുമോർത്ത് സീത നടുങ്ങി. മെലിഞ്ഞു ദുർബലമായ വിരലുകളാൽ അവൾ അവരുടെ തഴമ്പു വീണ കൈകളിൽ മുറുകെ പിടിച്ചു. പിന്നെ അടിവയറ്റിൽനിന്ന് ആളിയുയരുന്ന തേങ്ങലോടെ അവരുടെ ബലിഷ്ഠമായ തോളുകളിലേക്കു ചാഞ്ഞു. യാഗവേദിയിലേക്ക് കാരുണ്യത്തോടെ ബലിമൃഗത്തെയെന്നോണം അവരവളെ കൂട്ടിക്കൊണ്ടുപോയി.

ഒരു കണ്ണിൽ രോഷവും മറുകണ്ണിൽ വെറുപ്പുമായി ജേതാവ് വെട്ടിപ്പിടിച്ചെടുത്ത മണ്ണിനുമേൽ കാലമർത്തിച്ചവിട്ടിനിന്നു. നാലുവശത്തുനിന്നും തിക്കിത്തിരക്കുകയും തള്ളിക്കയറുകയും ചെയ്യുന്ന കരടികൾക്കും

വാനരന്മാർക്കും ദാനവന്മാർക്കും ഇടയിലൂടെ വിഭീഷണന്റെ പിന്നാലെ ഞെങ്ങി ഞെരുങ്ങി സീത മുന്നോട്ടു നീങ്ങി. വീണ്ടെടുപ്പിന്റെ യുദ്ധം ജയിച്ചാൽ അമ്പും വില്ലും വലിച്ചെറിഞ്ഞ് അണമുറിഞ്ഞെത്തുന്ന വെള്ളം പോലെ തന്നിലേക്കോടിയെത്തുന്ന വിരഹിയെക്കുറിച്ചുള്ള സ്വപ്നത്തിനു പകരം ജേതാവിന്റെ സമക്ഷത്തിലേക്ക് കുറ്റക്കാരിയെപ്പോലെ ആനയിക്കപ്പെടുന്നതിന്റെ അപമാനത്താൽ അവൾ സ്വന്തം അവയവങ്ങളിലേക്ക് ചൂളിക്കൂടി. പിന്നെയും കാർമേഘങ്ങളുടെ മറവിൽനിന്ന് സൂര്യനെന്നോണം ഒരു മുഖം ഉദിച്ചുയരുമെന്ന പ്രതീക്ഷയിൽ അവളുടെ ഹൃദയമിടിപ്പുകൾ ഇരട്ടിച്ചുകൊണ്ടിരുന്നു. ഉള്ളിലടക്കിയ കോപംകൊണ്ടും സംശയത്തിന്റെ ഇരുട്ടുകൊണ്ടും വിഷംപോലെ കറുത്തു പോയ ആ മുഖമാവട്ടെ, വാനരരിലും ദാനവരിലും നിന്ന് തിരിച്ചറിയാനവൾക്ക് പാടുപെടേണ്ടി വന്നു. തിരിച്ചറിഞ്ഞപ്പോൾ ആൾക്കൂട്ടത്തിനു നടുവിൽ സീത സ്തബ്ധയായി നിന്നുപോയി!

ഏറെ നെയ്യൊഴിച്ച് ആളിക്കത്തുന്ന അഗ്നിപോലെ ജേതാവിന്റെ ക്രോധം ആളിക്കത്തി! കളങ്കപ്പെടുത്തപ്പെട്ടവൾ, ദുഷിച്ച നോക്കിനാൽ നോക്കപ്പെട്ടവൾ. പരാജിതന്റെ മടിത്തട്ടിലിരുന്നവൾ. അവന്റെ വീട്ടിൽ അന്തിയുറങ്ങിയവൾ. ഗ്രഹണസൂര്യനെപ്പോലെ ഇരുട്ടുവന്നുകയറുന്ന ആ മുഖത്തിനു കീഴെ ആളുന്ന ചിതയ്ക്കരികിലെന്നോണം സീത വാടിത്തളർന്നു.

"വൈദേഹി!"

യുദ്ധകാഹളം കേട്ട മണ്ണെന്ന പോലെ സീത നടുങ്ങിത്തെറിച്ചു. വിജയഭേരികൾ പരാജിതന്റെ അന്തഃപുരത്തെയെന്നോണം അത് അവളുടെ ഹൃദയത്തെ അശാന്തമാക്കുകയും ചെയ്തു.

"നിന്നെ വീണ്ടെടുക്കാനായല്ല ഞാനീ യുദ്ധം ജയിച്ചത്. എന്റെ മേലും എന്റെ കുലത്തിന്റെ മേലും പതിച്ച അപമാനത്തെ..."

സീതയപ്പോൾ കിഴുക്കാം തൂക്കായ മലയുടെ മുകളിൽനിന്ന് പൊടുന്നനെ കാൽവഴുതി വീണു. അത്യഗാധതയിൽ വിരിഞ്ഞുകിടക്കുന്ന പാറക്കൂട്ടങ്ങളിൽ തട്ടിച്ചിതറും മുമ്പ്, കറുത്ത് രോമാവൃതങ്ങളായ രണ്ടു ബലിഷ്ഠകരങ്ങൾ അവളെ താങ്ങി. കടൽക്കാറ്റിന്റെ ഉപ്പും നനവും പേറുന്ന ശബ്ദം അവളോടു പറഞ്ഞു.

എല്ലാ ഐശ്വര്യങ്ങളും ലങ്കയ്ക്ക് അവകാശപ്പെട്ടതാണ്. ജേതാവിനാൽ വലിച്ചെറിയപ്പെട്ട മണ്ണ് ലങ്കയാണ്. സീതയും ലങ്കയും ഒന്നുതന്നെയാണ്.

ലങ്കയ്ക്കു മീതെ ഇനിയും മഴപെയ്യും.

അശോകവനം വീണ്ടും തളിർക്കും.

കൃഷിഭൂമികളിൽനിന്ന് രക്തത്തിന്റെ പുളിപ്പ് വറ്റിപ്പോവുകയും ജീവൻ പച്ചനാമ്പുകളായി പിടഞ്ഞുണരുകയും ചെയ്യും.

അതുകൊണ്ട്, ഈ കൊച്ചുപാദങ്ങളാൽ ആഹ്ലാദത്തോടെ ലങ്കയുടെ നെഞ്ചിൽ ചവിട്ടുക!

ശകലിതഗാത്രനായി രക്താഭിഷിക്തമായ പർവതം പോലെ, മുട്ടുകുത്തി കൈക്കുമ്പിൾ നീട്ടി പരാജിതൻ നിന്നു. ഉള്ളിലെവിടെയോ കാരുണ്യത്തിന്റെ ഉറവ പൊട്ടുന്നു. ദയാപൂർവം, സീത പരാജിതന്റെ ശിരസ്സിൽ തലോടി. ആയിരം കോടി വർഷങ്ങളുടെ ശാന്തനിദ്രയിലേക്കവൻ കരിങ്കല്ലായി മാറി...

"മൈഥിലി!" ആൾക്കൂട്ടം ജേതാവിന്റെ വാക്കുകൾ കോരിക്കുടിക്കുവാൻ കാതുകൂർപ്പിച്ചുനിന്നു. ഏറെ മൃദുലമായ ശബ്ദംപോലും വലിയ താഡനങ്ങൾപോലെ ആൾക്കൂട്ടത്തെ ഉലച്ചു, ദീർഘനിശ്വാസങ്ങൾക്ക് നാനാർത്ഥങ്ങളും നോട്ടങ്ങൾക്ക് കൊമ്പും മുനകളും ഉണ്ടായി.

"തന്റെ അധീനത്തിലിരിക്കുന്ന അതിസുന്ദരിയായ നിന്നെ അവനെത്ര നാൾ കണ്ടു സഹിച്ചിരിക്കും?"

പാമ്പുറയൂരുംപോലെ വാക്കുകൾ ഉറയൂരി വീണതും ഒരു സീൽക്കാരം ആൾക്കൂട്ടത്തെ ഇളക്കിമറിക്കുന്നതും സീതയറിഞ്ഞില്ല. കണ്ണു കുത്തിപ്പൊട്ടിക്കപ്പെട്ട ഒരു കാക്ക പഞ്ചവടിക്കുമീതെ അലറിക്കരഞ്ഞു കൊണ്ട് ഗതികിട്ടാതെ പറന്നുനടന്നു. ഒരു പൂത്തമരത്തിനു കീഴെ നിന്ന് നാലുപാടും ചോര ചീറ്റിത്തെറിപ്പിച്ചുകൊണ്ട് നിസ്സഹായമായ നിലവിളിയോടെ ഒരു പെണ്ണ് പാഞ്ഞുപോയി. വലംതോളിലേക്ക് തല ചെരിച്ച് സദാചാരനിഷ്ഠയോടെ ഒരേകപത്നീവ്രതക്കാരൻ ചിരിതൂവിക്കൊണ്ട് നിന്നു!

"നീയാകട്ടെ എന്റെ മുന്നിൽ ചാരിത്ര്യത്തിന് സംശയം നേരിട്ടവളായി നിൽക്കുന്നു. നേത്രരോഗിക്ക് ദീപം പോലെ നീയെനിക്കഹിതയായിരിക്കുന്നു. എനിക്കിനി നിന്നോട് യാതൊന്നുമില്ല. അതിനാൽ വിടവാങ്ങിക്കൊണ്ട് ഈ പത്തുദിക്കുകളിൽ ഏതിലെങ്കിലും ചെന്നു പറ്റിക്കൊൾക.

സീതയപ്പോൾ മിഥിലയിലായിരുന്നു. വെളുത്തുരുണ്ട കുഞ്ഞിക്കാലുകളിൽ പൊൻതളയിട്ടു കിലുക്കി ഓടി നടക്കുകയായിരുന്നു. മിഥിലയിലാകെ അവളുടെ പാദസരത്തിന്റെ കിലുക്കം നിറഞ്ഞു. എല്ലാ കൃഷി നിലങ്ങളിലും സമൃദ്ധമായ വിളവായിരുന്നു. കൃഷിനിലങ്ങൾക്കുമീതെ സമ്പന്നമായ മഴയും സൂര്യവെളിച്ചവുമായിരുന്നു. പൂക്കാലം ധാരാളിത്തത്തിന്റേതായിരുന്നു. ഫലങ്ങളാകട്ടെ പുഴുക്കുത്തില്ലാതെ വിളഞ്ഞു പഴുത്തു. അരുവികൾ നിറഞ്ഞു തിങ്ങിയൊഴുകി. പക്ഷികൾക്ക് തൊണ്ടയിടറാതെ പാടാനും ആട്ടിൻകുട്ടികൾക്ക് അലസമായി മേഞ്ഞുനടക്കാനും ശാന്തമായ താഴ്‌വരകളുണ്ടായിരുന്നു. സീതയ്ക്കുണ്ണാൻ മണ്ണിന്റെ മുലപ്പാലും അവൾക്കുറങ്ങാൻ പച്ചപ്പുല്ലിന്റെ മെത്തയും ജനകൻ അത്ഭുതാഹ്ലാദങ്ങളോടെ കാത്തുസൂക്ഷിച്ചു.

"എന്റെ മേലും എന്റെ കുലത്തിന്റെ മേലും വന്നുവീണ അപമാനം ഇല്ലാതാക്കുന്നതിന്നായിട്ടാണ്..."

അയോധ്യയിലെപ്പോഴും ആരോ എന്തോ മറച്ചുവെച്ചു. എല്ലാർക്കും അറിയാമായിരുന്നതും ആരും തുറന്നുപറയാതിരുന്നതുമായ രഹസ്യത്തിന്റെ ഇരുട്ട് എല്ലാ ഇടനാഴികളിലും തിങ്ങി നിന്നു. അയോധ്യയ്ക്കു

മീതെ സദാ ശാപങ്ങളുടെ കരിനിഴലുകൾ ഇഴഞ്ഞുനടന്നു. ഒളിപ്പിച്ചു വെച്ച ഒരമ്പ് തെറ്റായ ഉന്നത്തിലേക്ക് ആരോ തൊടുത്തു നിൽക്കുന്നുണ്ടെന്ന തിരിച്ചറിവ് ഉറക്കം കെടുത്തിക്കൊണ്ടിരുന്നു.

"നിനക്ക് ലക്ഷ്മണന്റെ കൂടെയോ ഭരതന്റെ കൂടെയോ സുഗ്രീവന്റെ കൂടെയോ വിഭീഷണന്റെ കൂടെയോ കഴിയാം..."

കണ്ണീർ നെഞ്ചിലുടക്കി സീത ഒരു മാത്ര നിന്നുപോയി! പിന്നെ മൂടുപടം മാറ്റി ജേതാവിനെ നിർന്നിമേഷം നോക്കി. അയാളുടെ കൺപോളകൾ മെല്ലെ വിറയ്ക്കുന്നതും പതുക്കെ കൂമ്പുന്നതും കണ്ടു നിന്നു. പിന്നെ, ശാന്തമായി മുഴങ്ങുന്ന മണിനാദം പോലെ ലക്ഷ്മണനോട് പറഞ്ഞു.

"എനിക്കായി ഒരു ചിതയൊരുക്കുക."

ആൾക്കൂട്ടം ഇളകിമറിഞ്ഞു. ആർപ്പും ആരവവുമായി. നീതിന്യായങ്ങളുടെ തലനാരിഴ കീറിയ വിശദീകരണങ്ങളായി. അമർഷങ്ങളും ആക്രോശങ്ങളുമായി. ഇരമ്പുന്ന ലങ്കയ്ക്കു നടുവിൽ മണ്ണ് മൂടുപടമില്ലാതെ അനാവൃതമായി കിടന്നു.

കടൽത്തീരത്ത് ആളൊഴിഞ്ഞിരുന്നു. സൂര്യന്റെ മരണവും കാത്ത് മണ്ഡോദരി മാത്രം മണൽപ്പുറത്ത് ബലിപിണ്ഡത്തിന് കാവൽ നിന്നു.

ലങ്ക നിശ്ശബ്ദയായി. നിശ്ശബ്ദതയിലേക്ക് ഹുങ്കാരത്തോടെ ചിതാഗ്നി ആളിപ്പടർന്നു. ആൾക്കൂട്ടത്തിന്റെ കണ്ണും മനസ്സും ബുദ്ധിയും ഒരൊറ്റ ബിന്ദുവിലേക്ക് ചുരുങ്ങിക്കൂർത്തു. സീത ജേതാവിന്റെ മുഖത്തേക്ക് തേജസ്സാർന്ന കണ്ണുകളാൽ ഒരു വട്ടംകൂടി ആഴത്തിൽ നോക്കി: അയാളുടെ സ്പർശമാത്രയിൽ മഴപെയ്തുലർന്ന ഉഴവുചാൽപോലെ ആർദ്രവും സജ്ജവുമാകാറുള്ള ഭൂമി വറ്റിവരണ്ടത് സീത തിരിച്ചറിഞ്ഞു. ഇനിമേൽ അയാളുടെ കൈകൾ മണ്ണിൽ ഒരു പുളകവും വിതയ്ക്കുകയില്ല. ഇനിയൊരൊറ്റ ചുംബനവും മണ്ണിന്റെ സിരകളിൽ നടുക്കങ്ങളോ നടുക്കങ്ങളിൽനിന്ന് വന്യസുഗന്ധമോ ഉണർത്തുകയില്ല. ഇനിയെക്കാലവും ഓർക്കാനുള്ളത് പകൽവെളിച്ചത്തിൽ, ജനമധ്യത്തിൽ അവനെറിഞ്ഞ പരുഷവാക്കിന്റെ കൽച്ചീളുകൾ മാത്രം. ആളിക്കത്തുന്ന തീക്കുണ്ഡത്തിലേക്ക് പച്ച ശരീരത്തോടെ നടന്നുകയറുന്ന ഈ നിമിഷത്തിന്റെ നടുക്കങ്ങൾ മാത്രം!

ഭൂമിപുത്രി വലതുകാൽ വെച്ച് ചിതയിലേക്കു കയറി. ഞാൻ സീത. അഗ്നിയെ ശമിപ്പിക്കാൻ കെല്പാർന്ന മണ്ണ്! അനാദികാലമായി മണ്ണിനു മീതെ വർഷിക്കപ്പെട്ടുകൊണ്ടിരുന്ന മഴകളെ ഉദരത്തിൽ പേറുന്നവൾ. വരുംകാല മഴകളുടെ മാറ്റമില്ലാത്ത നിനവിൽ മനസ്സൂന്നിയവൾ. മഴയും വിത്തും ഏറ്റു വാങ്ങി അഗ്നിയോടു ചേർത്ത് ജീവന്റെ കുളിരാർന്ന പച്ച വിരിയിക്കേണ്ടവൾ. സീതയ്ക്കുചുറ്റും അഗ്നി ആളിയാളിപ്പടർന്നു. പിന്നെ കാച്ചിയെടുത്ത മണ്ണ് വിത്തും മഴയും കാത്ത് വിശുദ്ധമായി തെളിഞ്ഞു കിടന്നു.

■

നിലാവ് അറിയുന്നു

തങ്കമണി ഉറക്കമുണർന്നപ്പോൾ ഉണ്ണികൃഷ്ണൻ കിടക്കയിലുണ്ടായിരുന്നില്ല. കുളിമുറിയിലായിരിക്കും എന്നു കരുതി തങ്കമണി ഒന്ന് തിരിഞ്ഞു കിടന്നു. കുറച്ചുനേരം ശ്രദ്ധിച്ചിട്ടും അനക്കം കേൾക്കാഞ്ഞ് അവൾ എഴുന്നേറ്റ് വിളക്ക് കൊളുത്തി. കതക് തുറന്നു കിടക്കുന്നു! കോണിവാതിലും തുറന്നു കിടക്കുന്നു! തങ്കമണി തിടുക്കപ്പെട്ട് കോണിപ്പടികളിറങ്ങി. വെപ്രാളത്തിനിടയിൽ അടിവയറ് കൊളുത്തി. തങ്കമണിക്ക് ശ്വാസം മുട്ടി.

പഴയ മരക്കോണിയുടെ കരച്ചിൽ വല്യമ്മാവനെ ഉണർത്തി.

"തങ്കമണീ..." കോണിച്ചോട്ടിൽ വല്യമ്മാവൻ വിളിച്ചു.

"മുറീല് കാണാൻല്യാ..." നിലവിളിക്കുംപോലെ തങ്കമണി വിളിച്ചു പറഞ്ഞു.

വീടാകെ വിളക്ക് തെളിഞ്ഞു! ചന്ദ്രനും ശേഖരനും ഉണർന്നു. ഉമ്മറക്കോലായിൽ കൂർക്കം വലിച്ചുറങ്ങിയിരുന്ന ഗോവിന്ദേട്ടനും മൊയ്തുട്ടിയും ഉണർന്നു.

ടോർച്ചുകളും ചൂട്ടുകളും മിന്നി!

"തങ്കമണ്യേ..." തെക്കേ അറയിൽ നിന്ന് ഉണ്ണികൃഷ്ണന്റെ അമ്മ തപ്പിത്തടഞ്ഞ് വന്നു. പാതി തിമിരം തിന്ന കണ്ണും കേൾവിയടഞ്ഞ കാതും കൂർമിച്ച് അവർ അനങ്ങാതെ നിന്നു.

"തങ്കമണി വീണോ?" എന്തോ ഊഹിച്ചുകൊണ്ട് അവർ ചോദിച്ചു. അടിവയറമർത്തിപ്പിടിച്ച് തങ്കമണി കോണിപ്പടികളിറങ്ങി.

നിലാവ് തിളങ്ങുന്ന പുഴയിലൂടെ ഉണ്ണികൃഷ്ണൻ നിലവിളിച്ചുകൊണ്ട് നടന്നു. ഇന്ന് സന്ധ്യയ്ക്കും കൂടി കോരിക്കുളിച്ച നീർച്ചാലെവിടെ? ആര്, എന്താഭിചാരം കൊണ്ടാണ് ഒന്ന് മയങ്ങിയെണീക്കുമ്പോഴേക്കും അത് വറ്റിച്ചു കളഞ്ഞത്?

വയ്യ! വെള്ളല്യാതെ ഒന്നിനും വയ്യ. അഴുക്കാ. ഒക്കെ അഴുക്കാ.

നിലാവിന്റെ തിളക്കങ്ങളിലേക്ക് മൃഗതൃഷ്ണയിലേക്കെന്നോണം അയാൾ ഓടിച്ചെന്നു. വെള്ളത്തിനുപകരം ഓളംവെട്ടുന്ന മണൽ കണ്ട്

അയാൾ തളർന്നു. കനം കുറഞ്ഞ കാലുകൾ വലിച്ചിഴച്ച് പുഴയുടെ വിരിമണലിൽ അറ്റമില്ലാതെ അയാൾ അലഞ്ഞു. ഭയം ഒരു മുതലയെപ്പോലെ അയാളെ കടിച്ചുവലിച്ചുകൊണ്ടിരുന്നു.

"ഉണ്ണികൃഷ്ണാ... പൂ...യ്!"

തൊടിയിൽ തെരയുന്നവർ നീട്ടി കൂവി.

'പൂഹൂഹൂയ്! പൂഹൂഹൂയ്!"

തൊടിയിലെ ചേരുമരങ്ങളിലിരുന്ന് കാലൻ കോഴികൾ മറുകൂക്ക് കൂവി.

"എന്താ കേക്ക്ണ് തങ്കമണ്യേ?"

ഉണ്ണികൃഷ്ണന്റെ അമ്മ കഴുത്ത് നീട്ടി ഇരുട്ടിലേക്ക് തുറിച്ചുനോക്കി.

തങ്കമണി ഉമ്മറക്കോലായിൽനിന്ന് മുറ്റത്തേക്കിറങ്ങി. തൊടിയില ങ്ങിങ്ങ് ടോർച്ചുകളും ചൂട്ടുകറ്റകളും മിന്നുന്നു. തെരച്ചിലുകാരുടെ എണ്ണം കൂടീട്ടുണ്ട്.

"കെണറ്റുങ്കരേല് നോക്കൂ." ശേഖരൻ വിളിച്ചു പറയുന്നു.

തങ്കമണി നെഞ്ചത്ത് കൈവെച്ചു. കിണറ്റുങ്കരയിൽ പോയിട്ടുണ്ടാവോ ഉണ്ണികൃഷ്ണൻ? വാക്കല്ലില്ലാത്ത കിണറാണ്. പാതാളം വരേക്കും ആഴമാണ്.

ടോർച്ചുകളും ചൂട്ടുകറ്റകളും പാതാളത്തിന്റെ ആഴത്തിലേക്ക് കുനിഞ്ഞു. തങ്കമണി വിറച്ചു. കറുത്ത് കഠിനഭാവത്തോടെ കിണറ്റുവെള്ളം അനക്കമറ്റ് കിടന്നു. നിലാവ് അതിനുമീതെ വീണുകിടന്ന് ചിരിച്ചു.

"ഹേയ്! ബ്ടേക്കൊന്നും വന്ന ഒരു ലക്ഷണോല്യ!"

"പിന്നെപ്പോ എവിടെപ്പോവാനാ ന്റീശ്വരാ!"

ചുട്ടുംവെട്ടവും തൊടിയുടെ അറ്റത്തേക്ക്, കടമ്പ കടന്ന് പുഴയിലേക്ക് ഇറങ്ങി.

"തങ്കമണി മുറ്റത്ത് കയറിപ്പൊയ്ക്കോളൂ."

വല്യമ്മാവൻ വിളിച്ചു പറഞ്ഞു. തങ്കമണി ഉമ്മറക്കോലായിലേക്ക് കയറി.

"നീയെവിട്യാ തങ്കമണ്യേ?" ഉണ്ണികൃഷ്ണന്റെ അമ്മ തപ്പിത്തടഞ്ഞ് വാതിൽക്കൽ വന്നു. പാതി മങ്ങിയ കണ്ണിൽ തങ്കമണിയുടെ നിഴൽ ഇളകി.

"വയറ്റുകണ്യോള് നട്ടപ്പാതിരയ്ക്ക് മുറ്റത്തെറങ്ങ്വോ?"

ഉമ്മറത്തൂണും ചാരിയിരുന്ന് തങ്കമണി പുഴയിൽ പരക്കുന്ന ചൂട്ടുകറ്റകളുടെ വെട്ടം കണ്ടു. ആദ്യം ഒന്നിച്ച്. പിന്നെ ദിക്കുതിരിഞ്ഞ് ഒറ്റയ്ക്കൊറ്റയ്ക്ക്. പരന്ന്, പുഴയിലാകെ തിളങ്ങുന്ന ചുവപ്പുകണ്ണുകളുരുട്ടി പാഞ്ഞു നടക്കുന്ന ഭൂതങ്ങളെപ്പോലെ... ബോംബെയിൽ വെച്ച് കിടക്കയിൽ കണ്ടില്ലെങ്കിൽ ഉണ്ണികൃഷ്ണൻ കുളിമുറിയിലുണ്ടാവുമെന്ന് തങ്കമണിക്കുറപ്പുണ്ടായിരുന്നു. എപ്പോഴും അടച്ചിടുന്ന ഒരൊറ്റ മുറിയും ചെറിയൊരു

കുളിമുറിയും മാത്രമായിരുന്നു തങ്കമണിക്ക് തെരയാനുള്ള ഇടങ്ങൾ. ഊഹം തെറ്റിക്കാതെ പൈപ്പിൻചോട്ടിൽ ഉണ്ണികൃഷ്ണൻ നനഞ്ഞാലിച്ച് നിൽപ്പുണ്ടാവും. തങ്കമണിയെ കാണുമ്പോൾ കൈ രണ്ടും നീട്ടി പരുങ്ങ ലോടെ ചോദിക്കും.

"ഇപ്പോ കൈയ് നല്ലോണം വെടുപ്പായിട്ടില്യേന്നോക്കൂ തങ്കമണി."

പുഴവെള്ളത്തിൽ ചത്തുപൊന്തിയ മീനുകളെപ്പോലെ വെളുത്തു വീർത്ത കൈകൾ കൂട്ടിപ്പിടിച്ച് തങ്കമണി ഉണ്ണികൃഷ്ണനെ കുളിമുറിയിൽ നിന്ന് കൂട്ടിക്കൊണ്ടുപോരും.

"കാരണോമ്മാര് അലഞ്ഞു തിരിയണ തൊട്യാ. അറിയോ? ഇങ്ങട് കയറിപ്പോന്നോളൂ."

ഉണ്ണികൃഷ്ണന്റെ അമ്മ തണുത്ത വിരലുകൾ നീട്ടി തപ്പിത്തടഞ്ഞ് തങ്കമണിയെ തൊട്ടു! തങ്കമണി നടുങ്ങി. അവളുടെ വയറ്റിൽ ഉണ്ണി കൃഷ്ണന്റെ കുട്ടി വല്ലാതെ ഇളകി.

വീടും തൊടിയുമിറങ്ങി, അനേകം കാതമകലേക്ക് തന്റെ നീർച്ചാലും തേടി ഉണ്ണികൃഷ്ണൻ യാത്ര തുടർന്നു.

വെള്ളം വേണം. ഒക്കേറ്റ്നും വെള്ളം വേണം. വെള്ളല്യാതെ ഒന്നും പറ്റില്ല.

ഇപ്പോഴും പൊള്ളുന്ന മണലിൽ അവന്റെ കാലടികൾ വെന്തു. ജല സ്മൃതികളിൽ നിന്ന് ആട്ടിയകറ്റപ്പെട്ട പേപ്പട്ടിയെപ്പോലെ വെള്ളത്തിനു വേണ്ടി അയാളുടെ ഉടൽ വലിഞ്ഞു മുറുകി.

ആളും വെളിച്ചവും പുഴയിലൂടെ കിഴക്കോട്ട് നടന്നു.

"ജലപ്പിശാചന്നെ! സംശല്യാ. തറവാട്ടോടെള്ള സുകൃതല്ലേ?"

വല്യമ്മാവൻ വ്യസനിച്ചു.

വല്യമ്മാവന്റെ മുഖം കടുത്തു.

ശങ്കുണ്ണിമാമയുടെ ഓട്ടുകിണ്ടിയിൽ കാറ്റ് നിറഞ്ഞു.

ഗംഗേ ച യമുനേചൈവ
ഗോദാവരീ സരസ്വതീ
നർമ്മദേ സിന്ധു കാവേരീ
ജലേസ്മിൻ സന്നിധിം കുരു...

നാരാണീ, എവടേ ഇന്റെ വെള്ളം കിണ്ടി?

ശങ്കുണ്ണിമാമ പെരയ്ക്കു ചുറ്റും പരിഭ്രമിച്ചോടി നടന്നു. ഇടംകൈയിലെ ഉണക്കക്കിണ്ടിയിൽനിന്ന് ഇല്ലാത്ത വെള്ളം വലം കൈയിലേക്ക് പാർന്ന് പാർന്ന് ശങ്കുണ്ണി മാമ വലഞ്ഞു.

ഗംഗേ ച യമുനേ...ച ഏവ...

പിറുപിറുത്ത് പിറുപിറുത്ത് ശങ്കുണ്ണി മാമ തളർന്നു.

മോളിൽ കത്തിക്കാളുന്ന സൂര്യന്റെ കീഴെ പൂഴിമണൽ ചുട്ടു പഴുത്തു. കണ്ണെത്താവുന്നേടം മുഴുവൻ വെള്ളമണലിന്റെ പളപളപ്പ്.

ശങ്കുണ്ണിമാമ പ്രാന്തെടുത്ത് പുഴയിലൂടെ പാഞ്ഞു.

ഗംഗേ ച...

പൊറുതിമുട്ടിയ കാറ്റ് മണലിന്റെ ചുഴലിയുണ്ടാക്കി വന്ന് ശങ്കുണ്ണി മാമയെ കെട്ടിപ്പിടിച്ചു. പൊള്ളുന്ന മണൽപ്പൂക്കളുടെ കാവടിയാടിയാടി ശങ്കുണ്ണിമാമ വീണു. പഴുത്ത മണൽ വന്ന് വീണ് ശങ്കുണ്ണിമാമ മൂടിപ്പോയി.

തെരഞ്ഞു ചെന്നവര് ഇടതുകൈയിന്റെ കൂട്ടിപ്പിടിച്ച കുമ്പിൾ മണലിലുയർന്നു നില്ക്കുന്നതത്രേ കണ്ടത്.

തെറിച്ചുവീണ കിണ്ടിയിൽ കാറ്റ് മുഴങ്ങിക്കൊണ്ടിരുന്നു. ഗംഗേ... ച യമുനേ... വല്യമ്മാവന് മേല് പൊട്ടിത്തരിച്ചു.

"ശങ്കുണ്ണിമാമടെ ചോടാ ഉണ്ണികൃഷ്ണന്."

കൂട്ടത്തിലുള്ളവർ മുഖത്തോടു മുഖം നോക്കി.

"അയിന് മ്ണി പ്രായോം കാലോം ഒന്നായിറ്റില്യല്ലോ ഉണ്ണികൃഷ്ണന്?"

കൂട്ടത്തിലുള്ളവർ പറഞ്ഞു. "കാരണോമ്മാരായിറ്റ് ജലപിശാച് കൂടിച്ചത്തൂന്ന് പറയണത് എമ്പതും തൊണ്ണൂറും കഴിഞ്ഞിട്ടല്ലേ? ഉണ്ണികൃഷ്ണന് നുപ്പതും കൂടി ആയിട്ടില്യ. ജോലി കിട്ടി ബോംബെപ്പോകുമ്പോ അവന് വയസ്സ് ഇരുപത്തഞ്ചാ. തങ്കമണ്യേ കെട്ടുമ്പോ ഇരുപത്തെട്ട്."

"ബോംബേല് വെച്ച് എന്തുണ്ടായതാവോ? വല്ലതും കണ്ട് പേടിച്ചിട്ട്ണ്ടാവോ ഇനി?"

ഉണ്ടാവാൻ വിരോധല്യ. എപ്പഴും പേടിച്ചരണ്ട ഒരു ഭാവല്ലേ ഉണ്ണികൃഷ്ണന്റെ മോത്ത്? ഹേയ്! അങ്ങനെ പേടീള്ള കൂട്ടത്തിലൊന്നല്ല ഉണ്ണികൃഷ്ണൻ. ചെറുപ്പത്തിലും അവന് ഒന്നിലും പേടീണ്ടായിട്ടില്ല. കോളേജില് പഠിക്കുമ്പോ നേരംകെട്ട നേരത്തല്ലേ വെട്ടോം വെളിച്ചോം ല്യാതെ പൊഴ മുറിച്ചു കടന്ന് തൊടീക്കൂടെ വീട്ടിലെത്തണത്? ഒറക്കം വരണില്യാന്നും പറഞ്ഞ് എത്ര ദിവസം ഒറ്റക്ക് ഈ മണപ്പൊറത്ത് നേരം വെളുക്കോളം മലർന്ന് കെടന്ന്ട്ട്ള്ളത്? ഒരു പറ ബീഡിക്കുറ്റീം കാണും തലയ്ക്കേമ്പാഗത്ത്!

പക്ഷേ–

ഉണ്ണികൃഷ്ണന് പേടിയായിരുന്നു! തങ്കമണി ഓർത്തു. വഴീലെറങ്ങാൻ പേടി! ചവുട്ടി നടക്കാൻ പേടി. ചോരണ്ട്ത്രെ! നടക്കണ വഴീല് മുഴ്വോനും റെയിലിലും തീവണ്ട്യാപ്പീസിലും ബസ്സിലും ട്രാമിലും ഒക്കെ ചോര തളം കെട്ടിക്കെടക്ക്ാത്രെ! കാല് കുത്താൻ വയ്യ! കീഴ്പ്പട്ട് നോക്കാൻ വയ്യ!

ഓഫീസിൽ നിന്ന് വന്നാൽ കുളിമുറിയിലേക്കോടുന്നു. മണിക്കൂറുകളോളം തേച്ചു കഴുകിയിട്ടും വെടുപ്പാവാത്ത കാലുകൾ കുളിമുറിയിലെ പരുത്ത കല്ലിലുരച്ച് തോല് പൊട്ടിക്കുന്നു.

"എന്താ ഈ കാട്ട്ണേ? ഇങ്ങട്ട് പോരൂ."

തങ്കമണി കുളിമുറിയിൽ നിന്ന് പിടിച്ചു വലിക്കുമ്പോൾ പേടിച്ചരണ്ട നോട്ടം. നിസ്സഹായ ഭാവം. അടക്കിപ്പിടിച്ച വർത്തമാനം.

"ആകെ ചോര നാറീട്ടു വയ്യാ തങ്കമണീ."

"ഒന്നൂല്യാ. ഒക്കെ വെറുതെ തോന്നണതാ."

"വെറുത്യോ? വെറുതെ പറയാ ഞാൻ?"

അഞ്ചാറ് നിലകളുള്ള കെട്ടിടത്തിന്റെ താഴേക്ക് തങ്കമണിയെ പിടിച്ചു വലിച്ചിറക്കുമ്പോൾ ഒന്നുകിൽ കോണിപ്പടികളിൽ, അല്ലെങ്കിൽ മുറ്റത്ത്, തെരുവിലോ നാൽക്കവലയിലോ ചോര പെയ്യുന്നതു കണ്ട് തങ്കമണിക്കും മനം പുരട്ടുന്നു.

ചൂട്ടുകറ്റകൾ കെട്ടു. വല്യമ്മാവൻ പറഞ്ഞു. "സാരല്യ. ടോർച്ചുണ്ടല്ലോ. അല്ലെങ്കിലും പൊഴേല് നടക്കാൻ എന്തിനാ വെളിച്ചം?"

ഉണങ്ങി വരണ്ട മണലിലാകെ നിലാവിന്റെ പാലൊഴുകി ഓളം വെട്ടുന്നുണ്ട്. നോക്കെത്താവുന്ന ദൂരത്തൊന്നും ഒരു മനുഷ്യരൂപം കണ്ടില്ല. അങ്ങിങ്ങ് പൊന്തി നിൽക്കുന്ന ചില പാഴ്ച്ചെടികളും അനങ്ങാതെ നിന്ന് അയവെട്ടുന്ന ചില കള്ളപ്പൈക്കളും മാത്രം.

കൂടെയുള്ളവർ സംശയിക്കാൻ തുടങ്ങി. ഇത്രറ്റം വന്നുകാണ്വോ ഉണ്ണികൃഷ്ണൻ? വെള്ളല്ലേ അയാൾടെ പ്രാന്ത്? വെള്ളല്യാത്ത പൊഴേല് അയാള് ചുറ്റിത്തിരിയ്യോ? തിരിച്ചുപോയി വേറെവിടേങ്കിലും തെരക്ക്യാലോ?

വല്യമ്മാവൻ സമ്മതിച്ചില്ല. വേഗം വേഗം മുന്നോട്ടു നടന്നു. നടക്കുന്നതിനിടയിൽ പറഞ്ഞു:

"നിങ്ങക്കറീല്യ. ഈ പൊഴ ഉണ്ണികൃഷ്ണന്റെ ജീവനായിരുന്നു. അവൻ ഇവിടെത്തന്നെ കാണും."

കരിപിടിച്ച ഒരു റാന്തലും തൂക്കി ഉണ്ണികൃഷ്ണന്റെ അമ്മ ഉമ്മറക്കോലായിൽ വന്നു.

കറുത്ത ചില്ലുകൂട്ടിനുള്ളിൽക്കിടന്ന് ചുവന്ന തിരിവെട്ടം വിതുമ്പി.

"ഇവിടെല്ലോരൊക്കെ എവിടെപ്പോയി തങ്കമണ്യേ? ഒച്ചേം വിളീം കേക്കാനേല്യല്ലോ?"

മറുപടി കിട്ടാഞ്ഞ് അമ്മ ചുറ്റിലും പകച്ചുനോക്കി. ഉമ്മറത്തൂണും ചാരിയിരിക്കുന്ന തങ്കമണിയുടെ നിഴൽ ഒന്നിളകി.

"തങ്കമണ്യല്ലേ അത്?"

ഓർമ്മകളിൽ നഷ്ടപ്പെട്ട് തങ്കമണി കാലും നീട്ടിയിരുന്നു. വിളമ്പി വെച്ച ചോറെടുത്ത് പൈപ്പിൻചോട്ടിലേക്കു പോയില്ലേ ഉണ്ണികൃഷ്ണൻ?

"എന്താദ്? എവടയ്ക്കാ ചോറ് കൊണ്ടോണത്?"

ഉണ്ണികൃഷ്ണൻ പരുങ്ങി. ഒച്ച താഴ്ത്തി കരുതലോടെ പറഞ്ഞു:

"ഒക്കെ വെഷാ തങ്കമണീ. ചോറും കറീം ഒന്നും വിശ്വസിച്ചു കഴിക്കാൻ പറ്റില്ല."

"ഞാനല്ലേ വെച്ചുവെളമ്പിത്തരണത്? എന്നീം വിശ്വാസല്ല്യേ?"

"തങ്കമണ്യേ വിശ്വാസല്യാണ്ടല്ലാ. ചോറിന്റുള്ളിലാ വെഷേയ്! തങ്കമണീടെ ചോറും ഇങ്ങട് എടുത്തോളൂട്ടൊ. കഴുകീട്ട് ഉണ്ടാമതി."

കുളിമുറിയിൽ വറ്റുചിതറി! തങ്കമണി ഒരുപാടു കാലായിട്ട് അടക്കിപ്പിടിച്ചിരുന്ന ഒരു നിലവിളി പെട്ടെന്നു മുള ചീന്തും പോലെ പിളർന്നു വീണു. ഉണ്ണുന്ന ചോറിൽ മുറിഞ്ഞു വീഴുന്ന കണ്ണീരുകണ്ട് ഉണ്ണികൃഷ്ണൻ വ്യസനിച്ചു.

ഇരുട്ടിലേക്കു മിഴിച്ചുനോക്കിയിരുന്ന് ഉണ്ണികൃഷ്ണന്റമ്മയ്ക്ക് കണ്ണു കഴച്ചു.

"നേരെത്ര്യായീണ്ടാവും?"

തങ്കമണിയുടെ നിഴൽ പിടിച്ചെടുക്കാൻ പാടുപെട്ടുകൊണ്ട് അവർ ഇരുട്ടിലേക്കു ചോദിച്ചു. പിന്നെ മെല്ലെ എഴുന്നേറ്റ് തെക്കേ അറയിലേക്കു നടന്നു.

നടന്നലഞ്ഞ കാലടികളിൽ വിദ്യുത്സ്പർശംപോലെ പെട്ടെന്നാണ് പുഴയുടെ തണുപ്പ് ഉണ്ണികൃഷ്ണനറിഞ്ഞത്. നനഞ്ഞ മണലിൽനിന്ന് അയാളുടെ നെറുകവരേക്കും തണുപ്പ് പാഞ്ഞുകയറി. ഉണ്ണികൃഷ്ണൻ നിലത്തിരുന്നു. ഇരുകൈകൊണ്ടും മണൽ വാരിയെടുത്തു മണപ്പിച്ചു. പുഴവെള്ളത്തിന്റെ നറുമണം!

പെട്ടെന്ന് ആവേശത്തോടെ ഉണ്ണികൃഷ്ണൻ മണൽ മാന്തിമാറ്റി. മണൽ കുഴിക്കുമ്പോൾ ഊറിവരുന്ന പുഴ അയാളെ കുട്ടിയാക്കി. എഴുന്നേറ്റുനിന്ന് അയാൾ ആർപ്പിട്ടു. ആർപ്പുകേട്ടുണർന്ന കളിക്കൂട്ടുകാർ പുഴയ്ക്കക്കരെ നിന്ന് മറുകൂക്ക് കൂവി! ചൂട്ടും വെട്ടവുമായി അവർ ഓടി വരുന്നത് ഉണ്ണികൃഷ്ണൻ കണ്ടു. ആഹ്ലാദത്തോടെ അയാൾ മണൽ കുഴിക്കാൻ തുടങ്ങി. അയാൾക്കിരുപുറവും വേഗം വേഗം നനഞ്ഞ മണലിന്റെ ചെറുകൂമ്പാരങ്ങളുയർന്നു. വരണ്ട കൊക്കുപിളർത്തി രാപ്പക്ഷികൾ പറന്നുതാണു വന്നു. കള്ളപ്പൈക്കൾ ക്ഷമയോടെ അയാൾക്കരികിൽ കാത്തുനിന്നു. തലകരിഞ്ഞ കറുകകൾ വേരു പടർത്തി അയാളുടെ കാലിൽ ചുറ്റി. ഹൃദയത്തിൽ നിന്നു പൊട്ടിവിരിഞ്ഞ ചിരിയോടെ ഉണ്ണികൃഷ്ണൻ ഒരു കുടന്ന വെള്ളം കോരിയെടുത്തു. നിലാവ് അവന്റെ കൈക്കുമ്പിളിൽ വീണുകിടന്ന് ചിരിച്ചു.

കരിപിടിച്ച റാന്തലുമെടുത്ത് തങ്കമണി ഒറ്റയ്ക്ക് കിണറ്റുകരയിലേക്കു നടന്നു. നിലാവ് കിണറ്റിൽ വീണുകിടന്ന് വിതുമ്പി. ജലപ്പിശാചുകൂടിച്ചത്ത കാരണവന്മാരുടെ പ്രേതങ്ങൾ നിലാവിനുമീതെ പാറി നടന്നു.

"പരീക്ഷിക്ക്യാ അല്ലേ?" തങ്കമണി വ്യസനത്തോടെ ചോദിച്ചു.

"നിക്ക് നാട്ടില് പോണം. നമ്മടെ കെണറ്റീന്ന് വെള്ളംകോരി കുളിക്കണം. മുത്തച്ഛന്മാർ പടിഞ്ഞാറെപ്പറമ്പീന്ന് മുറിച്ച പിടിച്ചാൽ പിടിയെത്താത്ത നെല്ലീടെ പടീട്ട്ണ്ട് നമ്മടെ കെണറ്റില്! വെള്ളത്തിന് അകോം പൊറോം തണുപ്പിക്കണ ശുദ്ധ്യാ. പൂവ്വാ തങ്കമണീ. മ്മ്ക്ക് നാട്ടില് പൂവ്വാന്നും പറഞ്ഞ് വാശിപിടിച്ചിട്ടല്ലേ ഞാൻ കൂട്ടിക്കൊണ്ടന്നത്? ന്ന്ട്ട് നിങ്ങളെന്തേ കാട്ടീത്?"

കാരണോമ്മാർക്ക് മിണ്ടാട്ടം മുട്ടി. തങ്കമണി വിങ്ങിക്കരഞ്ഞു. ഒന്നാളിക്കത്തിയിട്ട് റാന്തൽ കെട്ടുപോയി. തങ്കമണിയുടെ വയറ്റിൽ ഉണ്ണികൃഷ്ണന്റെ കുട്ടി അസ്വസ്ഥയോടെ പിടഞ്ഞു. അതിന്റെ മീതെ കൈയമർത്തി തങ്കമണി കിണറ്റുകരയിൽ നിന്ന് ഓടിപ്പോന്നു. പുറകിൽ കാരണവന്മാരുടെ ചിരി ഇളകിയാടി.

ഉണ്ണികൃഷ്ണന്റെ അമ്മ തെക്കേ അറയിൽ നിന്നിറങ്ങിവന്ന് നടുത്തളത്തിൽ കല്ല് പോലെ നിന്നു.

"എനിക്കൊരുവസ്സും മനസ്സിലാവണില്ല്യ."

തങ്കമണിയുടെ നിഴലിനുവേണ്ടി അവർ കണ്ണുകൂർപ്പിച്ചു. അവർക്കു ചുറ്റും തങ്കമണിയുടെ കിതപ്പുകൾ ഇളകി.

"തങ്കമണ്യേ നെണക്കിതെത്ര്യാമാസം?"

തങ്കമണി മറുപടി പറഞ്ഞില്ല. എളിയിൽനിന്ന് മുണ്ടല്പം താഴ്ത്തി ഉണ്ണികൃഷ്ണന്റെ സ്വപ്നത്തെ തലോടുമ്പോൾ അവൾക്ക് നെഞ്ചു വിലങ്ങി.

മറുപടി കിട്ടാഞ്ഞ് ഉണ്ണികൃഷ്ണന്റമ്മ ചുവരിലേക്ക് ചാരി.

പ്രശ്നം നോക്കിയ കണിയാൻ പറഞ്ഞത് ജലപ്പിശാചിനേം കാരണോമ്മാരേം അടക്കണംന്നാണ്.

"നാളെത്തന്നെ എന്താ ഇതിനു പ്രതിവിധീച്ചാല് ചെയ്യന്നെ!"

വല്യമ്മാവൻ ഉറപ്പിച്ചു പറഞ്ഞു.

"അതിന് ആളെ കൈയീക്കിട്ടീട്ട് വേണല്ലോ."

കൂട്ടത്തിലുള്ളവർ നടന്നുതളർന്നു.

"ആള് പിന്നെവിടെപ്പോവാനാ?"

വല്യമ്മാവന്റെ ഒച്ച പൊങ്ങി. ദേഷ്യവും സങ്കടവും വന്നു. "കാരണോമ്മാരെ അടക്ക്ന്നെ! അല്ലെങ്കിൽ അപകടണ്ട്! കെണറോ പൊഴ്യോന്ന് നിശ്ചല്യ. തരം കിട്ട്യാൽ വലിച്ചു താഴ്ത്തിക്കൊണ്ടോവും. കള്ള്യല്ല.

വല്യമ്മാവന്റെ നെഞ്ചിൽ ചുവന്ന കർക്കിടകപ്പുഴ ഇരച്ചൊഴുകി. തീരത്ത്, ബെലിക്കളഞ്ഞ് പോണ്ടിയൊഴുക്കുന്ന കാരണവന്മാര്.

തുളസിപ്പൂവിനും തെച്ചിപ്പൂവിനും നടുക്ക് തുളുമ്പെ എണ്ണയൊഴിച്ച് കത്തുന്ന ഒറ്റച്ചിരാതും പേറി വാഴപ്പോളിയുടെ ത്രികോണങ്ങൾ ഒഴുകിപ്പോകുന്നു...

ഇന്റെ കാരണവന്മാരേ...

ബോംബേന്ന് വന്ന അന്ന് എന്താണ്ടായത്? ഉണ്ണികൃഷ്ണൻ പൂജാമുറിയിൽനിന്ന് ശ്രീരാമവിഗ്രഹവും അധ്യാത്മരാമായണവും കിണറ്റുങ്കരയിലേക്കു കൊണ്ടുപോയി. ചകിരിയിട്ടുരച്ച് ചായമിളകിയ രാമവിഗ്രഹം നഗ്നമായി കിണറ്റുമതിൽ ചാരിനിന്നുണങ്ങി. കഴുകിക്കഴുകി അഴിഞ്ഞുപോയ അധ്യാത്മരാമായണത്തിന്റെ താളുകൾ കിണറ്റുകരയിലെ വെള്ളത്തിൽ ചിതറിക്കിടന്നു. വീടുമുഴുവനും വ്യസനത്തോടെ ഓടിയെത്തുമ്പോൾ ഉണ്ണികൃഷ്ണൻ ഉത്തരകാണ്ഡം കഴുകിത്തോർത്തുകയായിരുന്നു. കുറ്റം ചെയ്ത കുട്ടിയുടെ നിഷ്കളങ്കതയോടെ അവൻ അവരെ മാറി മാറി നോക്കി.

“കഴുകണ്ടേ? മുഴുവൻ അഴുക്കല്ലേ?”

അന്ന് ഉണ്ണികൃഷ്ണനെ ഒരു നല്ല സെക്യാട്രിസ്റ്റിനെ കാണിക്കണമെന്ന് ചന്ദ്രനും ശേഖരനും വാശിപിടിച്ചു. ബോംബേല് വെച്ച് തങ്കമണി ഒരു മലയാളി ഡോക്ടറെ കാണിച്ചിരുന്നതാണ്.

“സാഹചര്യങ്ങൾ ഒഴിവാക്കണം.”

ഡോക്ടർ പറഞ്ഞു. തങ്കമണി കുഴഞ്ഞു. എങ്ങനെയാണ് സാഹചര്യങ്ങളെ ഒഴിവാക്കുക? ഉണ്ണികൃഷ്ണന്റെ തിരിച്ചറിവുകളെ ഏതു വെള്ളം കൊണ്ടാണ് തേച്ചുകഴുകിക്കളയുക?

മാസശമ്പളം കിട്ടിയ നോട്ടുകൾ കഴുകി വെടുപ്പാക്കി ഉണങ്ങാൻ കാവലിരിക്കുമ്പോൾ ഉണ്ണികൃഷ്ണന്റെ മുഖത്ത് തിങ്ങിക്കൂടുന്ന അസ്വസ്ഥത തങ്കമണി സ്വന്തം നെഞ്ചിൽ അനുഭവിച്ചറിഞ്ഞിട്ടുള്ളതാണ്. തങ്കമണിയെ ഉമ്മ വെക്കാൻ തുടങ്ങുമ്പോൾ വാ കഴുകാൻ വേണ്ടി കുളിമുറിയിലേക്കോടുന്ന ഉണ്ണികൃഷ്ണന്റെ ഭയപ്പാടും വ്യാകുലതയും തങ്കമണിക്ക് മാത്രമേ തിരിച്ചറിയാൻ കഴിയൂ. അമ്മയ്ക്ക് കത്തെഴുതുമ്പോൾ വാക്കുകൾ അഴുക്കാകുന്നെന്നു പരാതിപ്പെട്ട് മണിക്കൂറുകളോളം പേന കഴുകുന്നു, ഉണ്ണികൃഷ്ണൻ, തലോടാനെത്തുന്ന കാറ്റിൽ വെടിയൊച്ചയും ചൂരുമാണെന്നറിഞ്ഞ് കതകും ജനലും പഴുതുമടയ്ക്കുന്നു, ഉണ്ണികൃഷ്ണൻ. എങ്ങനെയാണ് തങ്കമണി സാഹചര്യങ്ങളെ ഒഴിവാക്കുക?

കൂടെയുള്ളവരെ അമ്പരപ്പിച്ചുകൊണ്ട് വല്യമ്മാവൻ പെട്ടെന്നു നിന്ന് ഉറക്കെ വിളിച്ചു. “ഉണ്ണികൃഷ്ണാ...” പുഴയ്ക്കക്കരെനിന്ന് മാറ്റൊലികൾ മടങ്ങിവന്നു. ഉണ്ണികൃഷ്ണനെ ദൂരെ കണ്ടിട്ടെന്നപോലെ വല്യമ്മാവൻ

പിന്നെയും ഉറക്കെയുറക്കെ വിളിച്ചു. വേഗം വേഗം നടന്നു. നടത്തം ധൃതിയിലുള്ള ഓട്ടമായി.

ഉണ്ണികൃഷ്ണന്റെ കാലടികളെ നനച്ചുകൊണ്ട് മണൽക്കുഴിയിൽ വെള്ളമുയർന്നു. അടക്കാനാവാത്ത ആഹ്ലാദത്തോടെ അയാൾ വെള്ളത്തിൽ ചവുട്ടിക്കളിച്ചു! കൈകൊണ്ട് തല്ലിത്തെറിപ്പിച്ചു. വെള്ളമൂറുന്ന മണൽവാരി മുകളിലേക്കെറിഞ്ഞു. കാത്തുനിന്ന കള്ളപ്പൈക്കൾക്കും കറുകത്തലപ്പിനും വെള്ളം കൊടുത്തു. പുഴയുടെ മുല ചുരന്നു. അമൃതിന്റെ ഉറവ പൊട്ടി! ഉണ്ണികൃഷ്ണന്റെ കാൽമുട്ടോളം വെള്ളം കയറി. മണൽക്കുഴിയുടെ വക്കുകൾ ഇടിഞ്ഞു! വിസ്താരം കൂടി. പുഴയ്ക്കടിയിലൂടെ മൗനമായി ഒഴുകിയ നീരുറവുകളെല്ലാം ഉണ്ണികൃഷ്ണന്റെ കാലടികളിലേക്കൊഴുകി. അരയോളം വെള്ളത്തിൽ അവൻ തുള്ളിക്കളിച്ചു. കാലടികളിലെ മണൽ ഇടിഞ്ഞുതാണു. നെഞ്ചോളം വെള്ളത്തിൽ ഉണ്ണികൃഷ്ണൻ തുടിച്ചുകുളിച്ചു.

ഉണ്ണികൃഷ്ണാ... ദൂരെനിന്ന് ആളും വെളിച്ചവും വരുന്നു. നിലാവത്തിളകി വരുന്നു. ഉണ്ണികൃഷ്ണനു പേടിയായി. ഉറവുകളവർ പിടിച്ചെടുക്കും. കാരുണ്യം വറ്റിച്ചുകളയും.

"ഇങ്ങട് വരണ്ടാ..." ഉണ്ണികൃഷ്ണൻ ഉറക്കെ വിളിച്ചു പറഞ്ഞു. കൈ നീട്ടി അവൻ വെള്ളത്തെ ആലിംഗനം ചെയ്തു. മണൽക്കുഴിയുടെ വക്കും കരയും പിന്നെയുമിടിഞ്ഞു. സ്നേഹദായിനിയായ പുഴയുടെ കാരുണ്യങ്ങൾ ഉണ്ണികൃഷ്ണന്റെ കാലടികളിലേക്കൊഴുകിയെത്തി. കഴുത്തോളം വെള്ളം കയറി.

"മോനേ... ഉണ്ണികൃഷ്ണാ..." ആരോ നിലവിളിക്കുന്നു. അമ്മയോ തങ്കമണിയോ? ആളുകൾ വിളിച്ചുകൂവുന്നു. ഓടിയടുക്കുന്നു. ചൂട്ടും വെട്ടവുമുണ്ട്. ഇല്ല. ഈ വെള്ളം കെടുത്താൻ സമ്മതിക്കില്ല. ഉണ്ണികൃഷ്ണൻ ഇരുകൈയും വിടർത്തി വെള്ളത്തെ മാറോടമർത്തി!

വല്ലാത്ത ഒരു കാറ്റ് വീശി. ഇളനീർപോലെ, മുലപ്പാൽപോലെ അവൻ ഒരു കവിൾ വെള്ളം കുടിച്ചു. രണ്ടാമതും മൂന്നാമതും, പിന്നെയും... പിന്നെയും...

ആളും വെളിച്ചവും ഓടിയടുത്തപ്പോൾ ഒന്നും കണ്ടില്ല. പുഴയിൽ ഒരിടത്ത്, പകൽ ഏതോ കുട്ടികൾ മാന്തിക്കുഴിച്ച കുഴിയിൽ അനക്കമില്ലാതെ കിടക്കുന്ന വെള്ളത്തിൽ നിലാവ് വീണുകിടന്നു ചിരിക്കുന്നു.

■

തായ്കുലം

മുറംപോലെ വിരിഞ്ഞ നഖങ്ങൾ കൂർപ്പിക്കണം. പൂപോലെ നനുത്ത കണ്ണുകൾ മാന്തിപ്പൊളിക്കണം. വെണ്ണപോലെ കൊഴുത്ത കവിളുകൾ കുത്തിക്കീറണം. ശൂർപ്പണഖയുടെ കണ്ണുകളിൽ ഇടിവാൾ മിന്നി. നഖങ്ങളിൽ മിന്നലും തീയും പാറി.

അങ്കം പൊറപ്പെട്ടായി!

കൊടുംപക പൂണ്ട പെണ്ണുങ്ങളും വെളിപാട് കൊണ്ട കുഞ്ഞുങ്ങളും അവളവളില്ലം കടന്ന് പോർക്കളം ചവിട്ടണതും അരികളെ വെട്ടിയറഞ്ഞ് ചെതറിക്കണതും ഇന്നാണ്! അറിയും നെറിയും കെട്ട് ഒടപ്പെറപ്പിനെ ചൂണ്ടിക്കൊടുത്ത് മാറ്റലർ നടുവേ പതിയിരുന്ന് തായ്മണ്ണിന്റെ ഈറ്റ് നോവിലേക്ക് അമ്പെയ്യിക്കണ കള്ളന് തായമാർകളാലെ ചാവും ഇന്നാണ്!

കൽക്കത്തിയുടെ വക്കുകൾപോലെ നഖങ്ങളുടെ വായ്ത്തല തിളങ്ങി. നഖങ്ങളുടെ ചാരം കാറ്റിൽപ്പറന്ന് ചുഴലിയായി.

രാവണപ്പെർമാളക്ക് അടവില് തോല്മയില്ല. അവന്റെ മല്ലും ചന്തിരവാളും ആരാലും തട്ത്തുകൂടാ. കടൽമൊരശുനാദം പോലവനലറുമ്പോ കാനകം കുലങ്ങ്ന്നൂ. വാളരശനായ അവൻ ചിനത്ത് വരുമ്പോ വടമലയും നട്ങ്ങുന്നു. അവന്റെ വില്ലെശേം പോർവിളീം കേട്ട് വളർന്ന തങ്കയ്ക്കും കണ്ടകൻകുലത്തെയറ്ക്കണതിൽ തോല്മയില്ല. ഇരുട്ട് വഴീല് പത്തീം വിടർത്തി ചീറ്റി നിക്കാണ് അവള്ടെ പക!

ശൂർപ്പണഖ പല്ല് ഞെരിച്ചു. അടങ്ങാത്ത കോപത്തോടെ നഖങ്ങൾ പാറക്കുട്ടുകളിലുരച്ച് കിതച്ചു.

മെയ്യെളകുമ്പോളിനിക്ക് എടോം വലോം നോവ് പാള്ണൂ. മൊലകള് നൊന്ത് വിങ്ങ്ണൂ. മൊലകള്?!

ശൂർപ്പണഖ നടുങ്ങി. മാറത്തെ മൂടിക്കെട്ടിയ മുറിവിലേക്ക് തുറിച്ചു നോക്കി. പച്ചമരുന്നിന്റെ അടരുകൾക്ക് താഴെ ശൂന്യമായ ഒരിടം! കൊയ്ത്തൊഴിഞ്ഞ പാടംപോലെ പരന്ന് ഫലശൂന്യമായ ഒരിടം! തെരുപ്പിടിച്ചിരുന്ന കാട്ടുപുൽത്തണ്ട് ശൂർപ്പണഖ വലിച്ചൊടിച്ചു. കാൽക്കീഴിലമർന്നു നിന്ന മുയൽക്കുഞ്ഞിനെ തട്ടിത്തെറിപ്പിച്ചു.

അവര് ഇന്റെ മൊലപ്പാലിന്റെ വേര്കളാ അറ്ത്തിട്ടത്! ഇന്റെ കുലത്തിന്റേം നിണത്തിന്റേം വേരുകള്! മയൻ കൊത്ത്യ കരിങ്കാളീടെ തിറത്തോടെ ഇര്ണ്ട്ട്ടും കറ്ത്ത്ട്ടും തെകഞ്ഞ മൊലകളാര്ന്നു ഇനിക്ക്. മൂന്നും നാലും തലമൊറയ്ക്കാ ഏൻ പാലൂട്ട്യത്! എന്ന്ട്ട് മനക്കാതൽകൊണ്ട് മൊലകള് പൂത്തുലഞ്ഞ് മുന്നില് ചെന്നപ്പോ ചതീലവര് വാളൂരി! ആരും ഇന്നോളം ഇത്തരം കരുമം ചെയ്തിട്ടില്ല്യ. ഇന്റെ കാനകത്തില് ഒരാണും ഒരു പെണ്ണിനോടും ഈ കൊട്മകാട്ടീട്ടില്ല്യ. പെണ്ണ് കാമംകൊണ്ടുലർന്ന് വരുമ്പോ ആവതില്ലെങ്കില് ഒടപ്പെറന്നോൾക്ക് ചേർന്ന വാക്കുപറഞ്ഞ്, വേറൊരിടം ചൂണ്ടി വിടും. തായ്മേനി തരിശാക്കാൻ രാവണപ്പെര്മാള് വാളെട്ത്ത്ട്ടില്ല്യാ. പെണ്ണിന്റെ വടിവും കോലോംകെട്ത്തി ഇന്റെ കുലത്തിലാരും വീരനായിട്ടില്ല്യ.

ശൂർപ്പണഖ കരിമ്പാറക്കെട്ടുകളിൽനിന്ന് മുഖമുയർത്തി. കറുത്തുമിന്നുന്ന കവിളിലൂടെ ഒലിച്ചിറങ്ങുന്ന കണ്ണീർ പുറംകൈകൊണ്ടു തുടച്ചു. എന്നിട്ട് തല പിന്നാക്കം വെട്ടിച്ച് നെഞ്ചുവിരിച്ച് അരമണിയും കാൽതളയും കിലുക്കി ആയുധപ്പുരയിലേക്ക് ഇളകിനടന്നു.

കണ്ണില് കനല് പൊളയ്ക്കണ പത്തായിരം പെണ്ണുങ്ങള്ക്ക് കൽക്കോടാലീം ഏർക്കുന്തോം തെണ്ടകവനത്തിലെ ഇന്റെ കരുവാലേല് കാത്ത് വെച്ചിട്ട്ണ്ട്. അവര്ക്ക് ഉറുതീം ഊറ്റോം കൊട്പ്പാൻ മാവലയായ അയോമുകിമുണ്ട്. കാർകാലങ്ങളിൽ മയില് പോലെ കാനകത്തിലാടിനിക്കണ അയോമുകി. കാരെള്ളിന്റെ കറ്പ്പും മിന്പ്പും ചേർന്ന ഒടല്! ഓടലെണ്ണ മിന്നണ മുടിക്കാടും തുള്ളിച്ച് എപ്പളും പെടയണ മീൻകണ്ണ് വെട്ടിച്ച് പൂങ്കൊണ്ടൽ നെറോള്ള അരക്കെട്ടെളക്കി അവള് വരുമ്പോ രാവണപ്പെര്മാള്ക്കും അടിതെറ്റണു. കാളിയെപോലെ തിറം! മൂന്നും നാലും തലമൊറകള്ക്ക് പാലൂട്ടാൻ പോന്ന കനമൊലകള്! അവര് അവളേം അടിയ്ക്ക്യല്ല ചെയ്തത്. അമ്പെയ്ത് മുറിയ്ക്ക്യേം അല്ല. കൈയും കാലും ഒടിച്ച് കാട്ടിലെറിയ്യേ കണ്ണ് കുത്തിയെടുത്ത് ഓടിയ്ക്ക്യേ അല്ല. മൊലപ്പാലിന്റെ വേര്കളറുത്തു. മാറിലും മുകറിലും നിന്ന് ഉതിരം ചീറ്റിച്ച് അവള് വന്ന്വീണത് ചൂർപ്പണേടെ കാൽക്കലാ. എക്കും പൊക്കും മൊറയിട്ട് നെലത്ത് കെടന്നുരുണ്ട് അവള് നെലയില്ലാതഴുതു. മണ്ണീന്ന് അവളെ വലിച്ചുപൊക്കി മൊകത്തോട് മൊകം നോക്കിനിന്നപ്പോ കുലത്തിന്റെ മാനം മുഴ്വോനോ ചെതറിവീണത്!

രണ്ട്പേര്! ഒടലും പെണ്ണത്തോം കെട്ത്തപ്പെട്ട രണ്ട് പെണ്ണ്ങ്ങള്! തായാര്ടെ കോപം തെളച്ച് പൊങ്ങി. പിന്നെ തീക്കുണ്ടങ്ങള് എരിഞ്ഞാർക്ക്വായി. പെരുമ്പറേം പെരുങ്കൊഴലും വാവിട്ടലവായി. ചോരക്കറ തീണ്ട്യ വാളും ഊരിപ്പിടിച്ച ചെലമ്പും എളക്കി രണ്ട് പേരേം തീക്കുണ്ടങ്ങൾക്ക് നട്വില് മൊകാമൊകം നിർത്ത്വായി!

മൺകൊടങ്ങളില് മരനീര് പതഞ്ഞ് പൊങ്ങി. കുലമക്കള് എഴഞ്ഞ ചോടുവെച്ചാടിത്തൊടങ്ങി. കുലക്കളീല് ചോദ്യങ്ങളും വിചാരങ്ങളും പൊങ്ങിത്തൊടങ്ങി.

ആരാണ്ടാ തെണ്ടകവനത്തില് ആയുധംകൊണ്ട് നടപ്പോര്?

കുരുത്തോലപ്പാവാട തുള്ളി. അരയിലും മാറിലും അലറി പൂത്ത് മറിഞ്ഞു.

പോരില്യാത്ത പകേല്യാത്ത നമ്മടെ തെണ്ടകവനത്തില് ആരാണ്ടാ മേലാസകലം കരുവ് കെട്ടിവെച്ച് നടക്ക്ണൂ? മണ്ണ് മരത്തോടും മരം ഉരുവോടും ഉരു മനിതനോടും ഇതമായി ഇനിപ്പമായി വാഴണ തെണ്ടകവനത്തില് ആയുധം കില്ക്കണ മാറ്റാര് എവടന്ന്ള്ളോര്?

പെരുമ്പറയ്ക്ക് കലിയിളകി. കൊമ്പുകൊഴലുകൾക്ക് ഭ്രാന്തുപിടിച്ചു.

മരം തളിർക്കണത് കാമംകൊണ്ട്. കാട് പൂക്കണതും കടല് ഉർകണതും കാമംകൊണ്ട്. പെണ്ണിന്റെ കാമത്തില് തെറ്റുകുറ്റം ചാർത്തിയാല് കായിനിയായ മണ്ണിനാ വിന! അകം പെര്ത്ത് തിരുത്തം കെട്ട് ഒക്കയ്ക്കും കെടുതി! നമ്മ്ടെ കാനകത്തില് ഇത് ചിതമല്ല. മാറ്റാർടെ മനത് വേറെ. നമ്മ്ടെ മനത് വേറെ. അന്ന് പെരുമ്പറ കൊട്ട്യത് തായാര്! പെരുങ്കൊഴലൂത്യതും തായാര്! അവതിയില്ലാത്ത അനിയായം ചെറ്ക്കാൻ കൊട്ടിക്കേറിയ കുലത്താളത്തില് പെരുമ്പറയ്ക്ക് തീപിടിപ്പിച്ചതും കൊമ്പ് കൊഴല്കളിൽ കൊടുങ്കാറ്റ് വെതച്ചതും തായാര്! മരനീര് മോന്തി ഉള്ളം കലങ്ങിയ കുലമക്കള് തായാർക്കൊപ്പം അറഞ്ഞാടി...

ശൂർപ്പണഖ പല്ലുഞെരിച്ചു. ആയുധപ്പുരയുടെ കല്ലുവാതിൽ തള്ളിത്തുറന്ന് വിഷം തേച്ച ഒരേർക്കുന്തം വലിച്ചെടുത്തു. കരുവിന്റെ മൂർച്ചയിലൂടെ ചൂണ്ടുവിരലോടിച്ച് ആലോചനയിൽ മുഴുകിനിന്നു.

ചെമ്പോണ്ടും ഇരുമ്പോണ്ടും തീർത്ത ഒരുപാട് കര്വ്കളുണ്ട് ഏന്റെ കൂട്ടര്ടെ കരുവാലകളില്. വാള്കളും വേല്കളും കുന്തങ്ങളും കോടാലികളും അവതിയില്ലാതെ. എന്നാല് അമ്പ്കള്! രാവണപ്പെർമാള്ക്ക് അതിന്റെ ഊറ്റം ഏറെ പിടികിട്ടീട്ട്ല്യ. തെണ്ടകവനത്തില് ചൊരിപെയ്ത് അമ്പ്കള്! കര്വും പൊക്കിപ്പിടിച്ച് അലറിവന്ന കരന്റേം പോരാളിമാർകടേം മാറ് തൊളച്ച് മറുപൊറം പാഞ്ഞവൻലരമായി! കണ്ണടച്ച് തൊറക്കുമ്പളയ്ക്കും കടതലകള് വേറിട്ടും മാറും മൊകറും തൊളഞ്ഞും കുട്ടിമലപോലെ മറിഞ്ഞ് വീഴണ വീരമ്മാര്! തൂവലം പോലെ കനം കൊറഞ്ഞിര്ന്നിട്ടും പാറ തൊളച്ച് പായണ അത്തരം അമ്പ്കള് ഇന്റെ കൈയിലില്യ.

മൂക്കിന്റെ സ്ഥാനത്തുള്ള ഭയങ്കരങ്ങളായ ദ്വാരങ്ങൾ പതുക്കെ വിറയ്ക്കാൻ തുടങ്ങിയപ്പോൾ ശൂർപ്പണഖ കാടിന്റെ ഗന്ധം പിടിച്ചെടുക്കാൻ വേണ്ടി ഒരു നിമിഷം അനങ്ങാതെ നിന്നു. പെട്ടെന്ന് ഒന്നുലഞ്ഞ് കൂടുതൽ ഏകാഗ്രതയോടെ അവൾ ഗന്ധം പിടിച്ചെടുക്കാൻ തുടങ്ങി. ചെമ്പകപ്പൂവിന്റെ ഗന്ധം! നേർത്തതെങ്കിലും എപ്പോഴും തിരിച്ചറിയാവുന്നത്. ഗന്ധങ്ങളുടെ പ്രകൃതിയിൽനിന്ന് താൻ തീർത്തും അന്യയാക്കപ്പെട്ടിട്ടില്ല എന്ന തിരിച്ചറിവ് അവളുടെ ഹൃദയത്തെ വിറകൊള്ളിച്ചു. ആഴമേറിയ ഒരു വിഷാദം അവളെ തളർത്തുകയും ചെയ്തു. മുടിഞ്ഞ കെന്തങ്ങളേ

മാറിപ്പോ! ശൂർപ്പണഖ കൈവീശി ഗന്ധങ്ങളെ ആട്ടിയോടിക്കാൻ ശ്രമിച്ചു. ചെമ്പകം പൂത്ത മണം ഒഴുകിയെത്തുന്നത് ഗോദാവരിയുടെ തീരത്തുനിന്നാണ്. ശൂർപ്പണഖയ്ക്കറിയാം. അവളുടെ പെണ്മയെ ആകെ പിടിച്ചുലച്ചുകൊണ്ട് ഇടയ്ക്കിടെ ഉന്മത്തമായി അതൊഴുകിയെത്താറുണ്ട്. അപ്പോഴൊക്കെ മെയ്യിലിട്ട ആഭരണങ്ങൾ മുഴുവൻ കിലുക്കിയും വർണാഭമായ പാവാടഞൊറികൾ കാറ്റിൽ പറപ്പിച്ചും ഗോദാവരിയുടെ തീരത്തുകൂടെ ഓടിയോടിയോടി അവളവിടെ എത്തിയിട്ടുണ്ട്. എല്ലാക്കാലത്തും ചെമ്പകം പൂക്കുന്ന പഞ്ചവടിയിൽ.

ചെമ്പകപ്പൂങ്കാറ്റ് മുഴ്വോനും ഊറ്റിക്കുടിക്കാൻ. വണ്ടമലരും പുഞ്ചായയലില് ചെമ്പകപ്പൂമാല കോർത്തുകെട്ടാൻ. മാറിലും അരേലും ചെമ്പകപ്പൂവളയങ്ങള് കെട്ടിത്തൂക്കാൻ. എന്നിട്ട് നെലത്തുവിരിച്ച ചെമ്പകപ്പൂമെത്തേല് കെടന്നുർളാൻ!

അവിടെ നീർക്കടമ്പോള്ടെ കൊമ്പത്ത് കാട്ടുവള്ളികള് പെണഞ്ഞിട്ട് ഇനിക്കൊരായിരം ഊഞ്ഞാലുകള്ണ്ട്. നൊരഞ്ഞ് കവിയണ തേനും മോന്തി ഒരുഞ്ഞാലീന്ന് വേറൊന്നല്ക്ക് എളകിയെളകി ആടുമ്പോ ഇന്റെ കൂടെ പീലി വിരിച്ചാടണ ഒരായിരം മയില്കളുണ്ട്. എപ്പഴൊക്കെ ഞാനിവിടെ വന്ന്ട്ട്ണ്ടോ അപ്പളൊക്കെ മനക്കാതൽ കൊണ്ട് ഇന്റെ നെഞ്ചം കുതികുതിച്ചിട്ട്ണ്ട്. നൊരയ്ക്കണ മരനീര് പോലെ ഏൻ കാതൽ വിറപൂണ്ടിട്ട്ണ്ട്. മയലാൽ മുമ്പൊന്നും കൊതിക്കാത്തോനേം പിന്നൊരിക്കലും കൊതിക്കാത്തോനേം ഇവിടെവെച്ച് ഞാൻ കൊതിച്ചിട്ട്ണ്ട്. ഇവിട്ത്തെ ഓരോ മരോം വള്ളീം ചെടീം മാനും മയിലും ഇന്റെ ചുട്ട വീർപ്പില് തളർന്ന് കൊഴഞ്ഞിട്ടുണ്ട്.

ഇന്റെ വെശർപ്പിന്റെ ചൂര് ഈ പഞ്ചവടീല് വിങ്ങി മുറ്റിനില്ക്ക്ണ്. ഇന്റെ നനവ്കള് വീണ് പഞ്ചവടീലെ മണ്ണിന് കുളിര് കോരീട്ട്ണ്ട്. ചെന്താമരപ്പൂക്കള്ടെ മണംകൊണ്ട് ഇന്നെ മുവരണ ഗോതാപുരി ഇന്റെ കണ്ണാട്യാണ്. ഇനിയ്ക്കുള്ള മഴമുകിലഴകും കളികളും ഗോതാപുരീല് ആയിരം വട്ടം അലിഞ്ഞലിഞ്ഞ് ചേർന്നട്ട്ണ്ട്. ഇന്റെ മയങ്ങണ കണ്ണും ചന്തം മുറ്റ്യ വയറും നെറഞ്ഞ്തിങ്ങ്യ മാറും ഒരായിരം വട്ടം ഈ കണ്ണാടീല് കണ്ട് ഏൻ മതിമറന്നു നിന്ന്ട്ട്ണ്ട്. ഇത് ഇന്റെ കാതൽ വനമാണ്! ഞാൻ എവിട്യായിർന്നാലും ഇതിന്റെ കെന്തം എന്നെ എളക്കും. ഇവടുത്തെ ഓരോ മരോം ഇന്റെ കാതലനാ! ഇനിക്ക് വേണ്ടീട്ട് മാത്രാ അവൻ പൂത്ത് മറിയണത്. നിലാവ്ള്ള ഒരായിരം രാത്രീല് ഏനീ കാടിനോട് എണകൂടീട്ട്ണ്ട്.

ശൂർപ്പണഖയുടെ കണ്ണുകളിൽ ഇരുണ്ട നിലാവിഴഞ്ഞു. വേദന സഹിക്കവയ്യാതെ അലറിവിളിച്ചുകൊണ്ട് പഞ്ചവടിയിൽനിന്ന് ഓടിപ്പോയ ചോരപ്പാടുകളുടെ വഴിയോർത്ത് ഇപ്പോഴും അവൾ നടുങ്ങി. കൈകളറിയാതെ മാറത്തേക്കുയർന്നു. പഞ്ചവടിയിൽനിന്ന് അന്യയാക്കപ്പെട്ടതോടെ ചെമ്പകപ്പൂക്കളുടെ ഗന്ധം തന്നെ മദിപ്പിക്കാതായിരിക്കുന്നു എന്നവളോർത്തു. വാക്കുകളില്ലാത്ത സങ്കടംകൊണ്ട് അതവളുടെ ഹൃദയത്തെ

കീഴടക്കിയെങ്കിലും പതുക്കെ അമർന്നുകിടന്നിരുന്ന ക്രോധങ്ങൾക്ക് തീ കൊളുത്തി. പെട്ടെന്ന് വിഷം തേച്ച ഏർക്കുന്തവും വലിച്ചുയർത്തി ശൂർപ്പണഖ ഗോദാവരിയുടെ തീരം നോക്കി പാഞ്ഞു. ചെമ്പിലും പൊന്നിലും വെള്ളിയിലും തീർത്ത ഭാരമേറിയ ആഭരണങ്ങൾ കൂട്ടിത്തല്ലി. കാട് നടുങ്ങി. പേടിച്ചരണ്ടുപോയ മൃഗങ്ങളും പക്ഷികളും കരഞ്ഞും ചിലച്ചും പരക്കം പാഞ്ഞു. ഏറെ വിരഹത്തിനുശേഷം ഓടിയെത്തുന്ന അവളെ മാറിലമർത്താൻ കൈവിടർത്തി നിന്ന പഞ്ചവടിയുടെ ഗന്ധങ്ങൾ അവളുടെ ക്രോധത്തിന്റെ എരിതീയിൽ എണ്ണയായിപ്പടർന്നു. കാട്ടുവള്ളികളിൽ പകർന്നാടിയാടി ശൂർപ്പണഖ പഞ്ചവടിയുടെ മാറിൽ വന്നുവീണു. ഇടതൂർന്ന മരങ്ങൾക്കിടയിലൂടെ ആളൊഴിഞ്ഞ് മൂകമായ പർണശാല കണ്ട് അവൾ പല്ലു ഞെരിച്ചു.

അവിടെ ഒരു കാടായിര്ന്നു. പൊന്നുംപിറപോലെ അഴുക് തുള്മ്പണ ഇന്റെ ചെൽവൻ തവം ചെയ്തിര്ന്ന കരിന്താളിക്കാട്. അവര് വന്ന് കാട് വെട്ടി അരിഞ്ഞെറിഞ്ഞു. ഇന്റെ ചെൽവനേം കുലചെയ്തു. അവൻ അടിപണിത് തവം ചെയ്ത ചിവനേം തട്ടിയെറിഞ്ഞു. എന്നിട്ട് അതിന്റെ മീത്യാ അവര്ടെ എലച്ചാല പടുത്തത്.

സകല ശക്തിയുമെടുത്ത് ശൂർപ്പണഖ ഏർക്കുന്തം പർണശാലയുടെ നേർക്ക് വലിച്ചെറിഞ്ഞു. ദർഭപ്പുല്ലുകളും ഞാങ്ങണ ഇലകളും തകർത്തെറിഞ്ഞുകൊണ്ട് അത് പർണശാലയുടെ മൺചുവരിൽ വാകയില കൊണ്ട് വരഞ്ഞ സ്വസ്തികാ ചിഹ്നത്തിൻ നടുവിൽ തറഞ്ഞിരുന്ന് വിറച്ചു!

അവനിന്റെ കുലത്തിന്റെ വേരറ്ത്തു. ഇന്റെ നെറത്തേം എനത്തേം അവമാനിച്ചു. ഇന്റെ മെയ്യും മൊഴീം തകർത്തു. അവനെത്തേറിയ വാലിയെ മരം മറഞ്ഞുനിന്ന്ട്ട് അമ്പെയ്ത് കുലചെയ്ത കൈയാലെ രാവണപ്പെര്മാള്ക്കും തോല്മയുണ്ടെന്ന് കേക്കുന്നു. ഇലങ്കവാഴാൻ കൊതിപൂണ്ട് ചോര മറന്ന് കൂറ് മാറ്യ ഒടപ്പെറപ്പ് രാവണപ്പെര്മാള്ക്ക് കാലപ്പിഴ വര്ത്തുന്നു. തായാര്ടെ കണ്ണീരും നൊന്ത മനവും മാത്രം ചമര്ക്കളത്തില് പെര്മാളുക്ക് തൊണ!

മുളം കുടത്തിൽനിന്ന് തേനും മരനീരും ഊറ്റിക്കുടിച്ച് ശൂർപ്പണഖയുടെ കണ്ണുകൾ കലങ്ങി. പഞ്ചവടിയിലെ മരങ്ങൾക്കിടയിലൂടെ ലക്ഷ്യമില്ലാതെ അവൾ ആടിയാടി നടന്നു, ഗോദാവരിയുടെ കണ്ണാടിയിൽ മുഖം നോക്കാൻ ഭയന്ന് നദീതീരം വിട്ടൊഴിഞ്ഞ് നടന്നു. ഇടയ്ക്കൊരൂഞ്ഞാലിൽ ചാഞ്ഞിരുന്ന് കഴയ്ക്കുന്ന നെഞ്ചോടെ നദിയുടെ താരാട്ടിന് കാതോർക്കുമ്പോൾ ശൂർപ്പണഖയുടെ വലിയ കണ്ണുകൾ നിറഞ്ഞുവന്നു.

തായ്മടി മീതെ മകള്പോലെ ഈ ഗോതാപുരീട തടത്തില് ഏനൊറങ്ങീര്ന്നു. ഇപ്പൊ ഉള്ളം കലങ്ങി വഴിവിട്ട് മാറി അലയാണ്. എന്നാലും ഇന്റെ മാററുത്ത് ഒഴുക്യ ചോരകൊണ്ട് ഗോതാപുരി ചോന്ന് കലങ്ങിമറിയണത് ഞാൻ തിരിച്ചറിയ്ണൂ...

നിലാവുദിച്ചിരുന്നു. രാത്രി ഭയങ്കരമായിരുന്നു. കാട് അതിന്റെ മുക്കലും

മുളലുംകൊണ്ട് രാത്രിയെ അശാന്തമാക്കാൻ തുടങ്ങി. ആയുധപ്പുരയുടെ മുറ്റത്ത് അയോമുഖി ശൂർപ്പണഖയെ തെരഞ്ഞു.

കരുവാല തൊറന്ന് കെടക്ക്ണൂ. കരുവ്കളു ചെതറി നാനാതീനമായിരിക്ക്ണൂ. വിഴം കാച്ചിയെടുത്ത് കരുവ്കളിൽ തേച്ച് കാത്തുനിക്കാമെന്ന് പറഞ്ഞ്ട്ട് ചൂർപ്പണ പോയത് എവിട്യായിരിക്കും? അല്ലെങ്കില്, ഇനിയവള് കാത്ത് നിക്കണതും എന്തിന്? തോല്വിയുടെ കയ്പൊഴുകുന്ന കണ്ണുകൾ ഇരുട്ടിലേക്ക് പായിച്ച് അയോമുഖി കരിമ്പാറക്കെട്ടുകളിലിരുന്നു. രാവേറുന്തോറും അവളുടെ മനസ്സിനെ അസ്വസ്ഥമാക്കിക്കൊണ്ട് കുറുനരികൾ ഓരിയിടാനും രാപ്പുള്ളുകൾ ചിലയ്ക്കാനും തുടങ്ങി. ഏറെ നേരത്തിനു ശേഷം ദൂരെനിന്ന് നിഴലിലും നിലാവിലും മങ്ങിയും തെളിഞ്ഞും ശൂർപ്പണഖ ആടിയാടി വരുന്നതുകണ്ട് അയോമുഖി പാറക്കൂട്ടങ്ങളുടെ താഴേക്കോടിച്ചെന്നു. കുഴഞ്ഞുപോകുന്ന കാല്കളിൽ നിലയുറയ്ക്കാതെ ശൂർപ്പണഖ വീഴാൻ തുടങ്ങുകയായിരുന്നു. തന്നോടൊന്നും പറയേണ്ടെന്ന് അവൾ കൈയുയർത്തി അയോമുഖിയെ വിലക്കി. തന്റെ ബലിഷ്ഠമായ തോളുകളിൽ അയോമുഖി അവളെ താങ്ങി.

ആയുധപ്പുരയുടെ മുറ്റത്ത് ഇരുണ്ട നിലാവിലേക്ക് തുറിച്ചുനോക്കിക്കൊണ്ട് ഒന്നും മിണ്ടാതെ രണ്ടു പേരും കിടന്നു. അവർക്കുമീതെ കറുത്ത നിഴൽ വീശിക്കൊണ്ട് കാലങ്കോഴികൾ താണുപറന്നു. നിലാവ് ശൂർപ്പണഖയുടെ മുഖത്ത് തിളങ്ങുകയും ഇമപൂട്ടാത്ത കണ്ണുകൾ എരിഞ്ഞൊഴുകുന്നത് കാണുകയും ചെയ്തപ്പോൾ അയോമുഖി പതുക്കെ പറയാൻ തുടങ്ങി.

ഇലങ്ക മുടിഞ്ഞു! ചൂരിയൻകെട്ടു!

ചർമക്കളത്തില് മാറ്റലർടെ മീതെ

കോടലിടിപോലെ വെട്ടിയ രാവണപ്പെർമാളും

അവന്റെ ചന്തിരവട്ടക്കുടേം

തെറിച്ച് പോയി...

ശൂർപ്പണഖ ഒന്നും മിണ്ടിയില്ല. അയോമുഖിയെ വിലക്കിയുമില്ല. നിലാവ് ചുവക്കുന്നതും രാവണപ്പെരുമാളുടെ ചെന്നിണം പതഞ്ഞുയരുന്നതും അറിഞ്ഞുകൊണ്ട് നിശ്ചലം കിടന്നു.

ഒർത്തീം വന്നില്യാ!

പത്തായിരം പേരില് ഒർത്തീം!

വിപീഴണനെ പേടിച്ചിറ്റ്!

ആയിരം ചൂരിയമ്മാർടെ വെട്ടോം വീരോമുള്ള പെർമാള്ടെ തെളച്ചൊഴ്കണ ചോരേല് ചവിട്ടിനിന്ന്ട്ടാ ആ മിന്നാമിന്നി ചന്തിരവട്ടക്കുട ചൂട്യത്!

കാറ്റിൽപ്പെട്ട ഇലപോലെ ശൂർപ്പണഖ വിറയ്ക്കാൻ തുടങ്ങി. തലോടി ആശ്വസിപ്പിക്കുന്ന അയോമുഖിയുടെ കൈകൾ അവൾ തട്ടിയെറിഞ്ഞു.

പിന്നെയും ഏറെനേരം രണ്ടാളും ഒന്നും മിണ്ടാതെ നിലാവിലേക്ക് തുറിച്ചുനോക്കിക്കിടന്നു. രാത്രിയും നിലാവും കടുത്തുകൊണ്ടിരുന്നു. വന്യ ജന്തുക്കൾ ബോധം കെട്ടുറങ്ങുന്ന രാത്രിയുടെ ഏറ്റവും നിശ്ശബ്ദമായ യാമമായി.

പെട്ടെന്ന് ശൂർപ്പണഖ ചോദിച്ചു.

"ചീത?"

രഹസ്യം പോലെ പതിഞ്ഞ ഒച്ചയിൽ അയോമുഖി പറഞ്ഞു. അവര വള്ടെ മൂക്കും മൊലേം അര്ഞ്ഞില്യാ.

രാവണപ്പെരുമാള്ടെ പൂങ്കാവനത്തില്

അഴ്തും പയന്നും നാള് കഴിച്ചേന്

കനലാഴി കൂട്ടി അതില്

ചാടാൻ പറഞ്ഞു!

പെട്ടെന്ന് ശൂർപ്പണഖ പൊട്ടിച്ചിരിച്ചു! കാട് ഞെട്ടിയുണർന്നു. പക്ഷി കളും മൃഗങ്ങളും കരയാൻ തുടങ്ങി. നാലതിരുകളും ആരോ കോട്ടിവലിച്ച പോലെ കാട് നടുങ്ങി. കൈകൾ പിന്നാക്കം കുത്തി, തല പുറകിലേ ക്കെറിഞ്ഞ്, തോളുകൾ കുലുക്കി ശൂർപ്പണഖ ഉച്ചത്തിലുച്ചത്തിൽ ചിരി ക്കാൻ തുടങ്ങി.

---

* ശൂർപ്പണഖ = ശൂർപ്പം (മുറം) പോലെ നഖങ്ങളുള്ളവൾ എന്ന് പേരിനർത്ഥം. അയോമുഖി = പ്രേമം അഭ്യർത്ഥിച്ചതിന് ലക്ഷ്മണൻ മൂക്കും മുലയുമരിഞ്ഞ് തള്ളിയ മറ്റൊരു രാക്ഷസി.

മുരശ് = പെരുമ്പറ. ചിനത്ത് = കോപിച്ച്. മയൽ = പ്രേമം, കര്വ് = ആയുധം. മാവലയായ= മഹാബലയായ. അകം = പാപം. തിരുത്തം = ശ്രീത്വം. തവം= തപസ്സ്. വിഴം=വിഷം.

പ്രണയം

ഒരുനാൾ അവനെന്നെ കാണാൻ വരുന്നത് ഒളിപ്പിച്ചുവെച്ച കത്തിയുമായിട്ടാണ്. ദേഹത്തെവിടെയോ തിരുകിവെച്ചിരുന്ന കത്തി വലിച്ചൂരി അവനെന്നെ കാണിച്ചു. എന്നെ കൊല്ലാനാണ് തന്റെ തീരുമാനമെന്ന് അവൻ എന്നോടു പറഞ്ഞു. കത്തി കണ്ട് ഭയപ്പെടുന്നതിനുവേണ്ടി അവനത് ഉറയിൽ നിന്നെടുത്ത് മേശപ്പുറത്തിട്ടു! സന്ദർശകമുറിയുടെ നീണ്ട മേശപ്പുറത്ത് അത് കിടന്നു തിളങ്ങി. അല്പം വളഞ്ഞ് മുനകൂർത്ത കത്തിയുടെ തുമ്പിൽ എന്റെ ഹൃദയം അടർന്നുകോർത്ത് കിടക്കുന്നത് ഞാൻ സങ്കല്പിച്ചു. മുഷിഞ്ഞുലഞ്ഞ വസ്ത്രങ്ങളും വെയിലേറ്റ് വാടിക്കരിഞ്ഞ ചുണ്ടും വിയർത്തൊഴുകുന്ന നെറ്റിയും കഴുത്തുമായി അവനെന്റെ മുന്നിൽ നിൽക്കുന്നു. എന്നോടുള്ള പ്രണയത്താൽ നിലതെറ്റുന്ന നിമിഷങ്ങളിൽ അവനിൽനിന്നു പുറപ്പെടാറുള്ള അതേ വന്യഗന്ധത്തോടെ. അവന്റെ കണ്ണുകൾ ചുവന്നു കലങ്ങിയിരുന്നു. ഏറെനേരം കരഞ്ഞ ഒരു പെൺകുട്ടിയെപ്പോലെ അവന്റെ മുഖവും കലങ്ങിമറിഞ്ഞിരുന്നു. വിയർപ്പും പുകയും മദ്യവും കൂടിക്കുഴഞ്ഞ അതിരൂക്ഷഗന്ധം വിശക്കുന്ന മൃഗത്തിന്റെ ഗന്ധംപോലെ സന്ദർശകമുറിയിൽ വിങ്ങി നിറഞ്ഞു. എപ്പോഴത്തേയുംപോലെ അതെന്നെ പ്രണയാതുരയാക്കിയെങ്കിലും സന്ദർശകമുറിയോ പരിസരമോ അവന്റെ കണ്ണിലും ബോധത്തിലും ഇല്ലായിരുന്നു. അവന്റെ കണ്ണുകൾ ആയുധത്തിന്റെ മുനപോലെ കൂർത്ത് എന്റെ കഴുത്തിനെത്തന്നെ ലക്ഷ്യം വെച്ചിരുന്നു.

പുരുഷസൗന്ദര്യത്തിന്റെ മൂർത്താകാരമായി എന്റെ മുന്നിൽ അഹന്തയോടെ നീണ്ടു നിവർന്നു നിൽക്കാറുള്ള പൂർവരൂപവുമായി അവനിപ്പോൾ യാതൊരു ബന്ധവുമില്ല. കൈയിൽ കൊല്ലാൻ കഴിയുന്ന ഒരായുധമുണ്ട് എന്നതൊഴിച്ചാൽ അവന്റെ രൂപം പരമദയനീയമാണ്. കരിഞ്ഞ ചുണ്ടുകളിലൂടെ ഒച്ചയില്ലാത്ത ഒരു കരച്ചിൽ ഒഴുകുന്നു. കണ്ണുകളുടെ ആഴത്തിൽ പ്രാണനെ പറിച്ചെടുക്കുംപോലൊരു വേദന പതിഞ്ഞു കിടക്കുന്നു. കണ്ണിമയ്ക്കാതെ അവനെത്തന്നെ നോക്കിക്കൊണ്ട് ഞാനവന്റെ മുന്നിൽ അനക്കമറ്റിരുന്നു.

എന്തിനാണെന്നെ കൊല്ലുന്നതെന്ന് അവൻ വിശദീകരിച്ചില്ല. അതിന്റെ ആവശ്യമുണ്ടെന്ന് എനിക്കും തോന്നിയില്ല. കൊല്ലാൻ, കറകളഞ്ഞെടുത്ത, യുക്തിഭദ്രമായ ഒരു കാരണം വേണമെന്നില്ല. പ്രണയംതന്നെ മതിയായ കാരണമാണ്. അസഹ്യമായ പ്രണയബോധത്തിൽ പരസ്പരം കൊല്ലാവുന്നതാണ്. അതല്ലെങ്കിൽ ഇണയുടെ വിട്ടുമാറാത്ത അസൂയയാലും അസഹിഷ്ണുതയാലും പുകഞ്ഞുനീറുമ്പോൾ. അതുമല്ലെങ്കിൽ പ്രണയഭദ്രമായ ഒരു നിമിഷത്തിനുശേഷം വെറുപ്പിന്റെ ഒരു ചുഴലി പൊങ്ങുമ്പോൾ.

പ്രണയത്തിന്റെ ഏറ്റവും ഇടുങ്ങിയ വഴികളിലൂടെ നടക്കുമ്പോൾ എന്റെ അയൽക്കാരനോ സുഹൃത്തോ വിദ്യാർത്ഥിയോ ആരാധകനോ ആരാണവന്റെ ഹൃദയത്തിൽ നടുക്കമുണ്ടാക്കിയത്? അവന്റെ അയൽക്കാരിയോ ആരാധികയോ എന്റെ കോപം ജ്വലിപ്പിക്കുന്നതുപോലെ? പ്രണയം വിഷം വമിക്കാറുമുണ്ട്. നാം ഏറെ പാടുപെട്ട് അതിനെ സുഗന്ധപൂരിതമാക്കാൻ ശ്രമിക്കുന്നു. ഞാനവന് എത്രയും പ്രിയപ്പെട്ട കാമുകി മാത്രമായിരുന്നില്ല. അവനുമാത്രം വിനിമയാവകാശമുള്ള ഒരു സ്വർണനാണയം കൂടിയായിരുന്നു. അവനിഷ്ടമുള്ളിടത്തോളം കീശയിലിട്ടു നടക്കാനും ആരും കാണാതെ കലവറയിൽവെച്ചു പൂട്ടാനും അവനുമാത്രം ചില്ലറയാക്കി മാറ്റി ചെലവിടാനും കഴിയുന്ന ഒരു പൊൻനാണയം! എന്നോടുള്ള അവന്റെ അഭിനിവേശം കലർപ്പറ്റതും ആസക്തി അസഹ്യവുമായിരുന്നു. അതെന്നെ ഭ്രാന്തുപിടിപ്പിക്കുകയും എപ്പോഴും എന്റെ കാൽക്കീഴിൽ നിന്ന് യുക്തിഭദ്രമായ ഭൂമിയെ ഇളക്കിമാറ്റുകയും ചെയ്തു.

പ്രണയത്തിന്റെ കുത്തിയൊഴുക്കിലൂടെ അവനെന്നെ വലിച്ചിഴച്ചു. പർവതങ്ങളിലും ആകാശങ്ങളിലും സമുദ്രങ്ങളിലും ഞാനൊഴുകിപ്പോയി. ദുഃസ്വപ്നം കാണുന്ന കുട്ടി അതിന്റെ അമ്മയെ എന്നോണമാണ് ഞാനവനെ ഇറുകെപ്പുണർന്നത്. കൈവിട്ടുപോകുന്ന കളിപ്പാട്ടത്തെയെന്നോണം എന്റെ നെഞ്ചിലും കൈകളിലും ഹൃദയത്തിന്റെ നിഗൂഢസ്ഥാനങ്ങളിലും അവനെ ലോകത്തിന്റെ കണ്ണിൽനിന്നൊളിപ്പിച്ചുവെക്കാൻ ഞാൻ ശ്രമിച്ചു. പകൽവെളിച്ചത്തിൽ എപ്പോഴും സംശയാകുലങ്ങളായ കണ്ണുകളുടെ വേദനയാൽ ഞങ്ങൾ പരസ്പരം വേട്ടയാടി. കണ്ണുകളുടെ പരിധി വിട്ടുപോകാൻ അനുവദിക്കാത്ത ക്രൂരമായ നായാട്ട്. അവന്റെ ലോകം എത്രകണ്ട് ചുരുക്കാമെന്നതായിരുന്നു എന്റെ ലക്ഷ്യം. നോട്ടത്തിന്റെ അതിരിനാൽ അവൻ വരച്ചിടുന്ന ലക്ഷ്മണരേഖ തകർക്കുക എനിക്കും ദുഷ്കരമായിരുന്നു. അതിൽ ഉലഞ്ഞുവീഴാതെ പിടിച്ചുനിൽക്കുക കൂടുതൽ വിഷമകരമായിരുന്നു. അതവൻ അതിരുകെട്ടി അവൻ കിളച്ചുമറിച്ച് അവൻതന്നെ വിളവെടുക്കുന്ന മണ്ണായിരുന്നു, ഞാൻ! അതിന്റെ നഷ്ടം അവനെക്കൊണ്ട് എല്ലാകാലത്തും ആയുധമെടുപ്പിച്ചു.

"നീയെന്റെ അതിരും വഴക്കുമാണ്."

ഞാനഭിമാനിക്കാൻ വേണ്ടി അവൻ പറഞ്ഞു. നിറഞ്ഞ പാത്രംപോലെ എന്നെ മുഴുവനായും താൻതന്നെ കുടിച്ചുതീർക്കുമെന്ന് അവൻ അവകാശപ്പെട്ടു. അവനാകട്ടെ കുടിച്ചുതീർക്കാൻ പറ്റാത്ത ഖരപദാർത്ഥമായിരുന്നു. ഈറകളുടെ ഇത്തരം ഇളകുന്ന നിലമാണ്, അവന് എന്നെ കൊല്ലാനുള്ള വേദിയായി മാറുന്നത്.

രണ്ടുദിവസം മുമ്പ് എന്നെ കൊല്ലേണ്ടതായിരുന്നു എന്നവൻ പറഞ്ഞു. അന്ന് പക്ഷേ, ഒരു കഠാര വാങ്ങിയിരുന്നില്ല. ഒരു കഠാരമുനയിൽ കുത്തിക്കോർത്ത് ഹൃദയം പുറത്തേക്ക് വലിച്ചിടുക, അതായിരുന്നു അവന്റെ ആശയം. ഇതെനിക്ക് വിചിത്രമായി തോന്നി. അവന് മറ്റെന്തെല്ലാം വഴികളിൽ എന്നെ കൊല്ലാം? ഉറങ്ങുമ്പോൾ ഞാനറിയാതെ കഴുത്തു ഞെരിക്കാം. തീവണ്ടിയിൽ സഞ്ചരിക്കുമ്പോൾ പ്രകൃതിദൃശ്യങ്ങൾ കാണാൻ വിളിച്ച് വേഗത്തിന്റെ വിഭ്രമങ്ങളിലേക്കെന്നെ തള്ളിയിടാം. അതുമല്ലെങ്കിൽ ഏതെങ്കിലും നല്ല വിഷം എന്റെ ചായക്കോപ്പയിൽ കലർത്താം. വെള്ളത്തിനോട് ഭൂതാവേശംപോലെ അനുരാഗമാർന്ന എന്നെ അവനൊരു കടൽക്കരയിലേക്ക് കൂട്ടിക്കൊണ്ടുപോകാം.

ലജ്ജകൊണ്ട് അവന്റെ മുഖം ചുവന്നു.

“അതൊന്നും ആണുങ്ങൾക്കു പറ്റിയ പണിയല്ല.”

അവൻ പിറുപിറുത്തു. കോപംകൊണ്ടും പ്രണയംകൊണ്ടും കണ്ണുകാണാതാകുന്ന നിമിഷങ്ങളിലൊന്നിൽ നിങ്ങളുടെ കൈയിൽ ദാ, ഇതുപോലൊരു ആയുധം- അവൻ കത്തിയെടുത്തുയർത്തി- ഉണ്ടാവുകയും അത് ഒരൊറ്റക്കുത്തിന് പിടിവരെ നിങ്ങളുടെ ഹൃദയത്തിലേക്കാഴ്ത്തുകയും ചെയ്യുക. കഴിയുമെങ്കിൽ സ്നേഹലാളനകളാൽ പൊതിഞ്ഞു സൂക്ഷിച്ച ഒരു ഹൃദയത്തെ അതിന്റെ മുനയിൽ കോർത്ത് വലിച്ചെടുക്കുക. അതാണ് വേണ്ടത്.

രണ്ടുദിവസം മുമ്പ് എന്നെ കൊല്ലാനുള്ള തീരുമാനം കത്തിയില്ലാത്തതുകൊണ്ടു മാത്രമല്ല നടപ്പിലാക്കപ്പെടാതെ പോയത്. എന്റെ മുഖത്ത് ആഞ്ഞടിച്ചുകൊണ്ടും അതിന്റെ മീതെ തെരുതെരെ ചുംബിച്ചുകൊണ്ടും അവൻ പറഞ്ഞു.

ഉച്ചയുടെ വിജനമായ കടൽതേടി ഞങ്ങൾ പോയിരുന്നു. തിളയ്ക്കുന്ന മണൽപ്പരപ്പിന്റെ വിഭവങ്ങൾ കൈമാറിയിരുന്നു. ആരും സ്വൈരം കെടുത്താനില്ലാത്ത, അന്യാധീനമാക്കപ്പെടാത്ത ഒരു കടൽ മുഴുവനും സ്വന്തമായിക്കിട്ടിയതോടെ ഞങ്ങൾ സന്തുഷ്ടരായി. ഒരു പ്രണയിയുടെ ലോകം തിളയ്ക്കുന്ന ഈ ഉച്ചപോലെയാണെന്നവൻ പറഞ്ഞു. അവന് അവന്റെ സ്വൈരം അത്രയേറെ പ്രധാനപ്പെട്ട ഒരു കാര്യമായിരുന്നു. കടപ്പുറത്ത് കമിഴ്ന്നു കിടന്നു കരയുന്ന ഓട്ടത്തോണികളോ ആകാശത്ത് വിശന്നലഞ്ഞ് പറക്കുന്ന പരുന്തുകളോ അവന്റെ സ്വൈരം ഭഞ്ജിക്കാഞ്ഞതിനാൽ മനസ്സൊഴിവാവോളം തോളിൽ ചാരി ഞങ്ങൾ മൗനമായിരുന്നു.

പതുക്കെപ്പതുക്കെ കൊല്ലാനുള്ള ദേഷ്യത്തിന്റെ പിരിമുറുക്കം അയഞ്ഞു പോവുകയും കാരണങ്ങളുടെ യുക്തി നഷ്ടപ്പെടുകയും ചെയ്തെന്ന് അവൻ പറയുന്നു. പിന്നെ കടൽക്കരയിൽ നിന്ന് മടങ്ങുമ്പോൾ- അപ്പോഴേക്കും കടൽ അന്യാധീനപ്പെട്ടു. ഇണകളും കുടുംബങ്ങളും കച്ചവടക്കാരും പോക്കറ്റടിക്കാരും വേശ്യകളും പാറാവുകാരും നായ്ക്കളും കൂടി അത് പങ്കിടുന്നു. നിരത്തുവക്കിലെ ഓറഞ്ചുവില്പനക്കാരനിൽനിന്ന് പഴുത്തു തുടുത്ത പഴങ്ങൾ വാങ്ങി തൊലിയടർത്തി ഒരു പക്ഷിത്തള്ളയെപ്പോലെ അവനെന്നെ തീറ്റി.

എന്നാൽ എല്ലാം വറ്റിവരണ്ട ഈ ലോകത്ത് തീവ്രമായ ഒരു പ്രണയാനുഭവംപോലും അവാസ്തവമാകുന്നു. ഞാൻ കണ്ണിൽനിന്നു മറഞ്ഞതോടെ മനസ്സിന്റെ ആഴത്തിലെവിടേയോ അമർത്തിവെച്ചിരുന്നതെല്ലാം കൂടി കടൽക്ഷോപംപോലെ ആർത്തലച്ചുയരാൻ തുടങ്ങിയെന്നവൻ പറയുന്നു. കടലിൽ നിന്നുവീശുന്ന കാറ്റ് മുടിയും വസ്ത്രത്തലപ്പുകളും മെല്ലെയുലയ്ക്കുമ്പോൾ അവനേകിയ സാന്ത്വനത്തിന്റെ തൊട്ടിലിൽ ആടിയാടിയാണ് ഞാൻ അവനെ വിട്ടുപൊയ്ക്കൊണ്ടിരുന്നത്. പ്രണയത്തിൽ രണ്ടാൾക്ക് രണ്ടനുഭവങ്ങൾ - പരസ്പരം വിരുദ്ധമായവ- സംഭവ്യമാകുന്നു. അശരണനും നിസ്സഹായനുമായി തെരുവിൽനിന്ന് തെരുവിലേക്ക് താൻ അലഞ്ഞു നടക്കുകയായിരുന്നു. അവൻ പറഞ്ഞു.

“ജീവിതം യുക്തിഹീനമായും ഞാനൊരു പടുവിഡ്ഢിയെപ്പോലെയും തോന്നിച്ചു.” വിശക്കുന്ന കാട്ടുമൃഗത്തെപ്പോലെ അമറിക്കൊണ്ട് അങ്ങനെ നടക്കുമ്പോഴാണ് വഴിവാണിഭക്കാരനിൽ നിന്ന് മുപ്പതു രൂപയ്ക്ക് എന്നെ കൊല്ലാനുള്ള കത്തി അവൻ വാങ്ങിയത്. കത്തിയുടെ പിടിയിൽ മുറുകെപ്പിടിച്ചുകൊണ്ട് തെരുവീഥികളിലൂടെ സധൈര്യം താൻ നടന്നുവെന്നും എന്നെക്കൊല്ലണമെന്ന് തീരുമാനിച്ചുകഴിഞ്ഞപ്പോൾ ആ നേരംവരെ വിഹ്വലമായിരുന്ന മനസ്സ് പൊടുന്നനെ ശാന്തമായെന്നും അവൻ പറഞ്ഞു. കുഴഞ്ഞുമറിഞ്ഞ ചിന്തകൾക്ക് വ്യക്തമായ രൂപം കിട്ടി. മങ്ങിപ്പോയിരുന്ന തലച്ചോറ് തെളിഞ്ഞുവന്നു. അതുകൊണ്ടുതന്നെ അന്ന് രാത്രിയിൽ സ്വസ്ഥമായുറങ്ങി. കത്തി നെഞ്ചോടുചേർത്ത്, പ്രജ്ഞയറ്റ ഉറക്കത്തിലും അതിന്റെ പിടിയിലമർത്തിപ്പിടിച്ച്.

പക്ഷേ, പ്രഭാതത്തിൽ കത്തി അവന് ആശ്വാസം നല്കാതായി. അരയിൽ ചുറ്റിയ പാമ്പിനെയെന്നോണം അവൻ അതെടുത്ത് വലിച്ചെറിഞ്ഞു. ഒരു പൂച്ചട്ടിയിൽ നനഞ്ഞ മണ്ണിന്റെ നെഞ്ചിൽ തറച്ചിറങ്ങി കത്തി ഒരു നിമിഷം നിന്നു വിറച്ചു. മണ്ണിൽനിന്ന് നിലവിളിയും മരണഗന്ധവും പൊങ്ങി. അതവനെ നടുക്കം കൊള്ളിച്ചു. ഓടിച്ചെന്ന് മണ്ണിൽ നിന്നും കത്തി വലിച്ചൂരിയെടുത്ത് ഉടുമുണ്ടിൽ തുടച്ച് കിടക്കയ്ക്കടിയിലേക്ക് നീക്കിവെച്ച് അവൻ അതിന്റെ മീതെ കേറിയിരുന്നു. അവിടെ നിന്നനങ്ങാൻ ഭയപ്പെട്ടതുപോലെ അവിടെത്തന്നെയിരുന്നുകൊണ്ട് ചായ കുടിക്കുകയും പത്രം വായിക്കുകയും ചെയ്തു.

ഏറെ നേരം ചിന്തിച്ചും വ്യാഖ്യാനിച്ചുമാണ് അവൻ മറ്റൊരു തീരുമാന ത്തിലെത്തിയത്. കൊല്ലുക ദുഷ്കരമാണ്. വൃത്തികേടുമാണ്. കൊല യായുധത്തിന്റെ ദൃശ്യവും സ്പർശവും ഗന്ധവും ഭീകരമാണ്. ഇഞ്ചി ഞ്ചായി കൊല്ലാൻ തിരസ്കരിക്കലാണ് ഏറ്റവും നല്ല വഴി. ഇങ്ങനെ ചിന്തി ക്കാൻ കഴിഞ്ഞപ്പോൾ അവന് പുതിയൊരു വെളിച്ചം കിട്ടിയതുപോലെ യായി. ചാടിയെഴുന്നേറ്റ് ഒരു മൂളിപ്പാട്ടും പാടി മുറിയിലങ്ങിങ്ങുനടന്നു, അവൻ!

എന്നെ കൂടാതെയുള്ള തന്റെ ജീവിതം ചിട്ടപ്പെടുത്തുന്നതിന്റെ ആദ്യത്തെ പടിയായി തന്റെ മുറിയിലും പെട്ടിയിലുമുള്ള വസ്തുവകകൾ അടക്കിപ്പെറുക്കി ചിട്ടയാക്കാനും അതിലെല്ലാം തന്റെ പൗരുഷത്തിന്റെ വ്യക്തിമുദ്രകൾ മദിച്ചാർത്തുവരുന്ന കാളക്കൂറ്റനെപ്പോലെ തെളിഞ്ഞുനിൽ ക്കുന്നതുകണ്ട് ആഹ്ലാദഭരിതനാകാനും അവൻ നിശ്ചയിച്ചു. എനിക്കി ല്ലാത്തതും ക്രൂരവും പരുക്കനുമായ സ്വന്തം ആയുധങ്ങൾ അവനെ അഭി മാനിയാക്കി. എന്നോടുള്ള വെല്ലുവിളിയുടെ ചിഹ്നങ്ങളായി റേസറും ബ്ലേഡും അവൻ ഉയർത്തിപ്പിടിച്ചു. അരയിൽനിന്ന് ബെൽറ്റ് വലിച്ചൂരി വായുവിൽ ചുഴറ്റി. അതിന്റെ വലിയ സീൽക്കാരത്തോടൊപ്പം പ്രാകൃത ശബ്ദങ്ങൾ പുറപ്പെടുവിച്ചുകൊണ്ട് അടിമയുടെ പുറത്ത് ചാട്ടവീശാൻ കഴി ഞ്ഞിരുന്ന നഷ്ടസ്വപ്നങ്ങളിലെ യജമാനനെപ്പോലെ അവൻ നടന്നു. പരുഷഗന്ധമാർന്ന തന്റെ സുഗന്ധലേപങ്ങൾ വാരിക്കോരി പൂശിയും തുടരെത്തുടരെ പുകകൊണ്ട് തന്റെ മുറിക്കകം നിറച്ചും അവൻ സന്തോ ഷിച്ചു. ആൾക്കണ്ണാടിയിൽ പുല്ലിംഗത്തിന്റെ പത്തിയുയർത്തിക്കാട്ടി അഹന്തയുടെ പ്രതിരൂപം ദർശിച്ചു.

പ്രണയത്തിന്റെ വർണജാലകം കല്ലെറിഞ്ഞുടയ്ക്കുക എന്ന ഭ്രാന്തൻ ആശയവും തലയിൽപ്പേറിയാണ് ഇന്നവൻ തെരുവിലേക്കിറങ്ങിയത്. എന്നാൽ തെരുവിൽ ഇണകൾ ചിതറിനടന്നു. പൂക്കാലമായതിനാൽ അവർ പൂമഴകൊണ്ടും പരസ്പരം തോളിൽ ചാഞ്ഞും കൈകോർത്തും ആലസ്യത്തോടെ ചിരിച്ച്, അവനെ ഗൗനിക്കാതെ അങ്ങുമിങ്ങും കടന്നു പൊയ്ക്കൊണ്ടിരുന്നു. ഇതവനെ കുപിതനാക്കി. നിരാശയുടെ അടിത്തട്ടി ലേക്കെറിഞ്ഞു. തന്റെ ഹൃദയത്തിന്റെ കലക്കങ്ങളും തെളിച്ചങ്ങളും പ്രണയത്താൽതന്നെയെന്ന തിരിച്ചറിവ് അവനെ കൂടുതൽ കൂടുതൽ കോപിഷ്ഠനാക്കി.

അങ്ങനെ, തെരുവിൽ ആനന്ദിക്കുന്ന ഇണകളുടെ നടുവിൽനിന്നാണ വൻ പാഞ്ഞുപോയി കിടയ്ക്കക്കടിയിൽനിന്ന് കത്തിയെടുത്തത്! ഇനി യൊരു നിമിഷം എന്നെ കൊല്ലലല്ലാത്ത പ്രണയത്തിന്റെ യാതൊരു വഴിയും അവശേഷിക്കുന്നില്ലെന്ന തിരിച്ചറിവോടെ.

“കൊല്ലാനൊന്നും എനിക്ക് മടിയില്ല.”

അവൻ ചാടിയെണീറ്റു!

എന്റെ കഴുത്തിലെ കുഴിയിലേക്ക് ഒരു കരിക്കിന്റെ കണ്ണ് കുത്തി ത്തുറക്കുംപോലെ കത്തി താഴ്ന്നിറങ്ങുമ്പോൾ പുറപ്പെടാനിടയുള്ള ചെറു ശബ്ദത്തെക്കുറിച്ച് ഞാനോർത്തു. പിന്നെ പുറത്തേക്കു ചീറ്റുന്ന ചോര യുടെ നിറം! തടുക്കാൻ കഴിയും മുമ്പ് അവന്റെ മുഖത്തേക്കും ചുണ്ടു കളിലേക്കും തെറിക്കുന്ന ചോരയുടെ ഗന്ധവും ചൂടും എങ്ങനെയായി രിക്കും? ഒരു നിമിഷം, അറിയാതെ നാവു നീട്ടി അവനത് നുണയേണ്ടി വരും. ഞാനതിൽ തുടിക്കുന്നുണ്ടായിരിക്കും. ഈ ചിന്ത ഉന്മത്തമാണ്. പ്രണയാവേഗത്താൽ മുഖം മലർത്തി, കഴുത്ത് അവന് വ്യക്തമായി സ്ഥാനം കുറിക്കത്തക്കവിധം നീട്ടിപ്പിടിച്ച് ഞാനവന്റെ മുന്നിലേക്ക് നീങ്ങി യിരുന്നു. എന്റെ കണ്ണുകളൊരു ലഹരിയിൽ പാതിയടഞ്ഞുപോയി. അടഞ്ഞ കണ്ണുകൾക്കും ഉണർന്ന ബോധത്തിനും പിന്നിൽ അവനപ്പോൾ പ്രണയത്തിന്റെ ഏറ്റവും ഉജ്ജ്വലമായ രൂപമായിരുന്നു. അവനും മരണവും ഒന്നുതന്നെയായിരുന്നു. ഏറ്റവും ക്രൂരമായ വേദനയും ഏറ്റവും ആനന്ദ കരമായ പ്രണയാനുഭവവും ഒന്നുതന്നെയായിരുന്നു. എന്റെ സിരകൾ ഒന്നിച്ചൊരു കമ്പനത്താൽ ത്രസിക്കുകയും എന്റെ ജീവൻ മൃത്യുവിന്റെ പരിലാളനത്തിനായി വിജൃംഭിതമാകയും ചെയ്തു.

ഈയനുഭവത്തിന് ഏറെനേരം നിലനില്പില്ലാത്തതിനാൽ രണ്ടു നിമിഷങ്ങൾക്കുശേഷം എന്റെ സിരകൾ തളർന്ന് ആവേഗം നഷ്ടപ്പെട്ട്, ഉന്മത്തതയടങ്ങി, ഞാൻ മിഴിതുറന്നു! കൈയിൽ ഉയർത്തിപ്പിടിച്ച കത്തി യുമായി അവൻ വെറുങ്ങലിച്ചു നിൽക്കുകയായിരുന്നു. മരിക്കാൻ പോകുന്ന ശിശുവിന്റെ മുഖത്തോടെ!

സർവശക്തിയോടും കൂടി അവന്റെ കൈത്തട്ടിത്തെറിപ്പിച്ച് ഞാൻ ജീവിതത്തിലേക്കോടിനിറങ്ങി. സന്ദർശകമുറിയുടെ നിലത്ത് ഒരു കിലുക്ക ത്തോടെ കത്തി ചെന്നു വീണു. അവന്റെ മുഖം കടലാസുപോലെ വിളറി. ഞാനവനെ തൊട്ടപ്പോൾ അവൻ തളർന്ന് എന്റെ ദേഹത്തേക്ക് ചാഞ്ഞു. ഞാനവനെ താങ്ങിക്കൊണ്ടുപോയി കാറ്റിനെതിരെ കിടത്തി. കാറ്റ് അവന്റെ മുഷിഞ്ഞ മുടിയിഴകളെ ഇളക്കിമറിച്ചു. ഞാനവന്റെ വിയർത്തൊഴുകുന്ന നെറ്റിത്തടം തലോടുകയും ആശ്വാസത്തിനുവേണ്ടി അവന്റെ നെഞ്ചിൽ പതുക്കെ തടവുകയും ചെയ്തു. അവനുവേണ്ടി ഒരു താരാട്ടും സാന്ത്വന ത്തിന്റെ ഒരു പുതപ്പും എന്നും എന്റെ നെഞ്ചിലുണ്ടായിരുന്നു. ഹൃദയം മുറിഞ്ഞൊഴുകുന്ന ചോരയുടെ പാട്ട് മൂളിക്കൊണ്ട് ഈറ്റുമുറിയിൽ തന്റെ ശിശുവിനോടൊപ്പമെന്നോണം ഞാനവന്റെ കൂടെ കിടന്നു. പ്രണയത്തിന്റെ വഴികൾ എത്രയും നിഗൂഢമാണ്! തന്റെ കുപ്പായക്കീശയിൽനിന്ന് അവ നെനിക്കൊരു സ്നേഹോപഹാരം എടുത്തുനീട്ടി. വിരലോളം പോന്ന ഒരു പാവക്കുട്ടി!

“നിന്നെ കൊല്ലുന്നില്ലെങ്കിൽ നിനക്കുതരാൻ വേണ്ടി ഇങ്ങോട്ടുവരു മ്പോൾ വാങ്ങിയതാണ്.” – അവൻ പറഞ്ഞു.

■

കന്യകയുടെ പുല്ലിംഗം

...എന്ന് കേൾക്കുമ്പോഴേക്കും ഇക്കിളിയാവുന്ന തലവാചകത്തിനു കീഴെ ദുരന്തമാണു പതിയിരിക്കുന്നത്. നാമാകട്ടെ എത്ര വൈകിയാണ് ഓരോന്നും മനസ്സിലാക്കുക!

പുറമേ നിന്നു നോക്കിയാൽ ഏതൊരു വീടും പോലെതന്നെ ആ വീടും. കയറിച്ചെല്ലുന്നിടത്തു വിചാരത്തിൽ മുഴുകിയ ക്രിസ്തുവിന്റെ ചിത്രമിരിക്കുന്നു. അതിനു കീഴെ ഒരു തിരുക്കുടുംബം വസിക്കുന്നു. നല്ലവനും കച്ചവടം ചെയ്തു കുടുംബം പുലർത്തുന്നവനുമായ അപ്പനും നല്ലവളും വിശ്വാസത്തിൽ അടിയുറച്ചവളുമായ അമ്മയും കന്യകയായ മകളും സമർത്ഥനായ മകനും. ദുരന്തം അവർക്കിടയിൽ പത്തിചുരുക്കി സമയം പാർക്കുന്ന സർപ്പമാകുന്നു.

അവർ പറവകളെപ്പോലെ ആയിരുന്നില്ല. ആരും ചെയ്തുപോവുന്നതുപോലെ വിതയ്ക്കുകയും കൊയ്യുകയും കൂട്ടിവെയ്ക്കുകയും ചെയ്തു. മകളുടെ വിവാഹത്തിനുവേണ്ടി കരുതിവെയ്ക്കുകയും മകന്റെ തലമുറകൾക്കുവേണ്ടി സ്വരുക്കൂട്ടുകയും ചെയ്യുന്നു.

സ്വന്തം ജീവിതം മുട്ടിപ്പായുള്ള പ്രാർത്ഥനകൾക്കുവേണ്ടി ഉഴിഞ്ഞുവെച്ച അമ്മ തന്റെ വീടിനെ വിശ്വാസത്തിന്റെ ഉത്തമവെളിച്ചം കൊണ്ടു നിറയ്ക്കാൻ പ്രയത്നിച്ചു. ആ വീട്ടിൽ മൂന്നു നേരവും സുദീർഘമായ കുടുംബപ്രാർത്ഥനകൾ നടന്നു. അപ്പനെയും മക്കളെയും കൈയിൽ കിട്ടാത്ത ഉച്ചകളിൽ കുടുംബത്തിന്റെ മുഴുവൻ ഒച്ചയും തന്റെ തൊണ്ടയിൽ നിന്നുതന്നെ വരുത്തി അമ്മ പ്രാർത്ഥനകൾക്കു ശബ്ദരൂപം നല്കിപ്പോന്നു. അപ്പന്റെ ഒച്ചയിലും മകളുടെ ഒച്ചയിലും മകന്റെ ഒച്ചയിലും അമ്മ പ്രത്യേകം പ്രത്യേകം പ്രാർത്ഥിച്ചു. ആഴ്ചയിലൊരിക്കൽ ആ കുടുംബം കുമ്പസാരിച്ചു വിശുദ്ധരായി. രോഗശാന്തി വേണ്ടപ്പോൾ വിശ്വാസപ്രഘോഷണമേളകളിൽ പങ്കെടുത്തു. സിനിമ, പുസ്തകവായന, പാട്ടുകേൾക്കൽ ഇതൊന്നും അമ്മ സഹിച്ചില്ല. ദൈവത്തിൽനിന്നും അകറ്റിക്കൊണ്ടുപോകുന്ന പിശാചിന്റെ പ്രവർത്തനങ്ങളായി അമ്മ അവയെ എണ്ണി. ആധുനികോത്തരമായ ഈ കാലഘട്ടത്തിൽ മക്കളെ പിടിച്ചുനിർത്താൻ അമ്മയ്ക്കു വളരെ ക്ലേശിക്കേണ്ടിവരുന്നു. മകൾക്കു രഹസ്യമായ

മർദ്ദനവും മകന് ഉച്ചത്തിലുള്ള ശകാരങ്ങളും നല്കി അമ്മ അവരെ വിടാതെ ദൈവത്തോടടുപ്പിച്ചു നിർത്തുന്നു.

ഞാൻ ഈ അപ്പനെയും അമ്മയെയും പലയിടങ്ങളിലും കണ്ടുമുട്ടിയിട്ടുണ്ട്. എന്നാൽ ഈ പെൺകുട്ടി എന്റെ ആത്മാവിൽ നിന്നു വരുന്നു. ഇവളെ ഞാൻ മുമ്പു കണ്ടിട്ടുള്ളത് നൂറ്റിപ്പത്തു വയസ്സായ ഒരു വൃദ്ധ വെള്ളക്കാരിയുടെ ചുക്കിച്ചുളിഞ്ഞ, ഇരുട്ടിലൂടെ നീണ്ടുവരുന്ന, മെലിഞ്ഞുണങ്ങിയ ഒരു കൈയായിട്ടാണ്! അതൊരു കന്യാസ്ത്രീമഠത്തിൽവെച്ചായിരുന്നു. ഇരുട്ടും മഴയും കാറ്റും മിന്നലും പൊട്ടിവീണ ഒരു രാത്രിയിലായിരുന്നു. ഒരായിരം കൊല്ലം പഴക്കമുള്ള പൂമരം ഇടിമിന്നലിൽ പിളർന്ന് അലറിക്കരഞ്ഞുവീണ സമയത്തായിരുന്നു. അപ്പോൾ കൂരിരുട്ടിൽനിന്നു കരിപിടിച്ച ഒരു കമ്പിറാന്തൽ ആടിയാടി വന്നു. ചുക്കിച്ചുളിഞ്ഞ വെള്ളത്തൊലിക്കടിയിൽ മഞ്ഞ അസ്ഥികൾ തെളിഞ്ഞുകാണുന്ന ഒരു കൈ എന്നെയും കടന്ന് ബഹുദൂരം പോയി. വീശിയടിക്കുന്ന കാറ്റിൽ കമ്പിറാന്തൽ പലവട്ടം കെട്ടുപോകാൻ തുടങ്ങി. അദൃശ്യമായ അസ്ഥികൂടത്തിന്റേതുപോലെത്തെ ആ കൈ...

കഥയ്ക്കകത്ത് ഇങ്ങനെ ഒരുപകഥ വളരുന്നത് വായനക്കാർക്ക് ഇഷ്ടമാവണമെന്നില്ല. തന്നെയുമല്ല, ലക്ഷണയുക്തമായ കഥയ്ക്ക് അതു ഭൂഷണവുമാവില്ല. പറഞ്ഞുവെച്ചിട്ടുള്ള ഏകാഗ്രതയും പിരിമുറുക്കവും നഷ്ടപ്പെടുത്തി എന്നറിഞ്ഞാൽ നിരൂപകരും വെറുതെയിരിക്കില്ല. പക്ഷേ, നൂറ്റിപ്പത്തു വയസ്സായ ഒരു വൃദ്ധവെള്ളക്കാരിയുടെ മഞ്ഞ അസ്ഥിയിൽ നിന്നാണ് മകൾ സൃഷ്ടിക്കപ്പെടുന്നതെന്നു വായനക്കാർ അറിയണം. അഴിയാതെ, പൊടിയാതെ, വഴങ്ങാതെ, മനസ്സിൽക്കിടക്കുന്ന ഒരെല്ല് എന്തുമാത്രം വേദനാജനകമാണെന്നും മനസ്സിലാക്കണം. എനിക്കൊന്നും മറച്ചുവെയ്ക്കാനില്ല. നമുക്കു കഥ പറയുന്നതിലെ നാട്യങ്ങൾ എറിഞ്ഞുകളയുകയാണ് നല്ലത്. നടുക്കു തീകൂട്ടിയിരുന്നു മരവിച്ച വിരലുകൾക്കു ചൂടുപിടിപ്പിച്ചു മുഖത്തോടുമുഖം നോക്കിയിരുന്നു ചൂടുള്ള നാവുകൊണ്ടു നമുക്കു കഥ പറഞ്ഞു തുടങ്ങണം. അപ്പന്റെ വൃദ്ധയായ അമ്മ പത്തു ദിവസത്തേക്ക് അവരോടൊപ്പം താമസിക്കാൻ വന്ന അന്നു രാത്രിയിലാണു കഥ തുടങ്ങുന്നത്. കുടുംബപ്രാർത്ഥന കഴിഞ്ഞു തികച്ചും സാധാരണമായ ഒരന്തരീക്ഷത്തിൽ, അത്താഴത്തിനു മുമ്പ് എല്ലാം തുടങ്ങുന്നു. എന്നാൽ, ഓർത്തിരിക്കാതെ, പെട്ടെന്നൊരു ദിവസം നമ്മുടെ അത്താഴം മുടങ്ങിപ്പോവുന്നതുപോലെ!

അമ്മ പ്രാർത്ഥന ചൊല്ലി കാഴ്ച വെയ്ക്കാനായി കമഴ്ന്നുകിടക്കുകയാണ്. വല്യമ്മ മുട്ടുകുത്തി കൈകൾ വിരിച്ചുപിടിച്ചു സ്വർഗ്ഗത്തിലേക്കുറ്റു നോക്കുകയാണ്. മകൻ ഗൃഹപാഠപുസ്തകങ്ങൾ തുറക്കുകയാണ്. അപ്പൻ കൊപ്രയുടെയും വെളിച്ചെണ്ണയുടെയും നാൾവഴിയിലാണ്. അപ്പോൾ മകൾ തന്റെ വെളുത്ത നീളൻനിശാവസ്ത്രവും കൈയിലേന്തി നടന്നുപോകുന്നു!

അവൾ കോവണിയുടെ ഒന്നാംപടി ചവുട്ടിയപ്പോൾ മകൻ ഗൃഹപാഠത്തിൽനിന്നു മുഖം പൊന്തിച്ച് അടുത്തിരിക്കുന്ന അപ്പനോടു ചോദിക്കുന്നു:

"കന്യകയുടെ പുല്ലിംഗം എന്താ?"

മകൾ രണ്ടാം പടിയിലേക്കുയർത്തിയ കാൽ പൊടുന്നനെ പിൻവലിച്ചു. മുന്നോട്ടു നടക്കാൻ പറ്റാത്തവിധം അവൾ സ്തബ്ധയായി. വല്യമ്മയുടെ നരച്ച കണ്ണുകൾ കൂർത്തു കൂർത്തു മകളുടെ പിന്നാലെ ചെന്നു.

"അപ്പാ, കന്യകയുടെ പുല്ലിംഗം?" മകൻ ആവർത്തിച്ചു. അപ്പൻ അവന്റെ നേർക്കു മുഖം തിരിച്ചുവെങ്കിലും അപ്പന്റെ മുഖം നിറയെ അക്കങ്ങളും ഗുണനചിഹ്നങ്ങളുമായിരുന്നു.

അമ്മ എഴുന്നേറ്റ് അടുക്കളയിലേക്കു പോവുകയാണ്. കോണിപ്പടിയിൽ അസാധാരണമായ വിധത്തിൽ സ്തംഭിച്ചുനില്ക്കുന്ന മകളെ അവർ ശ്രദ്ധിച്ചു. അവളുടെ മുഖം വെളുത്ത, ഒഴിഞ്ഞ കടലാസുതാൾപോലെ വിളറിയിരുന്നു.

"കുഞ്ഞേ?" അമ്മ അവളെ വിളിച്ചു.

മകൾ ദയനീയമായഭാവത്തോടെ അമ്മയെ നോക്കി. അവൾ വിയർത്തൊഴുകി. അമ്മ ഓടിച്ചെന്ന് അവളെ താങ്ങി. അവളുടെ ഭാരം തന്റെ തോളുകളിൽ ഏറ്റുകൊണ്ട് അമ്മ അപ്പനെ വിളിക്കാനൊരുങ്ങി.

ഉത്തരംകിട്ടാത്ത ഗൃഹപാഠത്തിന്റെ വിളി അപ്പോൾ ഏറ്റവുമുയർന്നു.

"കന്യകാ പുല്ലിംഗം?"

"അതിന് പുല്ലിംഗം ഉണ്ടാവില്ലെടാ." അപ്പൻ അലസമായി പറഞ്ഞു.

മകന് അതു വിശ്വസിക്കാനായില്ല.

"ബാക്കി എല്ലാറ്റിനുമുണ്ടല്ലോ?"

തെളിവിന് അവൻ ഗൃഹപാഠപുസ്തകം ഉയർത്തിക്കാട്ടി. അതിൽ;

പശു (പു) കാള

മാതാവ് (പു) പിതാവ്

പിട (പു) പൂവൻ

കന്യക (പു)

എന്നിങ്ങനെ എഴുതിയിരുന്നു. കന്യകയുടെ പുല്ലിംഗസ്ഥാനത്തുള്ള ഒഴിവു നോക്കി അപ്പൻ കോട്ടുവായിട്ടു.

"നീ വല്ല കൂട്ടുകാരോടും ചോദിച്ചെഴുത്."

അപ്പനു വിശന്നു. അത്താഴത്തിനുവേണ്ടി അപ്പൻ അമ്മയെ തെരക്കി.

അമ്മ മകളെ തന്റെ തോളിൽത്താങ്ങി അവളുടെ മുറിയിലേക്കു കൊണ്ടുപോയി. കുറെ ദിവസമായി അവളുടെ അനാരോഗ്യം അമ്മയെ അലട്ടുന്നുണ്ട്. ഈ പതിനഞ്ചാം വയസ്സിൽ മകൾ മെലിഞ്ഞുമെലിഞ്ഞു വരികയാണ്. അവളുടെ പ്രകാശം കെട്ടുപോയിരിക്കുന്നു. മകളെയും കൂട്ടി അടുത്തുതന്നെ ധ്യാനകേന്ദ്രത്തിൽ പോകണമെന്ന് അമ്മ മനസ്സിൽ കുറിച്ചിട്ടു.

മകൾ വെളുത്ത നീളൻ നിശാവസ്ത്രം ധരിച്ചു കട്ടിലിൽ നീണ്ടു നിവർന്നു കിടന്നു. അവളുടെ മുഖത്തേക്കുറ്റുനോക്കിക്കൊണ്ടു കുനിഞ്ഞിരിക്കുന്ന അമ്മയോട് അവൾ പതുക്കെ ചോദിച്ചു: കന്യകമറിയത്തെക്കുറിച്ച്.

അമ്മ തന്റെ നടുക്കം മകളിൽ നിന്നു മറച്ചുപിടിച്ചു.

"പരിശുദ്ധ മാതാവിനോടു പ്രാർത്ഥിച്ചു കിടക്ക്."

അവർ അവളുടെ നെറ്റിയിൽ കുരിശടയാളം വരയ്ക്കുകയും ശിരസ്സിൽ കൈവെച്ചു പ്രത്യേകമായി പ്രാർത്ഥിക്കുകയും ചെയ്തു. അവർ എഴുന്നേൽക്കാനൊരുങ്ങിയപ്പോൾ മകൾ ദുർബലമായ കൈകൊണ്ട് അവരെ തടഞ്ഞു.

"ഞാൻ ഉറങ്ങുകയായിരുന്നു. വെന്റിലേറ്ററിൽ ഒരു നനുത്ത ചിറകടി കേട്ടു. ഞാനുണർന്നപ്പോൾ എന്റെ മുറി നീല വെളിച്ചത്തിൽ ഓളം വെട്ടുകയായിരുന്നു." അമ്മ വിറച്ചുപോയി. അവരുടെ രക്തസമ്മർദ്ദം കുതിച്ചുയർന്നു. ഭയത്തോടെ അവർ മകളെ വിട്ടു മാറിനിന്നു! അവൾ ഉറങ്ങിപ്പോയിരുന്നു.

സ്വർഗത്തിലേക്കുറ്റുനോക്കിക്കൊണ്ടു കഫം കെട്ടിയ തൊണ്ടയിൽ കുറുകുന്ന വാക്കുകളിൽ വല്യമ്മ പ്രാർത്ഥിച്ചു.

"പരിശുദ്ധ റൂഹായെ എഴുന്നെള്ളി വരണമേ! നിന്റെ വെളിച്ചത്തിന്റെ കതിര് ആകാശത്തും വഴിയേ നീയയച്ചുകൊള്ളണമേ! എത്രയും ആനന്ദത്തോടു കൂടിയിരിക്കുന്ന പ്രകാശമേ..."

കണ്ണിമകൂട്ടാതെ അമ്മ മകളെ നോക്കിനിന്നു. നിശാവസ്ത്രം അവളുടെ കഴുത്തിനെ പൊതിഞ്ഞിരുന്നു. അതിൽ പിടിപ്പിച്ച പട്ടുലേസിന്റെ തുമ്പ് അവളുടെ താടിയെ സ്പർശിച്ചിരുന്നു. ലേസുകൾ വിരൽത്തുമ്പുകളെയും മൂടിയിരുന്നു. ആ കിടപ്പിൽ മകളുടെ ശിരസ്സിൽ ഒരു പുഷ്പകിരീടവും കൈയിൽ ഒരു കത്തിച്ച മെഴുകുതിരിയും അമ്മ സങ്കല്പിച്ചു. അവർക്കു ശ്വാസംമുട്ടലുണ്ടായി.

ഈ കിടപ്പു ഞാൻ മുമ്പു കണ്ടിട്ടുണ്ട്. ജാലകത്തിലെ ഒരു തുളയിൽക്കൂടി എല്ലാവർക്കും നിഷിദ്ധമായിരുന്ന ആ വൃദ്ധവെള്ളക്കാരിയുടെ മുറിയിലേക്കു ഞാൻ എത്തിനോക്കി. ചുവരിലും നിലത്തു പീഠങ്ങളിലും വിശ്വസിക്കാനാവാത്തത്ര എണ്ണം സ്റ്റഫ് ചെയ്തുവെച്ച കാക്കകൾക്കു നടുവിൽ വെള്ളപ്പട്ടു വിരിച്ച ഉന്നതമായ കിടക്കയിൽ അനേകം പട്ടുതലയിണകൾക്കിടയിൽ നഗ്നയായി ഒരു പല്ലിയെപ്പോലെ അവർ പറ്റിപ്പിടിച്ചു കിടന്നിരുന്നു. വിളറിയ ദേഹം നിറയെ മുറിവുകളും പോറലുകളുമായിരുന്നു. ചില പച്ചയായ മുറിവുകളിൽനിന്ന് അപ്പോഴും രക്തം കിനിയുന്നതു ഞാൻ കണ്ടു.

അതിന്റെ നടുക്കത്തിൽ നിന്നാണ് മകളുടെ ഈ കിടപ്പ് സൃഷ്ടിക്കപ്പെട്ടത്. അവളണിഞ്ഞിരിക്കുന്ന ഈ നിശാവസ്ത്രം അവർ ഊരിയെറിഞ്ഞതാണ്.

അത്താഴത്തിനുവേണ്ടി അമ്മയെ തെരഞ്ഞ് അപ്പൻ വാതിൽക്കലെത്തി. കൈകൾ വിടർത്തി അപ്പനെ തടയണമെന്ന് അമ്മയ്ക്കു തോന്നി. അപ്പൻ ആ മുറിയിൽ പ്രവേശിക്കാൻ പാടില്ല. അവർ അപ്പന്റെ വഴിതടഞ്ഞു.

"എന്താ?" അമ്മയുടെ മുഖത്തെ വല്ലാത്ത ഭാവം കണ്ട് അപ്പൻ ചോദിച്ചു.

"അവൾക്ക് നല്ല സുഖമില്ല." അമ്മ നുണ പറഞ്ഞു.

"എന്തു പറ്റി? പനിയുണ്ടോ?"

മകളുടെ അസ്തമിച്ചുകൊണ്ടിരിക്കുന്ന ആരോഗ്യത്തിൽ ഉത്കണ്ഠയുണ്ടായിരുന്ന അപ്പൻ അമ്മയെ തട്ടിമാറ്റി അവൾക്കരികിലേക്കു നടന്നു. തീക്കനൽ ചവുട്ടിയപോലെ അമ്മ ഒച്ചയുണ്ടാക്കി. അപ്പന് അദ്ഭുതം തോന്നി. കഴിഞ്ഞ ഇരുപത്തിയാറ് വർഷമായിട്ടും കാണാത്ത ഒരു ഭാവത്തിൽ അമ്മയുടെ മുഖം അപ്പന് അപരിചിതമായി തോന്നി. സ്ത്രീകളുടെ രഹസ്യങ്ങളിലേക്കു പ്രവേശിക്കരുത് എന്നാണതിന്റെ അർത്ഥമെന്നു തോന്നിയപോലെ അപ്പൻ പെട്ടെന്നു പിൻവാങ്ങി. തന്റെ മകൾ തനിക്കു തികച്ചും അന്യയായിക്കഴിഞ്ഞിരിക്കുന്നു എന്ന ഒരു നൊമ്പരം അയാൾക്കുണ്ടായി. എങ്കിലും അമ്മയുടെ അടുത്തുവന്ന് അടക്കിപ്പിടിച്ച ഒച്ചയിൽ അപ്പൻ ചോദിച്ചു:

"എന്താ അവൾക്ക്?"

അമ്മ അപ്പന്റെ കൈകൾ കൂട്ടിപ്പിടിച്ചു. അവരുടെ രക്തസമ്മർദ്ദം വല്ലാതെ കൂടിയിരുന്നു. എല്ലാം അപ്പനോടു പറയണമെന്ന് അവർ ആഗ്രഹിച്ചു. മകൾ വിളറിയിരിക്കുന്നതു ശ്രദ്ധിച്ചുവോ? അവളുടെ കൺതടങ്ങൾ കറുത്തിരിക്കുന്നു. അവൾ ഹൃദയത്തിൽ രഹസ്യങ്ങൾ കുഴിച്ചിട്ടിരിക്കുന്നു. അവളുടെ കന്യ... അമ്മയ്ക്ക് ഒന്നും തുടരാൻ കഴിഞ്ഞില്ല.

"ഈ വീട്ടിൽ പരിശുദ്ധാരൂപിയോടുള്ള പ്രാർത്ഥനയുടെ കുറവുണ്ട്."

ആ കുടുംബം ഭക്ഷണത്തിനിരിക്കുമ്പോൾ വല്യമ്മ പറഞ്ഞു. അതിന് ആരും മറുപടി പറഞ്ഞില്ല.

ഇപ്പോൾ വിചാരത്തിൽ മുഴുകിയ ക്രിസ്തുവിന്റെ ചിത്രത്തിനു കീഴെ ആ കുടുംബം ഉറങ്ങാൻ കിടക്കുകയാണ്. അമ്മ മാത്രം ഉറങ്ങുന്നില്ല. നാഴികമണി മൂന്നടിച്ചപ്പോൾ അവർ കൈയിൽ ഒരു കത്തിച്ച മെഴുകുതിരിയുമായി മകളുടെ മുറിയിലേക്കു പോയി. ഉറങ്ങുന്നവർ ഉണരാതിരിക്കാൻ അവർ പതുങ്ങിയ കാലുകളിൽ നടന്നു. മകൾ വാതിൽ അകത്തുനിന്ന് അടച്ചിരുന്നു. അമ്മ കണ്ണുകൾ താക്കോൽപഴുതിനോടു ചേർത്തു. മകളുടെ മുറി അലൗകികമായ നീലവെളിച്ചത്തിൽ നിറയ്ക്കപ്പെട്ടിരുന്നു. മുറിയുടെ നടുവിൽ ഒരു പീഠത്തിൽ മകൾ ഇരുന്നിരുന്നു. നിശാവസ്ത്രം അഴിഞ്ഞൂർന്ന് അവളുടെ കാൽക്കൽ കിടന്നിരുന്നു. അനേകം വെളുത്ത പ്രാവുകൾ അവൾക്കു ചുറ്റും പറന്നുകളിക്കുന്നത് അമ്മ കണ്ടു. അതിലൊരെണ്ണം അഗ്നിനാളത്തിന്റെ രൂപത്തിലുള്ളതായിരുന്നു. അത് അവളുടെ തലയ്ക്കു മീതെ നിന്നു. അവളുടെ തോളിലും മാറിലും മടിത്തട്ടിലും അതു തത്തി

നടന്നു. കൈവെള്ളയിൽ ധാന്യമണികൾ വെച്ച് അവൾ പ്രാവുകളെ ഊട്ടുകയായിരുന്നു...

അമ്മയിൽ നിന്ന് അവരറിയാതെ വികൃതമായ ശബ്ദത്തിൽ ഒരു നില വിളി പുറപ്പെട്ടു. തലച്ചോറിലേക്കുള്ള രക്തക്കുഴലുകൾ പൊട്ടി പ്രവാഹം നിലച്ച് വലതുവശം തളർന്ന് അവർ കുഴഞ്ഞുവീണു.

ദുരന്തങ്ങൾ കടന്നുവരുന്നതു നാമറിയാതെയാണ്. ചിലപ്പോൾ വേഗ ത്തിൽ. ചിലപ്പോൾ സാവകാശം. ചിലപ്പോൾ ഒറ്റയ്ക്ക്. ചിലപ്പോൾ കൂട്ട ത്തോടെ.

അമ്മയുടെ നിലവിളി കേട്ട് ഓടിയെത്തിയ കുടുംബം അവരെ താങ്ങി യെടുക്കും മുമ്പ്, തുറന്നുകിടക്കുന്ന വാതിലിലൂടെ, ഉത്തരത്തിൽ നിന്നു തൂങ്ങിനില്ക്കുന്ന മകളുടെ ജഡം കണ്ടു. അവളുടെ കാൽക്കൽ ഒരു പീഠം മറിഞ്ഞുകിടന്നിരുന്നു. അവളുടെ വെളുത്ത നീളൻ നിശാവസ്ത്ര ത്തിന്റെ വിളുമ്പുകൾ കാൽവിരലുകളെ മറച്ചിരുന്നില്ല.

ഈ ജഡം ഇതിനുമുമ്പ് ഞാൻ കണ്ടിട്ടുണ്ട്. ഇതേ മുഖഭാവത്തിൽ.

നായ്ക്കളും കുറുനരികളും ഓരിയിടുകയും ഒരുളൻകാറ്റ് നിർത്താതെ ചീറുകയും ചന്ദ്രൻ ഒരു ചുവന്ന മേഘത്തിനു പിന്നിൽ മറയുകയും ഇരുട്ടു കഠിനമായി വിറയ്ക്കുകയും ചെയ്തുകൊണ്ടിരുന്ന ഒരു രാത്രിയിൽ കാക്കകൾ കൂട്ടം കൂട്ടമായി ആർത്തലച്ചു വന്നു വീഴുന്നതു സ്വപ്നം കണ്ടു കൊണ്ടു ഞാൻ ഞെട്ടിയുണർന്നു. സ്വപ്നത്തിൽ നിന്നു സത്യത്തിലേ ക്കുള്ള തുടർച്ചപോലെ അപ്പോൾ കന്യാസ്ത്രീമഠത്തിന്റെ വളപ്പിലും വരാന്തയിലും കാക്കകൾ കൂട്ടം കൂട്ടമായി ആർത്തലച്ചു വന്നുവീഴുകയാ യിരുന്നു. മഠം ഒരു കറുത്ത കടലിൽ മുങ്ങിത്താഴുകയാണെന്നപോലെ. ആരോ മൂന്നുവട്ടം കൈ കൊട്ടിയതു ഞാൻ വ്യക്തമായും കേട്ടു. പെട്ടെന്നു കാക്കകൾ നിശ്ശബ്ദരായി. രാത്രി അപ്പാടെ നിശ്ശബ്ദമാക്കപ്പെട്ടതു പോലെയും ഈ ലോകത്തു നിന്ന് എല്ലാ ശബ്ദങ്ങളും എടുത്തുകളയ പ്പെട്ടതുപോലെയും എനിക്കു തോന്നി. ഈ നിമിഷത്തിൽ ഞാൻ മരിച്ചു വീഴും എന്ന അസഹ്യമായ തോന്നലോടെ കാക്കകളെ ചവുട്ടി മെതിച്ചു കൊണ്ടു ഞാൻ എങ്ങോട്ടെന്നില്ലാതെ ഓടി. വരാന്തയുടെ അറ്റത്ത് അനക്ക മറ്റിരിക്കുന്ന കാക്കകൾക്കു നടുവിൽ വൃദ്ധവെള്ളക്കാരിയുടെ ജഡം കിട ന്നിരുന്നു, മേലാസകലം കൊത്തിക്കീറിയ മുറിവുകളോടെ... മകളുടെ ഇതേ മുഖഭാവത്തോടെ!

ഇപ്പോൾ അമ്മ വലതുവശം തളർന്നു കട്ടിലിൽ കിടക്കുന്നു. നാൾവഴി പുസ്തകത്തിന്മേൽ അപ്പൻ കമിഴ്ന്നു കിടക്കുന്നു. കന്യകയുടെ പുല്ലിംഗം പിടികിട്ടിയിട്ടില്ലാത്ത ഗൃഹപാഠത്തിനു മീതെ മുഖമമർത്തി മകൻ കിട ക്കുന്നു. വാനമേഘങ്ങളിൽനിന്ന് പാറിവീണ ഒരു പോസ്റ്റുമോർട്ടം റിപ്പോർട്ട് നിലത്തു കിടക്കുന്നു. അതിൽ മകൾക്കു പതിനഞ്ചു വയസ്സാണെന്നും അവൾ ഒരു പുത്രനെ ഗർഭത്തിൽ വഹിച്ചിരുന്നുവെന്നും രേഖപ്പെടുത്തി യിരിക്കുന്നു. കഫം കെട്ടിയ തൊണ്ടയിൽ വല്യമ്മയുടെ പ്രാർത്ഥനകൾ കുറുകുന്നു: “പരിശുദ്ധ റൂഹായേ എഴുന്നെള്ളി വരേണമേ...” ■

ജോർജ്ജ്കുട്ടിയും ചില സ്ത്രീകളും

രണ്ടു കൊല്ലം മുമ്പ് ബുക്ക് ചെയ്തിട്ടിരുന്ന മാരുതിക്കാറും വന്നെത്തിയതോടെ ജോർജ്ജുകുട്ടി എല്ലാം തികഞ്ഞവനായി എന്ന് മെത്രാൻ പറഞ്ഞു. മെത്രാൻ ജോർജ്ജുകുട്ടിയുടെ അമ്മയുടെ ആങ്ങളയാണ്. അദ്ദേഹം പറഞ്ഞാൽ പറഞ്ഞതാണ്! ജോർജ്ജുകുട്ടിയെ ആകെപ്പിടിച്ചൊന്നു കുലുക്കിയിട്ട് തെല്ലു മാറ്റിനിർത്തി മെത്രാൻ ചാഞ്ഞും ചെരിഞ്ഞും നോക്കി. നല്ല തണ്ട്, തടി, ഉയരം, നിറം, ഉദ്യോഗം, തറവാട്...

"ഇനി നിനക്ക് പെണ്ണന്വേഷിക്കാടാ."

മെത്രാൻ അവന്റെ തോളത്ത് ഊക്കിൽ ഒന്നടിച്ചു. ജോർജ്ജുകുട്ടിക്ക് തോളൊടിഞ്ഞുപോയപോലെ തോന്നി. മെത്രാനങ്ങനെയാണ്! സന്തോഷം വന്നാൽ അടിക്കും ഇടിക്കും.

"നിന്റപ്പനോട് ഇങ്ങട് വരാമ്പറാട്ടാ."

മെത്രാന് അത്യുത്സാഹമായി. അദ്ദേഹം വരാന്ത നിറഞ്ഞ് ഉലാത്താൻ തുടങ്ങി. പറയുന്നതിനൊക്കെ തലകുലുക്കിക്കൊണ്ട്, ജോർജ്ജുകുട്ടിയും ഒരടി പുറകിലായി നടന്നു. മെത്രാൻ അവനെ ഇങ്ങനെ ഉപദേശിച്ചു.

"ടാ മോനേ, ജോർജ്ജുകുട്ടീ, ഈ സൗന്ദര്യത്തിലൊന്നും വല്യ കാര്യല്ല്യ..."

അദ്ദേഹം കണ്ണടയുടെ മീതെക്കൂടി അവനെ സൂക്ഷിച്ചുനോക്കി. അവന്റെ മുഖം വെള്ളക്കടലാസുപോലെ ആവുകയും അവൻ നീലാകാശത്തേക്ക് നോക്കുകയും ചെയ്തു. മെത്രാൻ ചങ്കിൽക്കുത്തുകയാണ്. അവന്റെ പ്രേമപരാജയത്തെ പൊക്കിക്കാണിച്ച് വിലപേശുകയാണ്! ആലീസ് ഉമ്മൻ തന്റെ ആജന്മശത്രുവായിരിക്കും എന്ന് ജോർജ്ജുകുട്ടി മനസ്സിൽ കുറിച്ചിട്ടു. അവൾ മൂലം പലവട്ടം താൻ ക്രൂശിക്കപ്പെട്ടു. അവൾക്ക് പ്രേമലേഖനം കൊടുത്ത നിമിഷത്തെ ജോർജ്ജുകുട്ടി ശപിച്ചു. അവളുടെ എഴുതാത്ത കണ്ണും കമ്മലിടാത്ത കാതും കണ്ട് ശാലീന സൗന്ദര്യത്തിന്റെ പാതയിലാണവളെന്ന് ധരിച്ചുവശായത് തന്റെ മണ്ടത്തരം! പ്രിൻസിപ്പലച്ചൻ കൂടിയായ മെത്രാൻ തന്നെ ആപ്പീസുമുറിയിലേക്ക് വിളിച്ചപ്പോൾ അതിന്റെ പിന്നിൽ ആലീസ് ഉമ്മന്റെ കറുത്ത കരങ്ങളുണ്ടാകുമെന്ന് ശങ്കിക്കപോലും ചെയ്യാതെ മൂളിപ്പാട്ടോടെ ഓടിച്ചെന്നത് തന്റെ നിഷ്കളങ്കത.

"എന്താണ്ടാ ജോർജ്ജുകുട്ടീ," മെത്രാൻ അവനെ ഐസാക്കുന്ന ഒരു നോട്ടം നോക്കിയിട്ട് ഒരിടത്തിരുന്ന പേപ്പർ വെയ്റ്റെടുത്ത് വേറൊരിടത്ത് വെച്ചപ്പോൾ സംഗതി കുഴപ്പമാണെന്ന് മനസ്സിലായി.

"നീയ് ആലിസ് ഉമ്മൻ എന്ന പെണ്ണിനെ കാണ്ഏ്, കേക്ക്ഏ്, തൊട്ഏ് പിടിക്കേ ചെയ്തിട്ടുണ്ടോ?"

"ഇല്ലാാാ!" ഞെട്ടലോടെ ജോർജ്ജുകുട്ടി പറഞ്ഞു.

മെത്രാൻ ഭൂഗോളത്തെ ഊക്കിൽ ഒന്ന് കറക്കിവിട്ടു.

"അതു കള! നീയവൾക്ക് ഒരു പ്രേമലേഖനം എഴുതിക്കൊടുത്തി ട്ട്ണ്ടോ?"

"നോ! നോ, നോ, നോ!!"

മെത്രാൻ എൻസൈക്ലോപീഡിയ ബ്രിട്ടാനിക്കയുടെ മൂന്നു വാല്യങ്ങൾ ഒന്നിച്ച് താങ്ങിയെടുത്ത് നിലത്തിട്ടു!

"ബലേ ഭേഷ്!" അദ്ദേഹം മേശവലിപ്പു തുറന്ന് ഒരു കറുത്ത ഫയ ലെടുത്തു. ഫയലിനെ കറുത്ത ഒരു തുണികൊണ്ട് പൊതിഞ്ഞുവെച്ചി രുന്നു. തലയോടും അസ്ഥിക്കഷണങ്ങളും അവയ്ക്കും മുകളിലായി ഒരു വെളുത്ത കുരിശും തുണിയിൽ ആലേഖനം ചെയ്യപ്പെട്ടിരുന്നു. ജോർജ്ജു കുട്ടിയെ കണ്ണടയ്ക്കു മീതെക്കൂടി നോക്കിക്കൊണ്ട് അദ്ദേഹം ഫയൽ തുറന്നു. ജോർജ്ജുകുട്ടിയുടെ ചങ്കിടിച്ചു.

"ഇതെന്ത് ഫയലാന്നറിയോ നിനക്ക്?"

ജോർജ്ജുകുട്ടി ഇല്ലെന്ന് തലയാട്ടി.

"ഈ സ്ഥാപനത്തിലെ സകലവന്റേം അനാശാസ്യപ്രവർത്തനങ്ങളുടെ ഫയലാ! മനസ്സിലായ്റാ?"

മെത്രാൻ എഴുന്നേറ്റു നിന്നു. ഫയലിൽ നിന്നും ഒരിളം നീലക്കടലാസ് എടുത്തുയർത്തി മണപ്പിച്ചു. അമേരിക്കയിൽനിന്ന് റോസിച്ചേച്ചി കൊണ്ടു കൊടുത്ത ഫ്രഞ്ച് പെർഫ്യൂമിന്റെ പരിമളം തന്നെ ബോധം കെടുത്തു മെന്ന് ജോർജ്ജുകുട്ടി ഭയന്നു.

"സെന്റ്!" മെത്രാൻ പറഞ്ഞു. മികച്ച നടൻ!

ജോർജ്ജുകുട്ടി വിയർത്തൊഴുകി. മെത്രാൻ കടലാസ് അകറ്റിപ്പിടിച്ച് ഉറക്കെ വായിച്ചു.

"എന്റെ ഹൃദയകാന്താരത്തിലുദിച്ച താരകമേ, ആലിസ് ഉമ്മാ.. ഫ!"

മെത്രാൻ അരമന കുലുങ്ങും പോലെ ആട്ടി! ജോർജ്ജുകുട്ടി അസ്ത മിച്ചു!

"ഫയൽ ചെയ്തിട്ടുണ്ട് ഞാൻ."

"മനസ്സിലായിരാ?"

അതോടെ അവസാനിച്ച തന്റെ പ്രേമജീവിതത്തെ വീണ്ടും വീണ്ടു മിങ്ങനെ കുത്തിപ്പൊക്കുന്നതെന്തിനാണ്? അറേഞ്ച്ഡ് പ്രേമത്തിന്റെ

പാതയിൽനിന്ന് അറേഞ്ച്ഡ് മാര്യേജിന്റെ പാതയിലേക്ക് പ്രവേശിച്ചു കഴിഞ്ഞ ഒരു യുവാവല്ലേ ജോർജ്ജുകുട്ടി? ശവത്തിൽക്കുത്തണോ?

“അപ്പോ... ഈ സൗന്ദര്യംകൊണ്ട് വയറ് നെറഞ്ഞെന്ന് നീയെവിട്യേങ്കിലും കേട്ടിട്ട്ണ്ട്റാ?”

മെത്രാൻ ഉലാത്തുന്നതിന്നിടയിൽ തിരിഞ്ഞുനിന്ന് ചോദിച്ചു. ഇല്ല എന്ന് ജോർജ്ജുകുട്ടി തോൾ കുലുക്കി. അവൻ മെത്രാന്റെ പിന്നാലെ നടന്നു.

“ങ്ആ! അങ്ങനെ വിവരം തെളിഞ്ഞ് വാ! സൗന്ദര്യത്തിലൊന്ന്വല്ല കാര്യം. നാല് കാശും നാലാൾടെ എടേലൊരു നെലേം വെലേം...”

ജോർജ്ജുകുട്ടി നടത്തം നിർത്തി. ഇതാ ഇവിടെയാണ് ജോർജ്ജുകുട്ടിയും തലമുതിർന്നവരും തമ്മിൽ വഴിപിരിയുന്ന ബിന്ദു. പ്രേമിക്കരുതെങ്കിൽ വേണ്ടാ. ജോർജ്ജുകുട്ടിയുടെ കരളിന്റെ കരളിൽ ഒരു ശാലീന സുന്ദരിക്ക് മാത്രമേ സ്ഥാനമുള്ളൂ. എന്നാൽ വെറും പണത്തിനുവേണ്ടി അപ്പൻ, അമ്മ, പെങ്ങൾ, അളിയൻ, ഇതാ മെത്രാനും അവനെ ശാലീന സൗന്ദര്യത്തിന്റെ താഴ്വരയിൽനിന്നും ആട്ടിത്തെളിക്കുന്നു. കഷ്ടം! വിവാഹത്തെ സ്വപ്നം കാണുന്ന ഒരു യുവാവിന്റെ സൗന്ദര്യസങ്കൽപങ്ങൾക്ക് ഈ നാട്ടിൽ എന്തു വില? ഒരിടത്തുനിന്നും പ്രോത്സാഹനം ലഭിക്കുകില്ല. സങ്കൽപങ്ങൾക്ക് ചിറകുമുളയ്ക്കാൻ ആരും അനുവദിക്കില്ല.

“നീയെന്താണ്ടാ ചെക്കാ പന്തം കണ്ട പെരുച്ചാഴിടന്തി നിക്കണേ?”

മെത്രാൻ അവന്റെ വയറ്റത്ത് ഒരിടിവെച്ചു കൊടുത്തു. ജോർജ്ജുകുട്ടി അറിയാതെ കുനിഞ്ഞുപോയി! അവൻ ദയനീയമായി മെത്രാനെ നോക്കി.

“എങ്ങനീണ്ട്റാ നിന്റെ മാരുതി?”

ജോർജ്ജുകുട്ടി മാരുതി ഉഗ്രനാണെന്ന് ആംഗ്യം കാട്ടി. മെത്രാൻ ചാരുകസേരയിൽ പോയി കിടന്നു. തിളങ്ങുന്ന ചുവപ്പുകല്ലു പതിച്ച മോതിരമിട്ട കൈകൊണ്ട് തന്റെ ഗംഭീരമായ ഉദരം തലോടി.

“വല്ലാത്ത ഗ്യാസ്!” അദ്ദേഹം പറഞ്ഞു. ജോർജ്ജുകുട്ടി അതെയെന്ന് സമ്മതിച്ചു.

“ങ്ആ! നീ പൊക്കോ.”

ജോർജ്ജുകുട്ടി കോണിപ്പടികളോടിയിറങ്ങുമ്പോൾ മെത്രാൻ ആത്മഗതം ചെയ്തു.

“കള്ളാ, നിന്റൊരു മാരുതീം യൂജീസീം...”

അദ്ദേഹം ഒരു ചാർമിനാറിനു തീ കൊളുത്തി. അരമനയുടെ പടുകൂറ്റൻ കമാനത്തിനു കീഴിലൂടെ പാലുപോലെ വെളുത്ത മാരുതിയിൽ ചെക്കൻ ഒഴുകിപ്പോകുന്നത് കണ്ടു കിടന്നപ്പോൾ മെത്രാന് വാത്സല്യം തോന്നി.

“ഇവൻ മാരുതി കാട്ടി റിയൽ എസ്റ്റേറ്റ് തട്ടും!”

കാലു രണ്ടും ചാരുകസേരയുടെ തണ്ടുകളിലേക്ക് കയറ്റിവെച്ച് ചാർമിനാർ പുകച്ചൂതി വിട്ട് മെത്രാൻ മനോരാജ്യം കാണാൻ കിടന്നു.

താൻ ഡയറക്ടർ ബോർഡ് മെമ്പറായിട്ട് നഗരത്തിൽ ഒമ്പത് ബാങ്കുകളുണ്ട്. മൂന്നെണ്ണത്തിൽ ഒഴിഞ്ഞുകിടക്കുന്നുണ്ട് ചില കസേരകൾ. അതിൽ ഒരെണ്ണത്തെ മെത്രാൻ ചൂണ്ടുവിരൽകൊണ്ട് ഒന്ന് എറ്റി! ജോർജ്ജുകുട്ടി കെട്ടുന്ന പെണ്ണിന് അതിൽ കയറിയിരിക്കാം. അതിന് അവൻ ഒരു ഡയറക്ടർ ബോർഡംഗത്തിന്റെ എംകോംകാരിയും സുശീലയുമായ മകളെ കെട്ടണം! പെണ്ണ് ഭൂലോക സുന്ദരിയല്ല. വേണ്ട. എന്നു വെച്ചിട്ട് വേണ്ടതൊക്കെ വേണ്ടപോലെ ഇല്ലേ? ഉണ്ട്! അതുമതി. മെത്രാൻ ഫോൺ കറക്കി വിളിച്ചു.

“പോൾസൺണ്ടറാ അവടെ?”

ഇങ്ങേത്തലയ്ക്കൽ ജോർജ്ജുകുട്ടിയുടെ അപ്പൻ ഫോണെടുത്തു. അടുത്ത ഞായറാഴ്ച ഡയറക്ടർ ബോർഡംഗത്തിന്റെ മോളെ പെണ്ണു കാണാൻ പോകുന്നതിനെപ്പറ്റി അവർ സുദീർഘമായി സംസാരിച്ചു കൊണ്ടിരുന്നു.

അരമനയിൽ നിന്നിറങ്ങിയതും ജോർജ്ജുകുട്ടി തന്റെ സഹപ്രവർത്തകനും വിപ്ലവകാരിയുമായ സുനിൽദാസനെ കണ്ടുമുട്ടി. അരമന ബോംബു വെച്ചു തകർക്കാനാണെന്ന മട്ടിൽ അവനവിടെ മതിലും ചാരി നിൽക്കുകയായിരുന്നു. നീട്ടി വളർത്തിയ താടിയും മുടിയും കർത്താവിനൊരു വെല്ലുവിളിപോലെ ചൊറിഞ്ഞ് പറത്തിക്കൊണ്ടിരുന്നു. തോളത്തു തൂങ്ങുന്ന സഞ്ചിയിൽ കനമുള്ളതെന്തോ ഉണ്ട്. ബോംബുകളാവണം. നഗ്നപാദങ്ങളും കാവി മുണ്ടും ഒക്കെ വിപ്ലവത്തിനു പോകുമ്പോഴെന്നപോലെ ത്തന്നെ! ജോർജ്ജുകുട്ടിക്ക് മനസ്സിൽ ഒരാന്തലുണ്ടായി. അവൻ മെല്ലെ സുനിൽദാസന്റെ ചാരെ വണ്ടി നിർത്തി. വണ്ടി നിർത്തിയില്ലെങ്കിൽ ബോംബുവെച്ച് വണ്ടി നിർത്തിയേക്കും എന്നു തോന്നിപ്പോകും വിധം കോപാകുലമായിരുന്നു സുനിൽദാസന്റെ ഭാവം. ജോർജ്ജുകുട്ടി സുനിൽദാസനെ നോക്കി നിഷ്കളങ്കമായി ചിരിച്ചു.

“അങ്ങാടീലേക്കാണോ?”

സുനിൽ ദാസൻ ചോദിച്ചു. അല്ലെങ്കിലും ജോർജ്ജുകുട്ടി അതെയെന്ന് തലയാട്ടി. സുനിൽ ദാസൻ അധികാരത്തോടെ വണ്ടിയിൽ കയറിയിരുന്നു. അങ്ങാടി തകർക്കാനായിരിക്കും! ജോർജ്ജുകുട്ടി ഒരക്ഷരം മിണ്ടാതെ വണ്ടിയോടിച്ചു.

“ജോർജ്ജുകുട്ടിക്കെന്താ ഒരു വിഷമം?”

ഒന്നുമില്ലെന്ന് ജോർജ്ജുകുട്ടി തോൾ കുലുക്കി. പിന്നെപ്പിന്നെ പറഞ്ഞു വന്നപ്പോൾ സുനിലിന്റെ സഞ്ചിയിൽ ബോംബില്ലെന്ന് ജോർജ്ജുകുട്ടിക്ക് ബോധ്യമായി. ജോർജ്ജുകുട്ടിയുടെ വിവാഹക്കാര്യം സുനിലിന്റെ നാവിൽ നിന്നുതന്നെ വീണപ്പോഴാകട്ടെ അവൻ നെടുവീർപ്പിട്ടുപോയി. ഒരു വിപ്ലവകാരിയോട് ബുദ്ധിപരമായി വേണം സംസാരിക്കാനെന്നുറച്ച് വീട്ടുകാരും താനും തമ്മിൽ ജനറേഷൻ ഗ്യാപ്പിന്റെ ഒരു പ്രശ്നത്തിലാണെന്ന് ജോർജ്ജുകുട്ടി പറഞ്ഞു.

“എല്ലാം വ്യവസ്ഥിതിയുടെ തകരാറാണ്!”

സുനിൽ ദാസൻ പറഞ്ഞു. അവന്റെ മുഖം കഠിനമായി.

"ആദ്യം സാമൂഹ്യമാറ്റം വരണം..."

സുനിൽ ദാസൻ അങ്ങാടിയിൽ ഇറങ്ങിപ്പോയി. ജോർജ്ജുകുട്ടിക്ക് അജ്ഞാതമായ ഒരു വിഷാദം തന്നെ വന്നു മൂടുന്നതായി തോന്നി. ജീവിതത്തിലേക്ക് കടന്നുവരുന്നത് ഒരു ശാലീനസുന്ദരിയല്ലെങ്കിൽ... ദൈവമേ!

വിചാരമഗ്നനായി വണ്ടിയോടിച്ചു പോവുകയായിരുന്ന ജോർജ്ജുകുട്ടി തന്റെ ജൂനിയറും അടുത്തയിടെ വിവാഹിതനുമായ ബിജു വർഗീസിന്റെ വീട്ടിനു മുന്നിൽ വണ്ടി നിർത്തി. തന്റെ വ്യഥകൾ അവനുമായി പങ്കിടാൻ തീരുമാനിച്ചു. ബിജു വർഗീസിന്റെ ഭാര്യ ചായയുമായി വന്നപ്പോൾ ജോർജ്ജുകുട്ടി ഞെട്ടിത്തരിച്ചിരുന്നു. തടിച്ചിയും മീശയുള്ളവളുമായ അവൾ ലോലഗാത്രനായ ബിജു വർഗ്ഗീസിന്റെ തലയ്ക്കു മീതെ ഒരു ഗോപുരംപോലെ ഉയർന്നുനിന്നു. ഗോപുരം സ്വർണ്ണം പൊതിഞ്ഞിരുന്നു. ബിജു വർഗീസ് അവനെ നോക്കി കണ്ണിറുക്കി.

"സൗന്ദര്യത്തിലൊന്നും കാര്യല്യ ജോർജ്ജുട്ടി സാറേ, മാറ്റിനിക്ക് കൊണ്ടോവാൻ പറ്റീല്യെങ്കിലും ഫസ്റ്റ് ഷോയ്ക്ക് കൊണ്ടോവാൻ പറ്റൂലോ. അതു മതി."

ജോർജ്ജുകുട്ടിക്ക് കൈയിലിരുന്ന ചായക്കപ്പ് ചുണ്ടോടടുപ്പിക്കാൻ ത്രാണിയുണ്ടായിരുന്നില്ല. സ്വർണ്ണഗോപുരം അകത്തേക്ക് ചലിച്ചു. ബിജു വർഗ്ഗീസ് ഒരു ഉപ്പുബിസ്കറ്റെടുത്ത് ചവച്ചുകൊണ്ട് തുടർന്നും തന്റെ അറിവുകളെ വിളംബരം ചെയ്തു. വായിൽ നോക്കാനാണെങ്കിൽ എന്തു മാത്രം സുന്ദരികൾ നമുക്കു ചുറ്റും! വിവാഹമെന്നാൽ വായിൽ നോട്ടമല്ല. അനേകം ഉപലബ്ധികളുടെ ആകത്തുകയാണ്. അല്ലെങ്കിലും സൗന്ദര്യം നശ്വരമാണ്. ആത്മാവാണ് അനശ്വരം!

ബിജു വർഗ്ഗീസിന്റെ വീട്ടിൽ നിന്നിറങ്ങുമ്പോൾ ജോർജ്ജുകുട്ടി ഹതാശനായി തീർന്നിരുന്നു.

മെത്രാന്റെ നിർദ്ദേശപ്രകാരം തന്റെ ജീവിതത്തിലെ പ്രഥമവും പ്രധാനവുമായ പെണ്ണുകാണലിനു പോകുമ്പോൾ ജോർജ്ജുകുട്ടിക്ക് വിറയലോ ചമ്മലോ അശേഷം ഉണ്ടായിരുന്നില്ല. ശാലീനസുന്ദരിയായിരിക്കണമേ എന്ന ഒരപേക്ഷ മാത്രം ഹൃദയത്തിൽ വിങ്ങിനിന്നു.

പതിവുചടങ്ങിനും കാപ്പികുടിക്കും ശേഷം ജോർജ്ജുകുട്ടിക്ക് പെണ്ണിനോടെന്തെങ്കിലും വ്യക്തിപരമായി സംസാരിക്കാനുണ്ടെങ്കിൽ ആയിക്കോട്ടെ എന്നായി വീട്ടുകാർ.

തട്ടുമ്പുറത്തെ ഒരു മുറിയിലാണ് കൂടിക്കാഴ്ച ഒരുക്കിയത്. ഒറ്റയ്ക്ക് കോണി കയറുമ്പോഴും ജോർജ്ജുകുട്ടി അധീരനായില്ല. അവൻ കടന്നു ചെല്ലുമ്പോൾ പെണ്ണ് കട്ടിലിൽ കിടന്ന് എന്തോ വായിക്കയായിരുന്നു. അവൻ വാതിൽക്കൽനിന്നും മുരടനക്കി. പെണ്ണ് എഴുന്നേറ്റ് വളരെ പരിചിതഭാവത്തിൽ അവനെ സ്വീകരിച്ചു.

"വരൂ ജോർജ്ജുകുട്ടീ, ഇരിക്കൂ."

സ്നേഹമുള്ളവൾ, ജോർജ്ജുകുട്ടിയുടെ നാവു വരണ്ടു. ചുണ്ടു വിറച്ചു. അവൻ അകത്തു കടന്നു.

"അയോദ്ധ്യാ പ്രശ്നത്തിൽ ജോർജ്ജുകുട്ടിയുടെ നിലപാടെന്താണ്?"

ഇരിക്കാനോങ്ങിയ ജോർജ്ജുകുട്ടി നിന്നുപോയി! പെണ്ണിന്റെ മുഖത്ത് നോക്കി മിഴിച്ചുനിന്ന അവനിൽനിന്ന് ഒരുത്തരം പ്രതീക്ഷിച്ചുകൊണ്ട് അവൾ ഇരിക്കുന്നു. "അത്... എനിക്കങ്ങനെ പ്രത്യേക നിലപാടൊന്നും...." ജോർജ്ജുകുട്ടി നിർത്തി നിർത്തിപ്പറഞ്ഞു. ഉത്തരങ്ങൾ അവൾക്ക് പ്രശ്നമല്ലെന്ന് തോന്നുന്നു. ചോദ്യത്തിലാണ് അവളുടെ ഊന്നൽ. അവളൊരു പുസ്തകത്തിന്റെ താളുകൾ തെരുതെരെ മറച്ചു. വ്രീളാവിവശതയില്ല. കവിളിണകളിൽ അരുണിമയില്ല. മിഴികൾ കൂമ്പുന്നതേയല്ല. ഇനിയെന്ത്? പകച്ചുകൊണ്ട് ജോർജ്ജുകുട്ടി ഇരുന്നു. കരുതിക്കൊണ്ടുവന്ന ശാലീന സുന്ദരമായ ചോദ്യങ്ങളൊക്കെ ആവിയായിപ്പോയി! എം കോമിനു മാർക്കെത്ര എന്ന രൂപസൗകുമാര്യമില്ലാത്ത ഒരേയൊരു ചോദ്യം മാത്രം അവശേഷിച്ചു. അതെങ്കിൽ അത്. ജോർജ്ജുകുട്ടി വാ തുറന്നതും പുസ്തകം കിടക്കയിലിട്ട് കൈകൾ പിന്നാക്കം കുത്തി ചാഞ്ഞിരുന്ന് അവൾ ചോദിച്ചു.

"ജോർജ്ജുകുട്ടി ഒരു ചരിത്രാധ്യാപകനാണല്ലോ. 'ചിത്രകേരളം' എന്ന ചരിത്ര പുസ്തകം ആരെഴുതിയതാണ്?"

ജോർജ്ജുകുട്ടി ചാടിയെഴുന്നേറ്റു. ചടപടാന്ന് കോണിപ്പടികളിറങ്ങി. അവന്റെ മഞ്ഞ ബാഗിഷർട്ട് വിയർപ്പിൽ നനഞ്ഞുകുളിച്ചു.

"ഭയങ്കര ചൂട്!' ഷർട്ടിന്റെ ഉള്ളിലേക്ക് ഊതിക്കൊണ്ട് അവൻ സ്വീകരണ മുറിയിലേക്കിറങ്ങിവന്നു.

അവർ കാറിൽ കയറുമ്പോൾ പെണ്ണുവീട്ടിലെ ഒരു കുട്ടി ഓടിവന്ന് ജോർജ്ജുകുട്ടിയുടെ കൈയിൽ ഒരു കടലാസു കഷണം കൊടുത്തു.

ചിത്രകേരളം വി.ഐ.എൻ എന്ന ചരിത്രകാരന്റേതാണ് എന്ന് അതിൽ കുറിച്ചിരുന്നു.

മടക്കയാത്രയിൽ സുഹൃത്തും അളിയനും അളിയന്റെ സുഹൃത്തും കൂടി ജോർജ്ജുകുട്ടിയേയും പെണ്ണിനേയും കൂട്ടിവെച്ച് അശ്ലീലച്ചുവയുള്ള ഒരു തമാശ പറഞ്ഞപ്പോൾ ജോർജ്ജുകുട്ടി നിർത്താതെ പൊട്ടിച്ചിരിച്ചു.

"പെണ്ണ് എങ്ങനീണ്ട്റാ?" എന്ന്, വീട്ടിലെത്തി അമ്മ അളിയനോടു ചോദിക്കും വരെ.

"മണിമണി പോലത്തെ പെങ്കുട്ടി! മിടുമിടുക്കി. തൂവെള്ള നെറം!" അളിയൻ പറഞ്ഞു.

"പിന്നെ ഇവനെന്ത് പറ്റി?"

ജോർജ്ജുകുട്ടിയുടെ പെറ്റമ്മ അവനെ അടിമുടി നോക്കി. ജോർജ്ജുകുട്ടി തന്റെ മുറിയിൽ കയറി കതകടച്ചു.

വൈകുന്നേരം അപ്പനും അമ്മയും അരമനയിലേക്കു ചെല്ലുമ്പോൾ മെത്രാൻ ഒരു സാന്റോ ബനിയനും കറുത്ത ഷോട്സുമിട്ട് വ്യായാമ പരിശീലനത്തിലായിരുന്നു. കെട്ടിത്തൂക്കിയിട്ട പഞ്ചിന്മേൽ അദ്ദേഹം തുടരെത്തുടരെ ഇടിച്ചുകൊണ്ടിരുന്നു.

"ഈശോ മിശിഹായ്...യ്ക്ക് സ്തുതി!"

പെങ്ങൾ പറഞ്ഞു. അവരുടെ ഒച്ചയ്ക്കൊരു വിറയലുണ്ടായിരുന്നു.

"ങ്ഊം...!" മെത്രാൻ അമർത്തി മൂളി. കുടുംബത്തോടും തറവാടിനോടും സ്നേഹമില്ലാത്ത സന്തതികളുടെ തലമുറയെപ്പറ്റി അദ്ദേഹം ഓരോ ഇടിക്കിടയിലും ഉറക്കെ സംസാരിക്കാൻ തുടങ്ങി. താൻ വെറും ഒരു മെത്രാൻ ആയി ഇരുന്നുകൊണ്ട് തറവാട്ടിനുവേണ്ടി ചെയ്ത കാര്യങ്ങൾ ഓർത്തുനോക്കാൻ അദ്ദേഹം അളിയനോടും പെങ്ങളോടും ആവശ്യപ്പെട്ടു. നാരുവേരുപടലംപോലെ പടർന്നുകിടക്കുന്ന തറവാടിലെ ഓരോ താവഴിയിലേയും ആകാവുന്നോർക്കൊക്കെ ഒരുനേരത്തെ കഞ്ഞിക്കുള്ള വക താൻ ഉണ്ടാക്കിക്കൊടുത്തു. മെത്രാൻ പഞ്ചിന്മേൽ ഊക്കിൽ ഒരിടി വെച്ചുകൊടുത്തു! പത്താം ക്ലാസ് തോറ്റും കഷ്ടിച്ച് കടന്നും നിൽക്കുന്ന സകല പെമ്പിള്ളാരേയും മിഷൻ ആശുപ്രതികളിൽ നഴ്സുമാരോ ലാബറട്ടറി ടെക്നീഷ്യത്തികളോ ആക്കി മാറ്റി. തോറ്റ് തൊപ്പിയിട്ടു നടക്കുന്ന സകല തലമുറിയൻ ചെക്കന്മാരേയും പിടിച്ച് ഒമ്പതു ബാങ്കുകളിലും പ്യൂണന്മാരാക്കി! മെത്രാൻ പഞ്ചിന്മേൽ ഒരു ചവിട്ടു വെച്ചുകൊടുത്തു. തറവാട്ടിലുള്ളോർക്ക് ബുദ്ധി കമ്മിയായിപ്പോയി. ഉള്ളംകൈയിൽ വെച്ച നെല്ലിക്കപോലെ നഗരത്തിൽ നാലഞ്ചു കോളേജുകൾ സകല വാതിലും തുറന്നിട്ട് കെടക്കുന്നു. യോഗം വേണ്ടേ? കഴുതകൾ! മെത്രാൻ പഞ്ചിന്മേലുള്ള ഇടി നിർത്തി അളിയന്റേയും പെങ്ങളുടേയും ഇടയിൽ നിന്ന് ജോഗിങ് ആരംഭിച്ചു. എന്തൊരാഗ്രഹമായിരുന്നു, ഒരെണ്ണം ഫസ്റ്റ് ക്ലാസ് വാങ്ങി പി.ജിയെടുത്തു വരാൻ! ജോർജ്ജുകുട്ടി പാസ്സായതിന്റെ കഥയൊന്നും പറയുന്നില്ല. അളിയനും പെങ്ങളും തലകുനിച്ചു നിന്ന് കേട്ടു. അവന്റെ മൂന്നാം ക്ലാസ് രണ്ടാം ക്ലാസ്സായത് എങ്ങനെയെന്ന് ദൈവം തമ്പുരാനും എനിക്കും മാത്രം അറിയാം. മെത്രാൻ അരമനയ്ക്കു ചുറ്റും ഒരു റൗണ്ട് ഓടാൻ പോയി. പെങ്ങൾ കൂടെ ഓടാൻ തുടങ്ങിയപ്പോൾ അളിയൻ തടഞ്ഞുനിർത്തി.

ഓടികിതച്ചുവന്ന മെത്രാൻ സംഭാഷണം തുടർന്നു.

"ജോർജ്ജുകുട്ടി എമ്മേയ്ക്ക് ചേർന്ന കൊല്ലം ചരിത്രം പോസ്റ്റ് ഒഴിവു വന്നത്.... ഓർമ്മീണ്ടാ? പിന്നെ രണ്ടു കൊല്ലം കളിച്ച പകിട പന്ത്രണ്ടും ഓർമ്മീണ്ടാ?"

അളിയനും പെങ്ങളും തലകുനിച്ചു നിന്നു. ഇതിൽക്കൂടുതലൊന്നും ഒരു മെത്രാനെക്കൊണ്ടും ഒരു തറവാട്ടിനു വേണ്ടിയും ചെയ്യാൻ കഴിയില്ല. എന്തൊക്കെ ആയാലും ഒരു മെത്രാനല്ലേ, ദൈവം തമ്പുരാനൊന്നും അല്ലല്ലോ. മെത്രാന്റെ ഉള്ളിൽ വിഷാദം നിറഞ്ഞു. അദ്ദേഹം നിലത്ത് മലർന്നു കിടന്നു. കൈകാലുകൾ അകത്തി വെച്ചു. ശ്വാസം നീട്ടിവിട്ടു.

"ഞാനെന്തൂട്ടിനാ ഇങ്ങനെ കെടന്ന് പാടുപെടണേ?" അദ്ദേഹം എഴുന്നേറ്റിരുന്നു.

"തന്നെപ്പോലെ തന്റെ തറവാട്ടുകാരേം സ്നേഹിക്കണം എന്ന ഏക വിചാരംകൊണ്ട്. അല്ലെങ്കില്, ദേ, എനിക്ക് ബൈബിളും വായിച്ച് ഉള്ള കഞ്ഞീം കുടിച്ച് ഇവിടെ കഴിഞ്ഞൂട്യാ മതി..."

മെത്രാൻ കിടന്നു. കൈകാലുകൾ അകത്തിവെച്ചു. ശ്വാസം നീട്ടിവിട്ടു. കണ്ണടയ്ക്കും മുമ്പ് അദ്ദേഹം പറഞ്ഞു.

“ആ കുരുത്തല്യാത്ത സന്തതി എത്ര ലക്ഷത്തിന്റെ നഷ്ടാ ഇപ്പോ വരുത്തീട്ട്ള്ളത്ന്നറിയോ? പേനീം കടലാസും എടുത്തോ. കണക്കാ കൂട്ടിക്കോ. അവനെ പെറ്റോട്ത്ത്ന്നാ തൊടങ്ങിക്കോ.”

മെത്രാൻ കണ്ണടച്ച് ശവാസനം പൂകി.

ജോർജ്ജുകുട്ടി വരുത്തിയ നഷ്ടങ്ങളുടെ കണക്ക് കൂട്ടിക്കുട്ടി വന്നപ്പോൾ അപ്പനുമമ്മയ്ക്കും തലകറങ്ങി. വീട്ടിലെത്തിയതും ജോർജ്ജുകുട്ടിയുടെ അടച്ചിട്ട വാതിലിൽ ഇടിച്ച് അവരവനെ പുറത്ത് വരുത്തി.

“എന്താണ്ടാ നിന്റെ വിചാരം?”

അമ്മ ഗർജ്ജിച്ചു. അമ്മ കരഞ്ഞു. അമേരിക്കയിൽ നിന്ന് റോസിച്ചേച്ചി വിളിച്ചു. അവളും ഫോണിലൂടെ കരഞ്ഞു. മൂക്കു ചീറ്റി, അപ്പൻ പറഞ്ഞു.

“അടുത്താഴ്ച കോട്ടയം-കാഞ്ഞിരപ്പിള്ളീല് പെണ്ണുകാണാൻ പോണംട്ടറാ!”

അപ്പന്റേം അമ്മയുടേയും കോപത്തിനും കണ്ണീരിനും പാത്രമാകുവാൻതക്ക മനക്കരുത്ത് ജോർജ്ജുകുട്ടിക്കുണ്ടായിരുന്നില്ല. ഞായറാഴ്ച രാവിലെ അവൻ കുളിച്ച് സെന്റു പൂശി അമേരിക്കൻ നിർമ്മിതമായ വേഷങ്ങളിട്ട് പെണ്ണുകാണാൻ പോയി. പെണ്ണ് വമ്പനായൊരു റബ്ബറെസ്റ്റേറ്റുടമയുടെ ഏകമകളായിരുന്നു. സുന്ദരിയും സുശീലയും. വനിതാ കോളേജിൽ ജോലി. ഇപ്പോൾ തൽകാലം. പിന്നെ സ്ഥിരം. അവരുടെ വീടും വീട്ടുപകരണങ്ങളും വീട്ടുകാരും ഒക്കെ റബ്ബർകൊണ്ടുള്ളതായിരുന്നു. അവർക്ക് ഒരു യൂജീസി അധ്യാപകനെത്തന്നെ വേണം.

കാപ്പികുടി കഴിഞ്ഞപ്പോൾ ജോർജ്ജുകുട്ടിയുടെ ചങ്കിടിക്കാൻ തുടങ്ങി. തനിക്ക് പെണ്ണിനോട് വ്യക്തിപരമായി ഒന്നും സംസാരിക്കാനില്ലെന്ന് പ്രസ്താവിക്കാൻ ജോർജ്ജുകുട്ടി ഒരുങ്ങിയതായിരുന്നു. പക്ഷേ, പെണ്ണിന്റെ സഹോദരൻ അവനെ ഒരു അലങ്കരിച്ച മുറിയിലേക്ക് കൂട്ടിക്കൊണ്ടുപോയി.

അവിടെ ഒരു കറങ്ങുന്ന കസേരയിൽ പുറംതിരിഞ്ഞ് പെണ്ണ് ഇരുപ്പുണ്ടായിരുന്നു. ജോർജ്ജുകുട്ടി ഇതുവരെ ഒരു ബഹിരാകാശ പേടകത്തിനകത്ത് പെട്ടിട്ടില്ലെങ്കിലും ഇപ്പോൾ പെട്ടുപോയ പോലെ തോന്നി. കെടുകയും കത്തുകയും ചെയ്യുന്ന നിരവധി ചെറുബൾബുകളും ചില കീ കീ ശബ്ദങ്ങളും. ഒക്കെക്കൂടി അവൻ ആകെ മഞ്ഞളിച്ചു നിന്നു.

“പ്ലീസ് ടേക്ക് യ്യോർ സീറ്റ്...

അന്യപേടകത്തിൽനിന്ന് ഒരു കിളിമൊഴിക്കൊപ്പം അവൾ കറക്കുകസേര വട്ടം തിരിച്ച് അവനഭിമുഖയായി.

ജോർജ്ജുകുട്ടി റബ്ബർ ഇരിപ്പിടത്തിന്റെ ഒരരികു ചേർന്നിരുന്നതും അഗാധമായ ഒരു കുഴിയിലേക്ക് താണുപോയി, പൊങ്ങി വന്ന് സ്ഥിതനായി. എല്ലാം ഒരു ഞൊടിയിടകൊണ്ട്. ദൈവമേ! ജോർജ്ജുകുട്ടി തന്നെ

ദൈവത്തിന്റെ കൈകളിൽ അർപ്പിച്ചു. പെണ്ണ് അവനെ നോക്കി യാന്ത്രികമായി മന്ദഹസിച്ചു.

“ദയവായി മോനിട്ടർ ശ്രദ്ധിക്കുക.”

അവൾ പറഞ്ഞു. ജോർജ്ജുകുട്ടി അറിയാതെ ശ്രദ്ധിച്ചുപോയി.

ഒരു പ്രാകൃതയുദ്ധത്തിന്റെ ദൃശ്യം മോനിട്ടറിൽ പ്രത്യക്ഷപ്പെട്ടു.

‘ബി സി രണ്ടാം നൂറ്റാണ്ടിൽ നടന്ന ഈ യുദ്ധം ഏതു രാഷ്ട്രങ്ങൾ തമ്മിലുള്ളതായിരുന്നു?”

ജോർജ്ജുകുട്ടി ഒന്നും കൂടെ നോക്കും മുമ്പ് ചിത്രം മറഞ്ഞുപോയി. ഒരു ചെറിയ തല കറക്കം തന്നെ ബാധിക്കുന്നുണ്ടോ എന്ന് ജോർജ്ജുകുട്ടി സംശയിച്ചു.

അവൻ അവളെത്തന്നെ ഉറ്റു നോക്കി.

അവളുടെ കൈയിൽ ഒരു ചൂരൽ വടി ഉണ്ടായിരുന്നു.

“എലീസാ ടെസ്റ്റ് എന്നാത്തിനൊള്ളതാ?”

അവൾ ചോദിച്ചു. ജോർജ്ജുകുട്ടി ചാടിയെഴുന്നേറ്റു. ഒറ്റയോട്ടത്തിന്ന് അവൻ വാതിലിന്നപ്പുറമെത്തി.

“എന്നതാ, ജോർജ്ജുകുട്ടി, എന്നാ ഒണ്ടായേ?”

അവൾ പുറകിൽനിന്ന് വിളിച്ചു ചോദിക്കുന്നത് അവൻ കേട്ടുവെങ്കിലും തിരിഞ്ഞു നോക്കാൻ പോയില്ല.

കാറിലേക്ക് കയറുംമുമ്പു തന്നെ അവൻ കൂടെയുള്ളവരോടു പറഞ്ഞു.

“പെണ്ണിനെ എനിക്ക് പിടിച്ചിട്ടില്ല.”

കൂടെയുള്ളവർ പരസ്പരം നോക്കി. പെണ്ണിന് തടി ജാസ്തിയാണെന്ന് അവർക്കും തോന്നിയിരുന്നു. പക്ഷേ വേണ്ടെന്ന് വെയ്ക്കുന്നത് ബുദ്ധി മോശമാണ്. വാരിക്കോരിക്കൊടുക്കും കാഞ്ഞിരപ്പിള്ളിക്കാർ. അവർക്കാണേൽ ജോർജ്ജുകുട്ടിയെ അങ്ങു കിട്ടിയേച്ചാൽ മതിയെന്നാ....

മടക്കയാത്രയിൽ ജോർജ്ജുകുട്ടി ഒന്നും മിണ്ടിയില്ല. നാനാതരം സംശയങ്ങളുടെ ആകുലതയാൽ നെറ്റി ചുളിച്ചിരുന്ന് അവൻ വീടെത്തി.

അന്ന് വൈകുന്നേരം മെത്രാൻ ജോർജ്ജുകുട്ടിയെ വിളിപ്പിച്ചു.

“എന്താണ്ടാ കാര്യം? കാഞ്ഞിരപ്പിള്ളീലെ പെണ്ണിന് എന്തുട്ടാ കൊറവ്?”

കൊറവല്ല, കൂടുതലാണ് എന്ന് ജോർജ്ജുകുട്ടിക്ക് പിറുപിറുക്കാൻ തോന്നിയതാണ്. എന്നാലും മെത്രാന്റെ മുന്നിലവൻ തലകുനിച്ചുനിന്നു.

“എന്താണ്ടാ നീയ് കാറ്റ് ശൂറ്റണ ബലൂൺ പോലെ പിറുപിറുക്കണേ?”

ഇതൊക്കെ ആരോടെങ്കിലും പറയാൻ പറ്റുമോ? രണ്ടു പെണ്ണുകാണലുകളോടെ ഒരൊത്ത മനുഷ്യൻ തകർന്നുപോയി എന്നു പറഞ്ഞാൽ വിശ്വസിക്കാനാളെ കിട്ടുമോ? തന്റെ വേവലാതികൾ ആർക്ക് മനസ്സിലാക്കിക്കൊടുക്കാൻ. തുടർന്നു ചിന്തിക്കാൻ ജോർജ്ജുകുട്ടിക്ക് വാക്കുകൾ പോലും കിട്ടിയില്ല.

"ഇരിക്കണേനെ വിട്ടിട്ട് പറക്കണേനെ പിടിച്ചാ എന്താണ്ടാവാന്ന റിയ്യോ? കടിച്ചതൂല്യാ പിടിച്ചതൂല്യാന്നാവും. മനസ്സിലാവ്ണ്ടറാ?"

ജോർജ്ജുകുട്ടി തലയാട്ടി.

"ങ്ആ. പൊക്കോ."

ജോർജ്ജുകുട്ടിയുടെ മനസ്സമാധാനം നശിച്ചു. എന്നു മുതൽക്കാണ് പെണ്ണുങ്ങൾ ഇങ്ങനെ തുടങ്ങിയിട്ടുള്ളതെന്ന് അവന് ഒരു പിടിയും കിട്ടി യില്ല. മറ്റുള്ളവർക്ക് ചിരിക്കാൻ വക നൽകേണ്ടല്ലോ എന്നു കരുതി ഉറ്റ സുഹൃത്തുക്കളോടുപോലും തന്റെ ഈ സ്വകാര്യാനുഭവങ്ങൾ അവൻ പങ്കുവെച്ചില്ല.

പെണ്ണുകാണലിന്റെ വേളയിൽ മിഥ്യാഭ്രമം സംഭവിക്കുന്ന തരം വല്ല മനോരോഗവും തനിക്കുണ്ടായിരിക്കുമോ എന്നവൻ ഭയന്നു. മുമ്പ് പരീക്ഷ യെഴുതാനിരിക്കുമ്പോൾ തനിക്കങ്ങനെ ഉണ്ടായിട്ടുണ്ട്. ആകപ്പാടെ ഓർത്ത് കണ്ണിലിരുട്ടു കയറിക്കൊണ്ട് ജോർജ്ജുകുട്ടി നടന്നു. ഊണില്ലാ ഉറക്കമില്ലാ എന്നായി.

"ഇതോണ്ടൊന്നും ആയിട്ടില്ല." ഊണു കഴിക്കാനിരിക്കുമ്പോൾ അമ്മ അവനോടു പറഞ്ഞു.

"ഒന്നും രണ്ടുമല്ല. ചെലപ്പോ പത്തും നൂറും എണ്ണത്തിനെ കണ്ടിട്ടാ ഒരെണ്ണം ഒറയ്ക്ക്യാ. നിന്റെ കുരിശ് എവിട്യാന്ന് ആർക്കാ അറിയ്യാ? നിന്റപ്പൻ ഇരുപത്തിനാലാമത്തെ പെണ്ണായിട്ടാ എന്നെ കണ്ടേ. മനസ്സി ലായോ? അപ്പന് പറഞ്ഞ കുരിശ് ഞാനായിരുന്നു."

ഊണു കഴിക്കാനിരിക്കുമ്പോൾ ജോർജ്ജുകുട്ടിക്ക് വറ്റ് നെറുകയിൽ കയറി.

"വെള്ളം കുടിക്കടാ." അമ്മ നെറുകെ തട്ടിക്കൊടുത്തു.

ഇതൊക്കെക്കൊണ്ട് മൂന്നാമത്തെ പെണ്ണുകാണലിന് ഒന്നു പ്രിപ്പെയർ ചെയ്തുപോകാൻ ജോർജ്ജുകുട്ടി തീരുമാനിച്ചു. ജനറൽ നോളെജിന്റെ ചില പുസ്തകങ്ങൾ സംഘടിപ്പിച്ച് ജോർജ്ജുകുട്ടി ഒന്ന് മറിച്ചു നോക്കി. ചരിത്രപരമായവ കാണാപ്പാഠം പഠിച്ചു.

മൂന്നാമത്തെ പെണ്ണ് അരണാട്ടുകര തട്ടിന്മേൽ തരകൻ വീട്ടിലെയാ യിരുന്നു. ജോർജ്ജുകുട്ടിയോട് പെണ്ണിന്റെ അപ്പൻ പറഞ്ഞു.

"ദേ, ആ അടയ്ക്കാമരത്തിന്റെ ചോട്ടിൽ നിക്കണതാ പെണ്ണ്. മോന ങ്ങോട്ട് ചെല്ല്." പച്ച സാരിയുടുത്ത്, പച്ച ബ്ലൗസും പച്ച വളകളുമിട്ട് പച്ച പ്പൊട്ട് തൊട്ട് അടയ്ക്കാമരത്തെ പുണർന്നുകൊണ്ട് അവൾ നിന്നിരുന്നു. ഒരു പച്ചത്തുള്ളനെ കൈത്തലത്തിരുത്തി കളിപ്പിച്ചുകൊണ്ട്. ജോർജ്ജു കുട്ടി ആർജ്ജിച്ചിരുന്ന പൊതുവിജ്ഞാനത്തെ അട്ടിമറിച്ചുകൊണ്ട് ആ അതിസുന്ദരി വികാരഭരിതയായി ചോദിച്ചു.

"ലാലൂരിലെ പരിസ്ഥിതിപ്രശ്നം വൈകാരികമായി ജോർജ്ജിനെ എങ്ങനെയാണ് ബാധിച്ചിട്ടുള്ളത്?

അരണാട്ടുകരയിൽ നിന്ന് മടങ്ങുമ്പോൾ ജോർജ്ജുകുട്ടിക്ക് നല്ല പനി തുടങ്ങിയിരുന്നു. രാത്രി കടുത്ത കുളിരും വിറയലും വന്നു. ചുക്കും കുരുമുളകുമിട്ട കരുപ്പെട്ടിക്കാപ്പി കുടിച്ചിട്ടും വിറയൽ നിന്നില്ല. പൊതുവിജ്ഞാനത്തിലെ പല ഉത്തരങ്ങളും അവൻ ഉറക്കെ വിളിച്ചു പറഞ്ഞുകൊണ്ടിരുന്നു.

മൂന്നാം നാൾ മെത്രാൻ അവനെ സന്ദർശിക്കാനെത്തി. ജോർജ്ജുകുട്ടി അകത്ത് കതകടച്ചിരുന്നതിനാൽ അദ്ദേഹം അവനെ ഉറക്കെ വിളിച്ചു. മറുപടി കിട്ടാതെ വന്നപ്പോൾ താഴെ സ്വീകരണമുറിയിൽ കാത്തിരുന്നു. ചെക്കനുമായി തനിക്കുള്ള വൈകാരികബന്ധത്തിന്റെ ആഴം മെത്രാന് മനസ്സിലായി. അദ്ദേഹത്തിന്റെ കണ്ണു നിറഞ്ഞു.

മൂന്നു ദിവസത്തെ കടുത്ത പനിക്കും ധ്യാനത്തിനും ശേഷം ജോർജ്ജുകുട്ടി എഴുന്നേറ്റു. അമേരിക്കയിൽനിന്ന് റോസിച്ചേച്ചി കൊണ്ടുകൊടുത്തിരുന്ന ചാരനിറമുള്ള ജീൻസും മഞ്ഞ ബാഗി ഷർട്ടും അഴിച്ചുവെച്ചു. കഴുത്തിലെ സ്വർണ്ണമാല, കൈത്തണ്ടയിലെ റോളക്സ് വാച്ച്, വിരലിലെ മോതിരങ്ങൾ ഇവ ഊരിവെച്ചു. മാരുതിക്കാറിന്റെ കീ ഇവയ്ക്കെല്ലാം മീതെ വെച്ചു. ഫ്രിഡ്ജിൽനിന്ന് ഒരു കുപ്പി തണുത്ത വെള്ളം അപ്പാടെ കുടിച്ചു. എന്നിട്ട് തറവാട്ടിലെ ഏതോ ഒരു കപ്പൂച്ചിൻ സന്ന്യാസി പണ്ട് ഉപേക്ഷിച്ചിട്ടുപോയ കാവിക്കുപ്പായം എടുത്തിട്ടു. അടച്ചിട്ട വാതിൽ തുറന്ന് ജോർജ്ജുകുട്ടി സാവകാശം താഴേക്കിറങ്ങി വന്നു.

താഴെ തളത്തിലിരുന്ന് കൊന്ത ചൊല്ലുകയായിരുന്ന അമ്മ സ്വപുത്രന്റെ ഇറങ്ങിവരവ് കണ്ടു. പ്രാർത്ഥനയ്ക്കിടയിലായിരുന്നതിനാൽ തനിക്കെന്തോ പ്രത്യക്ഷം കിട്ടുകയാണെന്ന് മെത്രാൻ സംശയിച്ചു.

"എന്റെ പുണ്യാളാ!" അമ്മ ഉറക്കെ നിലവിളിച്ചു.

അടുക്കളയിൽനിന്ന് രണ്ടു വേലക്കാരികളും ഉമ്മറത്തുനിന്ന് അപ്പനും ഓടിവന്നു. കപ്പൂച്ചിൻ സന്ന്യാസിയുടെ വേഷത്തിൽ നിൽക്കുന്ന ജോർജ്ജുകുട്ടിയെ കണ്ട് ചെറുപ്പക്കാരികളായ വേലക്കാരികൾക്ക് ചിരി വന്നു. എന്നാൽ അമ്മയുടെ നിലവിളി, അപ്പന്റെ പരിഭ്രമം, മെത്രാന്റെ അന്ധാളിപ്പ് ഇവ കണ്ട് അവർ ചിരിയമർത്തി.

"പനി തലയ്ക്കടിച്ചോ പുണ്യാളാ."

അമ്മ മകനെ പൂണ്ടടക്കം പിടിച്ചു. ജോർജ്ജുകുട്ടിയാവട്ടെ അമ്മയെ ബലമായി തടഞ്ഞു.

"സ്ത്രീയേ, എനിക്കും നിനക്കും തമ്മിലെന്ത്?"

അവൻ ചോദിച്ചു.

■

* ശ്രദ്ധയ്ക്ക്: ഇതിലെ മെത്രാൻ ഭാവനയിൽ രൂപംപൂണ്ടു വന്നതാണ്. ജീവിച്ചിരിപ്പുള്ളതോ കർത്താവിൽ നിദ്ര പ്രാപിച്ചതോ ആയ യാതൊരു മെത്രാനുമായും ഇതിലെ മെത്രാന് സാമ്യമില്ല.

വെളുത്ത നിർമ്മിതികളും കറുത്ത കണ്ണാടിയും

സൗന്ദര്യവർദ്ധക വസ്തുക്കൾ വിൽക്കുന്ന വമ്പിച്ച ഈ കടയിലെ ആൾത്തിരക്കൊഴിഞ്ഞ ഇടവേള. സമയം ഒന്നേകാൽ മണി. ഉച്ച.

മൂന്നാംതരം സെയ്ൽസ്ഗേൾ കം സ്വീപ്പർ അമ്മിണിക്കുട്ടി അനന്ത പ്രവാഹമായ ഈ നഗരത്തിലേക്ക് കണ്ണും മനസ്സും വിക്ഷേപിച്ചിരിക്കുന്നു. അഭേദ്യമായ ഈ തിരക്കു ഭേദിച്ച് ഗൗതംകുമാർ എത്തിച്ചേരുന്നതെങ്ങനെയെന്ന ഒരു പ്രശ്നം അവളെ അലട്ടുന്നുണ്ട്. പരിഹാരമെന്നോണം ജർമ്മൻ കൊളാബറേഷനുള്ള റൻകിട കോസ്മറ്റിക് കമ്പനിയുടെ സെയ്ൽസ് റെപ്രസെന്റേറ്റീവ് ആയ ഗൗതംകുമാർ ആളുകൾക്കും കെട്ടിടങ്ങൾക്കും വാഹനങ്ങൾക്കും മുകളിലൂടെ വളഞ്ഞ് അർദ്ധചന്ദ്രാകൃതിയിൽ ബൈക്ക് പറപ്പിച്ച് ഒരു മാന്ത്രികപ്പരവതാനി താണുവരുമ്പോലെ കടയുടെ മുന്നിൽ വന്നിറങ്ങുമെന്നുതന്നെ അവൾ വിഭാവനം ചെയ്യുന്നു.

ക്യാഷിൽ ഇരിക്കുന്നത് പാവമണി അയ്യരാണ്. കാഷ്യറും മാനേജരും സെയ്ൽസ്മാനും കടയിലെ ഏക പുരുഷനും അദ്ദേഹമാണ്.

അയ്യരുടെ മുന്നിൽ നിൽക്കുന്നത് ആൾ വലിപ്പത്തിൽ ഒരു ബൊമ്മയാണ്. അതിശയകരമായ ഒടിവുകളും വളവുകളും മുഴപ്പുകളും ഉണ്ടെങ്കിലും തുടകൾക്കിടയിൽ അലിംഗമായതിനാൽ പെണ്ണ് എന്നുറപ്പിച്ചു പറനാനും മുഖത്തുനോക്കി നപുംസകമെന്ന് വിളിക്കാനും പറ്റാത്ത ഒരു നിർമ്മിതി. ഇതുപോലത്തെ ഒഴിവുവേളകളിൽ കസേരക്കീഴിലെ ബട്ടൺ ചവുട്ടിയമർത്തി പാവമണി അയ്യർ ബൊമ്മയെ തനിക്കഭിമുഖമായി നിർത്തുന്നു.

മറ്റുള്ളത് വിൽപനക്കാരികൾ. ഒന്നാം നിരയിലെല്ലാം വെളുത്തുതുടുത്തവർ. രണ്ടാം നിരയിലെല്ലാം ഇരുനിറക്കാർ. ജാതിഭേദങ്ങൾക്കും നിറഭേദങ്ങൾക്കും അപ്പുറം ഇവരെല്ലാം ഒരച്ചിലിട്ടു വാർത്തപോലെ ഇരിക്കുന്നതിനുള്ള കാരണം-ഇവരെല്ലാം ഒരേ ബ്യൂട്ടി പാർലറുകളിൽ പോകുന്നു. കാലം കുറച്ചു വൈകിയാണെങ്കിലും ബ്യൂട്ടിപാർലറുകൾ വഴിയാണ് നാം സമത്വത്തിലെത്തിച്ചേരുകയെന്ന് ഇവരുടെ ഒരേപോലെ കത്രിച്ച മുടിയും

പിഴുതുമാറ്റിയ പുരികങ്ങളും മെഴുകിയ മുഖങ്ങളും രോമരഹിതമായ കൈകാലുകളും നമുക്കുറപ്പുതരുന്നു.

മൂന്നാംനിര എന്നത് കറുകറുത്തവളായി അമ്മിണിക്കുട്ടിയെന്ന ഒരുത്തിയെക്കൊണ്ടു മാത്രം. അമ്മിണിക്കുട്ടി. അലക്കുകാരമിട്ട് മുടി മെഴുക്കിളക്കുന്നവൾ. ജോലിക്കു ചേർന്ന അന്നുതന്നെ ഒരു നെയ്ൽ പോളീഷ് കട്ടെടുത്ത് ബ്ലൗസിനുള്ളിൽ തിരുകിയവൾ. പാവമണി അയ്യർ ബ്ലൗസിനുള്ളിലേക്ക് കൈനീട്ടിയപ്പോൾ ബോധംകെട്ടു വീഴാതെ കുപ്പിയെടുത്ത് മേശപ്പുറത്തുവെച്ചവൾ.

അമ്മിണിക്കുട്ടി ഇങ്ങനെ അദ്ഭുതപ്പെട്ടു. ഇത്രയേറെ ആളുകൾ. ഇത്രയേറെ കാറുകൾ. ഇത്രയേറെ പൊടി. ഇതെല്ലാം എവിടുന്നു വരുന്നു? ഒഴിവുനേരങ്ങളിൽ പാവമണി അയ്യർ ബൊമ്മയോടു ചെയ്യുന്നതെന്ത്? വടകുറുമ്പവേലയ്ക്ക് കണ്ടു മോഹിച്ചതും കൂർമ്പൻ കോമാളിത്തൊപ്പികളുള്ളതും ആർക്കും വിൽക്കാതെ രണ്ടലമാരകൾക്കിടയിൽ ഒളിപ്പിച്ചുവെച്ചിട്ടുള്ളതുമായ രക്തനിറമുള്ള ക്യൂട്ടക്സ് കുപ്പി പാവമണി അയ്യർ കാണാതെ എത്രകാലം മറച്ചുവെയ്ക്കും? പാഡു വെച്ച ബ്രാ എന്നാലെന്ത്?

അമ്മിണിക്കുട്ടിയുടെ അദ്ഭുതങ്ങൾ തുടരുന്നതിനിടയിൽ സൈലൻസറില്ലാത്ത ഒരു ബൈക്ക് ചീറിപ്പാഞ്ഞു വന്ന് ഈ വമ്പിച്ച കടയുടെ മുന്നിൽ നിന്നു. ലോകത്തെ മറ്റെല്ലാ ഗന്ധങ്ങളേയും ഭേദിച്ചുകൊണ്ട് സെയ്ൽസ് റെപ്രസന്റേറ്റീവ് ഗൗതംകുമാറിന്റെ ഗന്ധം കടയ്ക്കുള്ളിലേക്ക് ചീറിയടിച്ചു. ഇലക്ട്രിക് ഷോക്കേറ്റപോലെ അമ്മിണിക്കുട്ടി ചാടിയെണീറ്റു. അവളുടെ നാഡിമിടിപ്പ് വർദ്ധിച്ചു. കൈകാലുകൾ തണുത്തു. നാവുണങ്ങി. കണ്ണു കാണാതായി.

ബൈക്കിന്റെ കോൺവെക്സ് മിററിൽ നോക്കി വിയർപ്പു തുടച്ച്, മുടി ചീന്തി, ടൈ നേരെയാക്കി, പെട്ടിയെടുത്ത്, മുരടനക്കി, കാലഘട്ടത്തിന്റെ ചിരിചിരിച്ച് ഗൗതംകുമാർ കടയിലേക്ക് കയറി.

അതേനിമിഷത്തിൽ പാവമണി അയ്യർ ഫോൺ കറക്കി വീട്ടിലിരിക്കുന്ന സംസാരത്തെ വിളിച്ച് സംഭാഷണം തുടങ്ങി. ജർമ്മൻ കൊളാബറേഷനുള്ള വൻകിട കോസ്മറ്റിക് കമ്പനിയുടെ ഏജന്റ് ഗൗതംകുമാർ എം.എസ്.സി. കെമിസ്ട്രി ഫസ്റ്റ്ക്ലാസ്, പെട്ടിയും താങ്ങി കാത്തുനിന്ന് വിയർത്തു.

ആമാണ്ടി, കണ്ണ്! മുരിങ്ങക്കായ് സാമ്പാറ് വാസ് റിയലി ഫെണ്ടാസ്റ്റിക്! സിക്സർ!! സായംകാലം ഊത്തപ്പമേ പോതും...

ഇത്തരം ലാഘവമാർന്ന ഫോൺ സംഭാഷണങ്ങൾക്കിടയിൽ കിട്ടുന്ന പഴുതുകൾ ഉപയോഗിക്കപ്പെടേണ്ടവയാണെന്ന ട്രെയ്നിങ്ങിൽ കിട്ടിയ പാഠം ഒരു ഞെട്ടലോടെ ഓർമ്മവന്ന് ഗൗതംകുമാർ പൊടുന്നനെ പെട്ടി തുറന്നു. ബഹുവർണങ്ങളും നാനാരൂപങ്ങളുമായ ഉൽപന്നങ്ങൾ പുറത്തെടുത്ത് നിരത്തിത്തുടങ്ങി. കുപ്പികൾ, ടിന്നുകൾ, പെട്ടികൾ, പായ്ക്കറ്റുകൾ,

പൊടികൾ, പേസ്റ്റുകൾ, ഖരം, ദ്രവം, വാതകം. ഒടുക്കത്തെ പ്രയോഗ മായി കമ്പനിയുടെ പ്രസ്റ്റിജ്യസ് ഉൽപന്നമായ സ്പ്രേ എടുത്ത് വായുവി ലേക്ക് നാലുപാടും പീച്ചി. അതോടെ ഈ വമ്പിച്ച കട മുഴുവനും ഒരൊറ്റ മൂക്കായി വിടർന്നു.

അയ്യർ ഫോൺ താഴെവെച്ചു. ഗൗതംകുമാർ ശ്വാസം പിടിച്ചു. ഉന്നം ശരിയാക്കി. റിമോട്ട് കൺട്രോളർ ഓടിച്ചുവിടുന്ന ഹിന്ദി ഗാനരംഗംപോലെ പറയാനുള്ളത് പറഞ്ഞുതീർത്ത് വിയർപ്പു തുടച്ച്, ടൈ നേരെയാക്കി, പുഞ്ചിരിച്ച്, അന്നത്തെ കോംപ്ലിമെന്റായ റൊട്ടി മുറിക്കുന്ന കത്തി പുറ ത്തെടുത്തു.

സ്റ്റീൽ കത്തി കൈയിലെടുത്ത് തിരിച്ചും മറിച്ചും പരിശോധിച്ചുകൊണ്ട് പാവമണി അയ്യർ അലക്ഷ്യമായി പുറപ്പെടുവിക്കുന്ന ഓർഡറുകളെ ശ്രദ്ധാ പൂർവം പിടിച്ച് പെട്ടിയിലിട്ട്, അയ്യർക്ക് കൈകൊടുത്ത് ഗൗതംകുമാർ ഇറങ്ങിപ്പോയി.

അമ്മിണിക്കുട്ടിക്ക് ശ്വാസമേ നിലച്ചുപോയി. എന്നാൽ ഒരോർമ്മ പ്പിശകിന്റെ കുത്തനെയുള്ള ഇറക്കം ഓടിക്കയറി വരുംപോലെ പെട്ടിയും വീശി ഗൗതംകുമാർ കടയ്ക്കകത്തേക്ക് ഓടി വരുന്നതാണ് പിന്നെ കണ്ടത്.

ഓ... ഗൗതം!

പെൺകുട്ടികൾ അവന്റെ ഓർമ്മപ്പിശകിനുനേരെ കൈനീട്ടി. ഇരുനിര കളിൽനിന്നും നീട്ടിവിടർത്തിയ രോമരഹിതമായ പതിനാറു കൈകളുടെ നടുവിലൂടെ പെട്ടിയും വീശി സ്ലോമോഷനിൽ ഗൗതംകുമാർ അമ്മിണി ക്കുട്ടിയുടെ അടുത്തേക്കൊഴുകിപ്പോവുകയാണുണ്ടായത്.

"അമ്മിണിക്കുട്ടിയുടെ കണ്ണാടി. നാളെ കൊണ്ടുവരാം, തീർച്ച." ഗൗതം കുമാർ പറഞ്ഞു. തിരിഞ്ഞ് എല്ലാരോടുമായി കൈവീശി കടയുടെ വാതിൽ ക്കൽവരെ സ്ലോമോഷൻ തുടർന്ന് ഗൗതംകുമാർ നിരത്തിലേക്കിറങ്ങിയ പ്പോൾ അവൻ തന്നെ ചതിക്കുകയായിരുന്നു എന്ന അമർഷത്തോടെ അമ്മിണിക്കുട്ടി വിൽപനമേശയ്ക്കടിയിൽ മുഷ്ടി ചുരുട്ടി മുറുക്കി.

സ്വർണനിറത്തിൽ നീണ്ട വാലും കോഴിമുട്ടയുടെ രൂപവുമുള്ള കൊച്ചു കണ്ണാടിയുമായി ഗൗതംകുമാർ കടന്നുവന്നതോടെയാണ് ഒരു മാന്ത്രിക കണ്ണാടിയുടെ സാധ്യതകളെപ്പറ്റി അമ്മിണിക്കുട്ടി ആലോചിക്കുന്നത്.

"ഇതൊരു സാധാരണ കണ്ണാടിയല്ല." ഗൗതം കുമാർ പറഞ്ഞു.

മാന്ത്രികക്കണ്ണാടിയാണ്. രാവിലെ കുളികഴിഞ്ഞൊരുങ്ങിവന്ന് ഭയഭക്തികളോടെ ഈ കണ്ണാടിയിൽ നോക്കി ഇങ്ങനെ ചോദിക്കുക. "കണ്ണാടീ, കണ്ണാടീ, പറയൂ ആരാണ് ലോകത്തിലേക്ക് ഏറ്റവും സുന്ദരി? മഹാറാണിമാർ ഇങ്ങനെ ചോദിച്ചിട്ടുണ്ട്. ഇവിടെയിപ്പോൾ ഈ മാന്ത്രിക ക്കണ്ണാടിക്കും അമ്മിണിക്കുട്ടിക്കും ഇടയിൽപോലും ഈ ചോദ്യം ചോദിക്കപ്പെടാവുന്നതാണ്."

ഗൗതംകുമാർ, കമ്പനിയുടെ കോംപ്ലിമെന്റായ കൊച്ചുകണ്ണാടികൾ വിതരണംചെയ്തു. അമ്മിണിക്കുട്ടിയുടെ അടുത്തെത്തിയപ്പോഴേക്കും കണ്ണാടികൾ തീർന്നുപോയി.

പരിഹാസം മാംസത്തിൽനിന്ന് ബോധത്തിലേക്ക് തുളച്ചുകയറുന്ന ഒരു കഠാരയായിരിക്കാം. പക്ഷേ, ഒരു മാന്ത്രികക്കണ്ണാടിയുടെ വിലോഭ നീയമായ സാധ്യതകൾക്കു മുന്നിൽ അത് തീരെ നിസ്സാരമായിത്തീരുന്നു. അതിനാൽ ഉറച്ച സ്വരത്തിൽ അമ്മിണിക്കുട്ടി ഗൗതംകുമാറിനോടു പറഞ്ഞു.

"എനിക്കൊരു മാന്ത്രികക്കണ്ണാടി വേണം. എത്ര വിലയാണെങ്കിലും വേണം."

ഒരു കൂട്ടച്ചിരി പലപ്പോഴും നമ്മുടെ മാനസികാവസ്ഥയ്ക്കനുസരിച്ച് ഒരു കൂട്ടനിലവിളിയായി അനുഭവപ്പെടാവുന്നതാണ്. അമ്മിണിക്കുട്ടി ഇപ്പോൾ കേൾക്കുന്ന കൂട്ടനിലവിളിയെ കൊഴുപ്പിച്ചുകൊണ്ട് പാവമണി അയ്യർ പറഞ്ഞു.

"ഓഹോ! മാന്ത്രികക്കണ്ണാടിയോ?

അതിൽ നോക്കിയാലും കറുകറാന്ന് ഇരിക്കുമേ!"

അമ്മിണിക്കുട്ടിയുടെ കണ്ണുകൾ ചുട്ടു പഴുത്തു. ആലയിൽ നിന്നെ ടുത്ത് മുഖത്തു കുത്തുന്ന പഴുപ്പിച്ച കമ്പികൾപോലെ നോട്ടങ്ങൾ പാഞ്ഞു വന്നപ്പോൾ പാവമണി അയ്യർ തെരുവിലേക്ക് മുഖം തിരിച്ചിരുന്ന് തുടയിൽ താളം കൊട്ടി. അമരീ... കബരീ... ഭാരഭ്രമരീ....

അതിനുശേഷം ഗൗതംകുമാർ പലവട്ടം വന്നുപോയി. കീ ചെയിൻ, ചെറിയ തുകൽപ്പേഴ്സ്, നെയ്ൽ കട്ടർ, പോക്കറ്റ് ഡയറി, റൊട്ടി മുറിക്കുന്ന കത്തി അമ്മിണിക്കുട്ടിക്കും കിട്ടി കോംപ്ലിമെന്റുകൾ.

'കണ്ണാടി?' ക്രമേണ ദയനീയമായിത്തീരുന്ന ഒച്ചയിൽ ഓരോ ദിവസവും അമ്മിണിക്കുട്ടി ചോദിച്ചുകൊണ്ടിരുന്നു.

അടിസ്ഥാനപരമായി ഗൗതംകുമാർ ഒരു ദുഷ്ടനോ അഹങ്കാരിയോ അല്ല. ഒഴിഞ്ഞുമാറുകയും ആയിരുന്നില്ല. തന്റെ ജില്ലകളിൽ ഏറ്റവും കൂടുതൽ വ്യാപാരം നടത്തി ഒരു കുതിച്ചുചാട്ടത്തിലൂടെ കമ്പനിയുടെ പാരിതോഷികമായ രണ്ടായിരം രൂപയും എച്ച്.എം.ടി വാച്ചും നേടുകയെന്ന ലക്ഷ്യത്തിന്റെ അവസാനനാളുകളിലെ ഓട്ടത്തിന്നിടയിൽ അമ്മിണിക്കുട്ടി യുടെ കണ്ണാടി മറന്നു പോകുന്നുവെന്നു മാത്രം.

"എന്റമ്മിണിക്കുട്ടീ, നിനക്കെന്തിനാണ് ഇത്തിരിപ്പോന്ന ഈ കണ്ണാടി?"

സാമ്പിളുകളും ലഘുലേഖകളും കോംപ്ലിമെന്റുകളും മുഷിഞ്ഞ തുണികളും കുഴഞ്ഞുമറിഞ്ഞ് കിടക്കുന്നതിന്നിടയിൽ നിന്ന് വല്ലപ്പോഴും കണ്ണാടി പൊന്തിവരുമ്പോഴൊക്കെ ഗൗതംകുമാർ ആത്മാർത്ഥമായി ചോദിച്ചുപോയിട്ടുണ്ട്.

"എനിക്കൊരു മാന്ത്രികക്കണ്ണാടി വേണം."

അമ്മിണിക്കുട്ടി പലവട്ടം അവളവളോടുതന്നെ ഇക്കാര്യം ഓർമ്മിപ്പിച്ചു കൊണ്ടേയിരുന്നു.

അമ്മിണിക്കുട്ടിയുടെ ഒന്നാമത്തെ കണ്ണാടി അവൾക്കു കൊടുത്തത് മണികണ്ഠനാണ്.

വടകുറുമ്പപ്പൂരത്തിന് ചോന്ന ചായം തേച്ച മരച്ചട്ടയിട്ട കണ്ണാടി അഞ്ചു രൂപ വിലപറഞ്ഞ് നാലരയ്ക്ക് പിശകി വാങ്ങി. അടുത്തുപിടിച്ചും അകലെപ്പിടിച്ചും പൊക്കിപ്പിടിച്ചും താഴ്ത്തിപ്പിടിച്ചും നോക്കിയിട്ടും മുഖം കോടിയിരിക്കുന്നതുകണ്ട് മണികണ്ഠൻ അതിശയപ്പെട്ടു. കുംഭച്ചൂടിൽ വെന്തു പാകമാവുന്ന ആളുകളുടെ വേർപ്പിനും പുഴുക്കത്തിനും അകത്തുവെച്ച് അവൻ അമ്മിണിക്കുട്ടിയെ കണ്ടു.

"അമ്മിണീടെ മൊഗം വടകുറുമ്പമ്മേടെ അതേ മൊഗാ, ദേ നോക്ക്യേ."

അവൻ കണ്ണാടി അവളുടെ മുഖത്തിനുനേരെ നീട്ടിപ്പിടിച്ചു. പൂരത്തിരക്ക് കൂറ്റനൊരു തിരപോലെ മറിഞ്ഞുവന്ന് അവരെ ചുഴറ്റി വലിച്ചിഴച്ചുകൊണ്ടുപോയി. ചുഴിയിൽപെട്ട് വട്ടം കറങ്ങിക്കറങ്ങിയാണ് അമ്മിണിക്കുട്ടി കണ്ണാടി നോക്കിയത്.

അമ്മിണിക്കുട്ടി മുഖം നോക്കിയപ്പോൾ കണ്ണാടിയിൽ തെളിഞ്ഞതെന്ത്?

കരിങ്കവിളുകൾ

കരിങ്കൂട്ടു പുരികങ്ങൾ

ചൊകചൊകന്ന കണ്ണുകൾ

കറുത്തു മലർന്ന ചുണ്ടുകൾ.

അമ്പിളിപ്പൂളുപോലെ പല്ലുകൾ

ചെറുനാഗച്ചുരുളായ മുടിയിഴകൾ

ഇടം കാതിലെത്തോട കൊമ്പനാന

വലം കാതിലെത്തോട വരയൻപുലി.

അമ്മിണിക്കുട്ടി പേടിച്ചു! അവൾ കണ്ണാടി വലിച്ചെറിഞ്ഞു. പൂരത്തിരക്കിനു മുകളിലൂടെ പറന്ന് താഴെയുള്ളതെല്ലാം പ്രതിബിംബിപ്പിച്ചെടുത്ത് അമ്മിണിക്കുട്ടിയുടെ ഒന്നാമത്തെ കണ്ണാടി എവിടെയോ പോയ്മറഞ്ഞു.

അമ്മിണിക്കുട്ടിയുടെ സ്വപ്നങ്ങളിൽ കണ്ണാടികൾ പ്രത്യക്ഷപ്പെട്ടു തുടങ്ങിയത് ഇങ്ങനെയാണ്. ഇരുവശത്തും മുഴുനീള കണ്ണാടികൾ പതിച്ച ഇടുങ്ങിയ വഴികളിലൂടെ അമ്മിണിക്കുട്ടി പേടിച്ച് നിലവിളിച്ച് ഓടിക്കൊണ്ടിരുന്നു. മാനം മുട്ടുന്നവയും കടുകുമണിയോളം പോന്നവയുമായ കണ്ണാടികൾ ഒറ്റക്കുതിപ്പിന് അവളുടെ മുഖത്തേക്ക് പാഞ്ഞുവരികയും അതേ

വേഗത്തിൽ പറന്നകലുകയും ചെയ്തു. ഒന്നു മുഖംനോക്കാനിടകിട്ടുമ്പോഴാകട്ടെ ഒളിഞ്ഞും തെളിഞ്ഞും വടകുറുമ്പമ്മ മിന്നിമാഞ്ഞു.

ബ്ലേഡെടുത്ത് അമ്മിണിക്കുട്ടി പുരികം വടിച്ചു കളഞ്ഞു.

അമ്മിണിക്കുട്ടി ബിംബമാണെങ്കിൽ പ്രകാശനിയമമനുസരിച്ച് ഒരു കണ്ണാടി അവളെ പ്രതിബിംബിപ്പിക്കേണ്ടതുണ്ട്. എങ്കിൽ പുരികങ്ങൾ വടിച്ചുകളഞ്ഞതിനുശേഷവും അമ്മിണിക്കുട്ടി കണ്ണാടി നോക്കുമ്പോൾ വടകുറുമ്പമ്മയുടെ കാടത്തിപ്പുരികങ്ങൾ മുന നീട്ടി എഴുന്നുനിൽക്കുന്നത് എന്തുകൊണ്ട്? അമ്മിണിക്കുട്ടി ബിംബമാണെങ്കിൽ കണ്ണാടിയിൽ പതിയുന്നത് - അവളുടെ പ്രതിബിംബമാണെങ്കിൽ അമ്മിണിക്കുട്ടിയുടെ യാഥാർത്ഥ്യം എന്താണ്?

വടിച്ചുകളഞ്ഞ പുരികങ്ങളുടെ സ്ഥാനത്ത് നേർപ്പിച്ച കറുത്ത രേഖകൾക്കിരുപുറവുമായി തെളിഞ്ഞ മങ്ങിയ വെളുപ്പുനിറംപോലും അമ്മിണിക്കുട്ടിയെ മോഹിപ്പിച്ചു. കറുപ്പു നിറത്തെ ഒരു ക്രീം കൊണ്ട് വെളുപ്പിക്കാം. പാവമണി അയ്യരുടെ സൗന്ദര്യവർദ്ധക വസ്തുക്കൾക്കിടയിൽ വയലറ്റു നിറമുള്ള കൂടുകളിൽ മാസ്മരമായ വെളുപ്പുനിറം തടവിൽ കിടന്നു. ആരും കാണാതെ ദിവസേന ഓരോ കൂടും തുറന്ന് ഒരു പണത്തൂക്കം ക്രീം ഞെക്കിയെടുത്ത് അമ്മിണിക്കുട്ടി മുഖത്തു തേയ്ക്കുന്നുണ്ട്.

പാവമണി അയ്യരുടെ സ്കൂട്ടർ തട്ടി അമ്മിണിക്കുട്ടിയുടെ തന്ത ചത്തില്ലായിരുന്നുവെങ്കിൽ ഹരിജനപീഡനത്തിനുള്ള ശിക്ഷ ഭയന്ന് പാവമണി അയ്യർ നഷ്ടപരിഹാരവും അമ്മിണിക്കുട്ടിക്ക് മൂന്നാംതരം സെയിൽസ്ഗേൾ കം സ്വീപ്പർ ജോലിയും കൊടുത്തില്ലായിരുന്നുവെങ്കിൽ ഈ വമ്പിച്ച സൗന്ദര്യവർദ്ധക വസ്തുക്കളുടെ നടുവിലേക്ക് അവൾ കടന്നുവരില്ലായിരുന്നു. വിസ്മയകരമായ ഒരു കണ്ണാടിമുറിയിലേക്ക് അവൾ പ്രവേശിക്കില്ലായിരുന്നു. അങ്ങനെയാണ് അമ്മിണിക്കുട്ടിയുടെ രണ്ടാമത്തെ കണ്ണാടി പാവമണി അയ്യരുടെ കടയിലെ ഡ്രസ്സിങ് റൂമിലുള്ള മുഴനീള ബൽജിയം ഗ്ലാസ് ആകുന്നത്. അതൊരു വല്ലാത്ത സാധ്യതയായിരുന്നു.

ഒരു ജോടി കൃത്രിമ കൺപീലികൾ വാങ്ങിയ മധ്യവയസ്ക അതു പരീക്ഷിക്കാനായി ഡ്രസ്സിങ് റൂമിന്റെ കതകു തുറന്ന് അകത്തു കയറുന്നതിനിടയിലാണ് ആദ്യമായി അമ്മിണിക്കുട്ടി ആ മുഴുനീള കണ്ണാടി കണ്ടത്. അടഞ്ഞ വാതിലിനകത്തുള്ളത് ഒരു മുഴുനീള കണ്ണാടിയുടെ നിഗൂഢ സാധ്യതകളാണെന്ന അറിവിൽ അമ്മിണിക്കുട്ടിയുടെ നെഞ്ച് ക്രമം വിട്ട് മിടിച്ചു. പാവമണി അയ്യരുടെ കണ്ണുവെട്ടിച്ച് ഈച്ചയ്ക്കും പൂച്ചയ്ക്കും അതിനകത്തു കടക്കാൻ സാധ്യമല്ലെന്ന ചിന്ത അവളെ എരിപൊരി കൊള്ളിച്ചു. കൃത്രിമക്കൺപീലികൾ പിടിപ്പിച്ച കണ്ണുകൾകൊണ്ട് ലോകത്തെ പരമപുച്ഛത്തോടെ വീക്ഷിച്ച് മധ്യവയസ്ക വാതിൽ തുറന്നപ്പോൾ അമ്മിണിക്കുട്ടി ആർത്തിയോടെ കണ്ണാടി മുറിയിലേക്ക് എത്തിനോക്കി. വലിയ ഒച്ചയിൽ മധ്യവയസ്ക വാതിൽ വലിച്ചടച്ച് ഇറങ്ങിപ്പോയി.

നിലത്തുവീണ ഒരു കണ്ണെഴുത്തു പെൻസിൽ തപ്പിയെടുക്കുന്നതിനിടയിൽ ഡ്രസ്സിങ്റൂമിലേക്ക് നടന്നുപോകുന്ന രണ്ടു പാദങ്ങൾ അമ്മിണിക്കുട്ടിയെ സ്തബ്ധയാക്കി. അതിശയങ്ങളുടെ ഘോഷയാത്രയിൽ അമ്പരന്ന ഒരു കുഞ്ഞുമൃഗത്തെപ്പോലെ നാലുകാലിലിരുന്ന് അവൾ ആ കാഴ്ച കണ്ടു. കറുപ്പിൽ സ്വർണം പതിച്ച ചെരിപ്പിനകത്ത് വെണ്ണപോലെ പതുങ്ങുന്ന രണ്ടു പാദങ്ങൾ. നഖങ്ങൾ ചായം തേച്ച് പവിഴങ്ങളാക്കിയത്. കണങ്കാലിൽ പൊന്നു നൂലുകൾ ഇഴയുന്നത്. ജനിച്ചിട്ടിന്നോളം മണ്ണിൽ ചവുട്ടിയിട്ടില്ലാത്തത്. കാരമുള്ളു കൊണ്ട വേദനയുടെ പോലും പാട് അവശേഷിപ്പിക്കാത്തത്. പച്ചപ്പട്ടുസാരിയുടെ വക്കിൽനിന്ന് റോസാപ്പൂ നിറമുള്ള ഉപ്പൂറ്റികൾ പ്രദർശിപ്പിക്കുന്നത്. എത്ര കൈനീട്ടിയാലും അമ്മിണിക്കുട്ടിക്ക് തൊടാൻ പറ്റാത്ത അകലത്തിൽ നടന്നുപോവുന്നത്.

കണ്ണടച്ചാലും തുറന്നാലും വെണ്ണപോലുള്ള രണ്ടു പാദങ്ങളുടെ സാധ്യതയില്ലാതെ ജനിച്ചുപോയതിന്റെ ദുഃഖമാണ് ഇനിയുള്ള കാലം മുഴുവൻ തന്നെ വേട്ടയാടാൻ പോകുന്നതെന്ന അറിവോടെ കണ്ണെഴുത്തു പെൻസിലെടുക്കാൻ മറന്ന്, അമ്മിണിക്കുട്ടി എണീറ്റു നിന്നു. അടച്ച് വാതിൽ തുറന്ന് പുറത്തിറങ്ങുന്ന പാദങ്ങളിലേക്കും പാദങ്ങൾക്കു മീതെയുള്ള അദ്ഭുതകരമായ രൂപത്തിലേക്കും ബോധമറ്റവളെപ്പോലെ അവൾ നോക്കിനിന്നു. രൂപം തന്റെ നേർക്ക് വരികയാണെന്ന അറിവുപോലും അവളെ ബാധിച്ചില്ല. നിരവധി പൊൻമോതിരങ്ങളിട്ട ഇടതു കൈത്തലം, കറുത്ത വെൽവെറ്റ് വിരിപ്പിനുമേൽ കമഴ്ത്തിവെച്ച രൂപം അമ്മിണിക്കുട്ടിയോട് പറഞ്ഞു.

“ലാക്മീ. സിക്സ്റ്റീഥ്റീ. ഫോർട്ടീ, റ്റ്വന്റി നായ്ൻ...”

അമ്മിണിക്കുട്ടി മുഖമുയർത്തിയില്ല. രൂപത്തെ നോക്കിയില്ല. അതിന്റെ വാക്കുകൾ കേട്ടില്ല. അവൾ ഒരു കൈത്തലം മാത്രം കണ്ടു. കറുത്ത വെൽവെറ്റിനു മീതെ ആരും അറിയാതെ സ്വന്തം കൈത്തലം അവൾ അതിനോടു ചേർത്തുവെച്ചു. ആത്മനിന്ദകൊണ്ട് അമ്മിണിക്കുട്ടി പുകഞ്ഞു.

വെണ്ണയുടെ മാർദ്ദവത്തിനും ഉരുകിയ മെഴുകിന്റെ ദുർബലതയ്ക്കും പകരം തനിക്കു കിട്ടിയ കറുത്ത് കരുത്ത് കാട്ടുന്ന കൈകളോടും എല്ലുറപ്പുള്ള വിരലുകളോടും മുറിവും ചതവുമേറ്റ പാദങ്ങളോടുമുള്ള വെറുപ്പ് സഹിക്കാൻ വയ്യാതായ ഈ നിമിഷത്തിന്റെ പൊട്ടിത്തെറിയിലാണ് അമ്മിണിക്കുട്ടി പാവമണി അയ്യരുടെ ഡ്രസ്സിങ് റൂമിന്റെ വാതിൽ തള്ളിത്തുറന്ന് അകത്തേക്കിരച്ചുകയറിയത്.

ഒരു പെൺകുട്ടിക്ക് മുഖം നോക്കാനുള്ള കണ്ണാടിമുറിയിൽ എന്തെല്ലാം വേണം?

കില്ലർ എന്നെഴുതിയ ജീൻസ് മാത്രം ധരിച്ച് രോമരഹിതമായ മാറ് പ്രദർശിപ്പിച്ച് അകത്തുകടക്കുന്നവർ ചൂളിപ്പോകുന്ന നോട്ടത്തോടെ ഒരു യുവാവിന്റെ മുഴുനീള ചിത്രം അനിവാര്യമാണെന്ന് പാവമണി അയ്യർ

കരുതുന്നു. കുത്തിത്തുളയ്ക്കുന്ന വെളിച്ചംകൊണ്ട് മുറി നിറഞ്ഞിരിക്കണം. വീർപ്പുമുട്ടിക്കുന്ന പുരുഷഗന്ധം വിങ്ങിനിൽക്കണം.

ഓടിയിരച്ച് അകത്തുകയറിയ അമ്മിണിക്കുട്ടി കില്ലറെക്കണ്ട് നടുങ്ങി. കുത്തിത്തുളയ്ക്കുന്ന വെളിച്ചത്തിൽ തളർന്നു. പുരുഷഗന്ധത്തിൽ കുഴഞ്ഞു. എന്നിട്ടും ലോകത്തെ പുറത്താക്കി അവൾ വാതിലുകൾ വലിച്ചടച്ചു.

അങ്ങനെയാണ് അമ്മിണിക്കുട്ടി ഈ കണ്ണാടി മുറിയുമായി കടുത്ത പ്രണയത്തിലായത്. ഓരോ പതിനഞ്ചു നിമിഷത്തിലും അവൾ കണ്ണാടി മുറി സന്ദർശിച്ചു. കില്ലറുടെ കൊല്ലുന്ന കണ്ണുകൾക്കു കീഴെ നിന്നുകൊണ്ട് മുടിയും മുഖവും മുലയും പരിശോധിച്ചു. ചാഞ്ഞും ചെരിഞ്ഞും നോക്കി. വലതുനിന്ന് ഇടത്തേക്ക് തിരിയുമ്പോൾ കണ്ണാടിയിൽ ഒരു കുരുത്തോലപ്പാവാട വട്ടം വീശി വിരിഞ്ഞതും ഇടതു നിന്ന് വലത്തേക്ക് തിരിയുമ്പോൾ ഓട്ടുമണി കെട്ടിയ അരപ്പട്ട വിറച്ചുതുള്ളിയതും അമ്മിണിക്കുട്ടി കണ്ടില്ലെന്നു നടിച്ചു.

"അതങ്ങനെ സൈ്വരം കെടുത്തിക്കൊണ്ടിരിക്കും. അതെന്നെ ഒന്നിനും സമ്മതിക്കില്ല."

കില്ലറുടെ ഇടുങ്ങിയ വെള്ളാരങ്കണ്ണുകളിലേക്ക് വിശ്വാസത്തോടെ നോക്കിക്കൊണ്ട് അമ്മിണിക്കുട്ടി ഒച്ചയില്ലാതെ പറഞ്ഞു. രോമരഹിതമായ അയാളുടെ കൈത്തണ്ടയിൽ അവൾ വിറയ്ക്കുന്ന കൈത്തലം ചേർത്തുവെച്ചു. ഇളം ചുവപ്പുകലർന്ന വെളുപ്പിന്റെ പശ്ചാത്തലത്തിൽ പതിഞ്ഞ കറുപ്പിൽ നടുങ്ങി, പെട്ടെന്ന് അവൾ കൈ പിൻവലിച്ചു.

രണ്ടു മുലകൾക്കിടയിലുള്ള ഇടം ഒരു മഴത്തുള്ളിക്ക് വന്നു വീണ് ചിതറിത്തെറിച്ച് ഒഴുകിയിറങ്ങാനുള്ള പാത മാത്രമല്ല. അമ്മിണിക്കുട്ടിയുടെ അവസ്ഥയിലുള്ള ഒരു പെൺകിടാവിന് പലതും ഒളിച്ചുവെയ്ക്കാനുള്ള നിഗൂഢമായ ഒരറ കൂടിയാണ്. ത്വക്കിനെ പൂവിതൾപോലെ മൃദുവാക്കുന്ന ക്രീം മുലകൾക്കിടയിൽ ഒളിപ്പിച്ചുവെച്ച് അമ്മിണിക്കുട്ടി കണ്ണാടി മുറിയിൽ പ്രവേശിച്ചു. "നിങ്ങളുടെ മുഖമാണ് നിങ്ങളുടെ എല്ലാം. അത് കരിപോലെ കറുത്തതായാൽ? ആനത്തോൽ പോലെ പരുക്കനായാൽ? പാറപോലെ വരണ്ടതായാൽ? വ്യസനിക്കേണ്ട. പൂവിതളിന്റെ മാർദ്ദവമുള്ള ഈ ക്രീം ഒരൊറ്റത്തവണ ഉപയോഗിച്ചുനോക്കൂ, വ്യത്യാസം മനസ്സിലാക്കൂ."

ഗൗതംകുമാർ നിർത്താതെ പറഞ്ഞുകൊണ്ടിരുന്നു.

മാറത്തുനിന്ന് ദാവണിയെടുത്തുമാറ്റി മുഖത്തും കഴുത്തിലും തോളിലും തണുത്തുകൊഴുത്ത ക്രീം അവൾ വാരിത്തേച്ചു.

അതൊരു മാന്ത്രികക്രീം ആണെന്നും തനിക്ക് വിസ്മയകരമായ ഒരു പരിണാമം ഉടനെ ഉണ്ടാകുമെന്നും അമ്മിണിക്കുട്ടി വിശ്വസിച്ചു.വിറയ്ക്കുന്ന കറുത്ത വിരൽത്തുമ്പിൽ മഞ്ഞിന്റെ നിറമുള്ള ക്രീം തോണ്ടിയെടുത്ത് കില്ലർക്കുനേരെ നീട്ടി ലജ്ജയോടെ ഒച്ചയില്ലാതെ അമ്മിണിക്കുട്ടി ചോദിച്ചു.

“മാറുകയാണെങ്കിൽ ഞാൻ എങ്ങനെയാവാനാണ് ഇഷ്ടം?”

ബൽജിയം ഗ്ലാസിൽ പാവമണി അയ്യരുടെ ബൊമ്മ ഒന്ന് മിന്നി മാഞ്ഞു. അമ്മിണിക്കുട്ടി സ്തബ്ധയായി. പാവമണി അയ്യർ കസേര ക്കീഴിലെ ബട്ടൻ ചവുട്ടിയമർത്തുമ്പോൾ...? മുഖത്തൊരു കഫക്കട്ട തെറിച്ചുവീണതുപോലെ അമ്മിണിക്കുട്ടിക്ക് അറച്ചു.

“ചുണ്ടുകൾ അമ്മിണിക്കുട്ടിക്കൊരു പ്രശ്നമാണല്ലേ?” ഗൗതംകുമാർ ചോദിച്ചു.

“എന്തൊരു വീതി. എന്തൊരു കറുപ്പ്. ഒറ്റയടിക്ക് രണ്ടു പ്രശ്നങ്ങളും പരിഹരിക്കാം. കമ്പനിയുടെ ഈ ലിപ്സ്റ്റിക് തേയ്ക്കുക. ഇളം റോസ് നിറമുള്ള ഈ നമ്പർ ഉപയോഗിക്കുകയാണെങ്കിൽ ചുണ്ടുകളിൽ മായാ ജാലം വരുത്താം. ആദ്യമായി കമ്പനിയുടെ ഈ പെൻസിൽകൊണ്ട് ആവശ്യമായ വീതിയിൽ വരച്ചുവെയ്ക്കുക. പിന്നീട് കമ്പനിയുടെ ഈ ബ്രഷുപയോഗിച്ച്...”

ബ്ലൗസിനുള്ളിൽനിന്ന് കടുംചുവപ്പ് ലിപ്സ്റ്റിക് പുറത്തെടുത്ത് അമ്മിണി ക്കുട്ടി ചുണ്ടിൽ തേച്ചു. ചുണ്ടിന്റെ അതിരുകൾക്കും ബഹുദൂരം അപ്പുറ ത്തേക്ക് കനത്തിൽ ചുവപ്പ് പടർന്നു. ബൽജിയം ഗ്ലാസിൽ കരിങ്കല്ലിലൊരു കത്തി തേച്ചുരയ്ക്കുന്ന ഒച്ചപൊങ്ങി. ഉടലും കഴുത്തും വലിച്ചുമുറുക്കി നരപ്പാൾ ചിറക് പിടച്ചു. കുരലറുക്കുന്ന ചെത്തം! ചീറ്റിത്തെറിക്കുന്ന ചോര വലിച്ചു കുടിക്കുന്ന ചെത്തം! കരിങ്കല്ലിൽ നിന്ന് പൊങ്ങിവരുന്ന ഒരു മുകറ്. ചുണ്ടിലും മുകറിലും ഒഴുകുന്ന ചോപ്പ്.

പാവാടത്തുമ്പുയർത്തി ചുണ്ടിൽത്തേച്ച ചായം അമ്മിണിക്കുട്ടി തുത്തുകളഞ്ഞു.

എന്നും അഴിഞ്ഞുലഞ്ഞ് കണ്ണാടി മുറിയിൽനിന്ന് ഇറങ്ങിവരുന്ന അമ്മിണിക്കുട്ടിയെ പാവമണി അയ്യർ ശ്രദ്ധിച്ചു. വില കുറഞ്ഞ ഒരു നെയ്ൽ പോളിഷിന്റെ കുപ്പിയുമായി അയാൾ മുരണ്ടു നടന്നു. ആളൊ ഴിഞ്ഞ നേരം കുപ്പി അമ്മിണിക്കുട്ടിയുടെ കൈയിൽ വെച്ചുകൊടുത്തിട്ട് അയ്യർ പറഞ്ഞു.

“ആരും അറിയണ്ടാ.”

പാവമണിഅയ്യർ കണ്ണിറുക്കി. ചിറി തുടച്ചു കരിങ്കല്ലുപോലെ അമ്മിണി ക്കുട്ടിയുടെ നില കണ്ട് അയാൾ പതറി.

“നീയെന്താ പെണ്ണ്? നിനക്ക് ചെത്തമില്ലേ? നാക്കില്ലേ? മിണ്ടാട്ടം ഇല്ലേ?”

അമ്മിണിക്കുട്ടിയുടെ നെഞ്ചിൽ അയാളുടെ കണ്ണുകൾ പലവട്ടം കൊത്തി. മുഖത്ത് പിന്നെയും പഴകിയ കഫക്കട്ടകൾ തെറിച്ചുവീണു. അമ്മിണിക്കുട്ടിക്ക് ഛർദ്ദിവന്നു.

നഖങ്ങൾ പലനിറത്തിലും തരത്തിലും പാക്കറ്റുകളിൽ വരുന്നു. ഗൗതം

കുമാർ വിസ്തരിച്ചു. വെറുതെ എടുത്ത് വിരലുകളിൽ ഫിറ്റു ചെയ്യുകയേ വേണ്ടൂ.

അമ്മിണിക്കുട്ടിക്ക് നീണ്ടു കൂർത്ത കടുംചുവപ്പു നഖങ്ങളാണിഷ്ടം.

“നാഴികയ്ക്ക് നാൽപതുവട്ടം കണ്ണാടി നോക്കുന്നുവല്ലോ. പണിയെടുക്കരുതേ? കാക്ക കുളിച്ചാൽ കൊക്കാവുമോ?”

നഗരം നടുങ്ങുന്ന ഒച്ചയിൽ ചോദിച്ചുകൊണ്ട് പാവമണി അയ്യർ കണ്ണാടി മുറി തള്ളിത്തുറന്ന് അകത്തുകയറി.

കില്ലറുടെ കണ്ണുകൾക്കു കീഴെ പാതിയിലേറെ തുറന്നുപിടിച്ച മുലകൾക്ക് കറുപ്പോ വെളുപ്പോ എന്ന് പരിശോധിക്കുകയായിരുന്നു അമ്മിണിക്കുട്ടി. പാവമണി അയ്യർ കൈനീട്ടി. ഭയത്തിനും നിലവിളിക്കും ഇടയിൽ. കണ്ണാടിയിൽ, കറുത്ത ഒരൊറ്റ മുലയുടെ മേൽപ്പതിഞ്ഞ ഉരുളൻ മോതിരമിട്ട വെളുത്ത വിരലുകൾക്കിടയിലൂടെ കറുപ്പിന്റെ വീര്യം കരിങ്കല്ലുപോലെ വഴങ്ങാത്തതാണെന്ന് അമ്മിണിക്കുട്ടി കണ്ടു. പാവമണി അയ്യർ വേദനിച്ച് കൈ കുടഞ്ഞു. പാവമണി അയ്യരുടെ വെളുത്തുകൊഴുത്ത മാംസത്തിലേക്ക് തുളച്ചുകേറുന്നത് ചായംതേച്ച കൃത്രിമനഖങ്ങളല്ലെന്നും അയാളുടെ കഴുത്തിൽ ചുറ്റിവരിഞ്ഞ് ശ്വാസം മുട്ടിക്കുന്നത് ഷാമ്പൂതേച്ചുണക്കിയ മുടിയല്ലെന്നും അമ്മിണിക്കുട്ടി കണ്ണാടിയിൽ കണ്ടു. ഒരായിരം ചിലമ്പുകളുടെ താളം തന്റെ കാലിലും ഒരായിരം ഓട്ടുമണികളുടെ കിലുക്കം തന്റെ അരക്കെട്ടിലും ഒരായിരം പള്ളിവാളിന്റെ വിറയൽ തന്റെ വലംകൈയിലും ഇരച്ചുകയറുന്നത് അവൾ ശരിക്കും അനുഭവിച്ചു.

സൗന്ദര്യ വർദ്ധക വസ്തുക്കൾ വിൽക്കുന്ന ഈ വമ്പിച്ച കടയിൽ സംഭവിക്കുന്നതെന്തെന്ന് ആളുകൾക്ക് മനസ്സിലാകും മുമ്പ് നൂറ്റിപ്പതിനാലു കൊല്ലം പഴക്കമുള്ള ഒരു ബൽജിയം കണ്ണാടി ഉച്ചത്തിൽ പൊട്ടിച്ചിതറി.

വക്കിൽ ചോരപൊടിയുന്ന കണ്ണാടിമുറിയും കൈയിലേന്തി, നിലവിളിക്കുന്ന വിൽപനക്കാരി പെൺകുട്ടികൾക്കു നടുവിൽ, അമ്മിണി നിന്നു.

“കണ്ണാടീ, കണ്ണാടീ, പറയൂ ആരാണ് ലോകത്തിലേക്ക് ഏറ്റവും സുന്ദരി?”

അവൾ ചോദിച്ചു.

മുറിക്കണ്ണാടിയിൽ ഓട്ടുചിലമ്പുകൾ ഇളകി മറിഞ്ഞു. ■

ഓരോ എഴുത്തുകാരിയുടെ ഉള്ളിലും

ഒരുപാട് വാക്കുതർക്കങ്ങൾക്കൊടുവിൽ, സ്ഥലം വിടാൻ തന്നെ ഞാൻ തീരുമാനിച്ചു. അത്യാവശ്യം വസ്ത്രങ്ങളും പുസ്തകങ്ങളും എഴുതാനുള്ള സാമഗ്രികളും എടുത്തുവെച്ചു. ഞാൻ വരുന്ന വിവരത്തിന് മേബിൾ അമ്മായിക്ക് ടെലഗ്രാം ചെയ്തു. ടെലഗ്രാം ചെയ്ത് മടങ്ങുമ്പോൾ പുരുഷോത്തമനെ ഫോണിൽ വിളിച്ചു പറഞ്ഞു. മേബിൾ അമ്മായിക്ക് ടെലഗ്രാം ചെയ്തു കഴിഞ്ഞുവെന്നും വൈകീട്ടത്തെ വണ്ടിയിൽ ഞാൻ പുറപ്പെടുകയാണെന്നും.

"നിനക്കങ്ങനെ ഒരമ്മായി ഇല്ല."

"വെറുതെ വീണ്ടും കുഴപ്പമുണ്ടാക്കരുത്." പുരുഷോത്തമൻ ഒരേ വാക്കുകൾ ആവർത്തിക്കുന്നു.

"ഞാൻ വന്നതിനുശേഷമേ നീ പുറപ്പെടാവൂ."

"എവിടന്നാണ് നീ വിളിക്കുന്നത്?"

അസഹ്യമായ കോപത്തോടെ ഫോൺ എറിയുകയാണെന്ന് ഇങ്ങേത്തലയ്ക്കൽ ഞാനറിയുന്നു! ഇത് പുരുഷോത്തമന്റെ തന്ത്രമാണ്. എന്നെ മേബിൾ അമ്മായിയുടെ അടുക്കൽ പോകാതെ തടഞ്ഞുനിർത്തുക! മുമ്പും ഇതാവർത്തിച്ചിട്ടുണ്ട്. ഇത്തവണ, പക്ഷേ, എനിക്ക് പോയേ പറ്റൂ!

ഇന്നലെ എന്റെ പുതിയ കൃതിയെപ്പറ്റി ആഴമേറിയ ചിന്തകളിൽ മുഴുകി, ഇവിടെ ഇടനാഴിയിൽ, നിലത്ത് വിരിച്ചിട്ട പുല്പായിൽ ഞാൻ കിടക്കുകയായിരുന്നു. വളരെ ഗൗരവമുള്ള ഒരു 'തീം' നോവലാക്കാൻ ഞാനുദ്ദേശിക്കുന്നു. ഇടനാഴിയുടെ നിഗൂഢതയിൽ അവ്യക്തങ്ങളായ നിഴലുകളുണ്ട്. അതെന്നെ അസ്വസ്ഥയാക്കി. ഇടനാഴിയുടെ ചുവരുകളിളകുന്നത് ഞാനങ്ങനെയാണറിഞ്ഞത്! ചുവരുകൾ ഇളകുകയും സഞ്ചരിക്കുകയും ചെയ്തു. പരിഭ്രമിക്കാൻ ഇടകിട്ടും മുമ്പ് ചുവരുകൾ നിരങ്ങിയെത്തി എന്നെ ഞെരുക്കി! ഇടനാഴിയിലേക്കുള്ള കാറ്റും വെളിച്ചവും അടഞ്ഞുപോയി. ശ്വാസം വിടാനാവാതെ, പ്രേതബാധയേറ്റ ചുവരുകളുടെ ഞെരുക്കത്തിൽ കിടന്ന് ഞാൻ കൈകാലിട്ടു തല്ലി.

ഒരു നാൾ പുറത്തുപോയി, തിരികെ വന്ന് വാതിൽ തുറക്കാനൊരുങ്ങുമ്പോൾ ഉരുകിയ മെഴുകുപോലെ വളഞ്ഞുവന്ന് ഉരുക്കു ഗ്രില്ലുകളുടെ വല എന്നെ ഞെരുക്കുക! പിന്നൊരുനാൾ പൈപ്പിൻ ചുവട്ടിൽ കഴുകാനെടുത്തിട്ട പാത്രങ്ങൾ എണീറ്റുനിന്ന് സംസാരിക്കുകയും പുളിച്ച വാടയടിക്കുന്ന എച്ചിൽക്കൂനകളെ പ്രസവിച്ചുകൊണ്ട്, അടുക്കളയിലും കൊട്ടത്തളത്തിലും ഊണുമേശപ്പുറത്തും ഒരു വെല്ലുവിളിയോടെ ഉരുണ്ടു നടക്കുകയും ചെയ്യുക. കുടലുകൾ വരെ ഛർദ്ദിച്ചുകളഞ്ഞ് ഒരബ്സേഡ് ഡ്രാമായിലെ കഥാപാത്രത്തെപ്പോലെ ഞാൻ കമിഴ്ന്നു വീഴുന്നു! വയ്യ! ഭീകരമാണിത്! എനിക്ക് സ്വസ്ഥതയും സമാധാനവും ആവശ്യമാണ്.

മേബിൾ അമ്മായിയുടെ വീടിന് ചുവരുകളില്ല. കനം കുറഞ്ഞതും മനോഹരവുമായ വിചിത്ര മറകൾകൊണ്ടാണ് അതുണ്ടാക്കപ്പെട്ടിട്ടുള്ളത്. അതിന് ഗ്രില്ലുകളോ സാക്ഷകളോ ഇല്ല. ഞെരമ്പുകളാണുള്ളത്. ത്രസിക്കുന്ന സിരാപടലം!

അനന്തമായി തുറന്നുകിടക്കുന്ന കടലോരമാണ് അതിന്റെ പശ്ചാത്തലം. എഴുതാനും വായിക്കാനുമായി ചക്രവാളം ദൃശ്യമാകുന്ന മൂന്നു ജാലകങ്ങളുള്ള ഒരു മുറി എനിക്കവിടെ സ്വന്തമായുണ്ട്. മേബിൾ അമ്മായി ഒരിക്കലും എന്റെ ചിന്തകളിന്മേൽ ഒരു വിഴുപ്പുതുണി വിരിക്കുന്നില്ല. എന്റെ മനസ്സിൽ രൂപപ്പെട്ടു വരുന്ന ആശയങ്ങൾക്കുമീതെ അവർ ഒരാട്ടുകല്ലെടുത്ത് വെയ്ക്കുന്നില്ല.

ഈയിടെ, ഞാൻ ജീവിക്കുന്നതത്രയും എന്റെ കൃതിക്കകത്തു മാത്രമാണ്. ഭാരമേറിയ മനസ്സോടെ എന്റെ കൃതിയിൽ വ്യാപരിച്ചുകൊണ്ട്, യാന്ത്രികമായാണ് ഞാനോരോന്ന് ചെയ്യുന്നതും പറയുന്നതും. പുറംലോകത്തിന്റെ ഭാരവും കൂടി താങ്ങാൻ എനിക്ക് കഴിയാതെ വരുമ്പോൾ ഞാൻ തളർന്നു വീണുപോവുന്നു. ചുരുങ്ങിക്കൂടിയെങ്കിൽ എന്നെനിക്ക് തോന്നുന്ന നാളുകളാണിവ! അമ്മയുടെ ഗർഭത്തിലെ ആദിമമായ ഇരുളിലേക്കും മൗനത്തിലേക്കും ചുരുങ്ങിക്കൂടിയെങ്കിൽ! അതീവ രഹസ്യമായിട്ടല്ലാതെ എനിക്കെന്റെ വാക്കുകളെ പുറത്തുകൊണ്ടുവരാനാവില്ല. എനിക്കൊരീറ്റു മുറിയാണ് വേണ്ടത്! വാതിൽപ്പുറത്തുള്ള ഒന്നിനോടും ബന്ധമില്ലാത്ത ഒരീറ്റുമുറി.

ഇതുവരെ എഴുതിയതുപോലൊക്കെ എഴുതിയാൽ മതിയെന്ന് പുരുഷോത്തമന്റെ കല്പനയുണ്ടാകും. കുറെ സ്തുതിഗീതങ്ങളും സ്തോത്രമാലകളും പ്രണയഗീതങ്ങളുമാണ് ഞാൻ ഇതുവരെ എഴുതീട്ടുള്ളത്. അതിൽത്തന്നെ പ്രണയത്തെപ്പറ്റി ഏറെ എഴുതി. രാധാകൃഷ്ണപ്രണയം, മുഖ്യ ഇമേജായി സ്വീകരിച്ചുകൊണ്ട്! വിരഹവും ത്യാഗവും ഒരു ലഹരിപോലെ എന്റെ സിരകളിൽ പതഞ്ഞിരുന്നു. സഫലീകരിക്കപ്പെടാത്ത കാമവും പ്രേമവും കൃഷ്ണനിൽ സമർപ്പിക്കാമെന്ന് കണ്ടുപിടിച്ചത് ഞാനാണ്. മിഥ്യയെ യാഥാർത്ഥ്യമെന്ന് തോന്നിപ്പിക്കുന്ന ഒരു രാസവിദ്യയാക്കി ഞാനത് വികസിപ്പിച്ചെടുക്കുകയും ചെയ്തു.

എന്നാൽ, എഴുത്തുകാരന്മാരുടെ ഗൗരവസ്വഭാവമുള്ള കൂടിച്ചേരലുകളിൽ എന്റെ കൃതികൾ പുറന്തള്ളപ്പെട്ടു. ലോകത്തിന് വിശക്കുമ്പോൾ പ്രണയം ഒരധികച്ചെലവാണെന്ന് അവർ ആക്രോശിച്ചു. ഒരേ കാൽക്കൽ പൂക്കളർപ്പിച്ചും അണമുറിയാതെ കണ്ണീരൊഴുക്കിയും തഴുതിട്ട കതകിനു പിന്നിൽ മുഖം കുനിച്ചിരുന്ന് തേങ്ങുന്ന കഥാപാത്രങ്ങളെ മാത്രം സൃഷ്ടിച്ചതിൽ ഞാനതീവ ദുഃഖിക്കുന്നു. എന്റെ സത്യാവസ്ഥകൾക്ക് വെളിച്ചപ്പെടുത്തലുകൾ ആവശ്യമായിരിക്കുന്നു. മുഖത്ത് തെറിച്ചുവീണ ഒരു കഫക്കട്ടപോലെ പ്രണയവും കഴുത്തിൽ ഞെരങ്ങുന്ന ഇരുമ്പു തുടൽ പോലെ മാതൃത്വവും ഞാനനുഭവിച്ചുതീർക്കുകയാണെന്ന വെളിപ്പെടുത്തലുകൾക്ക് നേരമായിരിക്കുന്നു!

എനിക്ക് സ്വസ്ഥതയും സാവകാശവും ആവശ്യമാണ്. ആശ്വാസത്തിന്റെ ഇടവേളകളിൽ, നല്ലതെന്തെങ്കിലും ഓർക്കാൻ വേണ്ടി ഉമ്മറത്തെ ചാരുകസേരയിൽ ഞാൻ ചെന്ന് വീഴുമ്പോൾ കിടപ്പുമുറിയിൽ ചുരുട്ടിക്കൂട്ടി വലിച്ചെറിഞ്ഞ പുരുഷോത്തമന്റെ അടിവസ്ത്രങ്ങൾ പറന്നു വരുന്നു! ഒന്നിനു മീതെ ഒന്നായി അസഹ്യമായ ദുർഗന്ധത്തോടെ എന്റെ മുഖത്തും കഴുത്തിലും നെഞ്ചിലും വീണ്, അവ എന്നെ ശ്വാസംമുട്ടിക്കുന്നു. അപമാനത്തിന്റെ ഒരു വാൾ എന്റെ ഹൃദയത്തിലേക്ക് ഇറങ്ങുന്നു, എനിക്ക് പോകണം! പുരുഷോത്തമൻ എത്തിപ്പെടുംമുമ്പ്, എന്റെ സാധനങ്ങൾ നിറച്ച സഞ്ചിയുമായി ഉമ്മറപ്പടിയിലിറങ്ങി നിൽക്കണം!

കുട്ടികളെ എന്തുചെയ്യും എന്ന ചോദ്യം തീർച്ചയായും പുരുഷോത്തമൻ ചോദിക്കും. ആ ചോദ്യത്തിൽ നിസ്സഹായതയേക്കാൾ പതിയിരിക്കുന്ന ഒരാക്രമണസ്വഭാവമുള്ളത് ഞാൻ തിരിച്ചറിഞ്ഞു കഴിഞ്ഞുവെന്ന് പുരുഷോത്തമനെ ബോദ്ധ്യപ്പെടുത്തേണ്ടതുണ്ട്. ആദ്യമുള്ളതുപോലെ ഇനിയൊന്നും സുന്ദരമായിരിക്കയില്ല! അതയാളറിഞ്ഞേ തീരൂ!

മേബിൾ അമ്മായിയുടെ വീട്ടിൽ, കുട്ടികളുടെ ഓർമ്മ എന്നെ വിഷമിപ്പിക്കുന്ന അവസരങ്ങൾ ഉണ്ടായിക്കൂടെന്നില്ല. സന്ധ്യ മയങ്ങിക്കഴിഞ്ഞ്, കടലിൽ ഇരുട്ടുവീഴാൻ തുടങ്ങുമ്പോൾ നിരാലംബമായ ഒരു താരാട്ടു പോലെ എന്റെ ജീവൻ കടലിനുമീതെ ഉഴറി നടക്കും. എന്റെ ഹൃദയം അവരോടുള്ള വേർപാടിന്റെ അഗാധമായ വ്യസനം അനുഭവിക്കുകയും ചെയ്യും. പക്ഷേ, ഒരു വിടുതിയിലൂടെ എനിക്കെന്നെ പുനഃസൃഷ്ടിക്കേണ്ടിയിരിക്കുന്നു.

സഞ്ചരിക്കുന്ന ചുവരുകൾ, എനിക്കു പകരം പുരുഷോത്തമനെ വേട്ടയാടുമോ എന്നെനിക്കറിഞ്ഞുകൂടാ. പക്ഷേ, എന്നേക്കാൾ കരുത്തുള്ള മസിലുകളും പുരുഷോത്തമൻ അവകാശപ്പെടുന്നതുപോലെയാണെങ്കിൽ, എന്നേക്കാൾ തലമണ്ടയിൽ 'വല്ലതുമൊക്കെ'യും അയാൾക്കുണ്ടല്ലോ. അതുപയോഗിച്ച് നിസ്സഹായനായിപ്പോകാതിരിക്കാൻ അയാൾക്കു ശ്രമിക്കാം.

യാത്രക്കൂലിക്കുള്ള പണം, ഇനിയും എനിക്ക് പ്രശ്നമാണ്. ഇവിടുന്ന് മേബിൾ അമ്മായിയുടെ വീടുവരെ മാത്രമല്ല, ഞാൻ യാത്ര ചെയ്യാനുദ്ദേശിക്കുന്നത്. പുറംകാഴ്ചകൾ കാണുന്ന സീറ്റിലിരുന്ന്, എവിടേക്കെന്നില്ലാതെ, സ്വതന്ത്രമായി യാത്ര ചെയ്യുമ്പോൾ ശ്വസിക്കുന്ന വായു എന്റെ കൃതിയെ രൂപപ്പെടുത്തും.

പണത്തിന്റെ കാര്യത്തിൽ മേബിൾ അമ്മായിക്ക് എന്തെങ്കിലും ചെയ്യാൻ കഴിയുമോ എന്നെനിക്കറിഞ്ഞുകൂടാ. അവരുടെ നിത്യച്ചെലവുകൾ തന്നെ അവരെങ്ങനെ നിർവ്വഹിക്കുന്നുവെന്നും സുന്ദരമായ അവരുടെ വീടും പൂന്തോട്ടവും അവരെങ്ങനെ ഭംഗിയായി കൊണ്ടുനടക്കുന്നുവെന്നും അറിഞ്ഞിരിക്കേണ്ടതാണ്. ചില ദിവസങ്ങളിൽ അവർ ഭക്ഷണമൊന്നും ഉണ്ടാക്കുന്നില്ല. അത്തരം ദിവസങ്ങളിൽ പുറത്തുപോയി ഭക്ഷണം കഴിച്ചുവരാൻ എന്നോടു നിർദ്ദേശിക്കുന്നു. കടലോരത്തുകൂടെ ഒറ്റയ്ക്കുള്ള സ്വതന്ത്രമായ ആ യാത്ര വളരെ ഹൃദ്യമാണ്. എന്റെ കണ്ണും കാതും പരിപൂർണ്ണമായി തുറന്നുവെച്ചുകൊണ്ടാണ് ഞാൻ നടക്കുക. എല്ലാം കണ്ടും കേട്ടും ഇഷ്ടമുള്ള തെരുവുകളിലൂടെ അലഞ്ഞും മേബിൾ അമ്മായിക്കൊരു ഭക്ഷണപ്പൊതിയുമായി തിരിച്ചെത്തുന്ന അത്തരം സായാഹ്നയാത്രകളെ ഞാൻ വളരെ സ്നേഹിക്കുന്നു. എന്റെ ബുദ്ധിയിൽ ആഴമേറിയ ചിന്തകളുടെ ചലനങ്ങളുണ്ടാവുകയും ആ ചലനങ്ങളെ ആദരപൂർവ്വം ഞാൻ ഹൃദയത്തിൽ കൊണ്ടു നടക്കുകയും അതിൽ അഭിമാനിക്കുകയും ചെയ്യും. അതുകൊണ്ടുതന്നെ എന്റെ ശിരസ്സ് ഉയർന്നിരിക്കും.

മേബിൾ അമ്മായിയുടെ നഗരത്തിലും സമകാലികരായ എഴുത്തുകാരുടെ കൂടിച്ചേരലുകൾ ഉണ്ടാകാനിടയുണ്ട്. എന്നാൽ ഒരിക്കലെങ്കിലും, അവസാനം വരെ, എഴുത്തുകാരുടെ സംവാദങ്ങളിൽ പങ്കെടുക്കാൻ എനിക്ക് കഴിഞ്ഞിട്ടില്ല. എന്റെ കാലിൽ മാംസത്തിൽ പൂണ്ടുകിടക്കുന്ന ഒരു പഞ്ചലോഹവളയുമുള്ളതായിരുന്നു കാരണം. എന്നെ പെറ്റ ഉടനെ അമ്മ പ്രത്യേകം പറഞ്ഞു തീർപ്പിച്ച് ഇടുവിച്ചതാണ്. പിന്നീട് ഞാൻ വളരുകയും ലോഹവളയം വളരാതിരിക്കുകയും ചെയ്തതോടെ, ക്രമേണ മാംസം വന്ന് അത് മൂടിപ്പോയി. ഉച്ചത്തിലലറിക്കൊണ്ടു പാഞ്ഞുനടന്ന പഞ്ചലോഹവളയം മാംസത്തിനകത്ത് അനേകം കുഞ്ഞുവളയങ്ങളുടെ മുട്ടയിട്ടു പെരുകി. ഏറെ നേരം കാൽ തൂക്കിയിട്ട് ഇരിക്കേണ്ടിവരുമ്പോൾ സ്വന്തം അസ്തിത്വം ഉറക്കെ പ്രഖ്യാപിച്ചുകൊണ്ട് ലോഹവളയങ്ങൾ പാഞ്ഞുനടക്കുകയും എന്നെ അസഹ്യമായ വേദനയുടെ പൊള്ളലിലേക്ക് തള്ളിയിടുകയും ചെയ്തു.

വൈകുന്നേരങ്ങളിൽ, നിറുത്തലില്ലാത്ത സാഹിത്യചർച്ചകളിൽ ഏർപ്പെട്ടുകൊണ്ട്, പുഴയ്ക്കുമീതെ പാലത്തിന്റെ കൈവരികളിൽ വന്നിരിക്കാറുള്ള രണ്ടു കവിസുഹൃത്തുക്കളെ മിക്കവാറും ഞാൻ കാണാറുണ്ട്. അവർക്ക് കൈപ്പലകകൾക്കു പിറകിൽ അദ്ഭുതകരങ്ങളായ വലിയ ചിറകുകൾ വളർന്നിരുന്നു! പൊന്മയമായ ചിറകുകൾ! പുഴയിൽനിന്നു

വീശുന്ന കാറ്റിനെതിരെ തങ്ങളുടെ ചിറകുകൾ പരിപൂർണ്ണമായും വിടർത്തിപ്പിടിച്ചാണ് അവർ സാഹിത്യചർച്ചകളിൽ ഏർപ്പെട്ടിരുന്നത്. അന്തിവെളിച്ചം തട്ടി അവരുടെ പൊൻചിറകുകൾ വെട്ടിത്തിളങ്ങി! അതൊരു എടുപ്പുള്ള ദൃശ്യം തന്നെയായിരുന്നു. അവർക്ക് കേൾവിക്കാരായും കാണികളായും ഒരു സംഘം ആളുകൾ എപ്പോഴും ഉണ്ടായിരുന്നു.

പച്ചക്കറി വാങ്ങാനോ, കുഞ്ഞുങ്ങളെ ഡോക്ടറുടെ അടുത്തുകൊണ്ടു പോയി തിരികെ വരുമ്പോഴോ ഒക്കെ ഞാനും ആ സംഘത്തിൽ ചേരാൻ ആഗ്രഹിച്ചു. സ്വന്തം ചിറകുകൾക്കു ചേർന്ന, അയഞ്ഞു നീണ്ട ഉടുപ്പുകളും നീണ്ട താടിരോമങ്ങളും കാറ്റിൽപ്പറത്തിക്കൊണ്ട് അവർ സംസാരിച്ചു. പ്രശ്നങ്ങളെ സംബന്ധിച്ച ശരിയായ നിലപാടുവേണം. അവർ പറഞ്ഞു. ജീവിതാവബോധത്തെ ആഴത്തിൽ മാറ്റിമറിക്കുന്നതിന് ഇത്തരം തുറന്ന ചർച്ചകൾക്കു കഴിയും.

കുറേ നേരം അവിടെനിന്ന്, അവർ പറയുന്ന കാര്യങ്ങളിൽ പങ്കു കൊള്ളാൻ ഞാൻ ആഗ്രഹിച്ചു. വാടുന്ന പച്ചക്കറികളിലേക്കോ കരയാൻ തുടങ്ങുന്ന കുഞ്ഞിന്റെ മുഖത്തേക്കോ, ഇരുളുന്ന സന്ധ്യയിലേക്കോ നോക്കി അവർ എനിക്കു നേരം വൈകുന്നുവെന്ന കാര്യം ഓർമ്മിപ്പിച്ചു. അല്ലെങ്കിൽ ചിറകുകൾ ഒന്നു കുടഞ്ഞു വിടർത്തിയിട്ട്, എന്നെ വീടു വരെ കൊണ്ടാക്കാമെന്ന് ഉപചാരപൂർവ്വം അറിയിച്ചു. അതല്ലാതെ ഒരിക്കലും തങ്ങൾ സംസാരിച്ചു നിറുത്തിയേടത്തുനിന്ന് വീണ്ടും ആരംഭിച്ചില്ല.

അവരെ വീട്ടിലേക്ക് ക്ഷണിച്ചു വരുത്തിയപ്പോഴാകട്ടെ, അവർക്ക് ചായയും ഭക്ഷണവുമുണ്ടാക്കാൻ മുഴുവൻ സമയവും ഞാൻ അടുക്കളയിൽ ചെലവാക്കുകയും ഉമ്മറത്തിരുന്ന് അവർ പുരുഷോത്തമനോട് സംസാരിക്കുകയും ചെയ്തു. അവരോടു പറയാനുള്ള കാര്യങ്ങളെ അടുക്കിപ്പെറുക്കി മനസ്സിൽ വെച്ചു കൊണ്ട്, ഭക്ഷണം കഴിഞ്ഞ്, എച്ചിലെടുത്ത് മുറി വൃത്തിയാക്കി, ഞാൻ വരുമ്പോഴേക്കും കോട്ടുവായിട്ട്, നല്ല പാചകത്തിന് നന്ദി പറഞ്ഞ്, വർണ്ണച്ചിറകുകൾ വീശി, അവർ പറന്നുയർന്നുപോയി!

മേബിൾ അമ്മായിയുടെ നഗരത്തിലെ എഴുത്തുകാരുടെ കൂടിച്ചേരലുകളിൽ പങ്കെടുക്കാൻ എനിക്ക് തീർച്ചയായും കഴിയും. ഒരുപക്ഷേ, അത്തരം സദസ്സുകളിൽ എനിക്കൊന്നും പറയാൻ കഴിഞ്ഞേക്കില്ല. എന്നാലും പൊരിയുന്ന മരുപ്പരപ്പ് മഴയെ എന്നോണം എന്റെ മനസ്സ് എല്ലാം വലിച്ചു കുടിക്കും. മൃദുവായ തൊലിയുടേയും പതുപതുത്ത ദേഹത്തിന്റേയും പേരിൽ തിരിച്ചറിവുകളിൽനിന്ന് മാറ്റി നിർത്തപ്പെടുന്നത് ലജ്ജാകരമാണ്! തിളയ്ക്കുന്ന എന്റെ മനസ്സിന് എന്തും ഉൾക്കൊള്ളാൻ കഴിയുമെന്നിരിക്കെ ചർമ്മസംരക്ഷണത്തിനുവേണ്ടി മാറി നിൽക്കുന്നത് ആവർത്തിക്കപ്പെട്ടുകൂടാ. എന്റെ രോഷം ആവിഷ്കരിക്കുന്നതിനാകട്ടെ ചായക്കപ്പുകൾ എറിഞ്ഞുടയ്ക്കുന്നതല്ലാത്ത മറ്റൊരു രീതി ഉണ്ടാവേണ്ടിയിരിക്കുന്നു.

സാഹിത്യചർച്ചകളിൽ പങ്കെടുക്കുവാൻ എനിക്ക് കൂട്ടുവരികയും ആറു മണിയാവുമ്പോഴേക്കും കോട്ടുവായിട്ടു തുടങ്ങുകയും കൂടെക്കൂടെ വാച്ചിൽ നോക്കി ആരും കാണാതെ എന്നെ കുത്തിയെണീപ്പിക്കാൻ ശ്രമിക്കുകയും ചെയ്യുന്ന പുരുഷോത്തമൻ എന്നോടൊപ്പമുണ്ടാവില്ല എന്നതുകൊണ്ടുതന്നെ എന്റെ വിചാരധാരകൾ മുറിയുകയില്ല. തിരികെയെത്തുമ്പോൾ മേബിൾ അമ്മായി എന്നോടാദ്യം ചോദിക്കുക അന്നത്തെ സംവാദത്തിൽ ഞാനെങ്ങനെ നന്നായി പങ്കെടുത്തു എന്നായിരിക്കും. പിന്നെ വെമ്പുന്ന മനസ്സോടെ കിടക്കയിലേക്ക് ചായാം. അല്ലെങ്കിൽ ഉണർന്ന മനസ്സോടെ എഴുതാനിരിക്കാം. അതുമല്ലെങ്കിൽ കടലിന്റെ ഇരമ്പം കേട്ടുകൊണ്ട് എന്റെ കൃതിയെപ്പറ്റി ആഴത്തിലുള്ള ചിന്തകളിൽ മുഴുകി വെറുതെ കിടക്കാം.

ഞാനെന്റെ സാധനങ്ങൾ ഈ തുണിസഞ്ചിക്കകത്താക്കി ഒരുങ്ങുന്നു! പണത്തിന്റെ കാര്യത്തിൽ എന്നെ സഹായിക്കാൻ ഒരു നല്ല സുഹൃത്ത് ഉണ്ടായിരുന്നെങ്കിൽ!

ഒരു കൃതിയുടെ രചനയ്ക്കുവേണ്ടി മേബിൾ അമ്മായിയുടെ വീട് തിരഞ്ഞെടുക്കാൻ എന്നെ ഉപദേശിച്ചത് എന്റെ സുഹൃത്ത് ജയദേവനാണ്. ഞങ്ങളുടെ ചിന്തകളും അനുഭൂതികളും പരസ്പരപൂരകമായിരുന്നു. ഒന്നിച്ചുള്ള വായനയ്ക്കോ എഴുത്തിനോ ശേഷം ഞങ്ങൾ നടത്തുന്ന ചർച്ചകളിലൂടെ അവയ്ക്ക് പൂർണ്ണത കൈവന്നിരുന്നു. എന്റെ തിളയ്ക്കുന്ന തലച്ചോറിനെ പൂരിപ്പിക്കാൻ ജയദേവന്റെ തിളയ്ക്കുന്ന തലച്ചോറിന് കഴിഞ്ഞിരുന്നു. അയാളോടൊപ്പം ചെലവഴിക്കുന്ന നാളുകളിൽ എന്റെ രചനകൾക്ക് ആഴവും പരപ്പും കൈവരുന്നു.

മേബിൾ അമ്മായിയുടെ ശാന്തസുന്ദരമായ ഭവനം പ്രണയത്തിന് പൂത്തുലയാൻ പറ്റിയ വള്ളിക്കുടിലായിരുന്നു. ഞങ്ങൾ പ്രണയബദ്ധരാകുന്നുവെങ്കിൽ താൻ സന്തോഷിക്കുമെന്ന് മേബിൾഅമ്മായി കരുതിയിരുന്നു. എന്നാൽ ജയദേവനുമായി പ്രേമബന്ധത്തിലേർപ്പെടേണ്ടതുണ്ട് എന്നെനിക്ക് തോന്നിയില്ല. എല്ലാ ബന്ധങ്ങളും പ്രണയത്തിൽ തന്നെ കലാശിക്കണമെന്ന് വാശി പിടിക്കേണ്ടതില്ലെന്ന് ജയദേവനും പറഞ്ഞു. ഞങ്ങൾക്കിടയിൽ വളർന്നുവന്നത് നിരുപാധികമായ ആഹ്ലാദത്തിന്റെ ചങ്ങാത്തമായിരുന്നു! ചിരിച്ചും വഴക്കടിച്ചും ഉറക്കെ പാടിയും ഞങ്ങൾ പൊയ്പോയ ബാല്യത്തെ തിരികെ കൂട്ടിക്കൊണ്ടു വന്ന് മേബിൾ അമ്മായിയുടെ മുന്നിലിരുത്തി! ശാന്തവും ഹൃദ്യവുമായ ആ സൗഹൃദത്തെപ്പറ്റി ഞാൻ പുരുഷോത്തമനോട് പറയുമ്പോഴൊക്കെ അയാൾ പൊട്ടിത്തെറിക്കുന്നു!

"നുണയാണ്. ഏത് മേബിൾ അമ്മായി? ഏതു ജയദേവൻ? ഭ്രാന്തു പറയാതെ പോ!"

എന്റെ തലച്ചോറിൽ ഭ്രാന്തിന്റെ കാറ്റിളക്കിവിടുന്ന പുരുഷോത്തമന്റെ തന്ത്രം! അതു തിരിച്ചറിയുകയും അതിനെ തുറന്നു കാണിക്കാൻ തീരുമാനിക്കുകയും ചെയ്തുകഴിഞ്ഞതിനാൽ എനിക്കിനി പോകാം!

പുരുഷോത്തമനെത്തും മുമ്പ് യാത്രയ്ക്കൊരുങ്ങി ഉമ്മറപ്പടിയിലിറങ്ങി നിൽക്കണം. ഒരു വീണ്ടുവിചാരത്തിന് വിധേയമായി, വീണ്ടും അകത്തു കയറിയിരുന്ന് ഇക്കാര്യം ചർച്ച ചെയ്യലില്ല! എല്ലാ തന്ത്രങ്ങളും പരാജയപ്പെടുമ്പോൾ ഞാനില്ലാതെ ജീവിക്കാനാവില്ലെന്ന അതിഭാവുകത്വം നിറഞ്ഞ നുണ പുരുഷോത്തമൻ ആവർത്തിച്ചു പറയും.

ഞാനെന്റെ സഞ്ചിയെടുത്ത് തോളിൽ തൂക്കി കൈവശം ഉണ്ടായിരുന്നത്ര പണം നുള്ളിപെറുക്കിയെടുത്തു.

ഞാൻ ഉമ്മറപ്പടിയിലെത്തും മുമ്പ്, പുരുഷോത്തമൻ ഓടിക്കിതച്ച് വന്നു.

"വീണ്ടും തൊടങ്ങി?"

കിതച്ചുകൊണ്ടയാൾ ചോദിച്ചു. ഞാനയാളെ പരിഹാസത്തോടെ തുറിച്ചുനോക്കി നിന്നു.

അനുതാപത്തോടെ എന്റെ തോളിൽനിന്ന് സഞ്ചിയെടുത്ത് മാറ്റാൻ പുരുഷോത്തമൻ ശ്രമിക്കുന്നതിനിടയിൽ, അയാളുടെ കൈതട്ടിത്തെറിപ്പിച്ച്, ഒറ്റക്കുതിപ്പിന് ഞാൻ ഉമ്മറപ്പടിയിലെത്തി.

"ഞാൻ മേബിൾ അമ്മായിയുടെ..." ഞാനുമ്മറപ്പടിയിറങ്ങി.

"ഏതാണീ നശിച്ച മേബിൾ അമ്മായി?"

പുരുഷോത്തമൻ അലറി. പുരുഷോത്തമൻ സ്വന്തം തന്ത്രങ്ങൾ പ്രയോഗിച്ചുകൊണ്ടേയിരിക്കട്ടെ. ഞാനിറങ്ങി നടന്നു.

എനിക്കു പിറകിൽ പടിവാതിൽ വലിച്ചടച്ച് ഞാൻ പുരുഷോത്തമനെ തിരിഞ്ഞുനോക്കി. ഉമ്മറപ്പടിയിൽ അയാൾ വിചാരമഗ്നനായി നിൽക്കുന്നു. അയാളെ ആരോ ശിക്ഷിച്ചിരിക്കുന്നു! അതാരെന്നും അതെന്തെന്നും അയാൾ തന്നെ കണ്ടുപിടിക്കേണ്ടതാണ്. ഞാനിവിടെ നിസ്സഹായയത്രെ!

ഞാൻ കൈവീശി നടന്നു. എന്റെ കൈകൾ ദിക്കുകളെ തൊട്ട് മടങ്ങി വന്നു. ചിറകുള്ള കാറ്റ് എന്റെ മുടിയിഴകളേയും വസ്ത്രത്തലപ്പുകളേയും ഇളക്കിവിട്ടു. എന്റെ മുടിയഴിഞ്ഞുപറന്ന് ആകാശംമുട്ടുകയും എന്റെ പാവാട വട്ടം ചുഴറ്റി ഭൂമിയെ പൊതിയുകയും ചെയ്തു.

■

സ്ക്കൂട്ടർ

യാത്രയുടെ തുടക്കം സ്വാഭാവികമായും രസകരമായിരുന്നു. ചെന്നെത്താൻ പോകുന്ന പ്രകൃതിമനോഹര ഭൂവിഭാഗങ്ങളെക്കുറിച്ചുള്ള പ്രതീക്ഷ നിറഞ്ഞു നിന്നു. എന്നാൽ ദീർഘദൂരയാത്രകൾക്ക് സ്ക്കൂട്ടറുകളെ ആശ്രയിക്കാനാവില്ല. ഏറെച്ചെല്ലും മുമ്പ് ഏതോ ആണിയിളകി വീണ്, സ്ക്കൂട്ടർ പെരുവഴിയിൽ നിന്നുപോയി!

ആദ്യം യാത്രക്കാരിയും കുഞ്ഞും പിന്നെ യാത്രക്കാരനും താഴെയിറങ്ങി. വാഹനം ഉന്തിയും തള്ളിയും മരത്തണലിലണച്ചു. ചാഞ്ഞും ചെരിഞ്ഞും നീണ്ടും നീർന്നും പരിശോധിച്ചു. ആണിയിളകിയ സ്ക്കൂട്ടർ മനുഷ്യനെ ചുറ്റിക്കുന്നു.

ഒരു മെക്കാനിക്കിനെപ്പോലെ, വളരെ പെട്ടെന്ന് ഇളകിപ്പോയ ആണി ഏതെന്നു കണ്ടെത്താൻ യാത്രക്കാരനു കഴിയുമായിരുന്നില്ല. അയാൾ ഒരുപാടു സമയം വെറുതെ തട്ടിയും മുട്ടിയും പാഴാക്കി. യാത്രക്കാരിയാവട്ടെ, വിരസത പെരുകുന്നതിനനുസരിച്ച്, ചുണ്ടുകൾ വികൃതമാക്കിക്കൊണ്ട് മരം ചാരി നിന്നു. കുഞ്ഞ് അവളുടെ തോളിൽ ഉറങ്ങിക്കിടന്നു. ഒന്നര വയസ്സിന്റെ ഭാരം ഇടത്തേ തോളിൽനിന്നു വലത്തേ തോളിലേക്കും വലത്തേ തോളിൽനിന്ന് ഇടത്തേ തോളിലേക്കും മാറ്റിമാറ്റി അവൾക്കു കൈകടഞ്ഞു.

"ഇതിന്യൊന്ന് പിടിക്ക്!"

സ്ക്കൂട്ടറിന്റെ നാഡീവ്യൂഹങ്ങളിലേക്ക് സ്വയം നഷ്ടപ്പെട്ടുകൊണ്ടിരുന്ന യാത്രക്കാരനോട് അവൾ ആവശ്യപ്പെട്ടു. ഇളകിപ്പോയ ആണിയുടെ സ്ഥാനം തിരഞ്ഞ് അവശനായിക്കൊണ്ടിരുന്ന അയാൾ അവളെ രൂക്ഷമായി തിരിഞ്ഞു നോക്കി.

ഉച്ചവെയിലിൽ അവരുടെ കണ്ണുകൾ ഏറ്റുമുട്ടി തീ പാറി!

അവൾ കുഞ്ഞിനെ ഒരിക്കൽകൂടി തോളു മാറ്റിക്കിടത്തുകയും പല്ലുകൾ ഞെരിച്ചമർത്തുകയും ചെയ്തു.

വിയർപ്പ് അയാളുടെ നെറ്റിയിലും കഴുത്തിലും ഒഴുകി ഷർട്ടിന്റെ കോളറുകളിൽ ഇറ്റിറ്റു വീണു. കഠിനമായി യത്നിക്കുമ്പോൾ അയാൾ മുഖം വികൃതമാക്കിപ്പിടിക്കുന്നു. അയാളൊരു പരമസ്വാർത്ഥിയാണ്.

ഭോഗത്തിന്റെ പാരമ്യത്തിലും അയാളിതുപോലെ മുഖം വികൃതമാക്കിപ്പിടിക്കാറുണ്ട്. അവർ വെറുപ്പോടെ മുഖം വെട്ടിത്തിരിച്ചു.

ചെരിച്ചുകിടത്തിയ സ്ക്കൂട്ടറിന്റെ എൻജിൻകവറിൽ തട്ടുമ്പോൾ, അയാൾക്ക് അവളുടെ വരണ്ട ചന്തികളുടെ അറപ്പിക്കുന്ന ഓർമ്മകളുണർന്നു. മെലിഞ്ഞ്, കവിളെല്ലും മുതുകെല്ലും പൊങ്ങി. നഖം തേഞ്ഞും ഉപ്പൂറ്റി വെടിഞ്ഞുകീറിയും... ഈയിടെയായി അവൾക്ക് സുന്ദരമായ ഒരു മെത്തയിൽ കിടക്കാനുള്ള യോഗ്യത കുറഞ്ഞുവരികയാണ്! ചുണ്ടത്തു പുരണ്ട ഗ്രീസ് പുറംകൈ കൊണ്ട് അമർത്തിത്തുടച്ച് അയാൾ നീട്ടിത്തുപ്പി! അവളുമായിട്ടെന്തു പങ്കുവെയ്ക്കാനാണ്? ആണിയിളകിയ ഈ സ്ക്കൂട്ടറിനെയെന്നോണം തട്ടിയും മറിച്ചിട്ടും ഭോഗിക്കാമെന്നല്ലാതെ...

ഒരു സിഗരറ്റിനു തീ കൊളുത്തി, സ്ക്കൂട്ടറിന്റെ പള്ളയിൽ ചവുട്ടിനിന്ന് ഒരു വില്ലനെപ്പോലെ അയാൾ അവളെ നോക്കി.

അവൾ ഒന്നിളകിയിരുന്നു. കുഞ്ഞിന്റെ ഭാരം കൊണ്ട് അവളുടെ കാലുകളിൽ തരിപ്പുകയറിത്തുടങ്ങിയിരുന്നു.

"ഇതിനെ കൊറച്ചുനേരം നിങ്ങക്കും എടുക്കാം."

അവൾ വെറുപ്പോടെ പ്രസ്താവിച്ചു. തനിക്കിഷ്ടമില്ലാത്ത നേരത്ത്, അയാൾ തന്നിൽ നിക്ഷേപിച്ച കോടാനുകോടി ബീജങ്ങളെ അറപ്പോടെ അവൾ ശപിച്ചു.

ഉച്ചവെയിലിൽ അവരുടെ കണ്ണുകൾ ഏറ്റുമുട്ടി തീ പാറി!

ചെരിഞ്ഞുകിടക്കുന്ന സ്ക്കൂട്ടറിനരികിൽ ഒരു ചുവന്ന മാരുതികാർ ബ്രേക്കിട്ട് നിന്നു! അയാളുടെ ചീർത്ത കവിളുകളുള്ള സ്നേഹിതന്മാർ തല വെളിയിലേക്കിട്ട് കൂവി! ഡോർ വലിച്ചടച്ച് ഇറങ്ങിവന്ന് മന്ത്രവാദക്കഥയിലെ ഭൂതങ്ങളെപ്പോലെ ആർത്തട്ടഹസിച്ചുകൊണ്ട് സ്ക്കൂട്ടറിനു ചുറ്റും മണ്ടി നടന്നു. രണ്ടുനിമിഷം കൊണ്ട് സ്ക്കൂട്ടർ സ്റ്റാർട്ടാക്കുന്ന ശബ്ദം കേട്ട് അവൾ തിരിഞ്ഞുനോക്കുമ്പോൾ അവർ കൈ തട്ടിക്കുടഞ്ഞ് കാറിന്നകത്തേക്ക് കയറുന്നതും അയാൾ വിജിഗീഷുവായി സ്ക്കൂട്ടറിനെ കീഴടക്കി, കാലകത്തിയിരിക്കുന്നതും കണ്ടു!

ഉച്ചവെയിൽ തിളയ്ക്കുന്ന പാതയിലൂടെ സ്ക്കൂട്ടർ പാഞ്ഞുപൊയ്ക്കൊണ്ടിരുന്നു! കരിമണ്ണും കുതിരച്ചാണകവും പൊടിഞ്ഞുയരുന്ന വഴികളിലൂടെ പറപ്പിച്ചുപോകുമ്പോൾ, നീലമലകളും പച്ചത്തടാകങ്ങളും നനുത്ത മഞ്ഞും കുളിരും യാത്രക്കാരുടെ ഹൃദയങ്ങളിലേക്കിറങ്ങി വന്നു. അവരുടെ മുറുകി വലിഞ്ഞ ഞെരമ്പുകളെ അയച്ചു വിട്ടുകൊണ്ട് പ്രതീക്ഷ ഒരു പറ്റം മഞ്ഞത്തുമ്പികളായി മുമ്പേ പറന്നു. വെയിലേല്പിച്ച മയക്കവും വാഹനത്തിന്റെ നേർത്ത മൂളക്കവും എതിരെ വീശിയടിക്കുന്ന കാറ്റുമേറ്റ് കുഞ്ഞ് യാത്രക്കാരിയുടെ മടിയിലിരുന്നു മയങ്ങി. എത്തിച്ചേരാൻ പോകുന്ന മനോഹരമായ ഒരിടത്തെക്കുറിച്ചോർത്ത് തരളയായിപ്പോയ ഒരു നിമിഷത്തിൽ, യാത്ര തുടങ്ങിയ സമയത്തെന്നോണം വശ്യമായി കൈയുയർത്തി അവൾ അയാളുടെ തോളിലർപ്പിച്ചു. പതുക്കെ

മുഖം തിരിച്ച്, അവളുടെ കൈപ്പത്തിയിൽ താടികൊണ്ടുരസുമ്പോൾ, അയാളും മഞ്ഞു കിനിയുന്ന നീലമലകളുടെ സ്വപ്നത്തിലായിരുന്നു.

എന്നാൽ, ദീർഘദൂരയാത്രകൾക്ക് സ്ക്കൂട്ടറുകളെ ആശ്രയിക്കാനാവില്ല.

കരിമ്പിൻതോട്ടങ്ങൾക്കും ശ്മശാനങ്ങൾക്കും ജനപദങ്ങൾക്കും നടുവിലൂടെ ഇരച്ചുപാഞ്ഞ് കുത്തനെ ഒരു കയറ്റത്തിലെത്തിയപ്പോൾ, എവിടെയോ ഒരു പിരിയഴിഞ്ഞുവീണ്, സ്ക്കൂട്ടർ ആടിയുലഞ്ഞു! കുഞ്ഞിനേയും മാറത്തടുക്കി, സുരക്ഷിതമായ ഒരു നിമിഷത്തിൽ യാത്രക്കാരി ചാടിയിറങ്ങി. ഏറെ നേരം യാത്രക്കാരനെ ആട്ടിയുലച്ചശേഷം പാതയോരത്തെ ഒരു പുളിമരത്തിലുരസി വണ്ടി തൂങ്ങിക്കിടന്നു.

ഇരുണ്ട മുഖത്തോടെ യാത്രക്കാരനും യാത്രക്കാരിയും പരസ്പരം നോക്കി. അവളാണിതിനൊക്കെ കാരണമെന്നതുപോലെ ഒന്നമർത്തി മൂളിയിട്ട്, അയാൾ അയഞ്ഞുപോയ പിരിയുടെ സ്ഥാനം തേടാൻ തുടങ്ങി. കയറ്റത്തിന്റെ അസുഖകരമായ പ്രതലത്തിൽ, കരയുന്ന കുഞ്ഞിനേയും കൊണ്ട് നിൽക്കാനും ഇരിക്കാനും ബാലൻസ് കിട്ടാതെ അവൾ വിഷമിച്ചു. ഒരു തോളിൽനിന്നു മറുതോളിലേക്ക് നിരവധി തവണ അതിനെ മാറ്റിക്കിടത്തിയിട്ടും അയാൾ അയഞ്ഞുപോയ പിരിയുടെ സ്ഥാനം കണ്ടുപിടിച്ചതുമില്ല!

"ഇതിനെ ഒന്ന് പിടിക്ക്!"

അമർഷത്തോടെ, കുഞ്ഞിനെ പറിച്ചുമാറ്റി അവൾ അയാൾക്കുനേരെ നീട്ടി.

"ന്ന്ട്ടോ? നീയിത് നേര്യാക്ക്വോ?"

സ്ക്കൂട്ടറിന്റെ പിൻസീറ്റിൽ മുഷ്ടിചുരുട്ടി ഇടിച്ചുകൊണ്ട് അയാൾ ചോദിച്ചു. കടുത്ത പുച്ഛത്തോടെ ചുണ്ടുകൾ വളച്ച് അവൾ ചിരിച്ചു. പിന്നെ പറയുകയും ചെയ്തു.

"നിങ്ങളേക്കാളും ഭേദമായിട്ട്!"

കൈയിലൊരു സ്പാനറും വെച്ച് അയാൾ, അവളെ തുറിച്ചുനോക്കി നിന്നു. ഒരൊറ്റ ഏറിന്, സ്പാനർ കൃത്യമായി അവളുടെ നെറ്റിയുടെ വലത്തേ അറ്റത്ത് കൊള്ളിക്കാമെന്നയാൾ കണക്കുകൂട്ടി. അല്ലെങ്കിൽ ഉന്തി നിൽക്കുന്ന ഇടത്തേ കവിളെല്ലിൽ! സ്ക്കൂട്ടറിന്റെ എൻജിൻ കവറിൽ സ്പാനറുകൊണ്ട് ആഞ്ഞടിച്ച് അയാൾ ആ തോന്നലിനെ മറികടന്നു.

പിന്നെ, സാവധാനം സ്ക്കൂട്ടർ മുകളിലേക്കു തള്ളിക്കയറ്റാൻ തുടങ്ങി. കയറ്റം വളരെ കുത്തനെയായതുകൊണ്ട്, അയാൾ ആയാസപ്പെട്ടു.

തനിക്കുമുന്നിൽ പട്ടിയെപ്പോലെ അണച്ചണച്ച്, അയാൾ വണ്ടി തള്ളിക്കയറ്റുന്നത് കണ്ടുനിൽക്കെ അവൾക്ക് വല്ലാത്ത സംതൃപ്തി തോന്നി. സാധാരണ ദിവസങ്ങളിലെ അയാളുടെ ബഹുകാര്യപ്രസക്തതയ്ക്കുള്ള ശിക്ഷയാണിത്. അടച്ചിട്ട ഫ്ളാറ്റിൽ, മരസ്സാമാനങ്ങൾക്കിടയിൽ കിട്ടുന്ന

ഇത്തിരി സ്ഥലത്ത് ഒന്നും പറയാനില്ലാതെ, ദീർഘമായ മണിക്കൂറുകൾ മുഖത്തോടു മുഖം നോക്കി നിൽക്കുകയോ ഇരിക്കുകയോ കിടക്കുകയോ ചെയ്യേണ്ടി വരുന്ന വൈരസ്യത്തിന്റെ പകപോക്കലാണിത്! എങ്ങോട്ടു തിരിഞ്ഞാലും അയാളുടെ മുഖത്തു തന്നെ എത്തിനിൽക്കേണ്ടി വരുന്ന തികഞ്ഞ ബോറടിയിൽനിന്നുള്ള രക്ഷയായിട്ടുംകൂടി അതിനെ വ്യാഖ്യാനിച്ചതോടെ അവൾക്ക് ചിരിയും സന്തോഷവും അടക്കാനായില്ല. പൊടുന്നനെ അവൾ പൊട്ടിച്ചിരിച്ചു!

ശ്വാസം കഴിക്കാൻകൂടി വിഷമിച്ച്, വണ്ടി തള്ളിക്കയറ്റുന്നതിനിടയിൽ തിരിഞ്ഞുനോക്കുമ്പോൾ കുഞ്ഞിന് ഒരു കോമാളിയെ കാട്ടിക്കൊടുത്തിട്ടെന്നോണം അയാൾക്കു നേരെ വിരൽചൂണ്ടി, തല പിന്നോട്ടെറിഞ്ഞ്, അവൾ പൊട്ടിപ്പൊട്ടിച്ചിരിക്കുന്നത് അയാൾ കണ്ടു. കുഞ്ഞും ചെറിയ ചൂണ്ടുവിരൽ അയാൾക്കുനേരെ നീട്ടിയിരുന്നു. അവളുടെ ചിരിയിൽനിന്ന്, അമർത്തിവെച്ച, ക്രൂരമായതെല്ലാം ചിലമ്പിത്തെറിക്കുന്നത്, അയാൾ നടുക്കത്തോടെ തിരിച്ചറിഞ്ഞു.

ഇൻസ്റ്റാൾമെന്റ് പദ്ധതികൾ ചേർന്ന് താനോരോന്ന് സമ്പാദിച്ചു കൊണ്ടുവരുമ്പോൾ മാത്രമേ അവൾ നല്ല ചിരികൾ ചിരിക്കാറുള്ളൂ എന്നയാളോർത്തു. എന്നാൽ, അവളെ കാണുന്ന വിരസത മാറ്റാൻ വേണ്ടിയാണ് താൻ ഇൻസ്റ്റാൾമെന്റ് പദ്ധതികളിൽ ചേരുന്നതെന്നും ഇപ്പോഴിപ്പോൾ അവളോടൊപ്പമുള്ള ഭോഗത്തേക്കാൾ ഒരിൻസ്റ്റാൾമെന്റ് ലഭ്യതയിലാണ് താൻ ആനന്ദം കണ്ടെത്തുന്നതെന്നുമുള്ള രഹസ്യത്തിന്റെ സുഖത്തിൽ അയാൾക്കും ചിരിവന്നു. ഇൻസ്റ്റാൾമെന്റ് പദ്ധതികളിലൂടെ നേടിയ സ്ക്കൂട്ടർ, ടി.വി., ഫ്രിഡ്ജ്, അലമാര, കട്ടിൽ, കിടക്ക തുടങ്ങിയ ഓരോന്നും തന്റെ പേരിൽത്തന്നെ രജിസ്റ്റർ ചെയ്ത്, അവളറിയാതെ പെട്ടിക്കടിയിൽ സൂക്ഷിച്ചിട്ടുള്ള ആധാരത്തിന്റെ രഹസ്യമോർത്തപ്പോഴാകട്ടെ, ചിരിയും പരിഹാസവുമടക്കാനാവാതെ അയാളും പൊട്ടിച്ചിരിക്കാൻ തുടങ്ങി. അവൾക്കും കുഞ്ഞിനും നേരെ വിരൽ ചൂണ്ടി അയാളും ഉറക്കെയുറക്കെ ചിരിച്ചു. ദൃശ്യപരമായി, നടുറോട്ടിൽ ഒരു സന്തുഷ്ടകുടുംബം ചിരിച്ചു മണ്ണുകപ്പുന്നതായി തോന്നുമെങ്കിലും കുത്തനെയുള്ള കയറ്റത്തിന്റെ ബാലൻസില്ലായ്മ അവരെ രണ്ടാളേയും ചുവടു തെറ്റിച്ചു. സ്ക്കൂട്ടർ അയാളുടെ പിടിയിൽനിന്നു വഴുതിമറിഞ്ഞുവീണു; കുഞ്ഞ് അവളുടെ കൈയിൽ നിന്നും! അയാളും അവളും പരസ്പരം രൂക്ഷമായി നോക്കി.

ഉച്ചവെയിലിൽ അവരുടെ കണ്ണുകൾ ഏറ്റുമുട്ടി തീ പാറി!

കുഞ്ഞ് ഉറക്കെ കരഞ്ഞു. അവളോ അയാളോ അതിനെ ഗൗനിച്ചില്ല. അയാൾ ആയാസപ്പെട്ട് സ്ക്കൂട്ടർ പൊക്കിയെടുക്കുകയായിരുന്നു.

കുത്തനെയുള്ള കയറ്റത്തിൽ അയാൾക്കത് ക്ലേശകരമായിരുന്നു. ഏറ്റവും പ്രസക്തമായ ഒരു സന്ദർഭത്തിലെന്നോണം, അവൾ ഗർവോടെ നടന്നു ചെന്നു. സ്ക്കൂട്ടറിന്റെ കാരിയറിൽ പിടിച്ചുയർത്തി, അവളൊറ്റയ്ക്ക് അതിനെ നേരെ നിർത്തി. പിന്നെ പരിഹാസംകൊണ്ട് ചിറികോടിയ

മുഖത്തോടെ കയറ്റത്തിന്റെ ബാലൻസില്ലായ്മയെ വാശിയോടെ കീഴടക്കിക്കൊണ്ട് വണ്ടി ഉന്തിക്കയറ്റാൻ തുടങ്ങി.

സ്ക്കൂട്ടറിന്റെ മേലുള്ള അവളുടെ പരിമിതമായ വിജയംപോലും അയാളെ ഭ്രാന്തു പിടിപ്പിച്ചു. അവൾക്കു പിന്നാലെ കരഞ്ഞുകൊണ്ട്, തെന്നിതെന്നി നടന്നുവരുന്ന കുഞ്ഞിനെ ചൂണ്ടി അയാൾ അലറി.

"കുഞ്ഞിനെ എടുക്കെടീ!"

അവൾ, അഹങ്കാരത്തോടെ തിരിഞ്ഞുനോക്കി. കുഞ്ഞ് അയാളുടെ കാലിൽ തൂങ്ങി കരയുകയായിരുന്നു. മുഖം വെട്ടിത്തിരിച്ച്, കൂടുതൽ വാശിയോടും ശക്തിയോടും കൂടി അവൾ സ്ക്കൂട്ടറിനെ മുകളിലേക്കെത്തിക്കാൻ പാടുപെട്ടു.

പൊടുന്നനെ, കുഞ്ഞിനെ തള്ളി മാറ്റി, സർവശക്തിയുമെടുത്ത്, അയാൾ അവളെ തടഞ്ഞു.

പരസ്പരം വെറുപ്പു പൊറാഞ്ഞ്, രണ്ടു ദിശകളിലേക്ക് ശക്തി പ്രയോഗിക്കുന്ന അവർക്കിടയിൽപെട്ട്, ഒരിഞ്ചു മുന്നോട്ടോ, ഒരിഞ്ചു പിന്നോട്ടോ നീങ്ങാനാവാതെ സ്ക്കൂട്ടർ, ടാറിട്ട വഴിയിൽ ഞെരിഞ്ഞരഞ്ഞു.

ഇറക്കമിറങ്ങി, ആയിരം കുതിരശ്ശക്തിയോടെ പാഞ്ഞുവരികയായിരുന്ന ഒരു ഭ്രാന്തൻ ബുള്ളറ്റ് പെട്ടെന്നു ബ്രേക്കിട്ട്, അവർക്കരികിൽനിന്നു. ഗംബൂട്ടും നരച്ച ജീൻസും മുറിയൻ ളോഹയും അണിഞ്ഞ്, കറുത്ത കണ്ണട വെച്ച്, താടിയും മുടിയും കാറ്റിൽ പറപ്പിച്ച്, ഒരു പുരോഹിതനായിരുന്നു അത്! അദ്ദേഹം അദ്ഭുതത്തോടെ രണ്ടുനിമിഷം അവരെ നോക്കിനിന്നു. പിന്നെ ബുള്ളറ്റ് പുളിമരത്തിന്മേൽ ചാരിവെച്ച് കരയുന്ന കുഞ്ഞിനെ കയ്യിലെടുത്തു. ഒന്നും മിണ്ടാതെ, കുഞ്ഞിനെ യാത്രക്കാരിയുടെ കൈയിൽ പിടിപ്പിക്കുകയും സ്ക്കൂട്ടർ പുഷ്പം പോലെ തൂക്കിയെടുത്ത്, കുത്തനെയുള്ള കയറ്റം കയറ്റി വെയ്ക്കുകയും ചെയ്തു. രണ്ടു നിമിഷം കൊണ്ട്, സ്ക്കൂട്ടറിന്റെ അയഞ്ഞുപോയ പിരി മുറുക്കിയിട്ട്, തന്റെ ഭ്രാന്തൻ ബുള്ളറ്റിലേറി ആയിരം കുതിരശ്ശക്തിയോടെ അദ്ദേഹം പറപ്പിച്ചു പോയി...!

നിരപ്പായ വഴിയിലൂടെ സ്ക്കൂട്ടർ ഇരച്ചുപാഞ്ഞു. വെയിലും പൊടിയും കാറ്റും അതിനെ ആക്രമിച്ചു കൊണ്ടിരുന്നുവെങ്കിലും എതിരെ വീശുന്ന കാറ്റിൽ പാറുന്ന മുടിയിഴകളും സാരിത്തുമ്പിന്റെ പടപടപ്പും അയാളുടെ പിൻകഴുത്തിൽ നിന്നുള്ള വന്യഗന്ധവും യാത്രക്കാരിയുടെ കൗതുകങ്ങളെ ഉണർത്തിക്കൊണ്ടിരുന്നു. തിരക്കേറിയ നഗരവീഥികളിലൂടെ പായുമ്പോൾ, പെൺകിടാങ്ങൾ അസൂയപ്പെടാൻ വേണ്ടി അവൻ തന്റെ കൈയുയർത്തി അയാളുടെ തോളിൽ ചുറ്റി. എത്തിച്ചേരാൻ പോകുന്ന തെളിനീർത്തടാകങ്ങളുടെ പ്രതീക്ഷ, ചുറ്റും കത്തുന്ന വെയിലിൽ മഞ്ഞു തുളിക്കുന്നതു പോലെ യാത്രക്കാരനു തോന്നി. അയാൾ മുഖം തിരിച്ച് പരുത്ത താടി കൊണ്ട് അവളുടെ കൈപ്പടത്തിലുരസി.

എന്നാൽ ദീർഘദൂരയാത്രകൾക്ക് സ്ക്കൂട്ടറുകളെ ആശ്രയിക്കാനാവില്ല!

പ്രതീക്ഷയുടെ അതിരിലെത്തും മുമ്പേ തന്നെ, കഠിനമായ ഒരു ഇന്ധനച്ചോർച്ച സ്ക്കൂട്ടറിനെ ബാധിച്ചു. പിന്നിടുന്ന വഴിയിലുടനീളം അസഹ്യമായ നീറ്റമുള്ള ഇന്ധനം ഇറ്റിറ്റു വീഴ്ത്തിക്കൊണ്ട് വണ്ടി ഇളകിയാടാൻ തുടങ്ങി. അവളാണത് ആദ്യം തിരിച്ചറിഞ്ഞത്. വഴിപോക്കർ മൂക്കുപൊത്തിക്കൊണ്ട് ഞെട്ടിപ്പുറകോട്ടു മാറുന്നതും പട്ടികൾ വഴിയിലിറ്റു വീഴുന്ന ഇന്ധനം നാറ്റിച്ച് അവർക്കു പിന്നാലെ ഓടിക്കൂടുന്നതും കണ്ട് അവൾ നാണക്കേടിൽ പുളഞ്ഞു. ദുർഗന്ധം സഹിക്കാനാവാതെ, കുഞ്ഞ് ഓക്കാനിക്കാൻ തുടങ്ങി. ഏറെക്കഴിയും മുമ്പ് താനും ഛർദ്ദിക്കാൻ തുടങ്ങുമെന്ന് അവൾക്കു തോന്നി. അയാളുടെ അവസ്ഥയും ഭിന്നമായിരുന്നില്ല. ദുർഗന്ധം കൊണ്ട് അയാൾക്ക് തല കറങ്ങി.

"ഏത് നശിച്ച ബങ്കിൽ നിന്നാണ് നിങ്ങൾ പെട്രോളടിച്ചത്?"

അവൾ അയാളുടെ ചെവി തുളയുന്നതുപോലെ ഉറക്കെ കൂവി.

ഇന്ധനത്തിന്റെ ദുർഗന്ധം അയാളെ ആശയക്കുഴപ്പത്തിലാക്കി. സ്ഥിരമായി അക്കൗണ്ടുള്ള ബങ്കിലെ എപ്പോഴും ചിരിക്കുന്ന മുഖമുള്ള ചെറുപ്പക്കാരനെ അയാൾക്കോർമ്മ വന്നു. പെട്രോളിനോ ഓയിലിനോ എപ്പോഴെങ്കിലും എലി ചത്തു ചീയുന്ന നാറ്റമുണ്ടാകാറുണ്ടോ എന്നയാളോട് ചോദിക്കണം. വഴിയോരത്ത് ഒരു മരത്തണലിൽ വണ്ടി നിർത്തി പരിശോധിക്കാൻ അയാൾ തീരുമാനിച്ചു. സാരിത്തലപ്പുകൊണ്ട് മൂക്കുപൊത്തി അവൾ കുഞ്ഞിനേയും കൊണ്ട് ചാടിയിറങ്ങി.

കർച്ചീഫെടുത്ത് മൂക്കിനു ചുറ്റും വരിഞ്ഞുകെട്ടി അയാൾ കമിഴ്ന്നു കിടന്ന് പരിശോധിക്കാൻ തുടങ്ങി. അസഹ്യമായ വെറുപ്പും ആത്മനിന്ദയും അയാളെ പിടികൂടി. സ്ക്കൂട്ടറിന്റെ ചീഞ്ഞളിഞ്ഞ ഗർഭപാത്രം പൊട്ടിയൊലിച്ചുകൊണ്ടേയിരുന്നു. അയാൾ തൊടുന്നേടത്തൊക്കെ അതിന്റെ അവയവങ്ങൾ മൃദുവാകുകയും തൊലിയഴുകി കൈവെള്ളയിൽ ഊർന്നുപോരികയും ചെയ്തു. ഭയത്തോടെ അയാൾ അതിന്റെ വളയുന്ന ഹാൻഡിൽ ബാറിൽ മുറുകെപ്പിടിച്ചു. ഒടിഞ്ഞുപോന്ന ഒരു കൈത്തണ്ടപോലെ അതയാളുടെ കൈയിലേക്കൂർന്നു വീണു. ഭയന്നു വിളറി അയാളത് വലിച്ചെറിഞ്ഞു. പട്ടികൾ അയാൾക്കും സ്ക്കൂട്ടറിനും ചുറ്റും വട്ടമിട്ടു നിന്ന് നീണ്ട ഓരികളിട്ടു.

അവൾ അയാളിൽനിന്ന് അകന്നു മാറി ദൂരെ ഒരു കലുങ്കിൽ കുത്തിയിരുന്നു. കുഞ്ഞ് അവളുടെ മടിയിൽക്കിടന്ന് ഉറങ്ങി. സ്ക്കൂട്ടറും പട്ടികളും അയാളും ദുർഗന്ധവുമൊക്കെ ഏതോ ദുഃസ്വപ്നത്തിലെ ദുരനുഭവങ്ങളാണെന്ന് അവൾ കരുതി.

പച്ചത്തടാകങ്ങളും നീലമലകളും മഞ്ഞും കുളിരുമാണ് സത്യം. മലകളെ പുതപ്പിച്ചുകൊണ്ട് വഴുതിയിറങ്ങുന്ന പച്ചപ്പുതപ്പിൽ ചാഞ്ഞിരിക്കാൻ അവൾ കൊതിച്ചു. പൊടി പറപ്പിച്ചുകൊണ്ട് അങ്ങോട്ടു പായുന്ന വാഹനങ്ങളെ അവൾ കണ്ണെടുക്കാതെ നോക്കി. പ്രതീക്ഷയുടെ ചുഴിയിൽപെട്ട് കറങ്ങുന്ന ഒരിലപോലെയായിരുന്നു അവൾ.

തിളങ്ങുന്ന ഒരു പുത്തൻ ഹീറോഹോണ്ടയിന്മേൽ പാഞ്ഞുവരുന്ന ചെറുപ്പക്കാരനോടു ലിഫ്റ്റ് ചോദിച്ച് തടാകങ്ങളുടെ നാട്ടിലേക്കു പോകാൻ അവൾ ആഗ്രഹിച്ചു.

വണ്ടി നിർത്തുകയാണെങ്കിൽ യാത്രക്കാരൻ കാൺകെത്തന്നെ ഹീറോ ഹോണ്ടക്കാരന്റെ തോളിൽ കൈയിട്ട് താൻ ആഹ്ലാദത്തോടെ പറന്നുപോകും. അവൾ വിചാരിച്ചു.

ചീഞ്ഞുനാറിത്തുടങ്ങിയ ഒരു പെരുച്ചാഴിയെപ്പോലെ സ്ക്കൂട്ടർ വഴിയിൽ കിടന്നു. അലിഞ്ഞിളകുന്ന അതിന്റെ കണ്ണാടിയിൽ അവളുടെ ഭീകരമുഖം കണ്ട് അയാൾ ഞെട്ടി പുറകോട്ടു മാറി. പിന്നാക്കം നടന്നുനടന്ന് അവളിൽ നിന്നേറെയകലെ ഒരു മരത്തിന്റെ വേരിൽച്ചാരി തലയ്ക്കു കൈയൂന്നി അയാളിരുന്നു. പട്ടികൾ സ്ക്കൂട്ടറിനെ നക്കിത്തുടയ്ക്കാനും കടിച്ചുവലിക്കാനും തുടങ്ങി. ഇടയ്ക്കിടെ ആകാശത്തേക്കു മുഖമുയർത്തി അവ നീണ്ട ഓരിയിട്ടു.

പരിസരത്തെ വീടുകളിൽനിന്നും ചായക്കടകളിൽനിന്നും ആളുകൾ മൂക്കും പൊത്തി അന്വേഷിച്ചിറങ്ങി. തലകറക്കം വരുത്തുന്ന ദുർഗന്ധത്തിനു കാരണം ചത്തുചീയുന്ന ഈ പെരുച്ചാഴിയാണെന്നറിഞ്ഞ് അവർ ബഹളം കൂട്ടി.

“ഹേയ്! ഇതിവിടുന്ന് എടുത്തുകൊണ്ടുപോകണം!”

അവർ അയാളോട് വിളിച്ചുപറഞ്ഞു. അയാൾ മുഖമുയർത്തിയില്ല. താനെങ്ങനെയാണിതിന്റെ ഉടമയായതെന്നയാൾ അദ്ഭുതപ്പെട്ടു. ആളുകളുടെ എണ്ണം പെരുകിവന്നു. അവർ വല്ലാതെ രോഷാകുലരാവാനും തുടങ്ങി.

“അതെന്റേതല്ല” - അയാൾ പിറുപിറുത്തു.

“എന്റേതുമല്ല” വെറുപ്പോടെ മുഖം വെട്ടിത്തിരിച്ച് അവളും പറഞ്ഞു.

“പിന്നെ, ഞങ്ങളുടെതാണോ?” ആളുകൾക്ക് വല്ലാതെ കോപം വന്നു. അവർ അയാളേയും അവളേയും ഉന്തിയും തള്ളിയും സ്ക്കൂട്ടറിന്നടുത്തേക്ക് കൊണ്ടുവന്നു. ചീഞ്ഞളിഞ്ഞ, അവയവങ്ങൾ വേറിട്ടു തുടങ്ങിയിരുന്ന സ്ക്കൂട്ടറിന്റെ ജഡം പൊക്കിയെടുത്ത് അയാൾക്കും അവൾക്കും രക്ഷപ്പെടാൻ കഴിയുന്നതിനുമുമ്പ്, അവർ അതവരുടെ ശിരസ്സിൽ വച്ചുകൊടുത്തു.

സ്ക്കൂട്ടറിന്റെ അളിഞ്ഞ മാംസത്തിൽനിന്ന് നാറുന്ന വെള്ളം ഇറ്റുവീണ് അവരുടെ മുഖം മലിനമായി, അവർ കരയാനും ഓക്കാനിക്കാനും തുടങ്ങി. ഭയംകൊണ്ട് അവരുടെ കണ്ണുകൾ പുറത്തേക്ക് തുറിച്ചു. പട്ടികൾ നീണ്ട ഓരികളിട്ടുകൊണ്ട് അവർക്കു ചുറ്റും കറങ്ങി. കരഞ്ഞും ഓക്കാനിച്ചും തിരിഞ്ഞു നടക്കുന്ന യാത്രക്കാരനേയും യാത്രക്കാരിയേയും കുഞ്ഞിനേയും നോക്കി ആളുകൾ മതിപ്പോടെ ചിരിച്ചു. ■

വെയ്ക്കുന്നതും വിളമ്പുന്നതും

അരിയും ഉഴുന്നും അനുപാതം ശരിയാവണം. എന്നാലേ ഇഡ്ഡലി നന്നാവൂ. പൂപോലത്തെ ഇഡ്ഡലി എന്നല്ലേ പറയാറ്? അതിശയോക്തി കുറഞ്ഞ ഒരു ഉപമ.

ഭക്ഷണം ഉണ്ടാക്കുന്നതുമാത്രമല്ല വിളമ്പുന്നതും ഒരു കലയാണ്. വിജയലക്ഷ്മി വിചാരിക്കുകയാണ്. ഒന്നാന്തരം കലാകാരിയാണ്. ഒന്നാന്തരം ഭക്ഷണം ഉണ്ടാക്കുന്നവൾ. ഒന്നാന്തരം ഒരു ശില്പം ഉണ്ടാക്കുന്നതു മാത്രമല്ല, ചിത്രം വരയ്ക്കുന്നതു മാത്രമല്ല, കവിത എഴുതുന്നതു മാത്രമല്ല, പാട്ടുപാടുന്നതു മാത്രമല്ല, നൃത്തംചെയ്യുന്നതു മാത്രമല്ല, പല രുചികളിൽ പല നിറങ്ങളിൽ വിസ്മയകരമായ ഭക്ഷണം ഉണ്ടാക്കുന്നതും കലയാണ്. എല്ലാ പാചകക്കാരും കലാകാരരല്ല. എല്ലാ കവിതയെഴുത്തുകാരും കവികളല്ലല്ലോ? ഏതു കലയുടെ പോഷണത്തിനും അഭ്യാസം ആവശ്യമാണ്. വിജയലക്ഷ്മി ഊറിച്ചിരിക്കുന്നു. പാട്ടു സാധകം ചെയ്യാതിരിക്കാം. പാചകകല സാധകം ചെയ്തില്ലെങ്കിൽ എന്തായിപ്പോവും അവസ്ഥ? ഞാനത്രയ്ക്ക് മികച്ച ഒരു പാചകകലാകാരിയല്ല. പക്ഷേ, നിത്യാഭ്യാസം കൊണ്ട് ഉറച്ചുകിട്ടിയ പല മികവുകളും എന്റെ കലയ്ക്കുണ്ട്. പരീക്ഷണങ്ങളിലൂടെ പുതുരുചികൾ സൃഷ്ടിക്കാൻ ഞാൻ ശ്രമിക്കുന്നു. ആനന്ദത്തോടെ, ആവേശത്തോടെ. പലതും വിജയിക്കുന്നു. ലോകം അതറിയുന്നില്ലായിരിക്കാം. എങ്കിലും ഞാൻ കലാകാരിയാണ്.

ഒരു കലാകാരിയുടെ അഭിമാനത്തോടെയാണ് വിജയലക്ഷ്മി അടുക്കളയിൽ നടന്നത്. തലയുയർത്തിപ്പിടിച്ച് നെഞ്ചുവിരിച്ച്, മൂളിപ്പാട്ടോടെ. ചിലപ്പോഴൊക്കെ പാട്ടിനൊത്ത് നൃത്തം ചെയ്ത്. കയിലുകളോ സ്പൂണുകളോ കത്തികളോ പാത്രങ്ങളോ പച്ചക്കറികളോ എടുത്തിളക്കിക്കൊണ്ട് വെള്ളം നിറച്ച പാത്രങ്ങളിൽ കൊട്ടി ജലതരംഗമിട്ട്.

വിജയലക്ഷ്മിയുടെ ഭർത്താവാണ് കൃഷ്ണകുമാർ. കൃഷ്ണകുമാർ പി ആൻഡ് ടിയിൽ ജോലി ചെയ്യുന്നു. കൃഷ്ണകുമാറിന് സ്ഥലംമാറ്റമാണ്. തൃശൂർ നിന്ന് കോഴിക്കോട്ടേക്ക്. അതത്ര കുഴപ്പംപിടിച്ച ഒരു സ്ഥലം മാറ്റമാണോ? സാമ്പത്തികമായി എച്ച് ആർ എയിൽ വരുന്ന ഒരു

വർദ്ധനവും സീസൺടിക്കറ്റിന്റെ ആനുകൂല്യവും കൂടി തട്ടിക്കിഴിച്ചു നോക്കിയാൽ വലിയ ലാഭവുമില്ല വലിയ നഷ്ടവുമില്ല. രാവിലെ ആറ് അഞ്ചിന് തൃശൂർ നിന്ന് ഒരു പാസഞ്ചർ ട്രെയിനിൽ കയറുന്നു. വൈകീട്ട് തിരിച്ചും പാസഞ്ചർ ട്രെയിൻ ഉണ്ട്. കുറ്റിയടിച്ചു കെട്ടിയ പോലെ പത്തു പന്ത്രണ്ടുവർഷമായി തൃശൂരിൽതന്നെ കറങ്ങിക്കൊണ്ടിരുന്ന കൃഷ്ണ കുമാർ യാത്രയുടെ അനുഭവങ്ങളിലൂടെ നവീകരിക്കപ്പെട്ടുകൊണ്ടിരുന്നു. വിജയലക്ഷ്മിയുടെ കാര്യം അതായിരുന്നില്ല. അവൾ തികഞ്ഞ ഏകാന്തതയിലേക്ക് വീണു പോയി. രാവിലെ ജോലിക്ക് ഹാജരാവേണ്ട സമയത്തിന് പത്തുമിനിട്ടുമുമ്പ് സ്കൂട്ടർ സ്റ്റാർട്ടാക്കി ജോലിക്കു പൊയ്ക്കൊണ്ടിരുന്ന കൃഷ്ണകുമാറും വിജയലക്ഷ്മിയുമാണ്. കുശാലായി പുതുപുതു ഭക്ഷണങ്ങൾ കഴിച്ച്. ചൂടോടെ. ഉച്ചയൂണിനും കുതിച്ചെത്തും. ഒന്നു കിടന്നുമയങ്ങും. വീണ്ടും പോകും. ചിലപ്പോൾ വൈകുന്നേരത്തെ ചായയ്ക്കുപോലും വന്നിട്ടുപോകും. അപ്പോഴൊക്കെ വിജയലക്ഷ്മിയോട് കൊഞ്ചി, വർത്തമാനവിശേഷങ്ങൾ പറഞ്ഞ്, തല്ലുകൂടി, ഉമ്മവെച്ച് അങ്ങനെയായിരുന്നു. ഇപ്പോൾ പകൽമുഴുവനും അവൾ ഒറ്റപ്പെട്ടു പോയി. അവർക്ക് കുട്ടികളുണ്ടായിരുന്നില്ല. അതിനാൽ വിജയലക്ഷ്മി അവളുടെ ഏകാന്തതയുടെ ഗൗരവം ശരിക്കും അറിഞ്ഞു. ഒരു കലാകാരി എന്ന നിലയിലുള്ള അവളുടെ സാദ്ധ്യതകളും മങ്ങിവന്നു. അവളുടെ കലാസൃഷ്ടികൾ ലോകത്തിനു മുഴുവൻ ആസ്വദിക്കാൻ പറ്റുമോ? ഒരു ചിത്രമോ, നോവലോ പോലെ? ഒറ്റയ്ക്കിരുന്ന് സങ്കടപ്പെടുമ്പോൾ വിജയലക്ഷ്മി എന്നും അമ്മയെ ഫോണിൽ വിളിച്ച്, കുറേ കരഞ്ഞു. അങ്ങനെ വിജയലക്ഷ്മിയുടെ അമ്മ കുറച്ചുദിവസം അവളോടൊപ്പം നിൽക്കാമെന്ന് തീരുമാനിച്ച് പുറപ്പെട്ടു. നഗരത്തിൽനിന്ന് പത്തുമുപ്പതുനാഴിക അകലെ ഒരുൾപ്രദേശത്താണ് വിജയലക്ഷ്മിയുടെ വീട്. അവിടെ അമ്മയും ഏട്ടനും ഏട്ടന്റെ ഭാര്യയും മക്കളും പണിക്കാരും പശുക്കളും കോഴികളും ആടുകളും നെല്ലും തേങ്ങയും പച്ചക്കറികളും വെണ്ണീറും ചാണകപ്പൊടിയും നെല്ലും പുഴുക്കും അങ്ങനെയങ്ങനെ ഒക്കെയാണ്.

വെയ്ക്കുന്നതുമാത്രമല്ല, വിളമ്പുന്നതും ഒരു കലയാണല്ലോ. അമ്മ വന്ന പിറ്റേന്ന് രാവിലെ, കൃഷ്ണകുമാർ സ്ഥലം മാറ്റമായി പോയതിനു ശേഷം സാധകം ചെയ്യാതിരുന്ന തന്റെ കലയെ വിജയലക്ഷ്മി കണക്കറ്റ് ആദരിച്ചു. അമ്മയ്ക്കുവേണ്ടി ഏറ്റവും മികച്ച ഒരു കലാവിരുന്ന്. അതായിരുന്നു വിജയലക്ഷ്മിയുടെ ലക്ഷ്യം. കാരണം, അവൾ അത്രയ്ക്ക് സങ്കടപ്പെട്ടു.

അമ്മയും ഏട്ടത്തിയമ്മയും ഇഡ്ഡലിപ്രിയകളാണ്. വിജയലക്ഷ്മി ഇഡ്ഡലിയുണ്ടാക്കി. വിളമ്പലിന്റെ സൗന്ദര്യം എങ്ങനെ അമ്മയെ അനുഭവിപ്പിക്കാം?

വിജയലക്ഷ്മിയുടെ ഊൺമേശയ്ക്ക് ഓവൽ ആകൃതിയാണ്. വീട്ടിമരം കൊണ്ടുണ്ടാക്കിയതാണ്. കറുത്ത് മിന്നുന്നു. വിജയലക്ഷ്മി

ഇളംപച്ചനിറമുള്ള ടേബിൾ മേറ്റുകൾ നിരത്തി. ചുവന്ന മൺചട്ടിയിൽ ഇഡ്ഡലി നിറച്ച് വെച്ചു. ലാ ഒപാലെയുടെ ടീസെറ്റ്. അരികിന് എംബ്രോയിഡറിയുള്ള നാപ്കിനുകൾ കോൺ ആകൃതിയിൽ മടക്കി ചൂരലിന്റെ ഒരു തോണിയിൽ അശ്രദ്ധമായിട്ടു. ബോൺചൈനയുടെ ഒരു ബൗളിൽ കുറുകുറുന്നനെയുള്ള ചട്ണി, വേറൊന്നിൽ സാമ്പാറ്. മേശയുടെ ഒരറ്റത്തായി, നീലനിറമുള്ള പോഴ്സ്‌ലെയ്ൻ ജാറിൽ ഒരു കെട്ട് വെളുത്ത റോസാപ്പൂക്കൾ, ഓർഗാന്റി തുണികൊണ്ടുണ്ടാക്കിയത്. വെള്ളിക്കരണ്ടികൾ പഴം നിറച്ച ചൂരൽ കുട.

അമ്മ വിസ്മയിച്ചു. ഇഡ്ഡലിവെച്ച മൺചട്ടി ചൂണ്ടിക്കാട്ടി. “ഇതെന്ത്ണ് ചട്ടിം കലോം? സ്റ്റീലുംപാത്രം ഇല്യേ നിന്ക്ക്?” അമ്മ ചോദിച്ചു. വിജയലക്ഷ്മിയുടെ ചുണ്ടത്ത് അമ്മയോട് പാവംതോന്നിയ ചിരി വിരിഞ്ഞു. ലാഒപാലെ. ബോൺ ചൈന. പോഴ്സലെയ്ൻ. വിജയലക്ഷ്മിയിലെ കലാകാരി എത്രനേരം തെരഞ്ഞിട്ടാണ് ടീസെറ്റും ഡിന്നർസെറ്റും വാങ്ങിച്ചത്? കൃഷ്ണകുമാർ തന്ന പണം തികഞ്ഞില്ല. ഒരു വള ഊരി പണയംവെച്ചു. അത്രയ്ക്കു മോഹം തോന്നി. വനിതയുടെയും ഗൃഹലക്ഷ്മിയുടെയും നാലുകൊല്ലത്തെ ലക്കങ്ങൾ മുഴുവനും പരിശോധിച്ച ശേഷമാണ് തെരഞ്ഞെടുപ്പ് നടത്തിയത്. അമ്മയ്ക്ക് അതൊക്കെ വെറും ചട്ടിയും കുട്ടയും കലവും. സാരമില്ല. അമ്മയ്ക്കിതൊന്നും ശീലമില്ലല്ലോ. വിജയലക്ഷ്മിക്ക് വൃത്തിയും വെടുപ്പും ഉണ്ടെന്ന് അമ്മ സമ്മതിച്ചു.

അമ്മ കഴിക്കാനിരുന്നപ്പോൾ വിജയലക്ഷ്മി അമ്മയുടെ മടിയിൽ നാപ്കിൻ വിരിച്ചു. അതെന്താണെന്നും എന്തിനാണെന്നും അമ്മ വിജയലക്ഷ്മിയുടെ മുഖത്ത് നോക്കി. വിജയലക്ഷ്മി കുഞ്ഞിനെപ്പോലെ ചിരിച്ചു കാണിച്ചു. എന്തായാലും ഒരു തുണിയല്ലേ കിടന്നോട്ടെ എന്ന് അമ്മയും ചിരിച്ചു. ലാ ഒപാലെയിൽ ഇഡ്ഡലി എടുത്തുവെച്ചപ്പോൾ പാത്രത്തിന്റെ വെണ്മകൊണ്ട് ഇഡ്ഡലിക്കൊരു മഞ്ഞളിപ്പ് വന്നു. ചുവന്ന മൺചട്ടിയിലിരിക്കുമ്പോൾ അത് പ്രകടമായിരുന്നില്ല. വിജയലക്ഷ്മി നാക്ക് കടിച്ചുപോയി. ഇഡ്ഡലിക്ക് ലാ ഒപാലെ ചേരില്ല. പരന്ന മൺപ്ലേറ്റുകൾ എടുത്താൽ മതിയായിരുന്നു. മൺപ്ലേറ്റുകളുടെ അരികുകൾ കാണത്തക്കവിധം വട്ടത്തിൽ വെട്ടിയെടുത്ത ഇല വിരിച്ച് അതിലാണ് ഇഡ്ഡലി വിളമ്പേണ്ടിയിരുന്നത്. മേശപ്പുറത്ത് ചുവന്ന മൺപാത്രങ്ങളും ചൂരൽപ്പാത്രങ്ങളും മാത്രം മതിയായിരുന്നു. പോഴ്സ്‌ലെയ്ൻ ജാറിന്റെ സ്ഥാനത്ത് മുളയുടെ കുറ്റികൊണ്ടുണ്ടാക്കിയ പൂപ്പാത്രം മതിയായിരുന്നു. ടീസെറ്റ് അമ്മയെ കാണിക്കാനുള്ള ആവേശത്തിൽ സൗന്ദര്യബോധം നശിച്ചു. ലാ ഒപാലെയ്ക്ക് ചേരുക നൂഡിൽസ്, പുലാവ്, ബിരിയാണി, ഫ്രൈഡ് റൈസ്, കട്‌ലറ്റ് തുടങ്ങിയവയാണ്. ‘കളർ ഫുൾ’ ആയവ. ഇതിനൊന്നും ഹോംസയൻസ് പഠിച്ചിട്ട് കിട്ടിയ തിരിച്ചറിവ് വേണ്ട. വിജയലക്ഷ്മിയിലെ കലാകാരി അതൃപ്തയായി നോക്കിനിൽക്കെ അമ്മ ഇഡ്ഡലിയിൽ കൈവെച്ചു.

"വെത കഴിഞ്ഞ അന്നെന്നെ ഞാനിങ്ങട് പൊറപ്പെട്ടു. വല്യേ തെരക്ക് ഒഴിഞ്ഞൂലോ. പുല്ലു വല്യാവുമ്പോ എത്ത്യാ മതീന്ന് നിന്റേട്ടനും പറഞ്ഞു. അത് വര്യൊന്നും ഞാൻ നിക്ക്ണില്യാ. ന്റെ പശ്ക്കളടെ കാര്യം ആക കൊഴയും."

അമ്മ ഇഡ്ഡലിയുടെ മീതെ വിരലുകൊണ്ട് കുത്തിനോക്കി. വെള്ളരിക്കരണ്ടിയെടുത്ത്, ചട്ണിയിലെ പൊടിപൊടിയായരിഞ്ഞിട്ട മല്ലിയില നീക്കി.

"ഇത് വായേവെയ്ക്കാൻ കൊള്ളില്യല്ലോ വിജ്യേ. ഇപ്പ്ഴും നല്ലോണം ണ്ടാക്കിത്തിന്നാൻ പഠിച്ചിട്ടില്യേ നിയ്യ്? ഇങ്ങന്യാ മ്മറോടത്തെ ഇഡ്ഡലിം ചട്ണിം?"

പഴയ ഒരു ദൃശ്യം വിജയലക്ഷ്മിയുടെ ഓർമ്മയിൽ: ഇലച്ചീന്തിന് കടുംപച്ച. ഇഡ്ഡലി തൂവെള്ള. ഇളം ചോപ്പ് ചട്ണി. മീതെ പൊന്തിക്കിടക്കുന്ന കറുത്ത കടുകുമണികൾ, ഇരുണ്ട ചോപ്പു നിറത്തിൽ വറ്റൽമുളക്, കരിംപച്ച വേപ്പില. ഇലച്ചീന്തിന്റെ തലയ്ക്കൽ പാലക്കാട്ടുകാർ കാന്തി എന്നു വിളിക്കുന്ന കടുംചോപ്പ് ഉള്ളിച്ചമ്മന്തി. വെളിച്ചെണ്ണയിൽ കുഴഞ്ഞ പൊടി. സ്റ്റീൽ ഗ്ലാസിൽ ആവിപൊന്തുന്ന സ്വർണ്ണനിറമായ ചായ. പഴയ ദൃശ്യം വിജയലക്ഷ്മിയുടെ ഓർമ്മയിൽ അലിഞ്ഞുമായുന്നു. പകരം പഴയ 'അരോമാ' പൊന്തുന്നു. ഇലവാടുന്ന മണം. കടുകുവറുത്തിട്ട മണം. വെന്ത ഉഴുന്നിന്റെ മണം. ഉള്ളിയുടെ മണം. ചായ വേവുന്ന മണം. വിജയലക്ഷ്മി അസ്വസ്ഥയായി.

"എന്താവോ, ഞാന്ഡ്ഡല്ലീണ്ടാക്കായ ശര്യാവ്ണില്യ."

വിജയലക്ഷ്മി അമ്മയെ ചാരിനിന്നു. അമ്മ അപ്പോൾ ഒന്നും പറഞ്ഞില്ല. പക്ഷേ, തുടർന്ന് എന്തുണ്ടാക്കിക്കൊടുത്താലും കുറ്റം പറയാൻ തുടങ്ങി. മുളകിന് എരിവില്ല. മല്ലിക്ക് രുചിയില്ല. ഉള്ളിക്ക് മണമില്ല. വേപ്പില വേപ്പിലയല്ല. പരിപ്പ് പരിപ്പല്ല. അരികൊള്ളില്ല.

വിജയലക്ഷ്മി ചിന്തിച്ചു.
അരി കൊള്ളില്ലാത്തതാവുന്നതെങ്ങനെ?

കുറുഞ്ചാത്തൻ എന്നു പേരുള്ള ചെള്ള് വിജയലക്ഷ്മിയുടെ വീടിന്റെ ചുവരിലൊക്കെ പറ്റിപ്പിടിച്ചിരിക്കയാണ്. ചുവരിൽ, മരസാമാനങ്ങളിൽ, ഉടുതുണിയിൽ, കിടക്കയിൽ, അലമാരയിൽ, നിലത്ത് പറ്റിപ്പിടിച്ചിരിക്കുന്നു. അരിച്ചു നടക്കുന്നു. മേലും അരിക്കുന്നു. ചിലപ്പോൾ കടിക്കുന്നു. നുള്ളിയെടുത്തു പോയാൽ തൊട്ട വിരലിൽ ഓക്കാനമുണ്ടാക്കുന്ന നാറ്റം പടരുന്നു. ഓർക്കാപ്പുറത്ത് പറന്നുവന്ന് കണ്ണിൽ വീഴുന്നു. പ്രാണവേദനയോടെ നിലവിളിച്ചു പോവും. കണ്ണുപൊത്തി നിലത്തിരുന്നുപോവും. ഉണ്ണുന്ന ചോറിലും പാറി വീഴും. എണ്ണയിൽ ഗോതമ്പുമാവിൽ റവയിൽ പരിപ്പിൽ കുറുഞ്ചാത്തന്മാർ പൂഴ്ന്നുകിടന്നു.

വിജയലക്ഷ്മിയുടെ വീട് മാത്രമല്ല നേതാജികോളനിയിലെ മുഴുവൻ വീടുകളിലും കുറുഞ്ചാത്തന്മാർ ഉണ്ട്. എഫ് സി ഐ ഗോഡൗണിനടുത്താണ് നേതാജികോളനി എന്ന് ഊഹിച്ചുകാണുമല്ലോ. ഒരു ദിവസം ഉച്ചയ്ക്കു വിജയലക്ഷ്മി ഒറ്റയ്ക്ക് എഫ് സി ഐയിലേക്കു കേറിച്ചെന്നു. പടിക്കൽ വെച്ച് കാവൽക്കാരൻ തടഞ്ഞുവെങ്കിലും കാര്യം പറഞ്ഞാൽ മനസ്സിലാകുന്ന ആളായിരുന്നു അയാൾ. എഫ് സി ഐ മേലധികാരിയുടെ മുറിവാതിൽ വരെ അയാൾ വിജയലക്ഷ്മിയെ പിന്തുടർന്നു. ഉരലു ചെന്ന് മദ്ദളത്തിനോട് പറയുന്നതുപോലെയാണ് വിജയലക്ഷ്മി തന്നോട് പറയുന്നതെന്ന് മേലധികാരി ചിരിച്ചുകൊണ്ട് പറഞ്ഞു. ഇടയ്ക്കിടെ അദ്ദേഹം കഴുത്തും പുറവും വിജയലക്ഷ്മി കാണാതെ ചന്തിയും ചൊറിഞ്ഞു. എയർക്കണ്ടീഷൻ ചെയ്ത മുറിയുടെ കനത്ത കാർപ്പെറ്റിനടിയിൽ കോടിക്കണക്കിന് കുറുഞ്ചാത്തന്മാരുണ്ട്. അയാൾ കാർപ്പെറ്റ് പൊക്കിക്കാണിച്ചുകൊടുത്തു. അത് കുറുഞ്ചാത്തന്മാരുടെ പരവതാനിയായിരുന്നു. വിജയലക്ഷ്മി കണ്ണുതുറിച്ച് നിന്നു. "ഇനിയും കാണണോ? വരൂ." അയാൾ അവളെ കൂട്ടിക്കൊണ്ടുപോയി. ഗോഡൗണുകളുടെ ഇരുണ്ട ഇടനാഴികളിലൂടെ നിശ്ശബ്ദരായി അവർ നടന്നു. അരിച്ചാക്കുകൾക്കും ഗോതമ്പുചാക്കുകൾക്കും യഥാർത്ഥത്തിൽ ബ്രൗൺനിറമല്ല. ഒരേ കനത്തിൽ കുറുഞ്ചാത്തന്മാർ പറ്റിപ്പിടിച്ചിരുന്നുണ്ടായതാണ് ബ്രൗൺ നിറം. ഒരു പലകക്കഷണം കൊണ്ട് അയാൾ ഒരു ഗോതമ്പു ചാക്കിന്മേൽ തട്ടി. ബ്രൗൺ നിറമായ ഒരു കാറ്റ് മൂളിപ്പൊങ്ങിപ്പറന്ന് അമർന്നു. വിജയലക്ഷ്മിവാക്കുകൾ വിഴുങ്ങി നോക്കി നിൽക്കെ, എഫ് സി ഐ മേലധികാരി പറഞ്ഞു. "ഇതോർത്താൽ നിങ്ങളുടെ വീടുകളിലൊക്കെ എത്ര കുറവ് കുറുഞ്ചാത്തന്മാരേ ഉള്ളൂ. ഞങ്ങളുടെ കാര്യം ചിന്തിക്കൂ. ഇതിന്റെ നടുവിലുള്ള ജീവിതത്തെപ്പറ്റി ഒന്നോർത്തു നോക്കൂ."

ഓർത്തുകൊണ്ട് അസ്വസ്ഥതയോടെ വിജയലക്ഷ്മി പുറത്തേക്കു നടന്നു. "ക്ഷമിക്കണം സോദരീ. രണ്ടാഴ്ച്ചയ്ക്കുള്ളിൽ മരുന്നെത്തും." അയാൾ മരുന്നിന്റെ ശാസ്ത്രീയനാമം പറഞ്ഞു. അപ്പോൾ അതൊന്നും വിജയലക്ഷ്മിയുടെ ചെവിയിൽ കേറിയില്ല. എങ്ങനെ കേറും? ചെവി നിറയെ കുറുഞ്ചാത്തന്മാരുടെ ഭീകരമൗനമാണ്. കണ്ണുനിറയെ ബ്രൗൺ നിറമാണ്. മൂക്കുനിറയെ ഓക്കാനിപ്പിക്കുന്ന നാറ്റമാണ്. അയാൾ മരുന്നിനെപ്പറ്റി തുടർന്നു. "കുറുഞ്ചാത്തന്മാരെ കൊല്ലാനുള്ള മരുന്ന്. സ്പ്രേ ചെയ്യാനുള്ളതാണ്. അരിച്ചാക്കിൽ, ഗോതമ്പുചാക്കില, നിലത്ത്, ചുവരിൽ സീലിങ്ങിൽ കാർപ്പെറ്റിൽ സ്പ്രേ ചെയ്യും. ഒരു മണിക്കൂറുകൊണ്ട് കോടാനുകോടി കുറുഞ്ചാത്തന്മാരുടെ ശവപ്പറമ്പായി മാറും എഫ് സി ഐ ഗോഡൗൺ. എല്ലാ കൊല്ലവും അതാണ് പതിവ്."

അയാൾ സൗമ്യനാണ്. സുന്ദരനുമാണ്. പതുക്കെയുള്ള സംസാരം. പതുക്കെയുള്ള നടത്തം. വിജയലക്ഷ്മി സാന്ത്വനിപ്പിക്കപ്പെട്ടു. ചൂടുള്ള ഒരു ചായയും ഉപ്പു ബിസ്ക്കറ്റുകളും നൽകി എഫ് സി ഐ അവളെ

സൽക്കരിച്ചു. ഉപ്പുബിസ്ക്കറ്റിന്റെ വക്കിൽ അരിച്ചുനടക്കുന്ന കുറുഞ്ചാത്തനെ വിജയലക്ഷ്മി തുറിച്ചുനോക്കി. അതേ മൗനം.

ചെയർമാൻ കൊടുത്ത ഉറപ്പിൽ വിശ്വസിച്ചുകൊണ്ട് തിരിച്ചുപോരുമ്പോൾ കടുത്ത അരിശത്തോടെ വിജയലക്ഷ്മി ബ്ലൗസിനുള്ളിൽ കുടുങ്ങിയ ഒരു കുറുഞ്ചാത്തനെ നുള്ളിയെടുത്ത് ഞെരിച്ചുകൊന്നു. കൈവിരൽ പാറക്കല്ലിലുരച്ചു. മണപ്പിച്ചപ്പോൾ ഓക്കാനം വന്നു. എന്താണയാൾ പറഞ്ഞത്? അരിച്ചാക്കിൽ, ഗോതമ്പുചാക്കിൽ മരുന്നടിച്ച്...? റേഷൻ കടയുടെ മുന്നിലെ ക്യൂ മുറിച്ചു കടന്ന് വിജയലക്ഷ്മി തിരിഞ്ഞുനോക്കി. അരി ചീത്തയാവുന്നതെങ്ങനെ? പലതരം അരിയറിവുകൾ അളന്ന് ചൊരിഞ്ഞ് വിജയലക്ഷ്മി ക്ഷീണിച്ചു. മരുന്നടിച്ചവ, കെട്ടുപോയവ, പൂത്തുപോയവ, പുഴുത്തുപോയവ, നനഞ്ഞു ചീഞ്ഞവ, ചീഞ്ഞുനാറുന്നവ...

കാര്യം ഒന്നിൽ കാരണം വേറൊന്നിൽ

നെഞ്ചുവേദന വിജയലക്ഷ്മിക്കാണെങ്കിലും കൊളസ്ട്രോൾ കൃഷ്ണകുമാറിനാണ്. കോഴിക്കോട് മെഡിക്കൽ കോളേജിലെ കാർഡിയോളജിസ്റ്റ് പറഞ്ഞതാണ്. വിജയലക്ഷ്മിയോ കൃഷ്ണകുമാറോ പുറംലോകമോ അറിയാതെ ഒരു മൈനർ അറ്റാക്ക് കടന്നുപോയി എന്ന് കാർഡിയോളജിസ്റ്റ് പറഞ്ഞു. അയാൾ കിതയ്ക്കുന്നതു നോക്കൂ. ശരിയായിരുന്നു. കോഴിക്കോട്ടേക്ക് സ്ഥലം മാറ്റമായതിൽ പിന്നെ ഈ കിതപ്പ് പ്രകടമാണ്. ആറുമണിയുടെ പാസഞ്ചർ ട്രെയിൻ കിട്ടാൻവേണ്ടി കൃഷ്ണകുമാർ അഞ്ചേകാലിന് ഉണരും. അഞ്ച് അമ്പത്തഞ്ചിന് വീട്ടിൽ നിന്നിറങ്ങും. ഏഴു മിനിറ്റ് നടന്നാൽ റെയിൽവെ സ്റ്റേഷനിലെത്തും. അപ്പോഴേക്കും കിതച്ചിരിക്കും. ആദ്യമൊക്കെ വണ്ടി കിട്ടുമോ എന്ന ടെൻഷൻ കൊണ്ടാണ് കിതച്ചത്. പിന്നെ വെറുതെ ഇരിക്കുമ്പോഴും കിതച്ചു. ഈ കിതപ്പ് വിജയലക്ഷ്മി അറിഞ്ഞിരുന്നില്ല. അമ്മയാണ് ചോദിച്ചത്. "എന്താ കിഷ്ണൻ കെതയ്ക്കണേ?"

കൊഴുപ്പുള്ളത്, എണ്ണയിൽ വറുത്തത്, അധികം എരിവുള്ളത്, പുളിയുള്ളത് എല്ലാം കാർഡിയോളജിസ്റ്റ് കൃഷ്ണകുമാറിന്റെ ഭക്ഷണത്തിൽ നിന്നെടുത്തു മാറ്റി. "കൃഷ്ണകുമാറിന് മിതമായി ഇഡ്ഡലി കൊടുക്കാം. ആവിയിൽ വേവുന്നതുകൊണ്ട് ദോഷം വളരെ കുറവാണ് ഇഡ്ഡലിക്ക്. വേഗം ദഹിക്കും. ഉഴുന്നിന്റെ അളവൊന്നു നിയന്ത്രിക്കണം."

കൃഷ്ണകുമാറിന് ഏറ്റവുമിഷ്ടം ദോശയാണ്. ദോശക്കല്ലിൽ നല്ലപോലെ നെയ്യ് പുരട്ടി ഒരേ കനത്തിൽ മാവ് കോരിയൊഴിച്ച് പരത്തി, അടിഭാഗം മൊരിഞ്ഞുവരുമ്പോൾ മീതെ നെയ്തൂവി, മറച്ചിട്ട് അകം പുറം മൊരിച്ചെടുക്കുന്ന ദോശ വിജയലക്ഷ്മിയുടെ മികച്ച രചനയാണ്. അത്തരം നാലു ദോശകളാണ് കൃഷ്ണകുമാറിന്റെ പ്രാതൽ. വേറെ എന്തുണ്ടാക്കിയാലും നാലു ദോശയ്ക്കുള്ള മാവ് വിജയലക്ഷ്മി കരുതി വെയ്ക്കും.

കൃഷ്ണകുമാറിന് ഇഷ്ടമുള്ളത് പാചകം ചെയ്തുകൊടുക്കുന്ന ഭാര്യയായിരുന്നു വിജയലക്ഷ്മി. വിജയലക്ഷ്മിയുടെ രചനകളുടെ ഏറ്റവും മികച്ച ആസ്വാദകൻ ആയിരുന്നു കൃഷ്ണകുമാർ. എന്തുണ്ടാക്കിക്കൊടുത്താലും കുറ്റം പറഞ്ഞു രസിക്കുന്ന തരം ഭർത്താവായിരുന്നില്ല അയാൾ. ഭക്ഷണം അയാളെ ആനന്ദിപ്പിച്ചിരുന്നു. രുചിയുള്ള ഭക്ഷണം കഴിച്ച് സന്തോഷിക്കുകയും സന്തോഷം പല രൂപങ്ങളിൽ (കെട്ടിപ്പിടുത്തമായും ഉമ്മകളായും മറ്റും) മടികൂടാതെ പ്രകടിപ്പിക്കുകയും ചെയ്തു. ദാമ്പത്യത്തിലെ വലിയ രുചി വിജയലക്ഷ്മിക്ക് അതായിരുന്നു. അവരങ്ങനെ ഭക്ഷണമുണ്ടാക്കിയും കഴിച്ചും ആനന്ദിച്ചും കെട്ടിപ്പിടിച്ചും ഉമ്മ വെച്ചും ജീവിക്കുന്നതിന്നിടയിലാണ് മൈനർ അറ്റാക്ക് വന്നുപോയത്.

കൃഷ്ണകുമാറിന് ജീവിതം വിരസമായിത്തുടങ്ങി. ദോശകളില്ലാത്ത പ്രഭാതത്തിൽ അയാൾ മുഷിവോടെ ഗുളികകൾ തിന്നു. പുട്ടുംകടലയും അയാൾക്കിഷ്ടമല്ല. പൂരി എണ്ണയിലുണ്ടാക്കുന്നതാണ്. രാവിലെ ചപ്പാത്തി വയ്യ. യീസ്റ്റ് ചേർത്തുണ്ടാക്കുന്ന അപ്പം ഗ്യാസ്ട്രബ്ൾ വരുത്തും. ഉപ്പുമാവ്, കൊഴക്കട്ട ഇതൊന്നും കൃഷ്ണകുമാർ കഴിക്കില്ല. കഞ്ഞികുടിച്ച് അയാൾക്ക് ശീലമില്ല. ഇപ്പോൾ വിജയലക്ഷ്മി ലാ ഒപാലെ പുറത്തെടുക്കാറില്ല. പുലാവ്, ബിരിയാണി ഫ്രൈഡ്റൈസ് കട്ട്ലറ്റ് ഒന്നും ഉണ്ടാക്കാറില്ല. “എണ്ണ പുരട്ടാതെ നോൺസ്റ്റിക്ക് പാനിൽ ദോശ ചുട്ടുതരട്ടെ?” വിജയലക്ഷ്മി ചോദിച്ചു. കൃഷ്ണകുമാർ ചുണ്ടുകോട്ടി. “എണ്ണയില്ലാത്ത മൊരിച്ചിൽ ഒരു കള്ളമൊരിച്ചിലാണ്. എനിക്കുവേണ്ട. ദോശയില്ലെങ്കിൽ ഭേദം ഇഡ്ഡലിയാണ്.” എന്തു ചെയ്തിട്ടും വിജയലക്ഷ്മി ഇഡ്ഡലിയുണ്ടാക്കി വിജയിക്കുന്നില്ല.

ഇഡ്ഡലി വഴങ്ങാത്തതെന്തുകൊണ്ടെന്ന് വിജയലക്ഷ്മി ചിന്തിക്കുന്നു.

മലയാളിയുടെ പ്രഭാതഭക്ഷണങ്ങളിലെ ഒരു മുഖ്യ ഇനമാണ് ഇഡ്ഡലി. പഞ്ചനക്ഷത്രഹോട്ടലുകൾ മുതൽ തട്ടുകടകൾ വരെയും കുടിൽ തൊട്ടു കൊട്ടാരം വരെയും ഈ പലഹാരം സ്ഥാനം പിടിച്ചിരിക്കുന്നു. അധികം ചിലവില്ലാതെ ഉണ്ടാക്കാം. അരിയും ഉഴുന്നും കുതിർത്തരച്ച് ആവിയിൽ വേവിച്ചെടുക്കുന്ന പലഹാരം. ഗുരുത്വം കുറയും വയറ്റിനു നന്ന് എന്ന് നിഘണ്ടു സാക്ഷ്യപ്പെടുത്തുന്നു. ഇട്ടലി, ഇഡ്ഡലി, ഇഡ്ഢലി, ഇള്ളലി എന്നീ പേരുകൾക്കു പുറമേ തൃശൂർ പ്രദേശത്ത് ‘ഇട്ട്ളി’ എന്നു വിളിക്കപ്പെടുന്നു. ഈ പലഹാരത്തിന് ജാതിഭേദമില്ല. ഓരോ ജാതിക്കും അവരവരുടേതായ സ്വന്തം പലഹാരങ്ങൾ ഉണ്ട്. പത്തിരി (മുസ്ലിം), കൊഴക്കട്ട (ഹിന്ദു), കള്ളപ്പം (ക്രിസ്ത്യാനി) എല്ലാ ജാതിക്കാരും പരസ്പരം ഇതൊക്കെ ഉണ്ടാക്കിത്തിന്നു നോക്കാറുമുണ്ട്. എന്നാൽ ഇഡ്ഡലി ഒരു പൊതുപലഹാരമാണ്. ഇത് തമിഴ്നാട്ടിൽനിന്ന് വന്നതാണെന്നു പറയുന്നു. ഇഡ്ഡലി വട സാമ്പാർ തമിഴരുടെ ഒരു രീതിയാണ്. പുട്ടും കടലയും പോലെയോ കപ്പയും മീനും പോലെയോ തനത് എന്നു പറയാവുന്ന ഒരു ഭക്ഷണമല്ലാത്തതുകൊണ്ട് ഇഡ്ഡലിയുടെ നിർമ്മാണത്തിൽ

നമുക്കല്പം വൈഭവം കുറഞ്ഞിരിക്കാം. പാചക കലാകാരരുടെ മോഹം രാമശ്ശേരി ഇഡ്ഡലികൾ ഉണ്ടാക്കാനാണെങ്കിലും സർഗ്ഗപരമായി വിജയിക്കാറില്ല. ഇത്രയൊക്കെ വിവരങ്ങൾ ഉള്ളിൽ വെച്ചുകൊണ്ടാണ് വിജയലക്ഷ്മി പരീക്ഷണങ്ങൾ തുടരുന്നത്.

പല പല നിർദ്ദേശങ്ങൾ

അരിയും ഉഴുന്നും വെള്ളത്തിലിടുമ്പോൾ ഒരു സ്പൂൺ ഉലുവകൂടി ഇട്ടുനോക്കൂ.

പകുതി പച്ചരിയും പകുതി പുഴുക്കലരിയും ആക്കി നോക്കൂ.

മാവരയ്ക്കുമ്പോൾ ഒരു കയിൽ ചോറ് ചേർത്തരച്ചോളൂ.

മിക്സിയിൽ ആണോ അരയ്ക്കുന്നത്? വെറുതെയല്ല ഇഡ്ഡലി നന്നാവാത്തത്. ഗ്രൈൻഡർ വാങ്ങൂ.

"വിജ്യെന്തിനാ ഇങ്ങനെ കഷ്ടപ്പെടണേ? സൂപ്പർ മാർക്കറ്റിൽ ഇഡ്ഡലിണ്ടാക്കാന്ള്ള ഒന്നാന്തരം പൊടി കിട്ടും. വെറ്തെ കലക്കി വെയ്ക്ക്യേ വേണ്ടൂ. ഇതുവരെ ഞാൻ തിന്നട്ട്ല്യ ഇത്ര നല്ല ഇഡ്ഡലിയ."

എല്ലാ പരീക്ഷണങ്ങളുടെയും ഒടുവിൽ ലാ ഒപാലെയിൽ ഇഡ്ഡലി മഞ്ഞളിക്കുന്നു. വിജയലക്ഷ്മിയുടെ അമ്മയുടെ പരീക്ഷണങ്ങൾപോലും പരാജയപ്പെടുന്നു. അമ്മ പറഞ്ഞു. "എത്ര ദിവസം എനിക്കിവിടെ നിക്കാൻ പറ്റും? പുല്ലുവലിക്കോ പോയില്ല. ഇപ്പ കൊയ്ത്തായി. ഇനി ഞാനവിടില്ല്യങ്ങ്യെ ശര്യാവില്ല. കൊയ്ത്ത് കഴിഞ്ഞാ ഏട്ടനിം കൂട്ടി ഞാൻ വരാം. വര്മ്പൊ കൊറച്ചരിം കൊണ്ടരാം. നമ്മടര്യോണ്ട് ഇണ്ടാക്കി നോക്കീട്ട് ശര്യാവ്വോന്നറിയണല്ലോ. അതും അര്യൊക്കെ കണക്കന്നെ. ചാക്കര്യേക്കാളും ഭേദാന്ന് മാത്രം. കഷ്ടപ്പെടാണ്ടൊന്നും രുച്യായിട്ട് തിന്നാമ്പറ്റില്ല. ഇപ്പൊ നിന്റേട്ടനും അത് ഇത്തിരീശ്ശെ തലേക്കേറ്ണ്ണ്ട്. ഉണ്ണാള്ള നെല്ല് തോലും ചാണകോം വെണ്ണൂറും മാത്രട്ടട്ട് ഇണ്ടാക്കാന്നായിറ്റ്ട്ട്. ഞാൻ ഇത്തിരി കഷ്ടപ്പെട്ടാലും വേണ്ടില്ല. കിഷ്ണന് വായേപ്പിടിച്ച് ഇഡ്ഡലീണ്ടാക്കിക്കൊട്ക്കാൻ പറ്റ്യാ മത്യാര്ന്നു. നാല് കട പച്ചമൊളകും കറിവേപ്പലേരെ തയ്യും ഞാൻ കൊണ്ടരാം. നിനക്ക്ള്ള മിറ്റത്ത് അതൊക്കെ ഒന്നാ കുഴിച്ചിട്ട് നോക്ക്. ഒക്കേറ്റ്നും വേണം ഒര്മനസ്സ്. അമ്മ പോയിറ്റ് വേഗം വരാട്ടാ."

അവസാനം വിജയലക്ഷ്മി ജോലി രാജിവെയ്ക്കുന്നു

കൃഷ്ണകുമാർ ചോദിച്ചു: "എന്താദ് വിജീ? രണ്ടാൾക്കും ജോലിണ്ടായിട്ടുതന്നെ നമുക്ക് ജീവിക്കാൻ പറ്റുന്നില്ല. എന്ത് കണ്ടിട്ടാ നിയ് ജോലി രാജിവെക്കണേ? എനിക്കെന്തെങ്കിലും പറ്റിയാ നിനക്കാരുണ്ട്? ജോലിയുണ്ടെങ്കിൽ വല്ലതും പേടിക്കാനുണ്ടോ?"

വിജയലക്ഷ്മി പറഞ്ഞു: "രണ്ടാൾക്കും ജോലിയുണ്ടെങ്കിൽ നാം ജീവിക്കുന്ന ജീവിതമാവില്ല ഒരാൾക്ക് ജോലിയുള്ളപ്പോൾ നാം

ജീവിക്കുന്ന ജീവിതം. നമുക്കെന്തു ജീവിതം ജീവിക്കണമെന്ന് നമ്മൾ തീരുമാനിക്കുന്നതല്ലേ? നമ്മിൽ ആർക്കു വേണമെങ്കിലും ജോലി തുടരാനോ രാജിവെക്കാനോ അവകാശമുണ്ട്. ഒരാളുടെ വരുമാനംകൊണ്ടുള്ള ജീവിതം മതി എന്ന് നാം തീരുമാനിച്ചാൽ ഉണ്ടാകുന്ന മെച്ചപ്പെട്ട ജീവിതത്തെപ്പറ്റിയാണ് ഈ ദിവസങ്ങളിലൊക്കെ ഞാൻ ചിന്തിച്ചത്. നിങ്ങൾ അങ്ങനെ ചിന്തിക്കാത്തതുകൊണ്ട് നിങ്ങൾക്ക് ജോലി രാജിവെക്കാനാവില്ല. ജോലി ഉണ്ടായാൽ സുരക്ഷിതത്വമായെന്ന് എങ്ങനെ പറയാൻ കഴിയും? നമുക്ക് രണ്ടാൾക്കും ജോലിയും വരുമാനവും ഉണ്ടായിരുന്നു. എന്നിട്ടും നിങ്ങൾക്ക് കൊളസ്ട്രോൾ വന്നില്ലേ? ചീത്ത അരി, ചീത്ത ഉഴുന്ന്, ചീത്ത മുളക്, ചീത്ത വേപ്പില, ചീത്ത ഉള്ളി - ഇതുകൊണ്ടൊക്കെ ഇഡ്ഡലിയും ചട്ണിയുമുണ്ടാക്കി ഞാൻ പരാജയപ്പെടുകയല്ലേ? നമുക്കെവിടെയാണ് സുരക്ഷിതത്വമുള്ളത്? ഞാനൊരു കലാകാരിയാണ്. മൗലികമായൊരു രചനപോലെയാവണം ജീവിതമെന്നെനിക്ക് നിർബന്ധം തോന്നുന്നു ഇപ്പോൾ. ആരോ നിർമ്മിച്ചുതരുന്ന ജീവിതം നാമെന്തിനു ജീവിക്കണം? കലാകാരിയുടെ സ്വാതന്ത്ര്യം അവൾക്ക് പരമപ്രധാനമാണ്. നിങ്ങൾക്ക് പി. ആൻഡ് ടി യിലെ ജോലി മാത്രമേ ഇപ്പോൾ ചെയ്യാൻ പറ്റൂ. എനിക്ക് നിങ്ങളെ നിലനിർത്തണം. നിങ്ങൾക്കെന്തെങ്കിലും പറ്റിയാൽ എനിക്കാരുണ്ട് എന്ന ചോദ്യം ഒരസംബന്ധമാണ്. അങ്ങനെ ചോദിച്ചവരൊക്കെ പോയിട്ടും ബാക്കിയുള്ളവർ ജീവിച്ചില്ലേ? ഞാൻ നിങ്ങളെ അഗാധമായി സ്നേഹിക്കുന്നതുകൊണ്ടാണ് ജോലി രാജിവെക്കുന്നത്. ഇതെന്റെ തെരഞ്ഞെടുപ്പാണ്."

വിജയലക്ഷ്മി അടുക്കള വെടുപ്പാക്കുകയായിരുന്നു. പുറത്തേക്ക് വലിച്ചെറിയാൻ ചാക്കുകളിലും ബക്കറ്റുകളിലും കുട്ടകളിലും പെട്ടികളിലുമാക്കി അവൾ നിറച്ചുവെച്ചിരുന്ന സാധനങ്ങൾ ഒരിക്കൽ അവൾ തന്നെ കൃഷ്ണകുമാറിനോട് തല്ലുകൂടിയും കടം വാങ്ങിയും ഇൻസ്റ്റാൾമെന്റിൽ ചേർന്നും ആവേശത്തോടെ വാങ്ങിക്കൂട്ടിയവയാണ്.

കൃഷ്ണകുമാർ അതിശയിക്കുന്നു:- എത്ര സ്ത്രീവിരുദ്ധമായിട്ടാണ് ഇവൾ ചിന്തിക്കുന്നത്?

വിജയലക്ഷ്മി തിരുത്തുന്നു:- പോരാട്ടത്തിനു ശേഷമുള്ള ഭൂമിയുടെ തറക്കല്ലിടുകയാണ്.

■

പാപത്തറ

ഉഷ്ണത്തിര തള്ളുന്നൊരു പാലക്കാടൻ കാറ്റിൽ. മഞ്ഞരളിക്കാടുകൾ മുടിയഴിച്ചിട്ടാടിയപ്പോൾ, അടിവയറ്റിൽ ഒരു സ്വപ്നം പോലുടഞ്ഞു തകർന്ന്, ലക്ഷ്മിക്കുട്ടിക്ക് പേറ്റുനോവ് ആരംഭിക്കുന്നു.

"കുറുമ്പ ഭഗവതീ..."

മെടയാനിട്ട ഓലമടലുകൾക്കു നടുവിലിരുന്ന് നെഞ്ചത്ത് കൈയമർത്തി ലക്ഷ്മിക്കുട്ടി അമ്പരന്നു വിളിച്ചുപോവുമ്പോൾ, കൊടിയ വേനലിലും പച്ചത്തഴപ്പു മുറ്റിയ മഞ്ഞരളിക്കാടുകൾക്കുമീതെ മീനമാസത്തിലെ സന്ധ്യ ചോരത്തുള്ളികളായി ഇറ്റിറ്റു വീഴുന്നു.

"മുനിസ്വാമി... ദെയ്വങ്ങളേ..."

തൊട്ടടുത്തിരുന്ന് ഓലമെടയുന്ന കൊച്ചുനാരായണന്റെ അമ്മയിൽ നിന്ന് പേറ്റുനോവ് മറച്ചുപിടിക്കാൻ വേണ്ടി ലക്ഷ്മിക്കുട്ടി ദൈവങ്ങളെ വിളിക്കുമ്പോൾ, മെടഞ്ഞിട്ട ഓലമടലുകളിൽ മുന്നൂർക്കുടം പൊട്ടി രഹസ്യം വെളിച്ചത്താവുന്നു... വെള്ളുള്ളിയും മഞ്ഞളും അരുതക്കൂമ്പും പീനാറിയും അരച്ചുകെട്ടിയ തുണിക്കിഴികൊണ്ട് കൊച്ചുനാരായണന്റെ ഭാര്യയെ പലവട്ടം ഉഴിഞ്ഞ്, തുണിക്കിഴി അവളുടെ കഴുത്തിൽതന്നെ കെട്ടിയിട്ട് കൊച്ചുനാരായണന്റെ അമ്മ പറയുന്നു.

"ഇത്തവണ മകനാക്കും ലച്ച്മിപ്പെണ്ണേയ്."

അവർ മന്ത്രങ്ങൾ ചൊല്ലുന്നു. തലയ്ക്കു പിന്നിലൂടെ കൈചുഴറ്റി വായുവിലെന്തോ ഊതിത്തെറിപ്പിക്കുന്നു. പകുതിയടഞ്ഞ ചത്ത കണ്ണുകളിൽ ഭയത്തോടെ നോക്കിനിന്ന് ലക്ഷ്മിക്കുട്ടി വിറയ്ക്കുന്നു. ആഭിചാരത്തിന്റെ രൂക്ഷഗന്ധം മുറ്റിയ കൈത്തലങ്ങൾ ലക്ഷ്മിക്കുട്ടിയുടെ മുഖത്ത്, കഴുത്തിൽ, മാറിൽ, വയറ്റിൽ... അടിവയറ്റിൽ... പരതുന്നു... മകനേ...

ഇരുണ്ട വേദനയുടെ ചീറ്റലുകൾക്കും ഉരുൾപൊട്ടലുകൾക്കും മീതെ പടർന്നുപിടിക്കുന്ന ഭീതിയോടെ, താനറിയാതെ എണീറ്റ്, ഉമ്മറവാതിൽ കടന്ന്, നടുത്തളം കടന്ന് ലക്ഷ്മിക്കുട്ടി ഈറ്റില്ലം നൂഴുന്നു.

സ്വപ്നാടനക്കാരിയേപ്പോൽ അറിയാതറിയാതെ പിറുപിറുക്കുന്നു...
"പെണ്ണന്യേ ആവ്ള്ളൂ"

ഈറ്റില്ലത്തിൽ നിസ്സഹായതയോടെ കൈകൂപ്പി, കണ്ണുയർത്തി, ഹൃദയമുരുകി, ലക്ഷ്മിക്കുട്ടി പ്രാർത്ഥിച്ചു. അവസാനനിമിഷത്തിൽ പോലും അദ്ഭുതകരമായ ഒരു ലിംഗമാറ്റം നടത്തിത്തരാൻ കെല്പുള്ള കുറുമ്പഭഗവതിയോട്, മുനീശ്വരനോട്, തറയിലെ മുഴുവൻ ദൈവ ങ്ങളോടും...

പിന്നെ ചാവുതറയിൽ നിന്നു മുത്തുവേടത്തിയേയും കൊണ്ട് കൊച്ചു നാരായണന്റെ അമ്മ കുതിച്ചെത്തുമ്പോൾ ലക്ഷ്മിക്കുട്ടി, രക്തത്തിൽ കുളിച്ച് ബോധംകെട്ട്, തളർന്നു കിടന്നു.

മുത്തുവേടത്തിയും കൊച്ചുനാരായണന്റെ അമ്മയുംകൂടി തണുത്ത വെള്ളം മുഖത്തൊഴിച്ച് ലക്ഷ്മിക്കുട്ടിയെ ഉണർത്തി. ഈറ്റുനോവ് പൊറു ക്കാൻ പാടില്ലാത്ത പെണ്ണുങ്ങളെപ്പറ്റി കൂട്ടം കൂടുമ്പോൾ പുറത്തിറക്കാ റുള്ള കഥകൾ മുഴുവൻ പറഞ്ഞ് അവർ രണ്ടാളും ലക്ഷ്മിക്കുട്ടിയെ പ്രസവവേദനയിലേക്ക് നയിച്ചു.

"ലച്ചുമുട്ട്യേയ്, പെണ്ണേയ്, നിയ്യ് കുറുമ്പ ബഗവതീനെ മനസ്സില് നല്ലോണം നെനച്ച്ങ്ങാണ്ട് കെടന്നാ."

മുത്തുവേടത്തി പറഞ്ഞു.

ലക്ഷ്മിക്കുട്ടി കുറുമ്പ ഭഗവതിയെ നിനച്ചു. ചെമ്പട്ടുടുത്ത്, ചെമ്പ രത്തിമാലയിട്ട് പൊന്നരഞ്ഞാണും പൊന്നുഞ്ചിലമ്പും കെട്ടി, കുറുമ്പ ഭഗവതി, ചുവരിലെ ചിത്രത്തിൽ കനിവോടെ നിന്നു. വേദനയുടെ ഒരു ചീള് ഗർഭപാത്രത്തെ പിളർന്നുകൊണ്ട് കടന്നുവന്നപ്പോൾ കുറുമ്പ ഭഗവതി പൊട്ടിച്ചിരിച്ചു... ചിരിയിൽ രക്തമണികൾ ചിതറി... പൊന്നര ഞ്ഞാണും പൊന്നുഞ്ചിലമ്പും കിലുങ്ങി, ചെമ്പട്ട് പാവാട വട്ടം ചുഴറ്റി, ചെമ്പരത്തിമാല ഇളകിയാടി... കുറുമ്പ ഭഗവതി നൃത്തം ചെയ്തിറങ്ങി വരുന്നു. ലക്ഷ്മിക്കുട്ടിയുടെ ഗർഭത്തിന്മേൽ പൂപോലെ മൃദുലമായ കാലടി കളാൽ ചവുട്ടിച്ചവുട്ടി നൃത്തം ചെയ്യുന്നു. വേദനകൊണ്ട് ലക്ഷ്മിക്കുട്ടി പുളയുമ്പോൾ, താമരപ്പൂവൊത്ത കൈകളിൽ തുടുത്ത ഒരാൺകുഞ്ഞിനെ വെച്ചുനീട്ടുന്നു.

"അമ്മേ... ദേവീ... ദെയ്വങ്ങളേ..."

"അദന്നെ, ശരണം!" മുത്തുവേടത്തി കാൽനീട്ടിയിരുന്ന്, മുറുക്കാൻ പൊതിയഴിച്ചു.

"തൊള്ളടര്ത് ലച്ച്മിപ്പെണ്ണേ. തറേലിള്ളോര് കൂട്ടംകൂടും."

കൊച്ചുനാരായണന്റെ അമ്മ അടക്കം പറഞ്ഞു. ഈറ്റില്ലത്തിൽ പെണ്ണുങ്ങൾ കടന്നുവന്ന് പേറ്റുകാണാൻ കാത്തുനിന്നു.

"അദ് മാത്തരം പറ്റില്യ. മുത്തുവേട്ത്തി ഗർഭെടുക്കണെങ്കില് ഒരുത്തീം ബ്ടെ നിക്കാമ്പാടില്ല."

ചാവുതറയിലെ മുത്തുവേട്ത്തി കൊച്ചുനാരായണന്റെ അമ്മയെപ്പോലും ഈറ്റില്ലത്തിന് പുറത്താക്കി കതകടച്ച് തഴുതിട്ടു.

മുത്തുവേട്ത്തിയുടെ കൈപിടിച്ച് നെഞ്ചിലും കണ്ണിലും തൊടീച്ച്, വെറുങ്ങലിച്ച ശബ്ദത്തിൽ ലക്ഷ്മിക്കുട്ടി ചോദിച്ചു:

"മുത്തുവേട്ത്തി, പെണ്ണാണെങ്കില് എന്താ കാട്ട്ആ?"

മുത്തുവേടത്തി നിഗൂഢമായി ചിരിച്ചു. മഞ്ഞരളിപ്പൂക്കൾ പോലെ ചിരി, ഈറ്റില്ലത്തിന്റെ ഇരുട്ടിൽ ചിതറി വീണു. പിന്നേയും മുത്തുവേട്ത്തി ചിരിച്ചു. മഞ്ഞരളിപ്പൂക്കളുടെ നിറം മാറുന്നു, ചെമ്പരത്തികൾ... മുത്തുവേട്ത്തിയുടെ ചിരി ചെമ്പരത്തികളായി ഈറ്റില്ലത്തിൽ ചിതറിവീഴുന്നു. മുത്തുവേട്ത്തിക്ക് ചിരി നിർത്തിക്കൂടെ...? ലക്ഷ്മിക്കുട്ടി ചാടിയെണീറ്റു...

"അദൊന്നും ഇപ്പ നെനയ്ക്കണ്ട വിഷയമല്ല ലച്ച്മിപെണ്ണേയ്. രണ്ടും രണ്ടടത്താവട്ടെ. ന്നട്ട് ആലോയ്ക്കാലോ."

ലക്ഷ്മിക്കുട്ടി അസ്വസ്ഥയായി. നെടുവീർപ്പോടെ അവൾ ഇടംഭാഗം ചെരിഞ്ഞുകിടന്നു.

പടിക്കലെ മഞ്ഞരളിക്കാടുകൾ നൂണ്ട്, കൊച്ചുനാരായണൻ കടന്നുവരുന്നത്, കൊച്ചുനാരായണന്റെ വളർത്തുപട്ടിയുടെ മുരൾച്ചയിലൂടെ ലക്ഷ്മിക്കുട്ടി തിരിച്ചറിഞ്ഞു. അവളുടെ ഹൃദയമിടിപ്പിന്റെ വേഗത കൂടി.

പെണ്ണ് പെറണ കൊടിച്ച്യേയ്...

ഈറ്റില്ലത്തിന്റെ നാലുചുറ്റും നിന്ന് കൊച്ചുനാരായണന്റെ അലർച്ചകൾ കേൾക്കുന്നു. ഇടിമുഴക്കങ്ങൾ പോലുള്ള കാൽവെപ്പുകളാൽ കൊച്ചുനാരായണൻ ഉമ്മറപ്പടി കേറുമ്പോഴും ഉമ്മറവാതിൽ നൂഴുമ്പോഴും നടുത്തളത്തിൽ കേറുമ്പോഴും ഈറ്റില്ലത്തിന്റെ വാതിൽക്കലെത്തി നിൽക്കുമ്പോഴും കേൾക്കുന്നു...

പെണ്ണ് പെറണ കൊടിച്ച്യേയ്...

ലക്ഷ്മിക്കുട്ടി കണ്ണിറുക്കിയടച്ചു. ഈറ്റില്ലത്തിന്റെ ഓടാമ്പൽ കിലുങ്ങ്ണുണ്ടോ?

ഈറ്റില്ലം നിലവറക്കുണ്ടാണ്?

നിലവറക്കുണ്ടിൽ ചങ്ങലയ്ക്കിട്ട കൈകാലുകൾ തല്ലി ലക്ഷ്മിക്കുട്ടി, ഉറക്കെയുറക്കെ കരഞ്ഞു. നിലവറക്കുണ്ടിന്റെ വാതിലുകൾ ചവുട്ടിപൊളിച്ച് കംസൻ പാഞ്ഞുവരുന്നു. ലക്ഷ്മിക്കുട്ടിപ്പെണ്ണു പെറ്റു. കുഞ്ഞിന്റെ കാലിൽ തൂക്കിയെടുത്ത്, തലയ്ക്കുമീതെ മൂന്നു വട്ടം ചുഴറ്റി, കരിങ്കല്ലിന്റെ ഭിത്തിയിൽ ആഞ്ഞടിച്ച് കംസൻ അലറുന്നു...

"പെണ്ണ് പെറണ കൊടിച്ച്യേയ്..." അതൊരനുഷ്ഠാനമാകുന്നു.

നിലവറക്കുണ്ട് കുലുക്കി കംസൻ നടന്നകലുമ്പോൾ, ചങ്ങലക്കെട്ടിൽ കിടന്ന് പിടഞ്ഞ്, പൊട്ടിത്തകർന്ന കുഞ്ഞിത്തലച്ചോറും ചിതറിത്തെറിച്ചു പോയ കുഞ്ഞിക്കാലും കുഞ്ഞിക്കൈയും നോക്കി ലക്ഷ്മിക്കുട്ടി അലറുന്നു. പിന്നീടുള്ള നിലാവുകളോരോന്നും കറുത്തു പതയുന്ന ചോരക്കടലായിട്ടല്ലേ ലക്ഷ്മിക്കുട്ടിക്ക് തോന്നിയുള്ളൂ... കണ്ണിറുക്കിയടച്ച്, ചെവി കൊട്ടിയടച്ച്, ലക്ഷ്മിക്കുട്ടി നിരീക്കുന്നു. ഇന്ന്യത്തെ പ്രാവശ്യം കുഞ്ഞിത്തലച്ചോറോണ്ട് ഉപ്പേരീണ്ടാക്കി കൊച്ചുനാരായണനെ തീറ്റിക്കും. കൊന്ന പാപം തിന്നാൽ പോവൂലോ...

ഈറ്റുനോവാണോ? ലക്ഷ്മിക്കുട്ടിയെ നെടുകെ പിളരുന്നത് ഈറ്റുനോവാണോ? അവൾ തലയിട്ടുരുട്ടി. കൈകാലിട്ട് തല്ലി. മുത്തുവേട്ത്തി കാലുകളിൽ പൂണ്ടുപിടിച്ചു.

“നിയ്യ് കട്ട്ന്റെ കാല്മ്മല് പിടിച്ച് കെട്ന്ന്ങ്ങാണ്ട് തൊള്ളട്ടേ ലക്ഷ്മിപ്പെണ്ണേയ്! പേറെട്ത്ത് കരീമ്പ്ഴ്യ്ക്കും ന്റെ കാലൊടിക്കണ്ട.”

വേദനയുടെ ഓവിലൂടെ ഒലിച്ചുപോകുമ്പോൾ, തളർന്നുകഴിഞ്ഞ ഒച്ചയിൽ ലക്ഷ്മിക്കുട്ടി ചോദിച്ചു.

“മുത്തുവേടത്തീ, തങ്കവേലുവിന്റെ രണ്ടാമത്തെ പെങ്കുട്ടീനെ ഞിങ്ങ രണ്ടാളും കൂടി അന്നന്യല്ലേ ഇല്ലാണ്ടാക്കീത്?”

“തെന്നെ!” മുത്തുവേടത്തി, അലസമായിപ്പറഞ്ഞുകൊണ്ട് അടക്കയ്ക്ക് മൊരികളഞ്ഞു.

ലക്ഷ്മിക്കുട്ടി മുത്തുവേടത്തിയെ തുറിച്ചുനോക്കി. ചാവുതറയിലെ മുത്തുവേടത്തിയും പാപത്തറയിലെ കൊച്ചുനാരായണന്റമ്മയും... പിശാചുക്കൾ...! നോക്കി നോക്കിയിരിക്കെ മുത്തുവേടത്തിയുടെ മുഖം ഇരുണ്ടു വരുന്നു. അവരുടെ കണ്ണുകൾ തുറിച്ചു വരുന്നു. വിരലുകളും പല്ലും നഖവും കൂർത്തു വരുന്നു. ചോരയിറ്റുന്ന നാക്കു നീട്ടി, കോപിഷ്ഠയായ കുറുമ്പഭഗവതിയെപ്പോലെ, മുത്തുവേടത്തി, ലക്ഷ്മിക്കുട്ടിയുടെ ഗർഭത്തിന്മേൽ വീണു!

“മുത്തുവേടത്ത്യേയ്,!” ലക്ഷ്മിക്കുട്ടി അലറി. ഈറ്റില്ലത്തിന്റെ വാതുക്കൽ നിന്നിരുന്ന കൊച്ചുനാരായണന്റമ്മ പിറുപിറുത്തു.

“അടക്കല്യാത്തോള്! നാനൊക്കെ ഞങ്ങണ്ടെ കൊച്ചറാണനെ പെറ്റെത് ഈച്ചീം പൂച്ചീം അറ്യാണ്ടായീർന്നു. ഇദെന്തൊര് ബഹളവാണ്! തറേലില്ലോര് കൂട്ടം കൂടി ചിരിക്കണത് കാണണം.”

ചാടിയെഴുന്നേറ്റ്, ഇളകിപ്പുറപ്പെട്ട കിതപ്പോടെ, ഒരീറ്റപ്പുലി പോലെ, ലക്ഷ്മിക്കുട്ടി മുത്തുവേടത്തിയെ നോക്കി. മുത്തുവേടത്തി തന്റെ ശത്രുവാണ്. ലക്ഷ്മിക്കുട്ടി നിന്നു വിറച്ചു.

“നൊന്ത് വിളിച്ച് പെറണം ലച്ച്മിപ്പെണ്ണേയ്! ദോണ്ട് വല്ലോം ആയോ? ശരിക്ക്ള്ള വേദന വരിമ്പോ കാണാം.”

മുത്തുവേടത്തി ലക്ഷ്മിക്കുട്ടിയെ പിടിച്ചുകിടത്തി. അവരുടെ കണ്ണുകളിൽ കനിവ്. ചുണ്ടുകളിൽ കനിവ്. കൈയിലും മുഖത്തും കനിവ്...

ലക്ഷ്മിക്കുട്ടി വിതുമ്പി. പേറ്റുനോവുണ്ടായിരുന്നു... പക്ഷേ, ഒന്നും പറയാതെ നിറഞ്ഞൊഴുകുന്ന കണ്ണുകളോടെ വെറുതെ അവളങ്ങനെ കിടന്നു.

"പെണ്ണായിപ്പെറന്നാ ദൊന്നും കൂടാണ്ടാ കഴിയില്യാ ലച്ച്മിപ്പെണ്ണേയ്..."

കണ്ണീരിന്റെ ചില്ലുമറകളിലൂടെ ലക്ഷ്മിക്കുട്ടി മുത്തുവേടത്തിയെ തുറിച്ചു നോക്കി. അവളുടെ ചെവിയിൽ പാലക്കാടൻ കാറ്റ് മൂളുന്നു. പനമ്പട്ടകൾ തുള്ളുന്നു... ചുരം കടന്നുവരുന്ന കാറ്റിന്റെ നീളം ചൂളംവിളി കേൾക്കുന്നു... പിന്നെ ഭീതിദമായ നിശ്ശബ്ദത... മഞ്ഞരളിക്കാടുകൾക്കിടയിലൂടെ തീപ്പിടിച്ച തുണിക്കെട്ടുപോലെ തത്തമ്മ അലറിപ്പാഞ്ഞുവരുന്നത് ലക്ഷ്മിക്കുട്ടിയുടെ നെഞ്ചിലിടിവെട്ടുകളായി വീഴുന്നു... തത്തമ്മ ആളിക്കത്തുകയായിരുന്നു. തത്തമ്മയുടെ മുടിയും മുഖവും കൈയും കൈലും വയറും കത്തിയാളുകയായിരുന്നു. തത്തമ്മ തീപ്പിടിച്ച് കറങ്ങുന്നൊരു തുണിപ്പന്തായിരുന്നു... അലറിക്കരഞ്ഞ്, നടുമുറ്റത്ത് വന്ന്, തല പൊട്ടിത്തെറിച്ച്, വീണു മരിച്ചു.

"ഞമ്മള് കൊട്ത്തതൊന്നും പോരോപോരാന്നാണ് ഏട്ത്ത്യേയ്. ഏട്ടേടെ വീട്ടുകാരിക്ക് എപ്പോഴും ആർത്തി തന്നെ ആർത്തി! ഇനിം അച്ചോട് പറഞ്ഞ് ആ എവട്ന്ന്ട്ത്ത്ട്ടാ തര്ക?"

ലക്ഷ്മിക്കുട്ടിയുടെ കാൽമുട്ടിൽ തലവെച്ച്, എട്ടു വയസ്സിന് താഴെയുള്ള തത്തമ്മ തേങ്ങിത്തേങ്ങിക്കരയുന്നു.

"തത്തേ, കരയാതെ മകളെ."

തത്തമ്മയ്ക്ക് ഗർഭണ്ടായിരുന്നു. പെണ്ണിനെപ്പെറ്റാ ചവുട്ടിക്കൊന്ന് കുഴിച്ചു മൂടുംന്ന് മരുതപ്പൻ ഭീഷണിപ്പെടുത്തിയിരുന്നു.

"പെണ്ണായിപ്പെറന്നാ ദൊന്നും കൂടാണ്ടെ കഴിയില്ല മകളേ..."

ലക്ഷ്മിക്കുട്ടി ഉപദേശിച്ചു. അന്ന് ഇറങ്ങിപ്പോയിട്ട്, പിന്നെ, കത്തിയെരിയുന്ന തുണിപ്പന്തായിട്ടാണ് തത്തമ്മ, വീട്ടുമുറ്റത്തേക്കെത്തിയത്. വീട്ടുമുറ്റത്ത്, തല പൊട്ടിത്തെറിച്ച് വീണു മരിച്ചു. "കുറുമ്പ ഭഗവതി... ന്റെ ഗർഭത്തില് പെണ്ണാവര്തേ..."

ഈറ്റില്ലത്തിന്റെ ഓടാമ്പൽ കിലുങ്ങുന്നുവോ? കംസന്റെ ഊഴം മൂന്നു തവണ കഴിഞ്ഞിരിക്കുന്നു... ഇനി നാലാമത്.

ലക്ഷ്മിക്കുട്ടി കണ്ണിറുക്കിയടച്ചു. ഓണനിലാവുകളൊക്കെ കറുത്തു പതയുന്ന ചോരക്കടലായി തുളുമ്പുന്നു. ചോരക്കടൽ തിരയടിക്കുമ്പോൾ തല തകർന്ന കുഞ്ഞുങ്ങൾ ഒഴുകിവരുന്നു. തുടുത്ത കുഞ്ഞിത്തുടകൾക്കിടയിലെ പൊന്നാലിലപോലെ പെണ്ണത്തം പേറുന്ന കുഞ്ഞുങ്ങൾ...

ലക്ഷ്മിക്കുട്ടി വാരിയെടുക്കുമ്പോൾ, തുടുത്ത കുഞ്ഞിത്തുടകൾക്കിടയിലെ പൊന്നാലിലകളിൽ നൂറുനൂറു മുത്തമിടുമ്പോൾ... കൈവിരലുകൾക്കിടയിലൂടെ തണുത്ത ചോരക്കട്ടകളായി, അലിഞ്ഞൂർന്നു പോകുന്നു.

"ദൈയ്‌വങ്ങളേ...!"

ലക്ഷ്മിക്കുട്ടി പിടയുന്നു. ഈറ്റുനോവുകൊണ്ടല്ല. ഈറ്റുനോവിന്റെ അള്ളിപ്പറിക്കുന്ന വേദനകൾ ലക്ഷ്മിക്കുട്ടി അറിയുന്നില്ല. പട്ടണത്തിലെ പഠിപ്പുള്ള ഡോക്ടർ പറഞ്ഞത് കുറ്റം കൊച്ചുനാരായണന്റേതാണെന്നാണ്.

അന്നു മുഴുവൻ കൊച്ചുനാരായണൻ വിഷണ്ണനായി നടന്നു. പക്ഷേ, നാലാംവട്ടം കുളി തെറ്റിയപ്പഴും കൊച്ചുനാരായണന്റമ്മ തറയിലാകെ വിളിച്ചു പറഞ്ഞു നടന്നു.

"പെണ്ണ് പറണകൊടിച്ച്യാണ്ട്യേയ്, ഞങ്ങണ്ടെ ലച്ച്മി!"

"ന്റെകുറ്റം കൊണ്ടൊന്നല്ല." ലക്ഷ്മിക്കുട്ടി പിറുപിറുത്തു.

"ആണായാലും പെണ്ണായാലും ഇത്തവണ ലക്ഷ്മിക്കുട്ടി പെറ്റ് വളർത്തിക്കോട്ടെ." തറേലിള്ളോര് പറഞ്ഞു.

"പെണ്ണിനെ പെറ്റാമത്യോ? കെട്ടിച്ചയയ്ക്കാൻള്ള സിരിതനം ആരാണ്ടാക്ക് ആ? നെന്റെ തള്ള്യോ?"

കംസൻ അലറുന്നു. നിലവറക്കുണ്ടിൽ പ്രസവത്തിന്റെ വിങ്ങൽ നിറയുന്നു. തിരിയുളി പോലുള്ള വേദനയ്ക്കൊപ്പം ചാവുതറയിലും പാപത്തറയിലുമുള്ള മഞ്ഞരളിക്കാടുകളിൽനിന്ന് കുഞ്ഞുങ്ങളുടെ കൂട്ടനിലവിളികൾ പൊങ്ങുന്നു... താഴുന്നു... താരാട്ടുപാട്ടുകളുടെ ഊഞ്ഞാൽ കയറുകൾ കഴുത്തിൽ കുരുങ്ങിമുറുകി ലക്ഷ്മിക്കുട്ടി പിടഞ്ഞു.

കഴുത്തിൽ കുരുങ്ങിയ കയർ, ഊഞ്ഞാലാണ്. കൊച്ചുനാരായണനും അമ്മയും മുത്തുവേടത്തിയും കൂടി ഊഞ്ഞാലാട്ടി വിടുന്നു. ചാവുതറയുടെ നിലങ്ങളിൽനിന്ന് പാപത്തറയുടെ ഉയരങ്ങളിലേക്ക്... പാപത്തറയുടെ നിലങ്ങളിൽനിന്ന് ചാവുതറയുടെ ഉയരങ്ങളിലേക്ക്... കഴുത്തിൽ കുരുങ്ങിയ ഊഞ്ഞാൽക്കയർ മുറുകുന്നു. ചാവുതറയിലും പാപത്തറയിലും കുഞ്ഞുങ്ങളുടെ കൂട്ടനിലവിളിപൊങ്ങുന്നു... ശ്വാസം മുട്ടിപ്പിടഞ്ഞു താഴേക്കു നോക്കുമ്പോൾ ചാവുതറ കറുത്തു പതയുന്ന ചോരക്കടലാണ്... ചോരക്കടലിൽ, ചത്തുവീർത്ത കുഞ്ഞിശ്ശവങ്ങൾ ഒഴുകി നടക്കുന്നു... പ്രമീള... സുശീല... വനജ... രമണി... രാധ...

നൂറുനൂറായിരം പൊന്നാലിലകൾ... ചോരക്കടൽ തിളച്ചു മറിയുന്നു...

"അമ്മേയ്!"

ലക്ഷ്മിക്കുട്ടി ശ്വാസം മുട്ടിപ്പിടഞ്ഞ് നിലവിളിച്ചു.

അലക്കുകല്ലിന്റെ ചോട്ടിലിരുന്ന് അമ്മ മരുന്നരയ്ക്കുന്നു. മരുന്ന് വിഷമാണ്. ചക്കരയും കൂട്ടി വിഷമരച്ചുരുട്ടുന്നു. ഒരു മുന്തിരിപ്പഴത്തോളം...

ഒരു കുന്നിമണിയോളം... ഒരു കടുകുമണിയോളം. കടുകുമണിയോളം കുഞ്ഞിവായിൽ. കുഞ്ഞിന്റമ്മ ഉറക്കവൊണലോ. കുന്നിമണിയോളം മുല ക്കണ്ണിൽ...

"കുട്ടിക്ക് വയറ്റീന്ന് പോവാനുള്ളതാണ്."

ഒന്നുഞരങ്ങി, പിരിഞ്ഞ്, പിന്നെ പിടഞ്ഞു കരയുന്ന കുഞ്ഞി വായിൽ, വാരിയെടുത്തു മുലയൂട്ടി, പാൽ നുരയും ചോരപ്പതയും കണ്ട് ബോധ്യപ്പെടുമ്പോൾ, മടിയിൽ മരിക്കുന്ന മകളെച്ചുമക്കുന്നവൾ ലക്ഷ്മി ക്കുട്ടിയാകുന്നു... കുഞ്ഞുകഴിഞ്ഞ അമ്മയുടെ തോരാത്ത കണ്ണീരിൽ കുതിർന്നു വീഴുന്നവൾ ലക്ഷ്മിക്കുട്ടിയാകുന്നു...

ഇത് ലക്ഷ്മിക്കുട്ടീടെ നിയോഗാണ്. കൊച്ചുനാരായണന് പെണ്ണേ ണ്ടാവുള്ളൂ. ലക്ഷ്മിക്കുട്ടീടെ കുറ്റം കൊണ്ടല്ല... യോഗല്യ...

ലക്ഷ്മിക്കുട്ടി നെഞ്ചുനുറുങ്ങിക്കരഞ്ഞു.

"അടങ്ങിക്കെടക്ക് ലക്ഷ്മിപ്പെണ്ണേയ്... കുട്ടീന്റെ തല കണ്ടൊടങ്ങി..."

മുത്തുവേടത്തി ശാസിക്കുന്നു... വേദന പൊറുക്കാഞ്ഞിട്ടല്ല... കിത പ്പിനിടയിൽ ലക്ഷ്മിക്കുട്ടി പിറുപിറുത്തു. "എന്റെ മകളെ ഞാൻ ഒളി പ്പിച്ചു വെയ്ക്കും. ഒരു കൊട്ടയിലാക്കി, പഴന്തുണികൾക്കിടയിലൊളിപ്പിച്ച്, മുത്തുവേടത്തീ, നിങ്ങളെന്റെ മകളെ പുഴയ്ക്കക്കരെ കടത്തിത്തര്വോ? ഈ താലീം മാലേം പൊട്ടിച്ചു തരാം."

മുഴുത്ത കണ്ണുകളിൽ അപേക്ഷ നിറച്ച് ലക്ഷ്മിക്കുട്ടി മുത്തുവേട ത്തിയെ നോക്കി. ചാവുതറയിലെ ചത്തമണ്ണുപോലെ, പാപത്തറയിലെ നരച്ച ആകാശം പോലെ മുത്തുവേടത്തി നിശ്ചലം ഇരിക്കുന്നു.

ലക്ഷ്മിക്കുട്ടി നിലവിളിച്ചു. ഉറക്കെയുറക്കെ നിലവിളിച്ചു. "തൊള്ള ടാതെ ലച്ച്മിപ്പെണ്ണേയ്, ദ്ആ! ഇപ്പക്കഴിയുവല്ലോ..."

"എനിക്കീറ്റു നോവില്ല എന്റെ മകളെ ഒളിപ്പിച്ചു കടത്ത്വോ? നിലവറ ക്കുണ്ടിന്റെ വാതിലുകൾ തകർത്ത്, ഇടിമുഴക്കം പോലെ കാലൊച്ച മുഴക്കി, കംസനെത്തും മുമ്പ്, അടുത്ത ഉഷ്ണക്കാറ്റിൽ മഞ്ഞരളിക്കാടു കളൊന്നായി ഇളകിയാടിത്തിമിർക്കും മുമ്പ്, ആഭിചാരത്തിന്റെ പരുത്ത കൈപ്പത്തികളുമായി കൊച്ചുനാരായണന്റെ അമ്മ പറന്നെത്തും മുമ്പ്, ഒരു കൊട്ടയിലാക്കി, പഴന്തുണികൾക്കിടയിലൊളിപ്പിച്ച് മഞ്ഞരളിക്കാടു കൾ നൂന്നു കടന്ന്, ചാവുതറയ്ക്കും പാപത്തറയ്ക്കുമപ്പുറം വഴിമാറി ത്തരാത്ത പുഴ മുറിച്ചു നീന്തി, നരിമാൻ കുന്നും പുലിമടയും കയറി യിറങ്ങി... അക്കരെയക്കരെ... പെണ്ണ് പൂക്കണ നാട്ടിൽ എത്തിച്ചു തര്വോ?

ഈ താലീം മാലേം

പൊട്ടിച്ചു തരാം." ■

www.ingramcontent.com/pod-product-compliance
Ingram Content Group UK Ltd.
Pitfield, Milton Keynes, MK11 3LW, UK
UKHW042103021026
15589UKWH00001B/158

9 789388 830782